ಕುಮಾರ ಬೇಂದ್ರೆ

ಜನನ 24 ಅಕ್ಟೋಬರ್ 1977, ಗದಗ ಜಿಲ್ಲೆ ಶಿರಹಟ್ಟಿ ತಾಲೂಕಿನ ಬೆಳ್ಳಟ್ಟಿ ಗ್ರಾಮದಲ್ಲಿ. ಪ್ರಾಥಮಿಕ-ಪ್ರೌಢ ಶಿಕ್ಷಣ ಬೆಳ್ಳಟ್ಟಿ ಹಾಗೂ ಹುಬ್ಬಳ್ಳಿಯಲ್ಲಿ. ಹುಬ್ಬಳ್ಳಿಯ ವಿಜಯ ಮಹಾಂತೇಶ ಲಲಿತಕಲಾ ಮಹಾವಿದ್ಯಾಲಯದಿಂದ ಚಿತ್ರಕಲಾ ಪದವಿ ಹಾಗೂ ಮೈಸೂರು ವಿಶ್ವವಿದ್ಯಾಲಯದಿಂದ ಕನ್ನಡ ಎಂ. ಎ. ಪದವಿ. ಹುಬ್ಬಳ್ಳಿ ನಿವಾಸಿಯಾಗಿದ್ದು 'ಹೊಸದಿಗಂತ' ಪತ್ರಿಕೆಯಲ್ಲಿ ಉಪಸಂಪಾದಕ ವೃತ್ತಿ. ಪತ್ನಿ ಅನುಪಮ. ಪುತ್ರರು ಚೇತನ, ಚಂದನ. ಎರಡು ದಶಕಗಳಿಂದ ಸಾಹಿತ್ಯ ಕೃಷಿಯಲ್ಲಿ ಸಕ್ರಿಯ.

ಪ್ರಮುಖ ಕೃತಿಗಳು: ಕಥಾ ಸಂಕಲನ: ಪರವಶ (2022), ಮನಸೆಂಬ ಮಾಯಾವಿ (ಆಯ್ದ ಕಥೆಗಳ ಸಂಕಲನ), ಗಾಂಧಿ ವೃತ್ತದ ದಂಗೆ (2012), ನಿರ್ವಾಣ (2011), ಅದೃಶ್ಯ ಲೋಕದ ಮಾಯೆ (2007), ಮಾದಪ್ಪನ ಸಾವು (2005), **ಕಾದಂಬರಿ:** ವ್ಯಗ್ರ (2023), ದಾಳಿ (2020), ತಲ್ಲಣ (2016), ನೆಲೆ (2011), ಜೋಗವ್ವ (2007), **ನಾಟಕ:** ಋಣ (2016), **ಕವನ ಸಂಕಲನ:** ಬಯಲು ಬೆರಗು (2017), ಕಾಲಯಾನ (2005).

ಪುರಸ್ಕಾರಗಳು: 2006ರಲ್ಲಿ ಅಮೆರಿಕದ ವಾಷಿಂಗ್ಟನ್ ಡಿಸಿಯಲ್ಲಿ ಆಯೋಜಿಸಿದ್ದ 'ಅಕ್ಕ ವಿಶ್ವ ಕನ್ನಡ ಸಮ್ಮೇಳನ'ದ ಅಂಗವಾಗಿ ನಡೆದ ಕಾದಂಬರಿ ಸ್ಪರ್ಧೆಯಲ್ಲಿ 'ಜೋಗವ್ವ' ಕಾದಂಬರಿಗೆ ಪುರಸ್ಕಾರ. 'ನಿರ್ವಾಣ' ಕಥಾ ಸಂಕಲನಕ್ಕೆ ರಾಜ್ಯ ಕನ್ನಡ ಸಾಹಿತ್ಯ ಪರಿಷತ್‌ನಿಂದ 'ವಾಸುದೇವಾಚಾರ್ಯ ದತ್ತಿ' ಪ್ರಶಸ್ತಿ. 'ಋಣ' ನಾಟಕಕ್ಕೆ ರಾಜ್ಯ ಕನ್ನಡ ಸಾಹಿತ್ಯ ಪರಿಷತ್‌ನಿಂದ 'ಕಾಕೋಳು ಸರೋಜಮ್ಮ ದತ್ತಿ' ಹಾಗೂ 'ಮನಸೆಂಬ ಮಾಯಾವಿ' ಆಯ್ದಕತೆಗಳ ಸಂಕಲನಕ್ಕೆ 'ಜಿ. ಎನ್. ಹೇಮರಾಜ ದತ್ತಿ' ಪ್ರಶಸ್ತಿ. ಸಂಕ್ರಮಣ ಸಾಹಿತ್ಯ ಸ್ಪರ್ಧೆಯಲ್ಲಿ ಕಥಾ ಬಹುಮಾನ, ಮುಂಬಯಿಯ ಕನ್ನಡ ಮಾಸಿಕ 'ಮೊಗವೀರ' ಆಯೋಜಿಸಿದ್ದ ರಾಷ್ಟ್ರಮಟ್ಟದ ಕಥಾಸ್ಪರ್ಧೆಯಲ್ಲಿ ಬಹುಮಾನ. 'ಉತ್ಥಾನ' ಮಾಸಿಕದ ಸಂಕ್ರಾಂತಿ ಕಥಾಸ್ಪರ್ಧೆಯಲ್ಲಿ ಬಹುಮಾನ, 'ಸಂಯುಕ್ತ ಕರ್ನಾಟಕ'ದ ವಾರ್ಷಿಕ ಕಥಾ ಸ್ಪರ್ಧೆಯಲ್ಲಿ ಬಹುಮಾನ. ಹುಬ್ಬಳ್ಳಿ-ಧಾರವಾಡ ಮಹಾನಗರ ಪಾಲಿಕೆಯಿಂದ ರಾಜ್ಯೋತ್ಸವದ ಕಾವ್ಯ ಪುರಸ್ಕಾರ.

ವ್ಯಗ್ರ

ಮತ್ತು ಇತರ ಕಾದಂಬರಿಗಳು

ಕುಮಾರ ಬೇಂದ್ರೆ

ವೀರಲೋಕ

ವೀರಲೋಕ ಬುಕ್ಸ್ ಪ್ರೈ.ಲಿ.
207, 2ನೇ ಮಹಡಿ, 3ನೇ ಮೇನ್, ಚಾಮರಾಜಪೇಟೆ
ಬೆಂಗಳೂರು-560018. ಮೊಬೈಲ್: 70221 22121
ಇಮೇಲ್: veeralokabooks@gmail.com
ವೆಬ್‌ಸೈಟ್: www.veeralokabooks.com

VEGRA MATTU ITARA KAADAMBARIGALU
Novels written by **Kumar Bendre**

Published by:
VEERALOKA BOOKS PVT. LTD.
207, 2nd Floor, 3rd Main
Chamarajpet, Bengaluru - 560018

Mobile : +91 7022122121
E-mail : veeralokabooks@gmail.com
Website: www.veeralokabooks.com

Price : Rs. 180/-
Pages : 152
First Impression : 2023

Paper used : 70 GSM NS Maplitho
Book size : 1/8th Demy

ISBN : 978-93-94942-38-7

Cover page illustration by : Prashanth Vitla
Inner pages illustration by : Vijaya Vikram

ಅರ್ಪಣೆ

ಅಸಮಾನತೆ ವಿರುದ್ಧ ಸಿಡಿದೆದ್ದು
ಸತ್ಯ-ನ್ಯಾಯಪರವಾಗಿ ಧ್ವನಿ ಎತ್ತುವ
ಸಂವೇದನಾಶೀಲ ಮನಸ್ಸುಗಳಿಗೆ...

ಕಥನವೆಂದರೆ ಆತ್ಮಾನುಸಂಧಾನಕ್ಕಾಗಿ ಧ್ಯಾನಕ್ಕಿಳಿಯುವಷ್ಟೇ ಸಂತೋಷ!

ಸೃಜನಶೀಲ ಬರವಣಿಗೆ ನನ್ನ ಮೂಲ ಪ್ರವೃತ್ತಿಯಾಗಿದ್ದರೂ ಇತ್ತೀಚಿನ ಕಾಲದಲ್ಲಿ ನಾನು ಚಲನಚಿತ್ರಕ್ಕೆ ಸಂಬಂಧಿಸಿದ ಚಟುವಟಿಕೆಯಲ್ಲಿ ಹೆಚ್ಚು ತೊಡಗಿಸಿಕೊಂಡಿರುವುದರಿಂದ ಎಲ್ಲವನ್ನೂ ಅದೇ ದೃಷ್ಟಿಯಿಂದ ನೋಡುವ ಪರಿಪಾಠ ರೂಢಿಯಾಗಿಬಿಟ್ಟಿದೆ. ಆದರೂ ಸುಮಾರು ಇಪ್ಪತ್ತೈದು ವರ್ಷಗಳ ಕಾಲದ ಸೃಜನಶೀಲ ಸಾಹಿತ್ಯದ ನಂಟು ಈ ಕಾಲಘಟ್ಟದಲ್ಲಿ ನನ್ನನ್ನು ಒಂದು ಹಂತಕ್ಕೆ ತಂದು ನಡೆಸುತ್ತಿದೆ. ಪ್ರತಿ ಸಾರಿ ಬರೆಯುವಾಗಲೂ ಪ್ರತಿಯೊಂದು ಶಬ್ದ, ವಾಕ್ಯ, ಪ್ರತಿಯೊಂದು ಕಥೆ-ಕೃತಿಯನ್ನೂ ಪ್ರೀತಿಯಿಂದ ನೋಡುತ್ತಿರುತ್ತೇನೆ. ಆದರೆ ಕಾಲ ಕಳೆದಂತೆ ನನ್ನೊಳಗಿನ ವಿಮರ್ಶಕ ಜಾಗೃತನಾಗಿ 'ಇನ್ನೂ ಚೆನ್ನಾಗಿ ಬರೆಯಬೇಕಿತ್ತು. ನೀನಿನ್ನೂ ಅಪಕ್ವ, ಅಪೂರ್ಣ' ಎನ್ನುವ ಸಂದೇಶ ನೀಡುತ್ತಿರುತ್ತಾನೆ. ಹಾಗಾಗಿ ನನ್ನೊಳಗಿನ ಕಥೆಗಾರ ಮತ್ತೆ ಮತ್ತೆ ತನಗೆ ತಾನೇ ಸ್ಪರ್ಧಿಯಾಗಿ, ತನ್ನನ್ನು ತಾನೇ ಗೆಲ್ಲಲು ಯತ್ನಿಸುತ್ತ ಮತ್ತೆ ಮತ್ತೆ ಕಥನ ಕ್ರಿಯೆಗೆ ತೊಡಗುತ್ತಾನೆ. ಮತ್ತೆ ಮತ್ತೆ ತನ್ನನ್ನು ತಾನು ಒರೆಗೆ ಹಚ್ಚಿಕೊಳ್ಳುವ ಕೆಲಸದಲ್ಲಿ ತೊಡಗಿಸಿಕೊಳ್ಳುತ್ತಾನೆ. ಹೀಗೆ ಅಪೂರ್ಣತೆಯ ಪ್ರಜ್ಞೆಯಿಂದ ಪೂರ್ಣತೆಯೆಡೆಗೆ ತುಡಿಯುವ ಫಲವಾಗಿಯೇ ಇಲ್ಲಿನ ಮೂರು ಕಾದಂಬರಿಗಳು ಹುಟ್ಟಿಕೊಂಡವು.

ಸಾಮಾನ್ಯವಾಗಿ ಮುಕ್ತವಾಗಿ ಕಥೆ ಬರೆಯುವಾಗ ಯಾವುದೇ ಒಂದು ನಿರ್ದಿಷ್ಟ ಚೌಕಟ್ಟು ಹಾಕಿಕೊಳ್ಳದೇ ಪ್ರಯೋಗಾತ್ಮಕವಾಗಿ ಕಥೆ ಕಟ್ಟಿಕೊಡುವುದು ನನ್ನ ಎಂದಿನ ಬರವಣಿಗೆಯ ಕಾಯಕವಾಗಿದ್ದರೂ, ಇಲ್ಲಿನ ಮೂರೂ ಕಾದಂಬರಿಗಳನ್ನು ಬರೆಯುವಾಗ ಈ ಮುಕ್ತತೆಗೆ ಒಂದು ನಿರ್ದಿಷ್ಟ ಚೌಕಟ್ಟು ಅಳವಡಿಸಿಕೊಂಡು ಬರೆಯಲು ಪ್ರಯತ್ನಿಸಿದೆ. ಕಾರಣ ಈ ಮೂರೂ ಕಥನಗಳು ಚಲನಚಿತ್ರದ ವ್ಯಾಕರಣಕ್ಕೆ ಹತ್ತಿರವಾಗಿರಬೇಕು ಎಂಬುದು ನನ್ನ ಪೂರ್ವಾಗ್ರಹವೂ ಆಗಿತ್ತು. ಯಾಕೆಂದರೆ ಈ ಕಾಲಘಟ್ಟದಲ್ಲಿ ಪ್ರಯೋಗಶೀಲ ಮತ್ತು ಪರ್ಯಾಯ ಮಾರ್ಗದ ಚಲನಚಿತ್ರ ನನ್ನನ್ನು ಗಾಢವಾಗಿ ಆವರಿಸಿಕೊಂಡಿರುವುದೇ ಕಾರಣ. ಇನ್ನೂ ವಿವರವಾಗಿ ಹೇಳುವುದಾದರೆ ಕಥನವೊಂದನ್ನೂ ದೃಶ್ಯರೂಪಕ್ಕೆ ಅಳವಡಿಸಲು ಅನುಕೂಲವಾಗುವ ರೀತಿಯಲ್ಲಿ ಬರೆಯಬೇಕು ಎಂಬ ಸಿದ್ಧ ಮನಸ್ಥಿತಿಯಲ್ಲಿ ಬರೆಯುವುದು. ಆದರೆ ಅದು ಸೃಜನಶೀಲ ಸಾಹಿತ್ಯ ಕೃತಿಯ ಎಲ್ಲ ಗುಣ-ಲಕ್ಷಣಗಳನ್ನೂ ಒಳಗೊಂಡಿರಬೇಕು ಎಂಬುದು ಕೂಡ ಒಂದು ಅರಿಕೆಯಾಗಿತ್ತು. ಇದೇ ಹಿನ್ನೆಲೆಯಲ್ಲಿ ಈ ಕೃತಿಗಳನ್ನು ರಚಿಸಿದೆ. ಹೀಗೆ ನಿರ್ದಿಷ್ಟ ಚೌಕಟ್ಟಿಗೆ ಒಳಪಟ್ಟು ಬರೆಯುವಾಗ ಎದುರಾಗುವ ಸವಾಲು, ತಾಂತ್ರಿಕ ಸಮಸ್ಯೆಗಳನ್ನು ನಾನು ಅವಕಾಶಗಳನ್ನಾಗಿ ಬಳಸಿಕೊಂಡು ಸಾಗಿದೆ. ಇದೇ ಕಾರಣಕ್ಕೆ ಈ ಕಥನಗಳಿಗೆ ವಿಭಿನ್ನವಾದ ಶಕ್ತಿ

ಮತ್ತು ಕುತೂಹಲಕಾರಿಯಾಗಿ ಓದಿಸಿಕೊಳ್ಳುವ ಗುಣ ದಕ್ಕಿದೆ ಎಂಬ ಪ್ರತಿಕ್ರಿಯೆ ಮೊದಲ ಓದುಗರಿಂದ ಬಂದಿರಬಹುದು! ಹಾಗಾಗಿ ಇದೊಂದು ರೀತಿಯ ವಿಭಿನ್ನ ಅನುಭವ ನನಗೆ.

'ವ್ಯಗ್ರ' ಕಾದಂಬರಿಯಲ್ಲಿ ಅಸಮಾನತೆ, ಅನ್ಯಾಯದಿಂದ ತುಳಿತಕ್ಕೊಳಗಾಗಿ ವ್ಯವಸ್ಥೆಯ ವಿರುದ್ಧ ಸಿಡಿದೆದ್ದ ವ್ಯಕ್ತಿಯೊಬ್ಬನ ಅಂತರಂಗದ ಕಿಡಿ ಪ್ರಜ್ವಲಿಸುವ ಕಥನವಿದೆ. ಸಕಾರಾತ್ಮಕ ವ್ಯಕ್ತಿ ಮತ್ತು ಶಕ್ತಿಯೊಂದನ್ನು ಈ ವ್ಯವಸ್ಥೆ ಹೇಗೆ ನಕಾರಾತ್ಮಕವಾಗಿ ಬದಲಿಸಿ ಅಸಮತೋಲನಕ್ಕೆ ಕಾರಣವಾಗುತ್ತಿದೆ ಎಂಬ ವಿಚಾರದ ಮೇಲೆ ಈ ಕಥನ ಬೆಳಕು ಚೆಲ್ಲುವಂತಹದು. 'ಅಳಿವು' ಕಾದಂಬರಿಯಲ್ಲಿ ಕೊರೊನಾ ಕಾಲದಲ್ಲಿ ಬಡ ಮಧ್ಯಮ ವರ್ಗದ ಕುಟುಂಬಗಳು ಅನುಭವಿಸಿದ ತಲ್ಲಣ, ಆರ್ಥಿಕ ಸಂಕಷ್ಟ ಮತ್ತು ಜೀವ ನಷ್ಟಗಳ ಕುರಿತು ಹೇಳುವ ಕಥನವಿದೆ. ಕೊರೊನಾ ಸಾಂಕ್ರಾಮಿಕ ಸಂಕಷ್ಟದಿಂದ ಜಗತ್ತಿನಾದ್ಯಂತ ಉಂಟಾದ ಉದ್ಯೋಗ ನಷ್ಟ ಎಂಥ ಕ್ರೂರ ಪರಿಸ್ಥಿತಿ ತಂದಿತು; ಕುಟುಂಬದ ಮುಖ್ಯಸ್ಥನೊಬ್ಬ ಉದ್ಯೋಗ ಕಳೆದುಕೊಂಡಾಗ ಆ ಕುಟುಂಬ ಬದುಕಿಗಾಗಿ ಏನೆಲ್ಲ ಪ್ರಯಾಸಪಟ್ಟು ಹೋರಾಟ ಮಾಡಬೇಕಾಯಿತು. ಜೀವ ನಷ್ಟವಾದಾಗ ಅಲ್ಲಿ ಹರಳುಗಟ್ಟಿದ ನೋವು ಎಂಥದು ಎಂಬುದನ್ನು ಚಿತ್ರಿಸುತ್ತದೆ. 'ಅವಸಾನ' ಕಾದಂಬರಿ ಕೂಡ ಇದೇ ವಸ್ತು ಸ್ಥಿತಿ ಹಿನ್ನೆಲೆಯ ಕಥಾನಕ. ಇಲ್ಲಿ ದೇವಸ್ಥಾನದ ಅರ್ಚಕನೊಬ್ಬನ ಕುಟುಂಬದಲ್ಲಿ ಎದ್ದ ಪ್ರಕ್ಷುಬ್ಧ ಅಲೆಗಳ ಚಿತ್ರಣವಿದೆ. ಇಡೀ ಮನುಕುಲ ಎಂದೂ ಕಂಡರಿಯದ ರೀತಿಯ ಭಯಾನಕ ಅನುಭವ ಕೊರೊನಾ ಕಾಲದ ಸ್ಥಿತಿ! ಇದು ದೇಗುಲ, ಅರ್ಚಕರನ್ನೂ ಕೂಡ ಬಿಡದೇ ಆವರಿಸಿಕೊಂಡ ರೀತಿ; ಅವನ ಕುಟುಂಬದ ಹಿನ್ನೆಲೆ, ಮನೋವ್ಯಾಪಾರಗಳ ಸುತ್ತ ಈ ಕಥನ ತೆರೆದುಕೊಳ್ಳುತ್ತದೆ. ಮತ್ತು ಈ ಕಾಲಘಟ್ಟದ ಸಾವೊಂದು ಜನರಲ್ಲಿ ಎಂತಹ ಭಯ ಹುಟ್ಟಿಸುವ ವಿದ್ಯಮಾನವಾಗಿತ್ತು ಎಂಬುದೆಲ್ಲ ಈ ಕಥನದ ಜೀವಾಳವಾಗಿ ರೂಪುಗೊಂಡಿದೆ.

ಒಟ್ಟಾರೆಯಾಗಿ ಏನೋ ಒಂದು ಸಮಸ್ಯೆ, ಸವಾಲು ಎದುರಿಸಲೇ ಬೇಕಾದ ಸಂದಿಗ್ಧ ಸ್ಥಿತಿಗೆ ಸಿಲುಕಿದ ಅಮಾಯಕ ಜೀವಗಳ ಒಡಲ ಸತ್ಯವನ್ನು ಅಂತಃಕರಣದಿಂದ ಕಂಡು ಹೇಳಲು ಹೊರಟ ಕಥನಗಳಿವು. ಕಥನವೆಂದರೆ ನನಗೆ ಆತ್ಮಾನುಸಂಧಾನಕ್ಕಾಗಿ ಧ್ಯಾನಕ್ಕಿಳಿಯುವಷ್ಟೇ ಸಂತೋಷ ತರುವ ಕ್ರಿಯೆ! ಹಾಗಾಗಿ ಅದನ್ನು ನಾನು ಪ್ರತಿಸಾರಿಯೂ ನನ್ನಿಂದ ಸಾಧ್ಯವಿರುವಷ್ಟು ಪ್ರಾಮಾಣಿಕವಾಗಿ, ನಿಷ್ಠೆಯಿಂದ ಮಾಡಲು ಪ್ರಯತ್ನಿಸುತ್ತಿರುತ್ತೇನೆ. ಈ ಪ್ರಜ್ಞೆಯಿಂದಲೇ ಹುಟ್ಟಿದ ಈ ಕೃತಿಯನ್ನು ತಮ್ಮ ಮಡಿಲಿಗೆ ಹಾಕುತ್ತಿದ್ದೇನೆ.

ಋಣಗಾರರ ಸ್ಮರಣೆ: ಈ ಕೃತಿ ಪ್ರಕಟವಾಗುವ ಹಂತದಲ್ಲಿ ಅನೇಕರು ಪ್ರತ್ಯಕ್ಷ-ಪರೋಕ್ಷವಾಗಿ ಸಹಾಯ, ಸಹಕಾರ ನೀಡಿದ್ದಾರೆ. ಈ ಸಂದರ್ಭದಲ್ಲಿ ಅವರನ್ನು ಮನತುಂಬಿ ಸ್ಮರಿಸುತ್ತಿದ್ದೇನೆ.

'ದಾಳಿ' ಕಾದಂಬರಿ ಪ್ರಕಟವಾದಾಗ ಆ ಕೃತಿ ಕುರಿತು ಮುಕ್ತವಾಗಿ ಮಾತನಾಡಿ ಹೆಚ್ಚು ಜನರು ಓದುವಂತೆ ಪ್ರೇರಣೆ ನೀಡಿದ ಹಿರಿಯ ಮಿತ್ರರು, ಹೆಸರಾಂತ ಚಲನಚಿತ್ರ ನಿರ್ದೇಶಕರಾದ ಡಾ. ನಾಗತಿಹಳ್ಳಿ ಚಂದ್ರಶೇಖರ ಅವರಿಗೆ;

ಚಲನಚಿತ್ರಕ್ಕೆ ಸಂಬಂಧಿಸಿದ ನನ್ನ ಎಲ್ಲ ಚಟುವಟಿಕೆಗಳಿಗೆ ಬೆನ್ನುಲುಬಾಗಿ ನಿಂತಿರುವ ರಾಷ್ಟ್ರಪ್ರಶಸ್ತಿ ಪುರಸ್ಕೃತ ಹಿರಿಯ ನಿರ್ದೇಶಕರಾದ ಪಿ. ಶೇಷಾದ್ರಿ ಅವರು, ಗಿರೀಶ್ ಕಾಸರವಳ್ಳಿ ಅವರು, ಕನ್ನಡ ಚಲನಚಿತ್ರ ವಾಣಿಜ್ಯ ಮಂಡಳಿ ಅಧ್ಯಕ್ಷರಾದ ಕೃಷ್ಣೇಗೌಡರು, ಸಂವೇದನಾಶೀಲ ನಿರ್ದೇಶಕ ಮಿತ್ರರಾದ ಪೃಥ್ವಿ ಕೋಣನೂರು, ಆತ್ಮೀಯ ಮಿತ್ರರೂ ನಿರ್ದೇಶಕರೂ ಆದ ಸಿದ್ದು ಪೂರ್ಣಚಂದ್ರ ಅವರಿಗೆ;

ಕಥೆಗಾರರಾದ ಮಲ್ಲಿಕಾರ್ಜುನ ಹಿರೇಮಠ, ಡಾ. ಬಸು ಬೇವಿನಗಿಡದ, ಕುಂ. ವೀರಭದ್ರಪ್ಪ, ವಿವೇಕ ಶಾನಭಾಗ, ಜಯಂತ ಕಾಯ್ಕಿಣಿ, ಸುನಂದಾ ಕಡಮೆ, ಎಂ. ಬಿ. ಅಡ್ನೂರ, ರೂಪಾ ಜೋಶಿ, ಕವಿಗಳಾದ ಸತೀಶ ಕುಲಕರ್ಣಿ, ವಿಜಯಕಾಂತ ಪಾಟೀಲ, ನಾಟಕಕಾರರಾದ ಡಿ. ಎಸ್. ಚೌಗಲೆ, ವಿಮರ್ಶಕರಾದ ಡಾ. ಶ್ಯಾಮಸುಂದರ ಬಿದರಕುಂದಿ, ಎಚ್. ದಂಡಪ್ಪ ಕೊಂಡ್ರಹಳ್ಳಿ ಅವರಿಗೆ;

ಆಪ್ತ ಮಿತ್ರರಾದ ಕವಿ ಡಾ. ಚಿದಾನಂದ ಕಮ್ಮಾರ, ಕವಿ ಮಹಾಂತಪ್ಪ ನಂದೂರ, ಸಂದೀಪ ನಾಯಕ, ಪ್ರವೀಣ ಕುಲಕರ್ಣಿ ಅವರು ಹಾಗೂ ಅಪಾರ ಸ್ನೇಹಿತರಿಗೆ;

ಅಗಲಿದ ಹಿರಿಯರಾದ ಡಾ. ಗಿರಡ್ಡಿ ಗೋವಿಂದರಾಜ, ಡಾ. ಪ್ರಹ್ಲಾದ ಅಗಸನಕಟ್ಟೆ, ಜಗದೀಶ ಮಂಗಳೂರುಮಠ, ಮೋಹನ ನಾಗಮ್ಮನವರ ಅವರಿಗೆ;

ನನ್ನ ಸೃಜನಶೀಲ ಚಟುವಟಿಕೆಗೆ ಎಲ್ಲ ಕಾಲಕ್ಕೂ ಸಹಾಯ-ಸಹಕಾರ ನೀಡುವ 'ಹೊಸದಿಗಂತ' ಪತ್ರಿಕೆಯ ಹುಬ್ಬಳ್ಳಿ ಶಾಖಾ ಪ್ರಬಂಧಕರಾದ ವಿಠ್ಠಲದಾಸ್ ಕಾಮತ ಅವರಿಗೆ ಹಾಗೂ 'ಹೊಸದಿಗಂತ' ಬಳಗದವರಿಗೆ;

ಈ ಕೃತಿಯನ್ನು ಅಚ್ಚುಕಟ್ಟಾಗಿ ಮುದ್ರಿಸಿ ಪ್ರೀತಿಯಿಂದ ಪ್ರಕಟಿಸಿ ಜನರಿಗೆ ತಲುಪಿಸುತ್ತಿರುವ 'ವೀರಲೋಕ' ಸಂಸ್ಥೆಯ ವೀರಕಪುತ್ರ ಶ್ರೀನಿವಾಸ ಅವರಿಗೆ;

ಅಂತಃಕರಣದ ಸೆಲೆಯಾದ ಪತ್ನಿ ಅನುಪಮ, ಪುತ್ರರಾದ ಚೇತನ, ಚಂದನ ಹಾಗೂ ಎಲ್ಲ ಪ್ರತ್ಯಕ್ಷ ಪರೋಕ್ಷ ಮಿತ್ರರಿಗೆ ನನ್ನ ಪ್ರೀತಿಯ ನೆನೆಕೆಗಳು ಸಲ್ಲುತ್ತವೆ.

–ಕುಮಾರ ಬೇಂದ್ರೆ

(ಪತ್ರಕರ್ತ, ಚಲನಚಿತ್ರ ನಿರ್ದೇಶಕ)

ನಂ. 9, 3ನೇ ಮುಖ್ಯರಸ್ತೆ

ಬಸವೇಶ್ವರ ಪಾರ್ಕ್, ಗಾಮನಗಟ್ಟಿ ರಸ್ತೆ

ಭೈರಿದೇವರಕೊಪ್ಪ, ಹುಬ್ಬಳ್ಳಿ-580025

ಮೊ: 9945664214

ಪ್ರಕಾಶಕರ ಮಾತು

ಅಕ್ಷರದ ಬೆಳದಿಂಗಳ ಮುಂದೆ ಕೂತು ಬೆರಗುಗೊಂಡಿದ್ದೇನೆ. ನನ್ನಿಂದ ಇದು ಸಾಧ್ಯವಾ ಎಂದು ಪ್ರಕಾಶನ ಲೋಕಕ್ಕೆ ಬಂದವನಿಗೆ, ಇದು ಸಾಧ್ಯ ಎಂದು ಬೆನ್ನುತಟ್ಟಿದ ತಮಗೆಲ್ಲ ಮೊದಲಿಗೆ ಧನ್ಯವಾದಗಳು.

ಕನಸುಗಳು ಬರೀ ಕನವರಿಕೆಗಳಾಗಬಾರದು, ಕಸುವು ಆಗಬೇಕು ಎನ್ನುವುದರ ಮೇಲೆ ನಂಬಿಕೆ ಇಟ್ಟವನು ನಾನು. ಹಾಗಾಗಿ ಕೇವಲ ಸಾಹಿತ್ಯ ಓದುಗನಾಗಿದ್ದವನು, ಇದೀಗ ಅದೇ ಕ್ಷೇತ್ರದ ಹಲವು ಹೊಸತನಗಳಿಗೆ ಮುಖಾಮುಖಿ ಆಗುತ್ತಿದ್ದೇನೆ. ನನ್ನ ಕನಸುಗಳು ನಿಮ್ಮವೂ ಆಗಿದ್ದರಿಂದ ಕಡಿಮೆ ಅವಧಿಯಲ್ಲೇ 'ವೀರಲೋಕ ಬುಕ್ಸ್' ಮನೆಮಾತಾಗಿದೆ.

ಓದುಗ ಇರುವ ಕಡೆಯೇ ಕನ್ನಡ ಪುಸ್ತಕಗಳು ಸಿಗುವಂತಾಗಬೇಕೆಂಬ ಮಹತ್ವಾಕಾಂಕ್ಷೆಯಿಂದ ಶುರುವಾದ ವೀರಲೋಕ ಪ್ರಕಾಶನ ಕೇವಲ ಒಂದೇ ವರ್ಷದಲ್ಲಿ ಹಲವು ಹೊಸತನಗಳ ಮೂಲಕ ಕನ್ನಡಿಗರ ಮೆಚ್ಚಿನ ಸಂಸ್ಥೆಯಾಗಿ ರೂಪುಗೊಂಡಿದೆ. ಮೆಡಿಕಲ್ ಶಾಪ್, ದಿನಸಿ ಅಂಗಡಿ, ಹೋಟೆಲ್, ಮಾಲ್, ಥಿಯೇಟರ್ ಹೀಗೆ ಎಲ್ಲೆಲ್ಲಿ ಸಾಧ್ಯವೋ ಅಲ್ಲೆಲ್ಲಾ ಪುಸ್ತಕದ ಸ್ಟ್ಯಾಂಡ್‌ಗಳನ್ನಿಟ್ಟು ಕಟ್ಟ ಕಡೆಯ ಓದುಗನಿಗೂ ಪುಸ್ತಕಗಳು ಸುಲಭವಾಗಿ ಸಿಗುವಂತೆ ಮಾಡಲಾಗುತ್ತಿದೆ. ಜೊತೆಗೆ ಕನ್ನಡ ಪುಸ್ತಕಗಳಿಗಾಗಿ ಕಾಲ್ ಸೆಂಟರ್, ಮಧ್ಯರಾತ್ರಿಯಲ್ಲಿ ಪುಸ್ತಕ ಬಿಡುಗಡೆ ರೀತಿಯ ಕಾರ್ಯಕ್ರಮಗಳ ಮೂಲಕ ಓದಿನ ಕಡೆ ಯುವ ಸಮೂಹವನ್ನು ಸೆಳೆಯುವ ಪ್ರಯತ್ನ ಜಾರಿಯಲ್ಲಿಟ್ಟಿದ್ದೇವೆ. ಇವುಗಳ ಜೊತೆ ವೀರಲೋಕ ಸಂಸ್ಥೆಯು ಮುಂದಿನ ಹೆಜ್ಜೆಯಾಗಿ 'ದೇಸೀ ಜಗುಲಿ' ಎಂಬ ಅರ್ಥಪೂರ್ಣ ಸಾಹಸಕ್ಕೆ ಕೈಹಾಕಿದೆ. ಈ ಯೋಜನೆ ಮೂಲಕ ನಾಡಿನ ಪ್ರತಿ ಜಿಲ್ಲೆ, ತಾಲೂಕಿನಲ್ಲಿ ಕಥಾಕಮ್ಮಟ, ಕಾವ್ಯ ಕಮ್ಮಟಗಳನ್ನು ಏರ್ಪಡಿಸುವ ಗುರಿ ಹೊಂದಿದ್ದೇವೆ. ಯಾರಿಗೆ ಗೊತ್ತು? ಅಲ್ಲೂ ಒಬ್ಬ ಬೇಂದ್ರೆ, ಕುವೆಂಪು, ತೇಜಸ್ವಿ, ಸಿದ್ದಲಿಂಗಯ್ಯನವರಂತಹ ಪ್ರತಿಭೆಗಳು ಒಂದು ಅವಕಾಶಕ್ಕಾಗಿ ಕಾದು ಕೂತಿರಬಹುದು.

ದೇಸೀ ಜಗುಲಿ ಕೇವಲ ಕಮ್ಮಟಗಳನ್ನು ಮಾಡಿ ಸುಮ್ಮನೆ ಕೂರುವುದಿಲ್ಲ. ಈ ಕಮ್ಮಟಗಳಲ್ಲಿ ಪ್ರತಿಭಾವಂತ ಬರಹಗಾರರು ಸಿಕ್ಕರೆ ಅವರ ಪುಸ್ತಕಗಳನ್ನು ವೀರಲೋಕ ಪ್ರಕಟಿಸಲಿದೆ ಮತ್ತು ಅವರನ್ನು ಮುಖ್ಯವಾಹಿನಿ ಜೊತೆ ಮುಖಾಮುಖಿಯಾಗಿಸಲಿದೆ. ಈ ದೇಸೀ ಜಗುಲಿ ಜೊತೆಗೆ ವೀರಲೋಕದ ಮತ್ತೊಂದು ಮಹತ್ತರ ಕೆಲಸವೆಂದರೆ 'ಬುಕ್ಸ್ ಬರ್ಗರ್ ಕಾಫಿ' (BBC). ಯಾವುದು ಹೆಚ್ಚಾಗಿ ಕಣ್ಣಿಗೆ ಕಾಣುವುದೋ ಅದೇ ಹೆಚ್ಚು ಚಾಲ್ತಿಯಲ್ಲಿರುತ್ತದೆ

ಎಂಬ ಕಾರಣಕ್ಕೆ ಬರ್ಗರ್ ಮತ್ತು ಕಾಫಿ ಜೊತೆಗೆ ಪುಸ್ತಕಗಳನ್ನು ಇರಿಸಿದ್ದೇವೆ. ಈ ಪ್ರಯತ್ನವನ್ನು ಕನ್ನಡ ಸಾರಸ್ವತಲೋಕ ತುಂಬು ಮನಸಿನಿಂದ ಒಪ್ಪಿ, ಅಪ್ಪಿರುವುದು ನಮ್ಮನ್ನು ಮತ್ತಷ್ಟು ಉತ್ಸಾಹಿಗಳನ್ನಾಗಿಸಿದೆ. ಅದೇ ಉತ್ಸಾಹದಲ್ಲಿ ಈ ಜೂನ್ ತಿಂಗಳಿನಿಂದ ಸ್ವಿಗ್ಗಿ, ಜೊಮಾಟೋದ ಫುಡ್ ಡೆಲಿವರಿಯ ಮಾದರಿಯಲ್ಲೇ, ವೀರಲೋಕದಿಂದ ಪುಸ್ತಕ ಡೆಲಿವರಿಯನ್ನೂ ಮಾಡಲಾರಂಭಿಸಿದ್ದೇವೆ ಎಂಬುದು ಹೆಮ್ಮೆಯ ಸಂಗತಿ. ಎಲ್ಲಾ ಕನ್ನಡ ಪುಸ್ತಕಗಳು ಒಂದೇ ಸೂರಿನಡಿ ಸಿಗುವಂತಾಗಬೇಕೆಂಬ ಕಾರಣಕ್ಕೆ ವೀರಲೋಕ.ಕಾಮ್ ಎಂಬ ವೆಬ್‌ಸೈಟ್ ಮಾಡಿದ್ದೇವೆ. ಈ ಮೂಲಕ ಒಂದು ಲಕ್ಷ ಪುಸ್ತಕಗಳನ್ನು ಕನ್ನಡಿಗರಿಗೆ ಒಂದೇ ಕಡೆ ದೊರಕುವಂತೆ ಮಾಡುವ ಯೋಜನೆ ನಮ್ಮದು. ಈಗಾಗಲೇ ಹಲವಾರು ಪ್ರಕಾಶನಗಳ ಎರಡು ಸಾವಿರ ಪುಸ್ತಕಗಳನ್ನು ವೆಬ್‌ಸೈಟ್‌ಗೆ ಸೇರಿಸಿದ್ದೇವೆ. ಇದು ಖಂಡಿತವಾಗಿಯೂ ಕನ್ನಡ ಪುಸ್ತಕಗಳ ಪಾಲಿನ ಫ್ಲಿಪ್‌ಕಾರ್ಟ್, ಅಮೇಜಾನ್ ಆಗಲಿದೆ ಎಂಬ ನಂಬಿಕೆ ನಮ್ಮದು.

ವೀರಲೋಕದ ಇಷ್ಟೆಲ್ಲಾ ಪ್ರಯತ್ನಗಳನ್ನು ಮಾಡುತ್ತಿರುವಾಗ ಓದುಗ ದೊರೆಗಳ ಜೊತೆ ಅದನ್ನು ಹಂಚಿಕೊಳ್ಳದೆ ಇರುವುದಾದರೂ ಹೇಗೆ? ಹಾಗಾಗಿ ವಿವರಿಸಬೇಕಾಯಿತು. ಇಲ್ಲಿಂದಾಚೆ, ಕುಮಾರ ಬೇಂದ್ರೆ ಅವರ 'ವ್ಯಗ್ರ' ಕೃತಿಯು 'ವೀರಲೋಕದ ಮೊದಲನೇ ವಾರ್ಷಿಕೋತ್ಸವ'ದಲ್ಲಿ ಬಿಡುಗಡೆಗೊಳ್ಳುತ್ತಿರುವುದು ಸಂತಸದ ಸಂಗತಿಯಾಗಿದೆ. ಕಥಾನಾಯಕ ಸತ್ಯಪ್ರಕಾಶ ತನ್ನ ಮತ್ತು ತನ್ನ ಕುಟುಂಬದ ಉಳಿವಿಗಾಗಿ, ದುಷ್ಟ ವ್ಯವಸ್ಥೆ ಮತ್ತು ಭ್ರಷ್ಟ ಮನಸ್ಸುಗಳ ವಿರುದ್ಧ ಸಿಡಿದೆದ್ದು ವ್ಯಗ್ರನಾದಾಗ ಅವನು ತೆಗೆದುಕೊಂಡ ನಿರ್ಧಾರವೇನು? ಘಟಿಸಿದ ಘೋರ ಪ್ರಸಂಗವೇನು ಎಂಬುದೇ 'ವ್ಯಗ್ರ' ಕಾದಂಬರಿಯ ಕಥಾವಸ್ತು. ಅಸಮಾನ ವ್ಯವಸ್ಥೆ ವಿರುದ್ಧ ಹೋರಾಟಕ್ಕೆ ಪರಿಣಾಮಕಾರಿ ಅಸ್ತ್ರ ಯಾವುದೆಂಬುದಕ್ಕೆ ಅವನ ವೈಚಾರಿಕ ನಿಲುವಿನ ಉತ್ತರ ಏನಾಗಿತ್ತು? ಸತ್ಯ, ನ್ಯಾಯವನ್ನೇ ನಂಬಿದ್ದ ಅಮಾಯಕ ಜೀವ ಕಡೆಗೂ ಹೇಗೆ ಷಡ್ಯಂತ್ರಕ್ಕೆ ಬಲಿಯಾಯಿತು ಎಂಬುದನ್ನು 'ವ್ಯಗ್ರ' ಕಾದಂಬರಿ ಉಸಿರು ಬಿಗಿ ಹಿಡಿದು ಓದಿಸಿಕೊಳ್ಳುವ ಶೈಲಿಯಲ್ಲಿ ಚಿತ್ರಣಗೊಂಡಿದೆ.

ಓದುಗ ಯಜಮಾನರಿಗೆ ಋಣಿ.

ನಿಮ್ಮ

–ವೀರಕಪುತ್ರ ಶ್ರೀನಿವಾಸ

ಪರಿವಿಡಿ

ವ್ಯಗ್ರ

(ಕಾದಂಬರಿ–1)

ಊರ ಹೊರಗಿನ ಏಕಾಂತ ಸ್ಥಳವೊಂದರಲ್ಲಿ ಆವೇಶದಿಂದ ಹೆಜ್ಜೆ ಹಾಕಿ ನಡೆಯುತ್ತಿದ್ದ ಸತ್ಯಪ್ರಕಾಶ ಗಂಭೀರ ಯೋಚನೆಯಲ್ಲಿ ಮುಳುಗಿದ್ದ. ಎದೆಯಲ್ಲಿ ಆಕ್ರೋಶ ತುಂಬಿತ್ತು. ಆ ಆಕ್ರೋಶಕ್ಕೆ ಕಾರಣವಾಗಿದ್ದ ವಿಚಾರ ತಲೆಯಲ್ಲಿ ಕೊರೆಯುತ್ತ ಅಂತರಂಗದ ಧ್ವನಿ ಕಿವಿಯಲ್ಲಿ ಅನುರಣಿಸುತ್ತಿತ್ತು...

'ಬಡತನದಲ್ಲಿ ಹುಟ್ಟಿ ಅಪ್ಪನ ದಿನಗೂಲಿ ದುಡಿಮೇಲಿ ಒಂದು ಹೊತ್ತು ಊಟಕ್ಕೂ ಪರದಾಡತಾ ಬೆಳದೆ. ಶಿಕ್ಷಣ ಪಡಿಯೋದಕ್ಕೆ ಏನೆಲ್ಲಾ ಸಾಹಸ ಮಾಡಿ... ಅವರಿವರ ಕೈ ಕಾಲು ಹಿಡಿದು ಒಂದು ಕೆಲಸ ಅಂತ ನೋಡಿಕೊಂಡು ಸ್ವತಂತ್ರ ಜೀವನ ಶುರು ಮಾಡಿಕೊಂಡೆ. ಮದುವೆ ಅಂತ ಆದಮೇಲೆನೆ ಗೊತ್ತಾಗಿದ್ದು ನನ್ನ ಜವಾಬ್ದಾರಿ ಏನು ಅಂತ. ಹಾಗೆ ಹೆಂಡ್ತಿ, ಮಕ್ಕಳು ಅಂತ ಜೀವನದ ಅಗತ್ಯಗಳು ಹೆಚ್ಚಾಗತಾನೆ ಹೋದ್ವು. ಆದ್ರೆ ಆರ್ಥಿಕ ಪರಿಸ್ಥಿತಿ ಸುಧಾರಿಸಲೇ ಇಲ್ಲ. ನಾನ್ ನಂಬಿರೊ ಕೆಲಸನ ಸರಿಯಾಗಿ ಮಾಡಿ ಮೇಲಕ್ಕ ಹೋಗಬೇಕಂದ್ರೆ ಸುತ್ತಾ ಕಾಲೆಳಿಯೋ ಜನನೇ ತುಂಬಿದ್ರು. ಮಾತುಮಾತಿಗೂ ಸತ್ಯ ಪ್ರಾಮಾಣಿಕತೆ ಆದರ್ಶ ಅಂತ ಹೇಳತಾ ಅದನ್ನೇ ನಂಬಿ ಬದುಕ್ತಿದ್ದೆ. ಅದೇ ನಂಬಿಕೇಲಿ ನಾನು ಯಾರನ್ನ ನಂಬಿದ್ನೋ ಅವ್ರೇ ನನ್ನ ಕೆಳಗ ಬೀಳಿಸಿ ತುಳಿದುಬಿಟ್ರು. ಜೀವನದಲ್ಲಿ ಮತ್ತೆ ನಾನು ಮೇಲಕ್ಕೇಳಕಾಗದಿರೋ

ಹಾಗೆ ತುಳಿದುಬಿಟ್ರು. ನಾನೆಲ್ಲಿ ಅವರಿಗಿಂತ ಮೇಲಕ್ಕೆ ಹೋಗಿ ದೊಡ್ಡದಾಗಿ ಬೆಳದಬಿಡ್ತಿನೇನೊ ಅನ್ನೋ ಹೊಟ್ಟೆಉರಿಯಿಂದ... ಸ್ವಜನ ಪಕ್ಷಪಾತ ಮಾಡಿ, ತಮ್ಮ ತಮ್ಮ ಜಾತಿಯವ್ರ ತಲೆ ಹಿಡ್ದು ಮೋಸದಿಂದ ನನ್ನ ಕತ್ತು ಹಿಚುಕಿಬಿಟ್ರು... ಸತ್ಯ ಪ್ರಾಮಾಣಿಕತೆ ಆದರ್ಶ ಅಂತ ಬಡಬಡಿಸುತ್ತಿದ್ದ ನಾನು ನೆಲೆ ಕಳಕೊಂಡೆ... ಹೆಂಡತಿ ಮಕ್ಕಳ ಹೊಟ್ಟೆ ತುಂಬಿಸೋಕಾಗದೇ ಸಂಕಟ ಪಟ್ಟೆ. ನನ್ನ ಕಷ್ಟ ನೋವು ಅರ್ಥ ಮಾಡ್ಕೊಳ್ಳೊಕೆ ಯಾರೂ ಇರಲಿಲ್ಲ. ಕಡೆಗೂ ನಾನ್ ನಂಬಿದ್ದ ಸತ್ಯ ಪ್ರಾಮಾಣಿಕತೆ ಆದರ್ಶಳೇ ನನ್ನ ದೌರ್ಬಲ್ಯಗಳಾದವು... ಇನ್ಮೇಲಾದ್ರೂ ನಾನು ಇಂಥ ಭ್ರಮೆಗಳನ್ನೆಲ್ಲ ಬಿಟ್‌ಬಿಡ್ಬೇಕು. ಕ್ರಾಂತಿಕಾರಿಗಳು ಹೋರಾಟ, ರಕ್ತಪಾತ ಮಾಡಿ ಅಸಮಾನತೆ ವಿರುದ್ಧ ಪ್ರತೀಕಾರ ತೀರಿಸಿಕೊಂಡ ಹಾಗೆ ನಾನೂ ನನ್ನನ್ನ ಈ ಸ್ಥಿತಿಗೆ ತಂದವ್ರ ವಿರುದ್ಧ ಪ್ರತೀಕಾರ ತೀರಿಸ್ಕೊಬೇಕು! ಕೊಲೆಗಾರನಾಗಿ ಜೈಲು ಸೇರಿದ್ರೂ ಪರವಾಗಿಲ್ಲ... ಅವ್ರನ್ನೆಲ್ಲಾ ಸಿಕ್ಕ ಸಿಕ್ಕಲ್ಲಿ ಕೊಚ್ಚಿಹಾಕಿ ನಾನೇನು ಅನ್ನೋದನ್ನ ಅವ್ರಿಗೆ ತೋರಿಸಬೇಕು...! ಇಲ್ಲಾ ಅದರಿಂದ ಪ್ರಯೋಜನ ಏನೂ ಇಲ್ಲ. ಅದರಿಂದ ಕೊಲೆಗಾರನಾಗತಿನಿ ಹೊರತು ಬೇರೇನೂ ಪ್ರಯೋಜನ ಇಲ್ಲ...! ಹ್ಞಾಂ... ಭ್ರಷ್ಟಾಚಾರ, ಜಾತಿ ಪಕ್ಷಪಾತ, ಅನ್ಯಾಯ, ಅಕ್ರಮಗಳೇ ತುಂಬಿರೋ ಈ ವ್ಯವಸ್ಥೆಯೊಳಗೆ ಏನಾದ್ರೂ ಮಾಡಿ ನಾನೂ ಶ್ರೀಮಂತನಾಗಬೇಕು. ನನ್ನತ್ರ ಲಕ್ಷ ಲಕ್ಷ ಹಣ ಬರಬೇಕು. ಹೌದು, ಮೇಧಿನಿ ಹೇಳಿದ್ದು ನಿಜಾ. ಹಣವೊಂದು ಇದ್ದುಬಿಟ್ರೆ ಯಾವ್ ಸಮಸ್ಯೆನೂ ಇರೋದಿಲ್ಲ. ಅವಾಗ ನಾನು ಯಾರ ಗುಲಾಮನಾಗಿ ದುಡಿಬೇಕಾಗಿಲ್ಲ... ಅದಕ್ಕೇ ಈಗಿಂದೀಗಲೇ ನಾನು ಶ್ರೀಮಂತನಾಗಬೇಕು. ನನಗ ನಾನೇ ಹಾಕ್ಕೊಂಡಿರೊ ಎಲ್ಲಾ ಗಡಿ ರೇಖೆಗಳನ್ನ ಮೀರಿ ಹಣಾ ಸಂಪತ್ತನ್ನ ನನ್ನದಾಗಿಸಿಕೊಬೇಕು... ಅದೇನೆ ಆಗ್ಲಿ... ನನಗಾಗಿ, ನನ್ನ ನಂಬಿ ಬದುಕತಿರೋರಿಗಾಗಿ ನಾನು ಬದಲಾಗಲೇಬೇಕು... ಹೌದು, ಈ ಕ್ಷಣ... ಇದೇ ಕ್ಷಣ ನಾನು ಬದಲಾಗಿದ್ದೀನಿ. ಶಾಂತಿ ಸಹನೆ ಅಂತ ಹಲಬತಾ ಹಸಿವಿನಿಂದ ಸಾಯೋದಕ್ಕಿಂತಾ, ಹೋರಾಟದ ಹಾದಿಯೊಳಗೆ ರಕ್ತಕ್ರಾಂತಿ ಮಾಡಿ ಬದುಕನ್ನ ನಾವಂದುಕೊಂಡಂತೆ ಅನುಭವಿಸಿ ಸಾಯಬೇಕು...'

ಹೀಗೆ ತನ್ನೊಳಗೇ ತಾನು ಕುದಿಯುತ್ತ ಎಷ್ಟೋ ದೂರ ನಡೆದು ಬಂದಿದ್ದ ಸತ್ಯಪ್ರಕಾಶ ದೂರದ ಬಯಲನ್ನು ನೋಡುತ್ತ ಮುಷ್ಟಿ ಬಿಗಿ ಮಾಡಿ ತನ್ನೊಳಗಿನ ಆಕ್ರೋಶ ವ್ಯಕ್ತಪಡಿಸಿದ.

ಬ್ಯಾಂಕ್ ಎಟಿಎಂಗೆ ಹಣ ತುಂಬಲು ಹಣದ ಬ್ಯಾಗ್‌ನೊಂದಿಗೆ ವಾಹನದಲ್ಲಿ ಬಂದಿದ್ದ ವ್ಯಕ್ತಿಗಳಿಗೆ ಚಾಕೂ ತೋರಿಸಿ ಒಬ್ಬನನ್ನು ವಶಕ್ಕೆ

ಪಡೆದ ಸತ್ಯಪ್ರಕಾಶ ಅಲ್ಲಿದ್ದ ಇತರ ಮೂವರನ್ನೂ ಬೆದರಿಸಿ ಹಣದ ಬ್ಯಾಗ್ ಕಿತ್ತುಕೊಂಡು ಅಲ್ಲಿಂದ ಪರಾರಿಯಾದ. ಬೆನ್ನಟ್ಟಿ ಬಂದ ಅವರಿಂದ ತಪ್ಪಿಸಿಕೊಂಡು ದಾರಿ ಸಿಕ್ಕಲೆಲ್ಲ ಮಿಂಚಿನ ವೇಗದಲ್ಲಿ ಓಡಿದ. ಕೊನೆಗೂ ತನ್ನ ಹಿಂದೆ ಬಂದವರಿಗೆ ದಾರಿ ತಪ್ಪಿಸಿ ಒಂದು ಅಜ್ಞಾತ ಜಾಗ ತಲುಪಿ ಉಸಿರು ಹಾಕಿದ. ಕೆಲವು ಕ್ಷಣಗಳ ಬಳಿಕ ಅಲ್ಲಿಂದ ಎದ್ದು ಹೊರಟು ಹತ್ತಿರದಲ್ಲೇ ಇದ್ದ ನೀರಿನ ಮೂಲದಲ್ಲಿ ಮುಖ ತೊಳೆದುಕೊಂಡು, ನೀರು ಕುಡಿದಾಗ ಸ್ವಲ್ಪ ಹಿತವೆನ್ನಿಸಿತು. ಯಾರಾದರೂ ತನ್ನನ್ನು ಗಮನಿಸುತ್ತಿದ್ದಾರಾ ಎಂದು ಸುತ್ತಲೂ ಕಣ್ಣು ಹಾಯಿಸಿದಾಗ ಅಲ್ಲಿ ಯಾರೂ ಕಾಣಲಿಲ್ಲ. ಅಲ್ಲಿಂದ ಹೊರಟು ಏಕಾಂತವಾದ ಒಂದು ಸುರಕ್ಷಿತ ಜಾಗದಲ್ಲಿ ಬಂದು ಕುಳಿತು ಹಣದ ಬ್ಯಾಗಿನ ಜಿಪ್ ತೆಗೆದ. ಅದರಲ್ಲಿರುವ ಹಣದ ಕಂತೆಗಳನ್ನು ಕಂಡು ಅಚ್ಚರಿ, ಆಶ್ಚರ್ಯವಾಗಿ ಆನಂದದಿಂದ ಒಂದೆರಡು ನೋಟಿನ ಕಂತೆಗಳನ್ನು ಕೈಗೆತ್ತಿಕೊಂಡು ನಗುತ್ತ–'ಹಣ...ಲಕ್ಷ ಲಕ್ಷ ಹಣ!' ಎಂದು ಸಂಭ್ರಮಿಸಿದ. ಮರುಕ್ಷಣ ಜಾಗೃತನಾಗಿ–

'ಪೊಲೀಸ್ರು ನನ್ನ ಹುಡುಕ್ಕೊಂಡು ಬಂದೇ ಬರತಾರೆ. ನಾನು ಅಪಾಯಕ್ಕೆ ಸಿಲುಕೊ ಮೊದಲು ಈ ಹಣಾನೆಲ್ಲ ಮೇಧಿನಿ ಕೈಗೆ ಸಿಗೊಹಾಗೆ ಮಾಡಬೇಕು... ಇಲ್ಲ ಹಣಾ ಅಲ್ಲಿರೋದು ಗೊತ್ತಾದ್ರೆ ಅವ್ಳಿಗೆ ತೊಂದ್ರೆ ಆಗಬಹುದು. ಒಂದಿಷ್ಟು ಹಣ ನನ್ನತ್ರ ಇಟ್ಕೊಂಡು ಈ ಹಣದ ಬ್ಯಾಗನ್ನ ಎಲ್ಲಾದ್ರೂ ಜೋಪಾನವಾಗಿ ಮುಚ್ಚಿಡಬೇಕು. ಛೆ... ಇಲ್ಲ. ಒಂದ್ಸಾರಿ ಈ ಹಣ ಕೈ ಬಿಟ್ಟು ಹೋದ್ರೆ ಮತ್ತೆ ನನ್ನ ಸೇರಬಹುದು ಅನ್ನೋದಕ್ಕೇ ಯಾವುದೇ ಗ್ಯಾರಂಟಿ ಇಲ್ಲ. ಸ್ವಲ್ಪ ಹಣ ಮೇಧಿನಿ ಕೈಗೆ ಸೇರೋವರೆಗೂ ಈ ಹಣದ ಬ್ಯಾಗು ನನ್ನತ್ರನೇ ಇರಬೇಕು. ಇದನ್ನ ಜೋಪಾನವಾಗಿ ನೋಡ್ಕೊಬೇಕು... ಹ್ಞೂಂ... ಜೋಪಾನವಾಗಿ ನೋಡ್ಕೊಬೇಕು' ಅಂದುಕೊಂಡ.

ಸತ್ಯಪ್ರಕಾಶ ಹೀಗೆ ಹಣದೊಂದಿಗೆ ಸಂಭ್ರಮ ಪಡುವಾಗ ಅಲ್ಲಿಂದ ಸ್ವಲ್ಪ ದೂರದಲ್ಲಿ ರಹಸ್ಯವಾಗಿ ನಿಂತು ಇವನನ್ನು ನಿಗೂಢವಾಗಿ ಗಮನಿಸುತ್ತಿದ್ದ ಬುದ್ಧಾನಂದನ ಇವನ ಚಟುವಟಿಕೆಗಳನ್ನು ಅನುಮಾನದಿಂದ ನೋಡಿದ. ಕೆಲವು ಕ್ಷಣಗಳ ಬಳಿಕ ಸತ್ಯಪ್ರಕಾಶ ಅಲ್ಲಿಂದ ಹತ್ತಿರದಲ್ಲೇ ಕಾಣುತ್ತಿದ್ದ ಹಳೆಯ ಪಾಳುಬಿದ್ದ ಕಟ್ಟಡದತ್ತ ಹೊರಟ.

ಸತ್ಯಪ್ರಕಾಶನ ಸ್ನೇಹಿತರಾದ ಪ್ರೊಫೆಸರ್ ಚಂದ್ರಶೇಖರ ಅವರು ಸತ್ಯಪ್ರಕಾಶನ ಮನೆಗೆ ಬಂದಿದ್ದರು. ಸತ್ಯಪ್ರಕಾಶನ ಹೆಂಡತಿ ಮೇಧಿನಿ ಮನದಲ್ಲಿ ವಿಷಾದ ತುಂಬಿಕೊಂಡು ಚಂದ್ರಶೇಖರ ಅವರ ಎದುರು ಕುಳಿತಿದ್ದಳು. ಅದನ್ನು

ಸೂಕ್ಷ್ಮವಾಗಿ ಗಮನಿಸಿದ ಚಂದ್ರಶೇಖರ–'ಸತ್ಯಪ್ರಕಾಶ್ ನಿನ್ನೆನೆ ನನ್ನತ್ತ ಬರ್ತಿನಿ ಅಂತ ಹೇಳಿದ್ರು... ಹಾಗಾಗಿ ನಿನ್ನೆಯಿಂದ ನಾನು ಫೋನ್ ಮಾಡ್ತಾನೆ ಇದ್ದೆ... ಯಾಕೋ ಕಾಲ್ ರಿಸಿವ್ ಮಾಡ್ತನೇ ಇಲ್ಲ ಅವ್ರು. ಅದಕ್ಕಾಗಿ ಏನಾದ್ರೂ ಪ್ರಾಬ್ಲಮ್ ಇರಬಹುದೇನೊ ಅನ್ಕೊಂಡು ಅವ್ರನ್ನ ಭೇಟಿ ಮಾಡಬೇಕು ಅಂತ ನಾನೇ ಬಂದೆ' ಅಂದರು.

'ಒಳ್ಳೇದಾಯ್ತು ಸರ್ ನೀವು ಬಂದಿದ್ದು... ಆದ್ರೆ ನೀವು ಅಂದುಕೊಂಡಿರೊ ಹಾಗೆ ಪ್ರಾಬ್ಲಮ್ ಇರೋದು ನಿಜಾನೆ' ಅಂದಳು ಮೇಧಿನಿ. ಮಾತು ಮುಂದುವರಿದವು.

'ಏನ್ ಪ್ರಾಬ್ಲಮ್ ಹೇಳಿ... ಸತ್ಯಪ್ರಕಾಶ್ ಈಗ ಎಲ್ಲಿದ್ದಾರೆ?'

'ಗೊತ್ತಿಲ್ಲ ಸರ್... ನಾನೂ ಅದೇ ಅಯೋಚನೇಲಿದ್ದೀನಿ.'

'ಗೊತ್ತಿಲ್ಲ ಅಂದ್ರೆ...! ನಿಮ್ಮಿಬ್ಬರ ನಡುವೆ ಏನಾದ್ರೂ ಮನಸ್ತಾಪ ಬಂದಿತ್ತಾ... ಏನ್ ನಿಮ್ಮ ಪ್ರಾಬ್ಲಮ್ಮು?'

'ನಿನ್ನೆ ನನ್ನ–ಅವ್ರ ನಡುವೆ ಒಂದಿಷ್ಟು ಮಾತುಗಳಾದ್ವು ಸರ್... ನೀವು ಹೀಗೇ ಇದ್ರೆ ನಾವು ಬದುಕು ನಡಸೋದು ಕಷ್ಟ ಆಗ್ತದೆ. ಏನಾದ್ರೂ ಮಾಡಿ ಹಣ ಸಂಪಾದನೆ ಮಾಡೋ ದಾರಿ ಕಂಡ್ಕೊಳ್ಳಿ ಅಂತ ನಾನು ಬುದ್ಧಿ ಮಾತು ಹೇಳಿದೆ. ಅದಕ್ಕವ್ರು ಕೆರಳಿ ಏನ್ ನಿರ್ಧಾರ ತಗೊಂಡ್ರೊ... ಏನ್ ಮಾಡಕಂತ ಹೋದ್ರೋ ಒಂದೂ ಗೊತ್ತಾಗಲಿಲ್ಲ. ನಿನ್ನೆಯಿಂದ ಮೌನವಾಗಿದ್ದವ್ರು ಇವತ್ತು ಬೆಳಗ್ಗೆ ನನಗ್ ಹೇಳದೆನೇ ಹೊರಟೋಗಿದ್ದಾರೆ. ಎಲ್ಲಿ ಹೋದ್ರೋ ಏನ್ಮಾಡ್ತಿದ್ದಾರೊ ಅಂತ ಬೇಜಾರಾಗ್ತಿದೆ ಸರ್ ನನಗೆ.'

'ಛೆ... ಹೀಗಾಗಬಾರದಾಗಿತ್ತು. ಸತ್ಯಪ್ರಕಾಶ ಅವ್ರನ್ನ ನಾನು ಐದು ವರ್ಷದಿಂದ ನೋಡ್ತಿದ್ದೀನಿ. ಅವ್ರು ಬಹಳ ಸೂಕ್ಷ್ಮ ಮನಸ್ಸಿನವ್ರು. ನೀವು ಹಾಗೆಲ್ಲಾ ಅವ್ರಿಗೆ ಒಮ್ಮೆಗೇ ಒತ್ತಡ ಹಾಕಬಾರದಾಗಿತ್ತು...' ಚಂದ್ರಶೇಖರ ಹೀಗಂದಾಗ ಅವರ ಮಾತು ಕೇಳಿ ಮೇಧಿನಿ ಪಶ್ಚಾತ್ತಾಪ ಪಟ್ಟಳು.

ಆ ನಿರ್ಜನ ಪ್ರದೇಶದಲ್ಲಿದ್ದ ಪಾಳುಬಿದ್ದ ಮನೆಯ ಕಟ್ಟಡವೊಂದರ ಒಳಗೆ ಬಂದ ಸತ್ಯಪ್ರಕಾಶ ಹಣದ ಬ್ಯಾಗ್‌ನೊಂದಿಗೆ ಒಂದೆಡೆ ಕುಳಿತು ಮೌನಿಯಾಗಿ ಯೋಚಿಸಿದ. ಅವನು ಕುಳಿತ ಸ್ಥಳದಿಂದ ಎದುರಿಗೇ ಧೂಳಿಡಿದ ಕನ್ನಡಿಯೊಂದು ಕಂಡಿತು. ಅದರಲ್ಲಿ ತನ್ನ ಮುಖ ಮಸುಕಾಗಿ ಕಾಣುವುದನ್ನು ಗಮನಿಸಿ ಎದ್ದು ಕನ್ನಡಿಯ ಬಳಿಗೆ ಹೋದ. ಕನ್ನಡಿಯೊಳಗಿನ ತನ್ನ ಮುಖದ ಬಿಂಬವನ್ನೇ ಗಂಭೀರವಾಗಿ ನೋಡುತ್ತಿರುವಾಗ ಅವನ ಮನದ ದ್ವಂದ್ವಗಳು ಎಳೆಎಳೆಯಾಗಿ ಬಿಚ್ಚಿಕೊಂಡವು.

'ಈ ವ್ಯವಸ್ಥೆಯೊಳಗೆ ಎಲ್ರೂ ಸರಿಯಾಗೇ ಇದ್ದಾರೆ. ಎಲ್ಲಾ ಅವರವರ ಹಸಿವಿಗಾಗಿ, ಅವರವರ ಅಗತ್ಯಗಳಿಗಾಗಿ ಏನೋವೊಂದು ವೇಷ, ಮುಖವಾಡ ಹಾಕ್ಕೊಂಡು ಹೊಟ್ಟೆ ತುಂಬಿಸಿಕೊಂಡು ಬದುಕ್ತಿದ್ದಾರೆ. ವೇಷ, ಮುಖವಾಡ ಹಾಕ್ಕೊಳ್ಳಕಾಗದಿರೋ ನೀನು ಅವ್ರನ್ನ ಕೆಟ್ಟವ್ರು ಅನ್ನಬಹುದಾ?' ಕನ್ನಡಿಯೊಳಗಿನ ಬಿಂಬ ಹೇಳಿತು.

'ಹೌದು ಅವ್ರು ಕೆಟ್ಟವ್ರೆ... ತಮ್ಮ ತೇವಲು, ಸ್ವಾರ್ಥಕ್ಕಾಗಿ ಬೇರೆಯವ್ರನ್ನ ತುಳುದು ಬದುಕೋದು ದುಷ್ಟತನ ಅಲ್ವಾ?... ತಮ್ಮ ಸುಖಕ್ಕೆ ತಾವು ಬೇಕಾದ್ರೆ ನೂರಾರು ವೇಷ, ಮುಖವಾಡ ಹಾಕ್ಕೊಳ್ಳಿ, ಆದ್ರೆ ವೇಷ ಮುಖವಾಡ ಇಲ್ಲದೇ ನಿಜವಾದ ಮುಖ ಇಟ್ಕೊಂಡು ಬದುಕ್ತಿನಿ ಅನ್ನವ್ರನ್ನ ಹಿಂದಿನಿಂದ ಹೊಡದು ಜೀವಂತ ಹೆಣ ಯಾಕ್ ಮಾಡ್ಬೇಕು. ಸ್ವಾರ್ಥದ ಸಲುವಾಗಿ ಬೇರೆಯವ್ರ ಬದುಕಿನ ಮೇಲೆ ಸಮಾಧಿ ಕಟ್ಟೋದು ದುಷ್ಟತನ ಅಲ್ವಾ?' ಸತ್ಯಪ್ರಕಾಶ ಆ ಬಿಂಬಕ್ಕೆ ಹೀಗೆ ಉತ್ತರ ಕೊಟ್ಟ.

'ಹಾಗಾದ್ರೆ ಒಳ್ಳೆಯವನಾಗಿದ್ದ ನೀನು ಈಗ ಮಾಡತಿರೋದು ಏನು? ಇದು ಕೆಟ್ಟದ್ದಲ್ವಾ... ಈಗ ನೀನು ಕೆಟ್ಟವನಲ್ವಾ, ಇದು ನೀನು ನಿನ್ನ ಸ್ವಾರ್ಥಕ್ಕಾಗಿ ಮಾಡತಿರೋದು ಅಲ್ವಾ, ಇಷ್ಟೊಂದು ಓದಿದವನಾಗಿ, ವಿದ್ಯೆ ಬೋಧನೆ ಮಾಡೋ ಉಪನ್ಯಾಸಕನಾಗಿ... ಒಂದಿಷ್ಟು ಜನ ದುಷ್ಟರಿಗೆ, ಅಸ್ತವ್ಯಸ್ತವಾಗಿರೊ ವ್ಯವಸ್ಥೆಗೆ ಉತ್ತರ ಕೊಡೊದಕ್ ಹೋಗಿ ನಿನ್ನನ್ನ ನೀನೇ ಕಳ್ಳನಾಗಿ ಮಾಡಿಕೊಳ್ಳೋದು ಸರಿನಾ?' ಕನ್ನಡಿಯೊಳಗಿನ ಬಿಂಬ ಮತ್ತೆ ಹೇಳಿತು.

'ಹೌದು, ನಾನ್ ಮಾಡಿದ್ದು ಸರಿಯಾದದ್ದೇ. ದುಷ್ಟರು, ತಲೆಹಿಡುಕರು, ಬಕೆಟ್ ಹಿಡಿಯೋರು, ಅಮಾಯಕರ ಬದುಕಲ್ಲಿ ರಾಜಕೀಯ ಮಾಡೋರು, ಜಾತಿಗೆ ಹುಟ್ಟಿರೊತರಾ ಆಡೋರನ್ನ ಪೋಷಣೆ ಮಾಡೋ ಈ ವ್ಯವಸ್ಥೆಗೆ ನನ್ನ ಹಾಗೆ ಒಂದೇ ದಿನದಲ್ಲಿ ಕ್ರಾಂತಿ ಮಾಡೋರ ಅವಶ್ಯಕತೆ ಇದೆ. ಅದಕ್ಕಾಗೇ ಒಂದೇಕಡೆಗೆ ಸೇರಿರೊ ಈ ಸಂಪತ್ತನ್ನ ನಾನು ಲೂಟಿ ಮಾಡಿದ್ದು. ಇದ್ರಲ್ಲಿ ನೊಂದವ್ರು ಬಡವ್ರು, ಅಸಹಾಯಕರಿಗೂ ಪಾಲು ಕೊಡ್ತೀನಿ' ಸತ್ಯಪ್ರಕಾಶ ಹೇಳಿದ.

'ಹಾಗಾದ್ರೆ ಇಲ್ಲಿರೊ ಕಾನೂನಿಗೂ ಬೆಲೆ ಇಲ್ಲ ಅಂತೀಯಾ? ಕ್ರಾಂತಿ ಮಾಡ್ತಿನಿ ಅಂತ ನಿನ್ನನ್ನೇ ನಂಬಿರೊ ನಿನ್ನ ಹೆಂಡ್ತಿ ಮಗುವಿನ ಬಗ್ಗೆ ಯೋಚನೆ ಮಾಡದೇ ಈ ಸಮಾಜದ ಕಣ್ಣಲ್ಲಿ ಒಬ್ಬ ಅಪರಾಧಿ ಆಗಿರೊ ನಿನ್ನ ಭವಿಷ್ಯದ ಗತಿಯೇನು? ಲೂಟಿ ಮಾಡಿರೊ ಈ ಹಣದಲ್ಲಿ ನಿನ್ನ ಕುಟುಂಬನಾದ್ರೂ ನೆಮ್ಮದಿಯಾಗಿ ಇರಬಹುದು ಅಂತ ಅನ್ಕೊಂಡಿದ್ದೀಯಾ' ಕನ್ನಡಿಯೊಳಗಿನ ಬಿಂಬ ಅವನಿಗೆ ಸವಾಲು ಹಾಕಿತು.

'ಭವಿಷ್ಯ ಹೇಗೆ ಅನ್ನೋದು ಯಾರಿಗೆ ಬೇಕು. ಇವತ್ತು ಈ ಹಣ ನನ್ನದಾಗಿದೆ. ಇವತ್ತು ನನ್ನ ಅಗತ್ಯ ಏನಿದೆಯೋ... ನನ್ನವರ ಅಗತ್ಯ ಏನಿದೆಯೋ

ಅದನ್ನ ಪೂರೈಸಿಕೊಳ್ತೀನಿ. ಬದುಕನ್ನ ಬೇಕಾದಹಾಗೆ ಅನುಭವಿಸ್ತೀನಿ. ಸಾವು ಎಲ್ರಿಗೂ ಯಾವತ್ತಿದ್ರೂ ಒಂದಿನ ಬರೋದೆ. ಅದು ಬರೋ ಮೊದಲೇ ನಾವೂ ನಾಲ್ಕು ದಿನ ಹಣ, ಸಂಪತ್ತಿನ ಶ್ರೀಮಂತಿಕೆ ಅನುಭವಿಸಬೇಕು. ಮೃಷ್ಟಾನ್ನ ಊಟ ಮಾಡಬೇಕು. ಅಧಿಕಾರಿಗಳು, ಆಳೋರನ್ನ ಒಂದಿನನಾದ್ರೂ ನಮ್ಮ ಆಳುಗಳನ್ನಾಗಿ ಮಾಡ್ಕೊಬೇಕು...!' ಸತ್ಯಪ್ರಕಾಶ ಆಕ್ರೋಶದಿಂದ ಹೇಳಿದ.

'ಹಾಗಂತೀಯಾ!' ಕನ್ನಡಿಯೊಳಗಿನ ಬಿಂಬ ಅಸಹಾಯಕತೆಯಿಂದ ಹೇಳಿತು.

ಸತ್ಯಪ್ರಕಾಶ ಜೋರಾಗಿ ನಗುತ್ತ-'ಹೌದು, ನಮ್ಮನ್ನ ಗುಲಾಮರ ಹಾಗೆ ನೋಡೋರನ್ನ ಒಂದಿನನಾದ್ರೂ ನಮ್ಮ ಗುಲಾಮರನ್ನಾಗಿಸ್ಕೊಬೇಕು. ಅದೇ ಕ್ರಾಂತಿ!... ಅದಕ್ಕಾಗಿ ತಲೆಹಿಡುಕರ ಕತ್ತು ಸೀಳಿದ್ರೂ ಅಡ್ಡೀಯಿಲ್ಲ ಅದೇ ರಕ್ತಕ್ರಾಂತಿ!'

ಕರ್ಕಶವಾದ ನಗುವಿನೊಂದಿಗೆ ಹೇಳಿದ ಈ ಮಾತು ಕೇಳಿ ಕನ್ನಡಿಯೊಳಗಿನ ಮುಖ ಅಸಹಾಯಕತೆಯಿಂದ ಅದೃಶ್ಯವಾಯಿತು. ಬಳಿಕ ಸತ್ಯಪ್ರಕಾಶ್ ಹಣದ ಬ್ಯಾಗನ್ನು ಎತ್ತಿ ಹಿಡಿದು... ಹುಮ್ಮಸ್ಸು, ಹೆಮ್ಮೆಯಿಂದ ನೋಡಿ ಅದನ್ನು ಎದೆಗೆ ಒತ್ತಿಕೊಂಡು ಅಲ್ಲಿಂದ ಹೊರಟ.

ಸತ್ಯಪ್ರಕಾಶ ಹಣದ ಬ್ಯಾಗನ್ನು ಜೋಪಾನವಾಗಿಟ್ಟುಕೊಂಡು ತಲೆ ಮರೆಸಿಕೊಂಡು ಒಂದೆರಡು ಕಡೆಗೆ ಸುತ್ತಾಡಿದ. ಬಳಿಕ ಅಪರಿಚಿತ ಸ್ಥಳಕ್ಕೆ ಬಂದು ರಸ್ತೆ ಬದಿಯ ಅಂಗಡಿಯೊಂದರಲ್ಲಿ ಊಟ ಖರೀದಿಸಿದ. ಅಲ್ಲಿಂದ ಸಮೀಪದಲ್ಲೇ ಇದ್ದ ಇನ್ನೊಂದು ನಿರ್ಜನ ಪ್ರದೇಶಕ್ಕೆ ಬಂದು, ಅವಸರದಲ್ಲಿ ಊಟ ಮಾಡುತ್ತಲಿದ್ದ. ಯಾವುದೇ ಸಮಯದಲ್ಲಿ ಯಾರಾದರೂ ತನ್ನನ್ನು ಹುಡುಕಿಕೊಂಡು ಬಂದು ತನ್ನ ಮೇಲೆ ದಾಳಿ ಮಾಡಬಹುದು ಎಂಬ ಆತಂಕ ಸದಾ ಜಾಗ್ರತೆ ಮೂಡಿಸುತ್ತಿತ್ತು. ಸತ್ಯಪ್ರಕಾಶ ಹೀಗೆ ಊಟ ಮಾಡುತ್ತಲಿದ್ದಾಗ ಇವನ ಬೆನ್ನುಬಿದ್ದು ಹಿಂದೆಯೇ ಬಂದಿದ್ದ ಬುದ್ಧಾನಂದ ಸ್ವಲ್ಪ ದೂರದ ಮರೆಯಲ್ಲಿ ನಿಂತು ಇವನ ಚಟುವಟಿಕೆಗಳನ್ನೆಲ್ಲ ನಿಗೂಢವಾಗಿ ಗಮನಿಸುತ್ತಿದ್ದ. ಸತ್ಯಪ್ರಕಾಶ ಆಕಸ್ಮಿಕವಾಗಿ ಬುದ್ಧಾನಂದನನ್ನು ನೋಡಿದಾಗ ಅವನ ಎದೆ ಝಲ್ಲೆಂದಿತು! ಯಾರೋ ತನ್ನನ್ನು ಹುಡುಕಿಕೊಂಡು ಬಂದವನೇ ಇರಬೇಕೆಂದುಕೊಂಡು, ಮೆಲ್ಲಗೇ ಉಪಾಯ ಮಾಡಿ ಅವನನ್ನು ನೋಡಿಯೂ ನೋಡದ ರೀತಿ ಅಲ್ಲಿಂದ ಜಾಗ ಖಾಲಿ ಮಾಡಿದ.

ಸತ್ಯಪ್ರಕಾಶ ಅವನಿಂದ ತಪ್ಪಿಸಿಕೊಳ್ಳಲು ಅಲ್ಲಿಂದ ವೇಗವಾಗಿ ನಡೆದುಕೊಂಡು ನಿರ್ಜನ ಪ್ರದೇಶವೊಂದಕ್ಕೆ ಬಂದಾಗ, ಸ್ವಲ್ಪ ದೂರ ಹೋದ

ಮೇಲೆ ಬುದ್ಧಾನಂದ ಅನಿರೀಕ್ಷಿತವಾಗಿ ಥಟ್ಟನೇ ಅವನ ಎದುರು ಬಂದು ನಿಂತ!. ಅವನನ್ನು ನೋಡಿ ಸತ್ಯಪ್ರಕಾಶ ಕೆಲವು ಕ್ಷಣ ಗಲಿಬಿಲಿಗೊಂಡರೂ ಮುಖ ನೋಡಿಯೂ ನೋಡದ ಹಾಗೆ ಬದಿಗೆ ಸರಿದು ಮುಂದೆ ಹೋಗಲು ಯತ್ನಿಸಿದ. ಬುದ್ಧಾನಂದ ಅವನಿಗೆ ದಾರಿ ಬಿಡದೆ ಎದುರಿಗೆ ಬಂದು ನಿಂತು–

'ನಾನೂ ಆವಾಗಿನಿಂದ ನೋಡ್ತನೇ ಇದ್ದೀನಿ. ಯಾರಿಂದನೊ ತಲೆ ತಪ್ಪಿಸಿಕೊಂಡು ಓಡಾಡತಿರೋಹಾಗೆ ಮಾಡ್ತಿದ್ದೀಯ... ಯಾರ್ ನೀನು... ಇಲ್ಲೇನ್ ಮಾಡ್ತಿದ್ದೀಯ?' ಎಂದು ಕೇಳಿದ.

ಸತ್ಯಪ್ರಕಾಶ ಗಂಭೀರವಾಗಿ ಅವನ ಮುಖ ನೋಡಿ–'ನಾನು ಯಾರಾದ್ರೆ ನಿನಗೇನು. ನಿನ್ನ ಕೆಲಸ ನೀನ್ ನೋಡಿಕೊಂಡು ಹೋಗತಿರು' ಅಂದು ಅವನನ್ನು ಭಯಪಡಿಸಲು ಯತ್ನಿಸಿದ. ಬುದ್ಧಾನಂದ ಸ್ವಲ್ಪ ಯೋಚಿಸಿ ಇವನ ಬಳಿ ಇರುವ ಬ್ಯಾಗ್ ಗಮನಿಸಿ–'ಅದರಲ್ಲೇನಿದೆ?' ಎಂದು ಕೇಳಿದ.

'ಇದರಲ್ಲೇನಿದ್ರೆ ನಿನಗೇನು... ನಿನಗೇನು ಬೇಕಾಗಿದೆ ಅದನ್ನ ಹೇಳು' ಅಂದಾಗ–

ಬುದ್ಧಾನಂದ ದೈನ್ಯವಾಗಿ–'ನನಗೆ ತುಂಬಾನೆ ಹಸಿವಾಗ್ತಿದೆ. ನೀನು ಊಟ ಮಾಡೋದನ್ನ ನೋಡಿ ನಿನ್ನತ್ರ ಇರೋ ಊಟ ಇಸ್ಕೊಂಡು ಉಣ್ಣಬೇಕು ಅನಿಸ್ತು. ಅದಕ್ಕೇ ಬಂದೆ. ಆ ಅನ್ನದ ಪೊಟ್ಟಣ ನನಗ್ ಕೊಡ್ತೀಯಾ' ಎಂದು ಕೇಳಿದ.

ಅವನ ಮಾತು ಕೇಳಿ ಸತ್ಯಪ್ರಕಾಶ ನಿಟ್ಟುಸಿರು ಬಿಟ್ಟು ತಾನು ತಂದಿದ್ದ ಆಹಾರದ ಪೊಟ್ಟಣವನ್ನು ಅವನಿಗೆ ಕೊಟ್ಟು–'ಹೊಟ್ಟೆ ತುಂಬಾ ತಿನ್ನು... ಇಷ್ಟೇ ಅಲ್ಲಾ ಇನ್ನೂ ಬೇಕಿದ್ರೆ ಕೇಳು ಕೊಡಿಸ್ತೀನಿ' ಎಂದು ಸಮಾಧಾನಪಡಿಸಿದ.

ಅದಕ್ಕೆ ಬುದ್ಧಾನಂದ ಮುಗುಳ್ನಕ್ಕು–'ಹೊಟ್ಟೆ ತುಂಬೋದಕ್ಕೆ ಒಂದು ಹಿಡಿ ಅನ್ನ ಒಂದಿಷ್ಟು ನೀರು ಇದ್ರೆ ಸಾಕು. ಈ ಹಸಿವನ್ನೋದು ಅಷ್ಟು ಮಾತ್ರ ಕೇಳ್ತದೆ. ಇನ್ನೂ ಬೇಕು ಅನ್ನೋದೇ ನಮ್ಮ ಅಶಾಂತಿಗೆ ಕಾರಣ ಆಗಿರೋದು. ನನಗಿಷ್ಟೇ ಸಾಕು. ಇದರಲ್ಲೇ ನೆಮ್ಮದಿ ಕಂಡ್ಕೊಳ್ತಿದ್ದೀನಿ. ಆದ್ರೆ...' ಅಂದ. ಅವನು ಮಾತನ್ನು ಅಲ್ಲಿಗೇ ನಿಲ್ಲಿಸಿದಾಗ ಸತ್ಯಪ್ರಕಾಶ ಅವನ ಮಾತಿನ ಬಗ್ಗೆ ಕುತೂಹಲ ವ್ಯಕ್ತಪಡಿಸಿ–'ಆದ್ರೆ... ಏನು!?' ಅಂದ.

ಬುದ್ಧಾನಂದ ಯೋಚಿಸಿ–'ಛೆ... ಅದನ್ನೆಲ್ಲ ನೆನಪು ಮಾಡ್ಕೊಬಾರದು ಅಂತ ಎಷ್ಟೇ ನಿರ್ಬಂಧ ಹಾಕ್ಕೊಂಡ್ರೂ... ಹೀಗೆ ನಾಲ್ಗೆ ಮೇಲೆ ಬಂದ್ಬಿಡುತ್ತದು' ಅಂದಾಗ, ಅವನ ಮಾತು ಕೇಳಿ ಗೊಂದಲ ಮತ್ತು ಅನುಮಾನಕ್ಕೊಳಗಾಗುವ ಸತ್ಯಪ್ರಕಾಶ ಅವನ ಕುರಿತು ಒಳಗೊಳಗೇ ಯೋಚಿಸಿ–

'ಏನೋ ನಿಗೂಢವಾಗಿ ಮಾತಾಡ್ತಿದ್ದಾನೆ ಇವ್ನು. ತನ್ನ ಬಾಯಿ ತಪ್ಪಿ ಬಂದಿರೊ ಸತ್ಯ ಮುಚ್ಚಿಡೋದಕ್ಕೆ ಏನೇನೊ ಸುಳ್ಳು ಹೇಳ್ತಿದ್ದಾನೆ. ಬಹುಶಃ

ನನ್ನತ್ರ ಹಣ ಇರೋದನ್ನ ನೋಡಿನೇ ಊಟ ಕೇಳೊ ನೆಪ ಮಾಡಿಕೊಂಡು ಬಂದಿರಬಹುದು. ನಾನು ಹಣಾನ ಲೂಟಿ ಮಾಡ್ಕೊಂಡು ಬಂದಿರೊ ಹಾಗೆ ಇವ್ನು ನನ್ನಿಂದ ಹಣಾ ಹೊಡಕೊಂಡು ಹೋದ್ರೆ! ಯಾವುದಕ್ಕೂ ಜಾಗ್ರತೆಯಾಗಿರಬೇಕು. ಜಾಸ್ತಿ ಹೊತ್ತು ಇಲ್ಲಿರೋದು ಒಳ್ಳೇದಲ್ಲಾ... ಇಲ್ಲಿಂದ ಜಾಗ ಖಾಲಿ ಮಾಡಬೇಕು...' ಅಂದುಕೊಂಡ.

ಇವನು ಹೀಗೆ ಗಂಭೀರವಾಗಿ ಯೋಚನೆ ಮಾಡುವುದನ್ನು ಸೂಕ್ಷ್ಮವಾಗಿ ಗಮನಿಸಿದ ಬುದ್ಧಾನಂದ–'ಏನ್ ಯೋಚನೆ ಮಾಡ್ತಿದ್ದೀಯ... ನೀನು ರಾತ್ರಿಗಂತ ಇಟ್ಕೊಂಡಿದ್ದ ಊಟನ ನಾನ್ ಇಸ್ಕೊಂಡೆ ಅಂತ ಬೇಜಾರಾಗ್ತಿದೆಯಾ. ದಯವಿಟ್ಟು ಕ್ಷಮಿಸು. ನಾನು ಏನ್ ಬೇಕಾದ್ರೂ ಸಹಿಸಿಕೊಬಲ್ಲೆ. ಈ ಹಸಿವನ್ನ ಮಾತ್ರ ನನ್ನಿಂದ ಸಹಿಸಿಕೊಳ್ಳಕಾಗ್ತಿಲ್ಲ. ಅದಕ್ಕೇ...' ಅಂದ.

'ಅಯ್ಯೋ... ನನಗೇನ್ ಬೇಜಾರಿಲ್ಲ. ನೀನ್ ಊಟಾ ಮಾಡು... ರಾತ್ರಿಗೆ ಬೇಕಾದ್ರೆ ನಾನ್ ಮತ್ತೆ ತಗೊಳ್ತಿನಿ' ಅಂದಾಗ ಬುದ್ಧಾನಂದ ಖುಷಿಯಿಂದ ಅವನನ್ನು ನೋಡಿ, ಅನ್ನದ ಪೊಟ್ಟಣ ಬಿಚ್ಚಿ ತಿನ್ನಲು ಆರಂಭಿಸಿದ. ಅವನು ಹಸಿದು ತಿನ್ನುವುದನ್ನು ನೋಡಿದ ಸತ್ಯಪ್ರಕಾಶಗೆ ಅವನ ಬಗ್ಗೆ ಅನುಕಂಪ ಮೂಡಿತು.

'ಪಾಪ ಇವ್ನು ಒಳ್ಳೆ ಮನುಷ್ಯ ಅಂತ ಕಾಣ್ತದೆ. ಹಸಿವಾಗಿರೋದಕ್ಕೆ ಊಟದ ಸಲುವಾಗಿ ನನ್ನ ಹಿಂದೆ ಬಂದಿರಬಹುದು. ಆದ್ರೂಕೂಡ ಯಾವುದಕ್ಕೂ ಇವನ ಹಿನ್ನೆಲೆ ತಿಳಕೊಳ್ಳೊದು ಒಳ್ಳೇದು' ಅಂದುಕೊಂಡು–'ನೀನ್ಯಾಕೆ ಹೀಗೆ ಒಂಟಿಯಾಗಿ ಅಲೀತಿದ್ದೀಯ. ನಿನಗೆ ಹೆಂಡತಿ ಮಕ್ಕಳು ಮನೆ ಏನೂ ಇಲ್ವಾ?' ಎಂದು ಕೇಳಿದ.

ಆ ಮಾತು ಕೇಳಿ ಬುದ್ಧಾನಂದ ಅನ್ನ ತಿನ್ನುವುದನ್ನು ನಿಲ್ಲಿಸಿ ವಿಷಾದಮುಖಿಯಾಗಿ ಯೋಚನಾಮಗ್ನನಾದ. ಅದನ್ನು ಕಂಡು ಸತ್ಯಪ್ರಕಾಶ–'ಯಾಕೆ ಏನಾಯ್ತು?' ಅಂದ.

'ನಾನು ಯಾವುದನ್ನ ನೆನಪಿಸ್ಕೊಬಾರದು ಅಂತ ಅನ್ಕೊಂಡಿದ್ನೊ ನೀನು ಮತ್ತೆ ಮತ್ತೆ ಅದನ್ನೇ ಕೇಳ್ತಿದ್ದೀಯ.'

'ನೀನು ಯಾಕ್ ಹೀಗೆ ಒಂಟಿಯಾಗಿದ್ದೀಯ ಅನ್ನೋದನ್ನ ತಿಳಕೊಬೇಕು ಅನ್ನಿಸ್ತು ಅದಕೆ ಕೇಳಿದೆ' ಅಂದಾಗ–

ಅನ್ನ ತಿಂದು ಮುಗಿಸಿ, ಪೊಟ್ಟಣ ಸುತ್ತಿ ಬಿಸಾಕಿ ಬುದ್ಧಾನಂದ–'ನನಗೆ ಹಸಿವು ತಡಕೊಳ್ಳೊಕಾಗೊದಿಲ್ಲಾ. ನೀನೇನಾದ್ರೂ ಮತ್ತೆ ಸಿಕ್ಕು ನನಗೆ ಊಟ ಕೊಡಿಸಿದ್ರೆ... ಆಗ ಹೇಳ್ತಿನಿ ಬಿಡು' ಅಂದು ಅಲ್ಲಿಂದ ಎದ್ದುಹೋದ. ಅವನ ಹಿನ್ನೆಲೆ ತಿಳಿದ ಸತ್ಯಪ್ರಕಾಶನಿಗೆ ಹಿಂದೊಂದು ದಿನ ಪ್ರೊ. ಚಂದ್ರಶೇಖರ

ಅವರೊಂದಿಗೆ ಮಾತನಾಡಿದ್ದ ವಿಷಯ ನೆನಪಿಗೆ ಬಂದು ಆ ದಿನದ ಸನ್ನಿವೇಶ ಸ್ಮೃತಿಯಲ್ಲಿ ತೆರೆದುಕೊಂಡಿತು...

ಅಂದು ಪ್ರೊ. ಚಂದ್ರಶೇಖರ ಅವರ ಮನೆಯಲ್ಲಿ ಸತ್ಯಪ್ರಕಾಶ ಮತ್ತು ಚಂದ್ರಶೇಖರ ಅವರು ಗಂಭೀರವಾಗಿ ವೈಚಾರಿಕ ಚರ್ಚೆಯಲ್ಲಿ ಮುಳುಗಿದ್ದರು.

'ಸರ್... ಈ ದೇಶಕ್ಕೆ ಸ್ವಾತಂತ್ರ್ಯ ಬಂದಮೇಲೆ ಎಷ್ಟೊಂದು ಜನ ಪ್ರಧಾನಿಗಳು ಬಂದು ಹೋದ್ರು... ಎಷ್ಟೋ ಜನ ಸಮಾಜ ಸುಧಾರಕರು, ಪ್ರಗತಿಪರ ಚಿಂತಕರು, ಹೋರಾಟಗಾರರು ಬಂದ್ರು ಹೋದ್ರು. ಆದ್ರೆ ಈ ದೇಶದಲ್ಲಿ ಭ್ರಷ್ಟಾಚಾರ, ಮೌಢ್ಯ, ಧಾರ್ಮಿಕ ಸಂಘರ್ಷ... ಶೈಕ್ಷಣಿಕ ಅವ್ಯವಸ್ಥೆ ಇವ್ಯಾವೂ ಕೊನೆಗೊಳ್ಳಲೇ ಇಲ್ಲ. ಇದು ಈ ದೇಶದ ಜನರ ದುರದೃಷ್ಟ ಅನ್ನಕೊಬೇಕೊ ಅಥವಾ ಈ ಜನರಿಗೆ ಇವುಗಳ ಜೊತೆನೇ ಬದುಕೋದು ಅಭ್ಯಾಸ ಆಗ್ಬಿಟ್ಟಿದೆ ಅನ್ನಕೊಬೇಕೊ ಹೇಗೆ ಸಾರ್!?' ಸತ್ಯಪ್ರಕಾಶ ಹೇಳಿದ.

'ನೀವು ಹೇಳಿದ ಹಾಗೆ ಈ ದೇಶದ ಜನರಿಗೆ ಇದೆಲ್ಲಾ ಸಹಜ ಅನ್ನೋತರಾ ಅಭ್ಯಾಸ ಆಗಿಬಿಟ್ಟಿದೆ. ಯಾಕಂದ್ರೆ ಯಾವ ಸರ್ಕಾರ ಬಂದ್ರು ಯಾವ ಪ್ರಧಾನಿ ಬಂದ್ರೂ ಎಂಥಾ ಹೋರಾಟಗಳೇ ನಡದ್ರೂ ಇದಕ್ಕೆ ಕೊನೆ ಇಲ್ಲಾ ಅನ್ನೋದು ಜನರ ವಾಸ್ತವ ಮನಸ್ಥಿತಿ. ನಮ್ಮಂಥ ವಿದ್ಯಾವಂತ್ರು ಜವಾಬ್ದಾರಿ ಹುದ್ದೆಲಿರೋರಿಗೆ ಎಲ್ಲಾ ತಿಳಿದಿದ್ರೂ ಯಾವ ಅಭಿಪ್ರಾಯನೂ ಬಹಿರಂಗವಾಗಿ ಹೇಳಿಕೊಳ್ಳಕಾಗದಿರೋ ಇವತ್ತಿನ ಪರಿಸ್ಥಿತೀಲಿ ಪ್ರಗತಿಪರ ಚಿಂತನೆ, ಸಮಾನತೆಯ ಪರಿಕಲ್ಪನೆ, ನ್ಯಾಯಕ್ಕಾಗಿ ಹೋರಾಟ ಅನ್ನೋ ಮೌಲ್ಯಗಳೆಲ್ಲಾ ಬೆಲೆ ಕಳಕೊಂಡು ರಾಜಕೀಯ ದಾಳಕ್ಕೆ ಬಳಕೆಯಾಗ್ತಿವೆ. ಇನ್ನೂ ಒಂದು ಹಂತ ಮುಂದಕ್ ಹೋಗಿ ಸಮಾನತೆ, ಸಾಮಾಜಿಕ ನ್ಯಾಯ ಕೇಳೋದೇ ಅಪರಾಧ ಅನ್ನೋಥರಾ ಆಗಿಬಿಟ್ಟಿದೆ. ಹೀಗಿರೋವಾಗ ಎಲ್ಲಾ ತಿಳಕೊಂಡವನೂ ಏನೂ ಗೊತ್ತಿಲ್ಲದವನ ಹಾಗೆ ಬಾಯಿ ಮುಚ್ಕೊಂಡು ಇರಬೇಕಾಗಿದೆ. ಸ್ವಾತಂತ್ರ್ಯದ ನಂತ್ರ ನಮ್ಮ ದೇಶದಲ್ಲಿ ಇಂಥ ಘೋರ ಪರಿಸ್ಥಿತಿ ಬರಹುದು ಅಂತ ಪ್ರಾಯಶಃ ಮಹಾತ್ಮ ಗಾಂಧಿಯವ್ರೂ ಕೂಡ ಅನ್ಕೊಂಡಿದ್ದಿರಲಿಕ್ಕಿಲ್ಲ' ಚಂದ್ರಶೇಖರ ಹೇಳಿದರು.

'ಹೌದು ಸರ್... ಭ್ರಷ್ಟಾಚಾರ ಅನ್ನೋಂದು ಈ ದೇಶದ ಪ್ರಗತಿಗೆ ಅಡ್ಡಿಯಾಗಿರೋ ದೊಡ್ಡ ಪಿಡುಗು. ಆನಂತ್ರಾ ಮಾತೆತ್ತಿದ್ರೆ ಮತ-ಧರ್ಮ ದೇವ್ರು... ನಮ್ಮ ಆಚರಣೆ, ನಿಮ್ಮ ಸಂಪ್ರದಾಯ ಅನ್ನೋ ಕ್ಷುಲ್ಲಕ ಜಗಳಗಳು ನಮ್ಮ ಜನರ ಮನುಷ್ಯತ್ವನೇ ಕೊಂದುಬಿಟ್ಟಿವೆ.'

'ಕರೆಕ್ಟ್... ಮನುಷ್ಯತ್ವ ಉಳಿಸೋದಕ್ಕಾಗಿ ಹುಟ್ಟಿದ ಧರ್ಮದ ಪರಿಕಲ್ಪನೆ ಇವತ್ತು ಇನ್ನೊಬ್ಬನನ್ನ ಕೊಂದು ಆ ಧರ್ಮ ಉಳಿಸ್ಕೊಬೇಕು ಅನ್ನೋ ಹಂತಕ್ಕೆ

ಬೆಳೆದಿರೋದು ಅಪಾಯದ ಪರಮೋಚ್ಚ ಸ್ಥಿತಿ! ಇಂಥದಕ್ಕೆ ಕುಮ್ಮಕ್ಕು ಕೊಡೊ ರಾಜಕೀಯ ಶಕ್ತಿಗಳು ತೆರೆ ಮರೆಯಲ್ಲೇ ಕೆಲಸ ಮಾಡ್ತಿವೆ...'

'ಮತ ಅನ್ನೋದು ಓಟ್ ಬ್ಯಾಂಕ್ ವ್ಯವಹಾರ ಆಗಿ, ಅಧಿಕಾರಕ್ ಬಂದು ಆಳೋರೆಲ್ಲಾ ದೇಶನಾ ಅವನತಿಕಡೆಗ್ ತಗೊಂಡು ಹೋಗೊವಾಗ ಇನ್ನ ಮತ ಹಾಕಿದ ಪ್ರಜೆಗಳ ಸಂಕಟ, ನೋವು ಕೇಳೋರಾದ್ರೂ ಯಾರು, ಅಲ್ವಾ ಸರ್!?'

'ಸತ್ಯಪ್ರಕಾಶ್, ನಾವು ಪ್ರಭುತ್ವನ ಪ್ರಶ್ನೆ ಮಾಡವ್ರು ಅಂತ ಗೊತ್ತಾದ್ರೆ ನಮ್ಮ ಉದ್ಯೋಗ ಕಸಗೊಂಡು, ನಮ್ಮನ್ನ ನಮ್ಮ ಕುಟುಂಬದವ್ರನ್ನ ಉಪವಾಸ ಬೀಳೋ ಹಾಗೆ ಮಾಡೋ ವ್ಯವಸ್ಥೇಲಿ ನಾವು ಬದಕತಿದ್ದೀವಿ. ಹಾಗಾಗಿ ವೈಚಾರಿಕ ನಿಲುವು, ಚಿಂತನೆ ಏನಿದ್ರೂ ನಮ್ಮ ಸಮಾಧಾನಕ್ ಮಾತ್ರ ನಾವು ಮಾಡ್ಕೊಬೇಕು ಅಷ್ಟೆ. ಏನೇ ಆದ್ರೂ ನಮ್ಮ ಪರಿಮಿತಿಗಳನ್ನ ಅರ್ಥ ಮಾಡಿಕೊಂಡು ಇಂಥ ವ್ಯವಸ್ಥೇಲಿ ಬದುಕೋದನ್ನ ನಾವು ಕಲೀಬೇಕು. ಇಲ್ಲದಿದ್ರೆ ಬದುಕು ಕಷ್ಟ... ಈ ಮಾತನ್ನ ಯಾಕ್ ಹೇಳ್ತಿದ್ದೀನಿ ಅಂದ್ರೆ... ಒಂದು ಉದ್ಯೋಗ, ನಿಯಮಿತ ಸಂಬಳ, ಗೌರವ ಇವೆಲ್ಲ ನಮ್ಮ ಹತ್ರ ಇದ್ದಾಗ ನಮ್ಮ ವೈಚಾರಿಕ ಪ್ರಜ್ಞೆ, ಪ್ರಶ್ನಿಸೊ ಗುಣ ಹೆಚ್ಚಾಗಬಹುದು. ಆ ಎಲ್ಲಾ ಸೌಲಭ್ಯ ಕಳದೋದಾಗ ನಾನು ಯಾಕಾದ್ರೂ ವ್ಯವಸ್ಥೆ ವಿರುದ್ಧ ದನಿ ಎತ್ತಿದ್ನೋ ಅನ್ನೋ ಪಶ್ಚಾತ್ತಾಪ ಹುಟ್ಟುಬಹುದು... ಯಾಕಂದ್ರೆ ವ್ಯವಸ್ಥೆ ಹೇಗೆ ಇದ್ರೂ ಒಬ್ಬ ಕುಟುಂಬದ ಮುಖ್ಯಸ್ಥನಿಗೆ ಎಲ್ಲಕ್ಕಿಂತ ಮುಖ್ಯವಾದದ್ದು ಬದುಕು.'

'ಸರ್ ನೀವು ಈ ವಿಷಯಾನ ನನ್ನನ್ನ ಕೇಂದ್ರೀಕರಿಸಿ ಹೇಳ್ತಿದ್ದೀರಿ ಅನ್ನೋದು ನನಗೆ ಗೊತ್ತು. ಯಾಕಂದ್ರೆ ಬಡವ ಎಷ್ಟೇ ವಿದ್ಯಾವಂತ, ಪ್ರತಿಭಾವಂತ, ಪಂಡಿತನಾಗಿದ್ರೂ ಅವನ ಹೊಟ್ಟೇಲಿರೋ ಸಿಟ್ಟು ರಟ್ಟೆಗೆ ಬಂದ್ರೆ ಪರಿಣಾಮ ಏನಾಗತದೆ ಅನ್ನೋದು ನಿಮಗೂ ಗೊತ್ತು, ನನಗೂ ಗೊತ್ತು. ಆದ್ರೂ ಒಮ್ಮೊಮ್ಮೆ ನಮ್ಮೊಳಗಿನ ಶುದ್ಧತೆ, ಪ್ರಾಮಾಣಿಕತೆ ಅನ್ನೋದು ಈ ಕೆಟ್ಟ ವ್ಯವಸ್ಥೆ ವಿರುದ್ಧ ಸಾತ್ವಿಕ ಸಿಟ್ಟಾಗಿ ಹೊರಗ ಬರ್ತಿರತದೆ. ಅದನ್ನ ಕಂಟ್ರೋಲ್ ಮಾಡ್ಕೊಂಡು ಬದುಕೋದು ಭಾಳನೆ ಕಷ್ಟ ಸರ್. ಇದನ್ನೆಲ್ಲಾ ಯೋಚನೆ ಮಾಡಿದ್ರೆ ಒಮ್ಮೊಮ್ಮೆ ನಮಗೆ ನಾವೇ ದೌರ್ಬಲ್ಯ ಆಗಿದ್ದೀವೆನೋ ಅನಿಸಿಬಿಡ್ತದೆ ಸರ್...'

'ನಾವು ನಂಬಿರೊ ಸಿದ್ಧಾಂತಗಳನ್ನೂ ಬಿಡದೇ, ವ್ಯವಸ್ಥೆ ಜೊತೆ ನೇರವಾಗಿ ರಾಜಿನೂ ಮಾಡಕೊಳ್ಳದೇ, ನಮ್ಮ ಸುತ್ತ ಇರೋ ಜನರ ಜೊತೆ ಹೊಂದಾಣಿಕೆ ಮಾಡಿಕೊಂಡು ಬದುಕೋದೇ ಒಂದು ಒಳ್ಳೆ ಬದುಕು. ನಮ್ಮ ಸೈದ್ಧಾಂತಿಕ ನಂಬಿಕೆಗಳನ್ನ ಜನರ ಮೇಲೆ ಹೇರೋದಕ್ಕೊದ್ರೆ ಯಾರೂ ಸ್ವೀಕಾರ ಮಾಡೋದಿಲ್ಲ... ಅದಕ್ಕಾಗೇ ಹೇಳೋದು ಸತ್ಯ ನಂಬಿದವ್ನು ಯಾವತ್ತೂ ಒಬ್ಬಂಟಿನೆ.'

'ಹಾಗಾದ್ರೆ ಈ ವ್ಯವಸ್ಥೆ ಬದಲಾಯಿಸೋದಕ್ಕೆ ದಾರಿನೆ ಇಲ್ಲ ಅಂತೀರಾ ಸರ್...?'

'ಬದಲಾವಣೆ ಅನ್ನೋದು ಕಾಲಘಟ್ಟದ ಗುಣ. ಕಾಲದ ಈ ಹರಿವಿನಲ್ಲಿ ಸತ್ಯ–ಮಿಥ್ಯ ಎರಡೂ ಏಕಕಾಲಕ್ಕೆ ಚಲಿಸ್ತಿರ್ತವೆ. ಅದ್ರಲ್ಲಿ ನಾವು ಯಾವುದರ ಜೊತೆಗಿದ್ದೀವಿ ಅನ್ನೋದಷ್ಟೇ ಮುಖ್ಯ.'

'ಹಾಗಂತಿರಾ ಸರ್!?' ಸತ್ಯಪ್ರಕಾಶ ಕೇಳಿದಾಗ, ಚಂದ್ರಶೇಖರ್ 'ಹೌದು' ಎಂಬಂತೆ ಸಂಜ್ಞೆ ಮಾಡಿದರು.

ಚಂದ್ರಶೇಖರ್ ಅವರೊಂದಿಗೆ ಹೀಗೆ ಚರ್ಚಿಸಿದ ಆ ದಿನದ ಸ್ಮೃತಿಯಿಂದ ವಾಸ್ತವ ಪ್ರಜ್ಞೆಗೆ ಮರಳಿದ ಸತ್ಯಪ್ರಕಾಶ ಅಲ್ಲಿಂದ ಎದ್ದು ಬೇರೆ ಜಾಗಕ್ಕೆ ಹೊರಟ.

ಸತ್ಯಪ್ರಕಾಶನ ಮನೆಯಲ್ಲಿ ಕುಳಿತ ಪ್ರೊಫೆಸರ್ ಚಂದ್ರಶೇಖರ ಅವರು ಮೇಧಿನಿಯೊಂದಿಗೆ ಮಾತು ಮುಂದುವರಿಸಿದ್ದರು.

'ಇಷ್ಟು ವರ್ಷ ನಾನ್ ನೋಡಿದಹಾಗೆ ಸತ್ಯಪ್ರಕಾಶ್ ಒಬ್ಬ ಒಳ್ಳೆ ಲೆಕ್ಚರರ್ ಮಾತ್ರ ಅಲ್ಲ, ತುಂಬಾನೆ ಒಳ್ಳೆ ವ್ಯಕ್ತಿತ್ವ ಇರೊ ಮನುಷ್ಯ. ಅವ್ರು ನಮ್ಮ ಯುನಿವರ್ಸಿಟಿಯಲ್ಲಿ ಕೆಲಸಕ್ಕೆ ಸೇರೊ ಮೊದಲು ನನ್ನತ್ರ ಬಂದಾಗ, ಅವರ ಮಾತು, ವೈಚಾರಿಕ ಆಸಕ್ತಿ, ಸಂಸ್ಕಾರ, ಬದ್ಧತೆ ಎಲ್ಲ ನೋಡಿ... ನನಗೊಬ್ಬ ಒಳ್ಳೆ ಸ್ನೇಹಿತ ಸಿಕ್ಕ ಅನ್ಕೊಂಡಿದ್ದೆ. ಅವ್ರು ಓದಿರೋ ವಿಷಯದ ಮೇಲೆ ಅವ್ರಿಗಿರೋ ಆಳವಾದ ಜ್ಞಾನ, ವಿಷಯಾಸಕ್ತಿ ಎಲ್ಲ ನೋಡಿ, ಒಳ್ಳೆ ಸಂಬಳ ಸಿಗೋಹಾಗೆ ಕಮಿಟಿಯವ್ರಿಗೆ ನಾನೇ ರೆಕ್ಮಂಡ್ ಮಾಡಿದ್ದೆ...' ಚಂದ್ರಶೇಖರ ಹೇಳಿದಾಗ–

'ಹೌದು ಸರ್... ಅದಕ್ಕಾಗಿನೆ ಅವ್ರು ನಿಮ್ಮ ಬಗ್ಗೆ ತುಂಬಾನೆ ಅಭಿಮಾನ ಇಟ್ಕೊಂಡಿದ್ರು... ದಿನಕ್ಕೆ ಒಂದುಸಾರಿನಾದ್ರೂ ನಿಮ್ಮ ಬಗ್ಗೆ ನನ್ನ ಮುಂದೆ ಮಾತಾಡ್ತಿದ್ರು... ನೀವು ಗುರು ಮಾತ್ರ ಅಲ್ಲ, ಹಿರಿಯಣ್ಣನ ಸಮಾನ ಅಂತ ಮನಸ್ಸು ತುಂಬಿ ಹೇಳ್ತಿದ್ರು...' ಎಂದು ಮೇಧಿನಿ ಸ್ಮರಿಸಿದಳು.

'ಎಲ್ಲಾ ಸರಿಯಾಗೇ ಇತ್ತು. ಸ್ಟುಡೆಂಟ್‌ಗಳು ಅವ್ರ ಮೇಲಿಟ್ಟಿದ್ದ ವಿಶ್ವಾಸ, ಹೇಳಿದ್ದನ್ನ ಸಮಯಕ್ಕೆ ಸರಿಯಾಗಿ ಮಾಡಿ ಮುಗಿಸೊ ಅವರ ಶ್ರದ್ಧೆ... ಹೀಗೆ ಬೆಳೀತಾನೇ ಇದ್ದ ಅವ್ರನ್ನ ನೋಡಿ ಭಾಳ ಜನರಿಗೆ ಹೊಟ್ಟೆಯುರಿಯಾಗಿತ್ತು... ಅದೇ ಯುನಿವರ್ಸಿಟಿಯಲ್ಲಿರೊ ಅಂಥ ಕೆಟ್ಟ ಹುಳಗಳು ಸತ್ಯಪ್ರಕಾಶ ಅವ್ರ ಏಳ್ಗೆ ಸಹಿಸಕಾಗದೇ ಇಲ್ಲಸಲ್ಲದ ಅಪವಾದ ಹೊರಸಿ, ಅವ್ರ ವಿರುದ್ಧ ಅಪಪ್ರಚಾರ ಮಾಡೋದಕ್ಕೆ ಶುರು ಮಾಡಿದ್ರು...'

'ಅದನ್ನೆಲ್ಲಾ ಆಗಾಗ ನನ್ನ ಮುಂದೆ ಹೇಳ್ತಿದ್ರು ಸರ್... ಅವ್ರು ಎಷ್ಟೇ ತಾಳ್ಮೆಯಿಂದ ಇರತಿದ್ರೂ, ಅಂಥ ಅಪವಾದಗಳಿಂದ, ಅಪಪ್ರಚಾರಗಳಿಂದ ಮಾನಸಿಕವಾಗಿ ಕುಗ್ಗಿ ಒಂಟಿಯಾಗಿ ನೋವು ಅನುಭವಿಸ್ತಿದ್ರು.'

'ಹೌದು ಮೇಧಿನಿಯವ್ರೆ... ಆ ವಿಚಾರವಾಗಿ ನಾನೇ ಎಷ್ಟೋ ಸಾರಿ ಅವ್ರಿಗೆ ಧೈರ್ಯ ಹೇಳಿದ್ದೆ. ಈ ಜಗತ್ತಲ್ಲಿ ದುಷ್ಟರು ಯಾವ ಜಾಗದಲ್ಲಿ ಇಲ್ಲ ಹೇಳಿ. ರಾಮ ಇರೋಕಡೆಗೆಲ್ಲಾ ರಾವಣ ಇದ್ದೇ ಇರ್ತಾನೆ ಅಲ್ವಾ...!?' ಚಂದ್ರಶೇಖರ ಹೇಳಿದರು.

ತಲೆ ಮರೆಸಿಕೊಂಡು ತಿರುಗುತ್ತಿದ್ದ ಸತ್ಯಪ್ರಕಾಶ ಮತ್ತೊಂದು ಅಜ್ಞಾತ ಸ್ಥಳಕ್ಕೆ ಬಂದಿದ್ದ. ಅಲ್ಲಿ ಹಣದ ಬ್ಯಾಗನ್ನು ತೆರೆದಾಗ ಹಣದ ಕಂತೆಗಳನ್ನು ನೋಡಿ ಖುಷಿಯಾಗಿ ಮನಸ್ಸಿನಲ್ಲಿ ಬಗೆಬಗೆಯ ಕನಸುಗಳು ಚಿಗುರತೊಡಗಿದವು. ಅಷ್ಟೊಂದು ಹಣವನ್ನು ಹೇಗೆಲ್ಲ ಖರ್ಚು ಮಾಡಿ ಅನುಭವಿಸಬಹುದು ಎಂಬ ಅನಿಸಿಕೆಗಳು ಅವನ ಎದೆಯಲ್ಲಿ ಪುಟಿಯತೊಡಗಿದವು.

'ಇದರಲ್ಲಿ ಸುಮಾರು ಐವತ್ತು ಲಕ್ಷನಾದ್ರೂ ಇರಬಹುದು... ಇಷ್ಟೊಂದು ಹಣಾ...! ಇಷ್ಟೊಂದು ಹಣಾ ನಾನು ನನ್ನ ಜೀವಮಾನದಲ್ಲೇ ನೋಡಿರಲಿಲ್ಲ! ಇಷ್ಟು ಹಣ ನನ್ನದಾಗಿರೋವಾಗ ನಾನೀಗ ಏನ್ ಬೇಕಾದ್ರೂ ಖರೀದಿ ಮಾಡಬಹುದು... ಏನ್ ಸುಖಾ ಬೇಕಾದ್ರೂ ಅನುಭವಿಸಬಹುದು. ಹ್ಞಾಂ... ಮೊದಲು ಮೇಧಿನಿಗೆ ಚಿನ್ನದ ಮಾಂಗಲ್ಯ ಕೊಡಸಬೇಕು... ಅಷ್ಟೇ ಏನು ಚಿನ್ನದ ಬಳೆನೇ ಕೊಡಿಸಬಹುದು!. ಒಳ್ಳೊಳ್ಳೆ ಬಟ್ಟೆ ತಗೊಬಹುದು... ಸ್ಟಾರ್ ಹೊಟೆಲ್‌ನಲ್ಲಿ ಕೂತು ಝುಂ ಅಂತ ಮನಸಿಗೆ ಬಂದಿದ್ದನ್ನ ತಿನ್ನಬಹುದು ಕುಡಿಬಹುದು... ಕಾರ್ ತಗೊಂಡು ಮನಸ್ಸು ಬಂದಲ್ಲೆಲ್ಲಾ ಆರಾಮಾಗಿ ಸುತ್ತಾಡಬಹುದು... ಹ್ಞಾಂ... ಒಂದು ಮನೆನೇ ಖರೀದಿ ಮಾಡಿಬಿಡಬಹುದು! ಇಷ್ಟು ದಿನ ಈ ಹಣದ ಶಕ್ತಿ ನನಗೆ ಗೊತ್ತಾಗಲೇ ಇಲ್ಲಾ... ಮೇಧಿನಿ ಹೇಳಿದ್ದು ನಿಜಾ. ಹಣವೊಂದಿದ್ರೆ ಜಗತ್ತಿನ ಎಲ್ಲಾ ಸುಖನೂ ನಮ್ಮ ಹಿಂದೆನೆ ಬರ್ತವೆ. ಹಣಾ ಬಿಸಾಕಿದ್ರೆ ಸ್ನೇಹಿತ್ರಷ್ಟೇ ಯಾಕೆ ಶತ್ರುಗಳೂ ನಮ್ಮವ್ರೇ ಆಗ್ತಾರೆ... ಹೌದು ಇಷ್ಟೇ ಜಗತ್ತು! ಇಷ್ಟೇ ಈ ಸಮಾಜ ಜನ್ರು ಎಲ್ಲಾ... ಹಣದ ದಾಹ ತುಂಬಿಕೊಂಡು ಮುಖವಾಡ ಹಾಕ್ಕೊಂಡು ಬದುಕ್ತಿದ್ದಾರೆ ಎಲ್ಲಾ. ಹಣವನ್ನ ನನ್ನದಾಗಿಸಿಕೊಳ್ಳೊ ಈ ಹೋರಾಟ, ಕ್ರಾಂತಿಯನ್ನ ನಾನು ಇಲ್ಲಿಗೇ ನಿಲ್ಲಿಸಬಾರದು. ಇದಕ್ಕಿಂತಲೂ ದೊಡ್ಡ ದೊಡ್ಡ ಲೂಟಿಗಳನ್ನ ಮಾಡಬೇಕು. ತಾವು ಒಳ್ಳೆಯವ್ರು ಅಂತ ಜನರಿಗೆ ನಂಬಿಸಿ ಒಳಗೊಳಗೇ ಸರ್ಕಾರದ ಹಣ ಲೂಟಿ ಮಾಡ್ತಿರೊ ಹಾಗೆ ನಾನೂ ಕೂಡಾ ಕೋಟಿ ಕೋಟಿ ಕೊಳ್ಳೆ ಹೊಡದು ಎಲ್ಲ ಅಧಿಕಾರಶಾಹಿ

ವ್ಯವಸ್ಥೆಯನ್ನ ಖರೀದಿ ಮಾಡಬೇಕು. ಅವ್ರನ್ನೆಲ್ಲಾ ನನ್ನ ಕೈಯಲ್ಲಿಟ್ಟುಕೊಂಡು ಆಟ ಆಡಿಸಬೇಕು. ಬಂದ ಹಣದಲ್ಲಿ ಬಡವ್ರು, ಅಸಹಾಯಕರಿಗೆ ಒಳ್ಳೇದು ಮಾಡಬೇಕು. ಈ ವ್ಯವಸ್ಥೆ ಸರಿಯಾಗೋದಕ್ಕೇ ಇದೊಂದೇ ಒಳ್ಳೇ ದಾರಿ. ಇಲ್ಲದಿದ್ರೆ ಬಡವರು ಜೀವನಪೂರ್ತಿ ಬಡವರಾಗೇ ಇದ್ದು ಸಾಯತಾರೆ... ಬಡವರ ತಲೆ ಹೊಡದು ಶ್ರೀಮಂತರಾಗೋರು ಶ್ರೀಮಂತರಾಗತಾನೆ ಇರ್ತಾರೆ... ಇದಕ್ಕೆ ಕೊನೆ ಇಲ್ಲ. ಅದಕ್ಕಾಗಿ ಇದೇ ಸರಿಯಾದ ಅಸ್ತ್ರ' ಎಂದು ನಿರ್ಧರಿಸಿಕೊಂಡ.

ಸತ್ಯಪ್ರಕಾಶನ ಮನೆಯಲ್ಲಿ ಕುಳಿತ ಪ್ರೊಫೆಸರ್ ಚಂದ್ರಶೇಖರ ಅವರು ಮೇಧಿನಿಯೊಂದಿಗೆ ಮಾತು ಮುಂದುವರಿಸಿದ್ದರು.

'ಸತ್ಯಪ್ರಕಾಶ ಬರೀ ಒಬ್ಬ ಉಪನ್ಯಾಸಕ ಮಾತ್ರ ಆಗಿದ್ದಿದ್ರೆ ನಾನೊಬ್ಬ ಪ್ರೊಫೆಸರ್ ಆಗಿ ಅವ್ರನ್ನ ಮಾನಸಿಕವಾಗಿ ಇಷ್ಟೊಂದು ಹಚ್ಕೊಳ್ಳತಿರಲಿಲ್ವೇನೊ. ಅವ್ರು ತುಂಬಾನೆ ಓದಿಕೊಂಡಿರೊ ಒಬ್ಬ ಶ್ರೇಷ್ಠ ವಿಚಾರವಾದಿ. ಜೀವಪರವಾಗಿ ಮನುಷ್ಯತ್ವದ ಪರವಾಗಿ ಯೋಚನೆ ಮಾಡತಿದ್ದಂಥಾ ಚಿಂತಕ. ಒಂದೊಂದು ಸಾರಿ ಅವ್ರ ವೈಚಾರಿಕ ಮಾತುಗಳನ್ನ ಕೇಳ್ತಿದ್ರೆ... ವಯಸ್ಸಿನಲ್ಲಿ ನನಗಿಂತ ಕಿರಿಯರಾಗಿದ್ರೂ ನನಗಿಂತ ಅವ್ರೇ ಜಾಸ್ತಿ ತಿಳಕೊಂಡಿದ್ದಾರೆ ಅನಿಸ್ತಿತ್ತು' ಅಂದರು ಚಂದ್ರಶೇಖರ.

'ಹೌದು ಸರ್... ಅವ್ರನ್ನ ಈ ಮಟ್ಟಕ್ಕೆ ಸರಿಯಾಗಿ ಅರ್ಥ ಮಾಡ್ಕೊಂಡಿರೋರು ನೀವು ಮಾತ್ರ. ಆದ್ರೆ ಅವ್ರ ಅರ್ಹತೆಗೆ ತಕ್ಕಂತ ಹುದ್ದೆ, ಅವಕಾಶಗಳು, ಗೌರವ ಈ ವ್ಯವಸ್ಥೆಯಿಂದ ಅವ್ರಿಗೆ ಸಿಗಲೇ ಇಲ್ಲ. ವಿದ್ಯೆ ಪಾಂಡಿತ್ಯ ಏನಿದ್ರೂ ವ್ಯಕ್ತಿಗೆ ಮಾತ್ರ ಸೀಮಿತ ಅನ್ನೋಹಾಗಾಬಿಟ್ಟಿದೆ...' ವಿಷಾದದಿಂದ ಹೇಳಿದಳು ಮೇಧಿನಿ.

'ಹೌದು, ಸಮಾಜದಲ್ಲಿ ಇವತ್ತು ನಡಿತಿರೋ ಎಷ್ಟೋ ಅವಾಂತರಗಳಿಗೆ ಈ ಅಸಮಾನತೆ, ಅವಕಾಶ ವಂಚನೆನೆ ಕಾರಣ. ಶಾಲೆಗೇ ಹೋಗದಿರೋರು ಮಂತ್ರಿಗಳಾಗಿ ನಮ್ಮನ್ನ ಆಳ್ತಿದ್ದಾರೆ... ವಿದ್ಯೆ, ಅರ್ಹತೆನೇ ಇಲ್ಲದಿರೋರು ಎಲ್ಲಾ ಕ್ಷೇತ್ರದಲ್ಲಿ ಅಧಿಕಾರ ಹಿಡದು ಮೆರಿತಿದ್ದಾರೆ... ಇವ್ರೆಲ್ಲಾ ನಿಜವಾದ ಪ್ರತಿಭೆ, ಸಾಮರ್ಥ್ಯ ಇರೋರನ್ನ ತುಳಿದು ಮೇಲಕ್ಕ ಬಂದು ಅಧಿಕಾರ ಹಿಡದಿರೋರು...'

'ಅದನ್ನೆಲ್ಲಾ ನೆನಸ್ಕೊಂಡ್ರೆ ತುಂಬಾನೆ ಬೇಜಾರಾಗ್ತದೆ ಸರ್... ಒಂದೇ ಕಾಲೇಜಲ್ಲಿ ಒಂದೇ ರೀತಿ ಕೆಲಸ ಮಾಡೋ ಇಬ್ಬರು ಉಪನ್ಯಾಸಕರಿಗೆ ಬೇರೆ ಬೇರೆ ರೀತಿ ಸಂಬಳ! ಒಬ್ಬನು ಲಕ್ಷ ಲಕ್ಷ ಸಂಬಳ ತಗೊಂಡು ಕಾರಲ್ಲಿ ಕಾಲೇಜಿಗೆ ಬರ್ತಾನೆ... ಇನ್ನೊಬ್ಬ ಅತಿಥಿ ಉಪನ್ಯಾಸಕ ಅನಿಸ್ಕೊಂಡೋನು

ತನಗ ಸಿಗೋ ಸಂಬಳದಲ್ಲಿ ಹೆಂಡ್ತಿ ಮಕ್ಕಳು ಕೇಳಿದ್ದನ್ನ ಕೊಡಸೊಕಾಗದೇ, ಮನೆನೂ ನಡಸೋಕಾಗದೇ ಒದ್ದಾಡತಾನೆ... ಇದನ್ನ ಸರಿಪಡಿಸೋದಕ್ಕಾಗಲ್ವಾ ಸರ್?'

'ಅದೆಲ್ಲಾ ಸರ್ಕಾರ, ಮಂತ್ರಿಗಳ ಕೈಲಿದೆ... ನಮ್ಮಂತವ್ರು ಮಾತಾಡಿಕೊಂಡು ಸುಮ್ಮನಿರಬೇಕಷ್ಟೇ... ಕೊಟ್ಟ ಜವಾಬ್ದಾರಿಯನ್ನ ಸರಿಯಾಗೇ ಮಾಡಿಕೊಂಡು ಹೊರಟಿದ್ದ ಸತ್ಯಪ್ರಕಾಶ ಅವ್ರಿಗೆ ಶತ್ರುಗಳೇ ಇರಲಿಲ್ಲ. ಇತ್ತೀಚೆಗೆ ಅವ್ರು ಪತ್ರಿಕೆಗಳಿಗೆ ವೈಚಾರಿಕ ಲೇಖನಗಳನ್ನ ಬರೀತಿದ್ರು. ಅವನ್ನ ಓದಿದ ಎಷ್ಟೋ ಸಣ್ಣಬುದ್ಧಿಯ ಜನ ಉರಕೊಳ್ತಿದ್ರು. ಆ ಪ್ರಖರ ವಿಚಾರ ಪ್ರಜ್ಞೆ ಕಂಡು ಅವ್ರ ಸುತ್ತನೇ ಇರೋ ದುಷ್ಟರು ಅವ್ರ ವಿರುದ್ಧ ಪಿತೂರಿ ಮಾಡಿದ್ರು. ಅವ್ರ ಬಗ್ಗೆ ಕೆಟ್ಟ ಅಭಿಪ್ರಾಯ ಬರೋಹಾಗೆ ಮಾಡಿ ಕಡೆಗೂ ಅವ್ರ ಉದ್ಯೋಗ ಕಿತ್ಕೊಂಡ್ರು...'

'ಕೆಲಸ ಹೋದಮೇಲೆ ಅವ್ರು ತುಂಬಾನೆ ಡಿಪ್ರೆಷನ್ ಆಗಿದ್ರು ಸರ್... ಈ ವ್ಯವಸ್ಥೆ ಬಗ್ಗೆ ಆಗಾಗ ಅಸಮಾಧಾನದಿಂದ ಮಾತಾಡ್ತಿದ್ರು... ಆದ್ರೆ ಬಡವನ ಕೋಪ ದವಡೆಗೆ ಮೂಲ ಅನ್ನೋ ಹಾಗೆ ಆಗಿತ್ತು ನಮ್ಮ ಪರಿಸ್ಥಿತಿ.'

'ಹೇಗಾದ್ರೂ ಮಾಡಿ ಮತ್ತೆ ಸತ್ಯಪ್ರಕಾಶವ್ರನ್ನ ಇನ್ನೊಂದು ವರ್ಷಕ್ಕಾದ್ರೂ ಕೆಲಸದಲ್ಲಿ ಮುಂದುವರಿಸಬೇಕು ಅಂತ ನಾನು ಕಮೀಟಿಗೆ ರೆಕ್ಮೆಂಡ್ ಮಾಡಿದ್ದೆ. ಸ್ವಲ್ಪದಿನ ಕಾದಿದ್ರೆ ಈ ಕೆಲಸ ಆಗಿರೋದೊಯೇನೊ. ಅದೇ ವಿಚಾರವಾಗಿ ಮಾತಾಡೋದಕ್ಕೆ ಅವ್ರನ್ನ ಕರದಿದ್ದೆ...' ಅಂದಾಗ, ಆ ಮಾತು ಕೇಳಿಸಿಕೊಂಡು ಮೇಧಿನಿ ದುಃಖಿಸುತ್ತ–

'ಅವ್ರು ಯಾವತ್ತೂ ಹೀಗೆ ನನಗೆ ಹೇಳದೇ ಹೋದವ್ರಲ್ಲ ಸರ್...' ಎಂದು ಅತ್ತಳು.

'ಸಮಾಧಾನ ಮಾಡ್ಕೊಳ್ಳಿ... ಯಾವುದಕ್ಕೂ ಭಯಪಡಬೇಡಿ... ನಿಮ್ಮ ಸಹಾಯಕ್ಕೆ ನಾನಿದ್ದೀನಿ' ಚಂದ್ರಶೇಖರ್ ಸಾಂತ್ವನ ಹೇಳಿದರು.

ಙಙ

ಸತ್ಯಪ್ರಕಾಶ ಪೊಲೀಸರಿಂದ ತಲೆ ಮರೆಸಿಕೊಂಡು ಅಲೆಯುತ್ತ ಮತ್ತೊಂದು ಅಜ್ಞಾತ ಸ್ಥಳ ತಲುಪುವ ಹೊತ್ತಿಗೆ ರಾತ್ರಿಯಾಗುತ್ತಲಿತ್ತು. ಬರುವಾಗ ರಸ್ತೆಬದಿಯಲ್ಲಿ ಹಣಕೊಟ್ಟು ತಂದಿದ್ದ ಅನ್ನವನ್ನು ಊಟ ಮಾಡಿ, ಸುರಕ್ಷಿತ ಜಾಗವೊಂದರಲ್ಲಿ ಮಲಗಲು ಸಿದ್ಧತೆ ಮಾಡಿಕೊಂಡ. ಹಣದ ಬ್ಯಾಗನ್ನು ಎದೆಗೊತ್ತಿಕೊಂಡು ತನ್ನ ಬಳಿಯಿದ್ದ ಶಾಲನ್ನು ತಲೆಯಿಂದ ಹಿಡಿದು ಹಣದ ಬ್ಯಾಗ್ ಮುಚ್ಚುವಂತೆ ಸುತ್ತಿಕೊಂಡು ಮಲಗಿದ. ಎಲ್ಲೆಲ್ಲೋ ಅಲೆದು, ನಡೆದು ದಣಿವಾಗಿದ್ದ ಅವನಿಗೆ ಕೆಲವೇ ನಿಮಿಷಗಳಲ್ಲಿ ನಿದ್ದೆ ಆವರಿಸಿತು. ಆ

ಗಾಢ ನಿದ್ದೆಯ ಅಮಲಿನಲ್ಲಿ ಕಣ್ಣಪರದೆಯ ಮೇಲೆ ಭಯಾನಕ ಕನಸೊಂದು ಬಿಚ್ಚಿಕೊಂಡಿತು...

ಸತ್ಯಪ್ರಕಾಶನನ್ನು ಹಿಂಬಾಲಿಸಿ ಬಂದ ಬುದ್ಧಾನಂದ ಅಟ್ಟಿಸಿಕೊಂಡು ಓಡಿ ಬರುತ್ತಿದ್ದಾನೆ. ಇವನ ಬಳಿ ಹಣ ಇರುವುದು ಅವನಿಗೆ ತಿಳಿದು ಅದನ್ನು ಕಿತ್ತುಕೊಳ್ಳಲೆಂದೇ ಬೆನ್ನತ್ತಿ ಬರುತ್ತಿದ್ದಾನೆ. ಎಷ್ಟೇ ತಪ್ಪಿಸಿಕೊಂಡು ಓಡಲು ಪ್ರಯತ್ನಿಸಿದರೂ ಕೊನೆಗೆ ಬುದ್ಧಾನಂದ ಇವನನ್ನು ಹಿಡಿದು ಹಣದ ಬ್ಯಾಗನ್ನು ಹಿಡಿದು ಎಳೆದಾಡಿದ.

'ಬಿಟ್ಬಿಡು ನನ್ನ... ನಾನು ತುಂಬಾನೆ ಕಷ್ಟಪಟ್ಟು ಈ ಹಣ ತಂದ್ದೀನಿ... ನಾನು, ನನ್ ಕುಟುಂಬದವ್ರೆಲ್ಲಾ ತುಂಬಾನೆ ಕಷ್ಟದಲ್ಲಿದ್ದೀವಿ. ನಿನಗೆ ಕೈ ಮುಗುದು ಕೇಳಿಕೊಳ್ತಿನಿ ಬಿಟ್ಬಿಡು ನನ್ನ...' ಸತ್ಯಪ್ರಕಾಶ ಬೇಡಿಕೊಂಡ.

'ನಾನೂ ನಿನ್ನಹಾಗೇನೆ... ಈ ಜಗತ್ನಲ್ಲಿ ಕಷ್ಟ ಯಾರಿಗಿಲ್ಲ ಹೇಳು. ಸಾವ್ರ ಇದ್ದವ್ನಿಗೆ ಲಕ್ಷ ಬೇಕು. ಲಕ್ಷ ಇದ್ದವ್ನಿಗೆ ಕೋಟಿ ಬೇಕು. ಕೋಟಿ ಇದ್ದವ್ನಿಗೆ ಖಜಾನೆನೆ ಬೇಕು... ಹಣ ಯಾರಿಗೆ ಬೇಡಾ ಹೇಳು... ಈಗ ನನಗೂ ಹಣದ ಅಗತ್ಯ ಇದೆ. ನೀನ್ ಕೊಡದಿದ್ರೆ ನಿನ್ನ ಕೊಂದು ಹಣ ಕಿತ್ಕೊಂಡು ಹೋಗ್ತಿನಿ' ಅಂದು ಬುದ್ಧಾನಂದ ಇವನಿಂದ ಹಣದ ಬ್ಯಾಗ್ ಕಿತ್ತುಕೊಂಡು ಕತ್ತು ಹಿಸುಕಿ ಸಾಯಿಸಲು ಯತ್ನಿಸಿದ.

ಗಾಢ ನಿದ್ರೆಯಲ್ಲಿ ಮುಳುಗಿದ್ದ ಸತ್ಯಪ್ರಕಾಶನಿಗೆ ಉಸಿರು ಕಟ್ಟಿದಂತಾಗಿ ಭಯದಿಂದ ಎಚ್ಚರಗೊಂಡ. ಕನಸಿನಲ್ಲಿ ಕಂಡ ದೃಶ್ಯ ಜ್ಞಾಪಿಸಿಕೊಂಡಾಗ ಅಂಥ ಛಳಿಯಲ್ಲೂ ಬೆವರಿ, ತನ್ನ ಪಕ್ಕದಲ್ಲೇ ಇದ್ದ ಹಣದ ಬ್ಯಾಗನ್ನು ಗಟ್ಟಿಯಾಗಿ ಹಿಡಿದುಕೊಂಡ. 'ಯಾಕೊ ಈ ಜಾಗ ಸರಿಯಾಗಿಲ್ಲ. ಬೇರೆಕಡೆಗೆಲ್ಲಾದ್ರೂ ಹೋಗ್ಬೇಕು... ನಾನು ಸಿಕ್ಕಾಕ್ಕೊಳ್ಳೊ ಮೊದಲು ಸ್ವಲ್ಪ ಹಣಾನಾದ್ರೂ ಮೇಧಿನಿ ಕೈಗೆ ಸೇರೊಹಾಗೆ ಮಾಡ್ಬೇಕು' ಅಂದುಕೊಂಡು ಕತ್ತಲಲ್ಲೇ ಅಲ್ಲಿಂದ ಎದ್ದು ಹೊರಟ.

ಮಾರನೇ ದಿನ ಬೆಳಗಿನ ಹೊತ್ತು. ಇನ್ನೊಂದು ಸುರಕ್ಷಿತ ಜಾಗದಲ್ಲಿ ತಂಗಿದ್ದ ಸತ್ಯಪ್ರಕಾಶ ಅರೆಬರೆ ನಿದ್ದೆ ಮಾಡಿ ಸೂರ್ಯೋದಯದ ಹೊತ್ತಿಗೆ ಎದ್ದು ಬೆಳಗಿನ ಕಾರ್ಯಗಳನ್ನು ಮುಗಿಸಿಕೊಂಡಿದ್ದ. ಬಳಿಕ ಹಣದ ಬ್ಯಾಗ್ ತೆಗೆದು ನೋಟಿನ ಕಂತೆಗಳನ್ನು ಎಣಿಸುತ್ತಿರುವಾಗ, ಅವನನ್ನು ಹಿಂಬಾಲಿಸಿ ಅಲ್ಲಿಗೂ ಬಂದಿದ್ದ ಬುದ್ಧಾನಂದ ಥಟ್ಟನೇ ಎದುರಿಗೆ ಪ್ರತ್ಯಕ್ಷನಾದ. ಅವನು ಹಣದ ಕಂತೆಗಳನ್ನು ನೋಡಿದ ಕೋಡಲೇ ಸತ್ಯಪ್ರಕಾಶನಿಗೆ ರಾತ್ರಿ ಕಂಡ ಕನಸು ನೆನಪಿಗೆ ಬಂದು, ಬ್ಯಾಗ್‌ನ ಜಿಪ್ ಎಳೆದು ಮಾತನಾಡದೇ ಅಲ್ಲಿಂದ

ಓಡಲು ಶುರು ಮಾಡಿದ. ಅವನು ಹಾಗೆ ಮಾಡಿದ್ದು ಕಂಡು ಅಚ್ಚರಿಗೊಂಡ ಬುದ್ಧಾನಂದ–'ಯೇ ನಿಂತ್ಕೊಳೊ... ನಾನೇನು ನಿನ್ನ ಹಣ ಕಿತ್ಕೋಳ್ಳೊದಕ್ ಬಂದಿಲ್ಲ...' ಎಂದು ಕೂಗಿದರೂ ಸತ್ಯಪ್ರಕಾಶ ನಿಲ್ಲದೇ ಓಡಿದ. ಬುದ್ಧಾನಂದ ಕೂಡ ಅವನ ಹಿಂದೆಯೇ ಓಡಿದ. ಕೊನೆಗೆ ಹತ್ತಿರ ಬಂದು ಅವನನ್ನು ಹಿಡಿಯಲು ಯತ್ನಿಸಿದಾಗ ವಿಕ್ಷಿಪ್ತಗೊಂಡ ಸತ್ಯಪ್ರಕಾಶ ಬುದ್ಧಾನಂದನನ್ನು ಎಳೆದಾಡಿ ಹೊಡೆಯಲು ಹೋದ.

'ಅಯ್ಯೋ ಅದ್ಯಾಕ್ ಹಂಗ ಸಾಯ್ತಿದ್ದೀಯ. ನಾನೇನು ನಿನ್ನ ಹಣ ಕಿತ್ಕೋಳೊದಕ್ ಬರಲಿಲ್ಲ. ಇಷ್ಟೊಂದು ಹಣ ನಿನ್ನತ್ರ ಹ್ಯಾಗ್ ಬಂತು ಅಂತ ಕೇಳಣ ಅನಿಸ್ತು ಅದಕೇ ಬಂದೆ' ಅಂದ ಬುದ್ಧಾನಂದ.

'ನನ್ನ ಹಿಂದೆ ಹಿಂದೆ ಬರೋದು ಬಿಟ್ರೆ ನಿನಗೇನು ಬೇರೆ ಕೆಲಸ ಇಲ್ವಾ... ಅದೆಲ್ಲಾ ನಿನಗ್ಯಾಕೆ. ಇದು ನಾನು ಕಷ್ಟಾಪಟ್ಟು ಸಂಪಾದನೆ ಮಾಡಿಕೊಂಡು ಬಂದಿರೊ ಹಣ... ಹಾಂ ಭಾಳ ಕಷ್ಟಾ ಪಟ್ಟು ಸಂಪಾದನೆ ಮಾಡಿದ್ದೀನಿ' ಅಂದ ಸತ್ಯಪ್ರಕಾಶ.

'ಅದೇನ್ ಕಷ್ಟ ಪಟ್ಟೆ ನನಗೂ ಹೇಳೋ... ನನಗೂ ಹಣ ಬೇಕು. ಯಾಕಂದ್ರೆ ಈ ಊಟ ಕೊಡೋರು ಹಣ ಕೊಡದಿದ್ರೆ ಊಟ ಕೊಡೋದೆ ಇಲ್ಲಾ. ಅದಕ್ಕಾಗಿ... ನನಗೂ ಹಣಾ ಬೇಕು.'

'ನೋಡು ನೀನು ಯಾರು ಅಂತನೇ ನನಗೆ ಗೊತ್ತಿಲ್ಲ. ನೀನು ನನ್ನ ಹಿಂದಿಂದೆ ಯಾಕ್ ಬರ್ತಿದ್ದೀಯ. ನನ್ನತ್ರ ಈ ಹಣ ಇರೋದನ್ನ ನೋಡಿಯೇ ಬರ್ತಿದ್ದೀಯ ಅಲ್ವಾ! ನೋಡು ಒಳ್ಳೆ ಮಾತ್ನಲ್ಲಿ ಹೇಳ್ತಿದ್ದೀನಿ. ನೀನು ಜೀವಂತವಾಗಿ ಬದುಕಿರಬೇಕು ಅಂದ್ರೆ ನನ್ನ ಹಿಂದೆ ಬರೋದನ್ನ ಬಿಟ್ಟು ನಿನ್ನ ದಾರಿ ನೀನ್ ನೋಡ್ಕೊ...ಇಲ್ಲದಿದ್ರೆ...' ಅಂದಾಗ, ಮೌನವಾಗಿ ಕೇಳಿಸಿಕೊಂಡ ಬುದ್ಧಾನಂದ–

'ಸರಿ, ನಾನ್ ಯಾರು ಅನ್ನೋದನ್ನ ಹೇಳಬೇಕಾಗಿತ್ತು... ಈಗ್ ಹೇಳ್ತಿನಿ ಬಿಡು. ನೀನು ಅನ್ಕೊಂಡಿರೊಹಾಗೆ ನಾನೇನು ನಿನ್ನತ್ರ ಇರೋ ಹಣ ನೋಡಿ ಹಿಂದೆ ಬಂದವನಲ್ಲ. ನಿನ್ನತ್ರ ಇಷ್ಟೊಂದು ಹಣ ಇದೆ ಅನ್ನೋದು ನನಗೂ ಈಗಷ್ಟೇ ಗೊತ್ತಾಗಿದ್ದು. ಇಷ್ಟೊಂದು ಹಣ ಇಟ್ಕೊಂಡು ನೀನ್ಯಾಕೆ ಹೀಗೆ ಒಬ್ಬನೇ ಅಲೀತಿದ್ದೀಯ ಅನ್ನೋದು ನನಗೂ ಅರ್ಥ ಆಗಲಿಲ್ಲ. ಅದನ್ನ ನೀನೇ ಹೇಳಬೇಕು...' ಅಂದಾಗ ಸತ್ಯಪ್ರಕಾಶ ಮೌನಿಯಾದ.

'ನೋಡು, ನನಗೆ ಹಸಿವನ್ನೋದೇ ದೊಡ್ಡ ವೀಕ್‌ನೆಸ್ಸು... ಎಲ್ಲಾ ಮೀರಿದವನಿಗೆ ಅದೊಂದನ್ನ ಗೆಲ್ಲಕಾಗ್ತಿತ್ತಲ್ಲ. ಅದಕ್ಕಾಗಿ ನಿನ್ನಂತವ್ರು ಸಿಕ್ಕಾಗಲೆಲ್ಲ ಕೇಳಿ ಇಸ್ಕೊಳ್ಳತಿನಿ... ಮನುಷ್ಯ ಮನುಷ್ಯನ ಮೇಲಿನ ನಂಬಿಕೆ ಕಳಕೊಂಡಿರೋವಾಗ ಯಾರೇ ಹತ್ರ ಬಂದ್ರೂ ಅವ್ನು ಶತ್ರುವಿನ ತರಾ

ಕಾಣೋದು ಸಹಜನೆ. ಆದ್ರೆ ನೀನು ಯೋಚನೆ ಮಾಡಿರೋ ಹಾಗೆ ನಾನೇನು ನಿನ್ನ ಶತ್ರು ಅಲ್ಲ...'

'ಮತ್ತೆ ಯಾರ್ ನೀನು!?'

'ನನ್ನ ಹೆಸ್ರು ಬುದ್ಧಾನಂದ... ಒಂದ್ ಕಾಲದಲ್ಲಿ ಸಂಸಾರಿಯಾಗಿದ್ದವ್ನು. ನಂದು ಅಂತ ಒಂದು ಮನೆ ಮಾಡಿಕೊಳ್ಳಕಾಗದೇ ಬಾಡಿಗೆ ಮನೇಲಿ ಜೀವನ ಕಟ್ಟಿಕೊಂಡಿದ್ದವ್ನು. ನನ್ನೊಬ್ಬನ ದುಡಿಮೇಲಿ ಬದುಕು ಸಾಗಿಸೋದು ಕಷ್ಟ ಅಂತ ನನ್ನ ಹೆಂಡ್ತಿನೂ ಒಂದು ಕೆಲಸ ಅಂತ ನೋಡಿಕೊಂಡು ದುಡಿಯೋದಕ್ಕ ಹೋಗ್ತಿದ್ಲು. ಇಬ್ಬರ ಆದಾಯದಿಂದ ಹೇಗೋ ಒಳ್ಳೆ ಜೀವನ ರೂಪಿಸ್ಕೊಬೇಕು ಅಂತ ಯೋಚನೆ ಮಾಡ್ತಿದ್ವಿ. ಆದ್ರೆ ನನ್ನ ಹೆಂಡ್ತಿ ಸುಂದರವಾಗಿದ್ದಿದ್ದೆ ಒಂದು ದೌರ್ಬಲ್ಯ ಆಗೋಯ್ತು. ಕೆಲಸ ಕೊಟ್ಟ ಕಂಪನಿಯ ಅಧಿಕಾರದಲ್ಲಿರೋ ವ್ಯಕ್ತಿನೇ ಷಡ್ಯಂತ್ರ ಮಾಡಿ, ಅವ್ಳಮೇಲೆ ಕಣ್ಣು ಹಾಕಿದ. ಅವ್ಳು ಅದನ್ನ ವಿರೋಧಿಸಿ ಅದನ್ನ ನನ್ನ ಮುಂದೆನೂ ಹೇಳಿದ್ಲು. ಆದ್ರೆ ಹಣ, ಅಧಿಕಾರ, ಜನಬಲ ಇರೋ ದುಷ್ಟರು ಆಡಿದ್ದೇ ಆಟ, ಮಾಡಿದ್ದೇ ಕೆಲಸ ಅನ್ನೋಹಾಗೆ, ಸಂಚು ಮಾಡಿ ಅವಳ ಮೇಲೆ ಅತ್ಯಾಚಾರ ಮಾಡಿಬಿಟ್ರು... ಈ ಅವಮಾನ, ಹಿಂಸೆ ತಡಕೊಳ್ಳಕಾಗದೇ ಅವ್ಳು ನನಗೆ ಮುಖಾನೂ ತೋರಿಸದೇ ಆತ್ಮಹತ್ಯೆ ಮಾಡಿಕೊಂಡುಬಿಟ್ಲು. ಅವಳಿಗೆ ಅನ್ಯಾಯ ಮಾಡಿದವರ ವಿರುದ್ಧ ನಾನು ಕಾನೂನು ಹೋರಾಟ ಮಾಡಿದೆ. ಅದರಿಂದ ಇದ್ದ ಅಷ್ಟೋ ಇಷ್ಟೋ ಹಣನೆಲ್ಲಾ ಕಳಕೊಂಡೆ. ಅವ್ನು ಹಣ, ಅಧಿಕಾರ ಇರವ್ನು. ಪೊಲೀಸು, ನ್ಯಾಯ ಕೊಡಿಸೊ ಅಧಿಕಾರಿಗಳನ್ನೇ ಖರೀದಿಸೊ ಶಕ್ತಿ ಇರೋನು. ಕೆಲಸದ ಒತ್ತಡ ತಡಕೊಳ್ಳಕಾಗದೇ ಖಿನ್ನತೆಯಿಂದ ಆತ್ಮಹತ್ಯೆ ಮಾಡಿಕೊಂಡಿದ್ದಾಳೆ ಅಂತ ವರದಿ ಮಾಡಿಸಿ ಕೇಸ್‌ನ ಕ್ಲೋಸ್ ಮಾಡಿಸಿದ. ಜೀವಕ್ಕೆ ಜೀವ ಆಗಿದ್ದ ಹೆಂಡ್ತಿ ನನ್ನ ಕೈಬಿಟ್ಟು ಹೋದಮೇಲೆ ನನಗೆ ಬದುಕು ಶೂನ್ಯ ಆಗಿಬಿಟ್ತು. ಅವಾಗಲೇ ನನಗೆಲ್ಲಾ ಅರ್ಥ ಆಗಿದ್ದು, ಈ ವ್ಯವಸ್ಥೆಯೊಳಗೆ ಹಣ, ಅಧಿಕಾರ, ಸಂಪತ್ತು ಇಲ್ಲದವ್ರು ಜೀವಂತ ಹೆಣ ಇದ್ದಾಗೆ ಅಂತ. ನ್ಯಾಯದ ವ್ಯವಸ್ಥೆ ಕೂಡ ನಮ್ಮ ಪರವಾಗಿ ಕೆಲಸ ಮಾಡೋದಿಲ್ಲ. ಅದರಿಂದ ನಾನು ಇಷ್ಟು ದಿನ ಬದುಕಿದ್ದೂ ಸತ್ತಿರೋ ಹಾಗೆ ಗೊತ್ತು ಗುರಿ ಇಲ್ದೆ ಅಲೀತಿದ್ದೀನಿ. ಜಾಗ ಸಿಕ್ಕಲ್ಲಿ ಮಲಗಿ, ಅನ್ನ ಸಿಗೊಕಡೆ ಹಸಿವು ನೀಗಿಸಿಕೊಳ್ತಿನಿ. ಈಗ ಈ ಸಮಾಜ, ಜನ ಎಲ್ಲಾ ನನ್ನ ನೋಡಿ ತಲೆ ಕೆಟ್ಟವ್ನು, ಹುಚ್ಚಾ ಅಂತ ನಗ್ತಾರೆ. ಆದ್ರೆ ನಾನು ನಿಜವಾಗ್ಲೂ ಹುಚ್ಚ... ನನ್ನವಳ ನೆನಪಿನ ಹುಚ್ಚ. ಬೇಗ ಇಲ್ಲಿಂದ ಹೊರಟು ಅವಳನ್ನ ಸೇರಬೇಕು ಅನ್ನೋ ಹುಚ್ಚು ನನಗೆ...' ಹೀಗಂದು ಬುದ್ಧಾನಂದ ಕಣ್ಣೀರು ಹಾಕಿ, ವಿಷಾದಮುಖಿಯಾದ. ಅದನ್ನು ಕೇಳಿ ಸತ್ಯಪ್ರಕಾಶನಿಗೂ ಕಣ್ಣುಗಳು ಒದ್ದೆಯಾದವು.

'ನೀನು ಯಾರು ಅನ್ನೋದು ಗೊತ್ತಾದ ಮೇಲೆ ನನ್ನ ಬಗ್ಗೆ ಹೇಳದಿರೋದೇ ಒಳ್ಳೇದು ಅನಿಸ್ತಿದೆ. ಯಾಕಂದ್ರೆ ನೀನು ಯಾವ ರೀತಿ ಈ ವ್ಯವಸ್ಥೆಯೊಳಗೆ ಇದ್ದೂ ಸತ್ತಿರೊ ಹಾಗೆ ಬದುಕತಿದ್ದೀಯೋ... ಹಾಗೆ ನಾನೂ ಈ ವ್ಯವಸ್ಥೆಯ ದುಷ್ಟರಿಂದ, ಸ್ವಾರ್ಥಿಗಳಿಂದ ತುಳಿತಕ್ಕೊಳಗಾದವ್ನು... ಅದೇನೆ ಇರಲಿ. ನಿನ್ನ ಬಗ್ಗೆ ಕೇಳಿದ ಮೇಲೆ ನೀನು ಬದುಕಿರೋವರೆಗಾದ್ರೂ ನಿನ್ನ ಊಟಕ್ಕೆ ಅನುಕೂಲ ಆಗಲಿ ಅಂತ ನನ್ನತ್ರ ಇರೋ ಹಣದಲ್ಲಿ ಒಂದಿಷ್ಟು ನಿನಗೆ ಕೊಡ್ತೀನಿ' ಅಂದು ಸತ್ಯಪ್ರಕಾಶ ಹಣದ ಒಂದೆರಡು ಕಟ್ಟುಗಳನ್ನು ಅವನಿಗೆ ಕೊಟ್ಟು ಅಲ್ಲಿಂದ ಹೊರಟ. ಬುದ್ಧಾನಂದ ಆ ಹಣವನ್ನೇ ನೋಡುತ್ತ ಮೌನಿಯಾಗಿ ನಿಂತ.

ಸತ್ಯಪ್ರಕಾಶ ಪೊಲೀಸರಿಂದ ತಪ್ಪಿಸಿಕೊಳ್ಳಲು ದಾರಿಯಲ್ಲಿ ಹೋಗುವ ವಾಹನವೊಂದರಲ್ಲಿ ಹತ್ತಿ ಬೇರೆ ಜಾಗಕ್ಕೆ ಬಂದಿದ್ದ. ಅಲ್ಲಿ ಒಂದೆಡೆ ಕುಳಿತ ಅವನು ಯಾರಾದರೂ ತನ್ನನ್ನ ಗಮನಿಸುತ್ತಿದ್ದಾರೊ ಹೇಗೆ ಎಂದು ಸುತ್ತಲೂ ನೋಡಿದ. ಅಲ್ಲಿ ಯಾರೂ ಕಾಣಲಿಲ್ಲ. ಬ್ಯಾಗ್ ಕೆಳಗಿಟ್ಟು ತನ್ನ ಬಳಿ ಇದ್ದ ಹೆಂಡತಿ ಮೇಧಿನಿಯ ಭಾವಚಿತ್ರ ತೆಗೆದು ಭಾವುಕನಾಗಿ ಅವಳ ಮುಖವನ್ನೇ ನೋಡುತ್ತ ಅದರ ಮೇಲೆ ಕೈ ಸವರಿದ. ಅವಳು ತನಗೆ ಹೇಳಿದ ಮಾತುಗಳು ಜ್ಞಾಪಕಕ್ಕೆ ಬಂದು ಸ್ಮೃತಿಯಲ್ಲಿ ಅನುರಣಿಸಿದವು...

ಅಂದು ಮೇಧಿನಿ ಅವನ ಮೇಲಿನ ಅಸಮಾಧಾನ ಹೊರ ಹಾಕುತ್ತಿದ್ದಳು. ಸತ್ಯಪ್ರಕಾಶ ಆ ಮಾತುಗಳನ್ನು ಕೇಳಿಸಿಕೊಂಡು ಅಸಹಾಯಕನಾಗಿ ಚಿಂತನೆಯಲ್ಲಿ ಮುಳುಗಿದ್ದ.

'ಮದುವೆ ಆಗಿ ಹತ್ತು ವರ್ಷ ಕಳದೋದ್ವು... ಏನ್ಮಾಡಿದ್ರಿ ನೀವು. ಆರಕ್ಕೇರಲಿಲ್ಲ ಮೂರಕ್ಕಿಳೀಲಿಲ್ಲ ಹಂಗಾಯ್ತು ನಮ್ಮ ಜೀವನ. ನಿಮ್ಮ ಒಳ್ಳೆತನ, ಸತ್ಯ, ನ್ಯಾಯ, ಆದರ್ಶದ ಮಾತುಗಳು ನಮ್ಮ ಹೊಟ್ಟೆ ತುಂಬಿಸೋದಿಲ್ಲ. ನಾವು ಬಯಸಿದ ಹಾಗೆ ಬದುಕುಬೇಕು, ಎಲ್ರಹಾಗೆ ನಾವೂ ಇರ್ಬೇಕು ಅನ್ನೋದಾದ್ರೆ ಎಲ್ಲಿ ಯಾರು ಹ್ಯಾಗಿರತಾರೋ ಹಾಗೆ ಹೊಂದಾಣಿಕೆ ಮಾಡಿಕೊಂಡು ಇರೋದನ್ನ ಕಲೀಬೇಕು. ಸುಳ್ಳು ಹೇಳೊವಲ್ಲಿ ಸುಳ್ಳು ಹೇಳಬೇಕು, ನಿಜ ಹೇಳೊವಲ್ಲಿ ನಿಜಾ ಹೇಳಬೇಕು. ಸಮಾಜ, ಹೇಗಿದೆಯೋ ನಾವೂ ಹಾಗೇ ಇದ್ದು ನಮ್ಮ ಬದುಕು ಕಟ್ಕೊಳ್ಳೊದನ್ನ ನೋಡಬೇಕು. ಇಲ್ಲದಿದ್ರೆ ಜೀವನ ಪೂರ್ತಿ ಇನ್ನೊಬ್ಬರ ಅಡಿಯಾಳಾಗಿ ದುಡೀತಿರಬೇಕಾಗ್ತದೆ ಹೊರತು ನಮ್ಮದು ಅಂತ ಏನೂ ಕಟ್ಟಿಕೊಳ್ಳೋದಕ್ಕಾಗೋದಿಲ್ಲ. ಹೀಗೇ ಆದ್ರೆ ಮುಂದೆ ಬೆಳದು ದೊಡ್ಡವರಾಗೊ ಮಕ್ಕಳೂ ಕೂಡ ನಮಗೆ ಮರ್ಯಾದೆ ಕೊಡೋದಿಲ್ಲ.

ಎರಡೊತ್ತು ಊಟ ಹಾಕೋದಕ್ಕೇ ಆಗದಿರೋ ಅಪ್ಪ ನಮಗಾಗಿ ಏನೂ ಮಾಡಲೇ ಇಲ್ಲ ಅಂತ ತಿರಸ್ಕಾರ ಮಾಡ್ತಾರೆ... ನಾನೂ ಒಂದು ಹೆಣ್ಣುರೀ ನನಗೂ ಆಸೆಗಳಿರತವೆ, ಕನಸುಗಳಿರತವೆ. ಎಲ್ಲಾ ಹೆಣ್ಣುಮಕ್ಕಳ ಹಾಗೆ ನಾನೂ ಚಿನ್ನದ ಮಾಂಗಲ್ಯ ಧರಸಬೇಕು, ಒಳ್ಳೆ ಬಟ್ಟೆ ಖರೀದಿಸಬೇಕು, ನನ್ನ ಮಗನನ್ನ ಚೆನ್ನಾಗಿ ಓದಿಸಬೇಕು, ನಾವೂ ಸ್ವಂತ ಮನೆ ಅಂತ ಕಟ್ಟಿಕೊಬೇಕು ಅಂತ ಏನೆಲ್ಲಾ ಕನಸುಗಳನ್ನಿಟ್ಟುಕೊಂಡಿದ್ದೆ. ಛೆ... ಈಗ ನೋಡಿದ್ರೆ ಕೆಲಸನೂ ಇಲ್ದೆ ಎರಡೊತ್ತು ಉಣ್ಣೋದಕ್ಕೂ ಪರದಾಡೊ ಪರಿಸ್ಥಿತಿಗೆ ತಂದ್ಬಿಟ್ರಿ ನಮ್ಮನ್ನ. ಹೀಗಾದ್ರೆ ಬದುಕು ಕಷ್ಟ ಆಗ್ತದೆ. ರ‍್ರೀ... ಇನ್ನಾದ್ರೂ ನೀವು ಬದಲಾಗಬೇಕು. ನಿಮ್ಮ ನಂಬಿಕೆಗಳನ್ನ ಬದಲಾಯಿಸಿಕೊಬೇಕು. ಇನ್ನಮೇಲೆ ನೀವು ಏನ್ ಮಾಡ್ತಿರಿ ಅನ್ನೋದು ಮುಖ್ಯ ಅಲ್ಲ. ಏನ್ ಮಾಡಿ ಎಷ್ಟು ಹಣ ಗಳಸ್ತಿರಿ ಅನ್ನೋದು ಅಷ್ಟೇ ಮುಖ್ಯ. ಮನುಷ್ಯ ಮನುಷ್ಯರನ್ನ ತುಳುದು, ತಾವು ಮೇಲೆ ಬಂದು ಬದುಕೊ ಕಾಲ ಇದು. ನೀವು ನ್ಯಾಯ ನೀತಿ ಅನ್ಕೊಂಡು ತಲೆ ಬಾಗಿಸ್ಕೊಂಡು ಇದ್ರೆ ನಿಮ್ಮ ಹಿಂದೆ ಇರೋ ಅಯೋಗ್ಯರೆಲ್ಲಾ ನಿಮ್ಮ ತಲೆ ಮೇಲೆ ಕಾಲಿಟ್ಟು ಮೇಲಕ್ ಹೋಗ್ತಿರತಾರೆ. ನೀವು ಅವರನ್ನ ನೋಡಿಕೊಂಡು ಪಶ್ಚಾತಾಪ ಪಡತಾ ಹೀಗೇ ಇರಬೇಕಾಗ್ತದೆ... ಇನ್ನಾದ್ರೂ ಯೋಚನೆ ಮಾಡಿ... ನ್ಯಾಯನೋ ಅನ್ಯಾಯನೊ... ಸತ್ಯನೊ ಸುಳ್ಳೋ... ನಿಮ್ಮ ಒಳ್ಳೇತನದ ಭ್ರಮೆಯಿಂದ ಹೊರಗ ಬಂದು ಜಗತ್ತನ್ನ ನೋಡ್ರಿ... ಪ್ರಾಕ್ಟಿಕಲ್ ಆಗಿ ಯೋಚನೆ ಮಾಡಿ ಹಣ ಸಿಗೋ ಕಡೆ ಬೇಟೆ ಆಡಿ... ಅದನ್ನ ಹೇಗೆ ನಮ್ಮದಾಗಿಸಿಕೊಬೇಕು ಅನ್ನೋದನ್ನ ಯೋಚನೆ ಮಾಡಿ... ಇದೊಂದನ್ನ ಬಿಟ್ರೆ ಜಗತ್ನಲ್ಲಿ ಬೇರೆ ಯಾವ ವಿದ್ಯೆಗೂ ಬೆಲೆ ಇಲ್ಲ. ಹಣ ಇದ್ದವನ ಮುಂದೆ ಜಗತ್ತೇ ತಲೆ ಬಾಗತದೆ... ಇಲ್ಲದಿದ್ರೆ ಗುಲಾಮನನ್ನಾಗಿಸ್ತದೆ... ಯಜಮಾನ ಆಗ್ತಿರೊ ಇಲ್ಲಾ ಇನ್ನೂ ಗುಲಾಮನತರಾ ಬದಕ್ತಿರೋ ನೀವೆ ಯೋಚನೆ ಮಾಡಿ.'

ಹೆಂಡತಿಯ ಇಂಥ ಮಾತು ಕೇಳಿ ಅವನ ರಕ್ತ ಕುದ್ದಂತಾಗಿ ತನ್ನ ದೌರ್ಬಲ್ಯಗಳ ಬಗ್ಗೆ ತನಗೇ ಅಸಹನೆಯಾಗಿ ಆವೇಶ ವ್ಯಕ್ತಪಡಿಸಿದ್ದ.

...ಭಾವಚಿತ್ರದಲ್ಲಿ ಮೇಧಿನಿಯ ಮುಖ ನೋಡುತ್ತ ಆ ಮಾತುಗಳನ್ನು ಮೆಲುಕು ಹಾಕಿದ ಸತ್ಯಪ್ರಕಾಶ ವಾಸ್ತವ ಪ್ರಜ್ಞೆಗೆ ಬಂದು, ಭಾವುಕನಾಗಿ–

'ನೀನು ಹೇಳಿದ್ದು ನಿಜಾ ಮೇಧಿನಿ. ಕೈಗೆ ಹಣ ಬಂದಾಗ ಮನುಷ್ಯ ಯೋಚನೆ ಮಾಡೋ ರೀತಿನೆ ಬದಲಾಗ್ತದೆ. ನೀನು ಹೇಳಿದ ಹಾಗೆ ನಾನು ಇಷ್ಟೊಂದು ಹಣ ನನ್ನದಾಗಿಸಿಕೊಂಡಮೇಲೆ ನೀನು ಹೇಳತಿರೋದೆಲ್ಲ ನಿಜ ಅನಿಸ್ತಿದೆ. ನೋಡು ಇಷ್ಟೊಂದು ಹಣ ಸಂಪಾದನೆ ಮಾಡಿದ್ದೀನಿ... ಇನ್ನೇನು ಬೇಗ ನಿನ್ನತ್ರ ಬಂದ್ಬಿಡ್ತೀನಿ. ಈ ಹಣಾ ತೊಗೊಂಡು ನಾವು ಎಲ್ಲಾದ್ರೂ ದೂರ ಹೋಗಿ ಅರಾಮಾಗಿ ಇರಣ. ಇನ್ನ ಮೇಲೆ ನಮಗೆ ಕಷ್ಟ ಅನ್ನೋದೇ

ಇರೋದಿಲ್ಲ. ಹಣಕ್ಕಾಗಿ ನಾವು ಇನ್ನಮೇಲೆ ಯಾರ ಗುಲಾಮರಾಗಿ ಬದುಕಬೇಕಾಗಿಲ್ಲ. ಯೋಚನೆ ಮಾಡಬೇಡ ಇನ್ನಮೇಲೆ ನಾನು ನಿನ್ನ ಚೆನ್ನಾಗಿ ನೋಡ್ಕೊತಿನಿ... ಮಗನನ್ನ ಚೆನ್ನಾಗಿ ಬೆಳೆಸೋಣ...'

ಹೀಗೆ ತನ್ನೊಂದಿಗೆ ತಾನೇ ಸ್ವಗತ ಸಂವಾದಕ್ಕಿಳಿದಾಗ ತನ್ನೆದುರಿಗೆ ಬುದ್ಧಾನಂದ ಪ್ರತ್ಯಕ್ಷವಾಗಿರುವಂತೆ ಭ್ರಮಾಧೀನತೆ ಹುಟ್ಟಿತು. ಅವನನ್ನು ನೋಡಿ ಗೊಂದಲಕ್ಕೊಳಗಾಗುವ ಸತ್ಯಪ್ರಕಾಶ–

'ನೀನಾ!... ನೀನು ಮತ್ತ್ಯಾಕೆ ನನ್ನ ಹಿಂದೆ ಬಂದೆ. ನಿನಗೆ ಅಂತ ನಾನು ಹಣ ಕೊಟ್ಟಿದ್ದೀನಲ್ಲ' ಅಂದ.

ಬುದ್ಧಾನಂದ ಮಾತನಾಡಲಿಲ್ಲ. ಅವನ ದೃಷ್ಟಿ ಹಣದ ಬ್ಯಾಗಿನ ಮೇಲಿತ್ತು. ಅದನ್ನು ಗಮನಿಸಿದ ಸತ್ಯಪ್ರಕಾಶ ಬ್ಯಾಗನ್ನು ಬಿಗಿಯಾಗಿ ಹಿಡಿದುಕೊಂಡ. ಮರುಕ್ಷಣ ಬುದ್ಧಾನಂದ ಚಾಕು ಹೊರಗೆ ತಗೆದು ಅವನನ್ನು ಬೆದರಿಸಿ–

'ಆ ಹಣದ ಬ್ಯಾಗನ್ನ ನನಗ ಕೊಟ್ಬಿಡು. ಇಲ್ಲದಿದ್ರೆ ನೀನು ಜೀವಸಹಿತ ಇರೋದಿಲ್ಲ' ಅಂದ.

'ಅಯ್ಯೋ ಪಾಪ ಅಂದ್ರೆ ನನಗೇ ಶಾಪ ತಟ್ಕೊಳ್ತಾ!... ನೀನು ಜೀವ ಸಹಿತ ಇಲ್ಲಿಂದ ಹೋಗಬೇಕು ಅಂದ್ರೆ ನಿನ್ನ ದಾರಿಗೆ ನೀನು ಹೋದ್ರೆ ಒಳ್ಳೇದು.'

'ನೀನು ಹ್ಯಾಗೆ ಈ ಹಣನ ಕಿತ್ಕೊಂಡು ಬಂದು ನಿನ್ನದಾಗಿಸಿಕೊಂಡಿಯೋ... ಹಾಗೆ ನಾನೂ ನಿನ್ನಿಂದ ಕಿತ್ಕೊಂಡು ಅದನ್ನ ನನ್ನದಾಗಿಸಿಕೊತಿನಿ. ಯಾಕಂದ್ರೆ ಈ ವ್ಯವಸ್ಥೆಯೊಳಗೆ ಬಲಿಷ್ಠನಾಗಿದ್ದೊನು ಮಾತ್ರ ಬದುಕುಬಲ್ಲ.'

'ನೋಡು ಗಾಯಗೊಂಡಿರೊ ಹುಲಿನಾ ಕೆದಕತಿದ್ದೀಯ... ಎಚ್ಚರ ಇರ್ಲಿ ನನ್ನ ಕೆಣಕಬೇಡಾ. ಕೆಣಕಿ ನಿನ್ನ ಸಾವನ್ನ ನೀನೇ ತಂದುಕೊಬೇಡಾ.'

ಸತ್ಯಪ್ರಕಾಶ ಹೀಗನ್ನುವಾಗಲೇ ಬುದ್ಧಾನಂದ ಹಣದ ಬ್ಯಾಗಿಗೆ ಕೈ ಹಾಕಿ ಎಳೆದಾಡಿದ. ಸತ್ಯಪ್ರಕಾಶ ಅವನ ಕೈಯಿಂದ ಬಿಡಿಸಿಕೊಳ್ಳಲು ಕೆಲವು ಕ್ಷಣಗಳ ಕಾಲ ಎಳೆದಾಡಿ, ಕೊನೆಗೂ ಬಿಡಿಸಿಕೊಂಡು ಅಲ್ಲಿಂದ ಓಡಿದ. ಬುದ್ಧಾನಂದ ಕೂಡ ಹಿಂದೆಯೇ ಓಡಿದ. ಸ್ವಲ್ಪ ದೂರಕ್ಕೆ ಹೋದ ಬಳಿಕ ಸತ್ಯಪ್ರಕಾಶ ಕಣ್ಮರೆಯಾದ. ಅದೇ ಜಾಗಕ್ಕೆ ಬಂದ ಬುದ್ಧಾನಂದ ಅವನನ್ನು ಹುಡುಕುವಾಗ, ಸದ್ದಿಲ್ಲದೇ ಹಿಂದಿನಿಂದ ಬಂದ ಸತ್ಯಪ್ರಕಾಶ ದೊಣ್ಣೆಯಿಂದ ಅವನ ಕತ್ತಿಗೆ ಹೊಡೆದ. ಆ ಏಟಿನಿಂದ ಕುಸಿದು ಬಿದ್ದ ಬುದ್ಧಾನಂದ ಪ್ರಜ್ಞಾಹೀನನಾದ. ಬಳಿಕ ಸತ್ಯಪ್ರಕಾಶ ಅವನ ಜೇಬಿನಲ್ಲಿದ್ದ ಅವನೇ ಕೊಟ್ಟಿದ್ದ ನೋಟಿನ ಕಂತೆಗಳನ್ನು ತೆಗೆದುಕೊಂಡು ಬ್ಯಾಗಿನಲ್ಲಿಟ್ಟುಕೊಂಡ.

ಇಂಥ ಭಯಂಕರ ಕಲ್ಪನೆಯೊಂದನ್ನು ಭ್ರಮಿಸಿದ ಸತ್ಯಪ್ರಕಾಶನಿಗೆ ವಾಸ್ತವ ಪ್ರಜ್ಞೆ ಮೂಡಿದಾಗ, ಗೊಂದಲದಿಂದ ಅತ್ತಿತ್ತ ನೋಡಿ ಅದು ನಿಜವೋ ಭ್ರಮೆಯೋ ಎಂಬುದನ್ನು ಗ್ರಹಿಸಲು ತಡಕಾಡಿದ. ತನ್ನ ಬಳಿ ಅಷ್ಟೊಂದು

ಹಣ ಇರುವುದರಿಂದ ತನಗೆ ಅಂತಹ ಭಯ ಆವರಿಸಿರುವುದು ಅರಿವಿಗೆ ಬಂದು ಅಲ್ಲಿಂದ ಎದ್ದು ಹೊರಟ.

ತಮ್ಮ ಮನೆಯಲ್ಲಿಯೇ ಇದ್ದ ಪ್ರೊಫೆಸರ್ ಚಂದ್ರಶೇಖರ ಮೇಧಿನಿಗೆ ಫೋನ್ ಕರೆ ಮಾಡಿದರು. ಅವಳು ಕರೆ ಸ್ವೀಕರಿಸಿ ಮಾತನಾಡಿದಳು.

'ಹಲೋ...'

'ಹಲೋ ಸರ್... ನಮಸ್ತೆ.'

'ನಮಸ್ತೆ... ಸತ್ಯಪ್ರಕಾಶ್ ಬಗ್ಗೆ ಮಾಹಿತಿ ಏನಾದ್ರೂ ಸಿಕ್ತಾ... ಅಥವಾ ಅವ್ರು ಮನೆಗೆ ವಾಪಸ್ ಬಂದ್ರಾ ಹೇಗೆ?'

'ಇಲ್ಲ ಸರ್, ನಿನ್ನೆಯಿಂದ ನಾನೂ ಎಲ್ರಿಗೂ ಫೋನ್ ಮಾಡಿ ವಿಚಾರಿಸಿದೆ. ಅವ್ರ ಬಗ್ಗೆ ಎಲ್ಲೂ ಸುಳಿವು ಸಿಗಲಿಲ್ಲ. ನಿನ್ನೆ ರಾತ್ರಿ ಟೀವಿಲಿ ನ್ಯೂಸ್ ನೋಡೋವಾಗ ಒಂದು ವಿಷಯ ಗೊತ್ತಾಯ್ತು.'

'ಏನ್ ವಿಷಯ...?'

'ನಿನ್ನೆ ಸಿಟಿ ಸರ್ಕಲ್ ಹತ್ರ ಎಟಿಎಂಗೆ ಹಣ ಹಾಕೋದಕ್ ಬಂದಿದ್ದ ವೈಕಲ್‌ನಿಂದ ಒಬ್ಬ ವ್ಯಕ್ತಿ ಹಣದ ಬ್ಯಾಗ್ ಲೂಟಿ ಮಾಡ್ಕೊಂಡು ಹೋಗಿದ್ದಾನೆ. ಸಿಸಿ ಕ್ಯಾಮರಾದಲ್ಲಿ ರೆಕಾರ್ಡ್ ಆಗಿರೋ ವಿಡಿಯೋ ಫೂಟೆಜ್ ಟೀವಿಲಿ ನೋಡಿದೆ. ಅವ್ನ ಮುಖ ಕಾಣಲಿಲ್ಲ. ಆ ವ್ಯಕ್ತಿ ಧರಸಿರೊ ಬಟ್ಟೆ ನೋಡಿದ್ರೆ ಅದು ಸತ್ಯಪ್ರಕಾಶ ಅವ್ರೇ ಅನಿಸ್ತು ಸರ್... ಅದನ್ನ ನೋಡಿದಾಗಿಂದ ನಾನು ನಿದ್ದೆನೆ ಮಾಡಿಲ್ಲ... ತುಂಬಾನೆ ಭಯಾ ಆಗ್ತಿದೆ ಸರ್.'

'ನೀವು ಹಾಗೆಲ್ಲಾ ಯೋಚನೆ ಮಾಡ್ಬೇಡಿ... ಸತ್ಯಪ್ರಕಾಶ್ ಅಂಥ ಕೆಲಸ ಮಾಡೋದಕ್ಕೆ ಸಾಧ್ಯನೆ ಇಲ್ಲ. ನೀವು ಹಾಗೆಲ್ಲಾ ಯಾಕ್ ಯೋಚನೆ ಮಾಡ್ತಿರಿ... ಧೈರ್ಯವಾಗಿರ್ರಿ, ಬೇಕಿದ್ರೆ ಅವ್ರನ್ನ ಹುಡುಕೋದಕ್ಕೆ ಪೊಲೀಸ್ರಿಗೆ ಒಂದು ಕಂಪ್ಲೇಂಟ್ ಕೊಡಣ.'

'ಕಂಪ್ಲೇಂಟ್ ಕೊಡೋದೆಲ್ಲಾ ಬೇಡ ಸರ್... ಪೊಲೀಸ್ರು ಮನೆಗೆ ಬಂದು ಹತ್ತಾರು ಪ್ರಶ್ನೆಗಳನ್ನ ಕೇಳ್ತಾರೆ. ಆಮೇಲೆ ಇಲ್ಲದ ಸಮಸ್ಯೆನ ನಾವಾಗೇ ಮೈಮೇಲೆ ಎಳಕೊಂಡಾಗೆ ಆಗತ್ತೆ.'

'ಸರಿ ಹಾಗಾದ್ರೆ... ಅವ್ರನ್ನ ಸಂಪರ್ಕ ಮಾಡೋದಕ್ಕೆ ನಾನೂ ನನ್ನ ಕೈಲಾದ ಪ್ರಯತ್ನ ಮಾಡ್ತಿನಿ.'

'ಆಗ್ಲಿ ಸರ್...'

ಫೋನ್ ಕರೆ ಬಂದ್ ಮಾಡಿದ ಮೇಲೆ ಚಂದ್ರಶೇಖರ್ ಯೋಚಿದರು. ಮೇಧಿನಿ ಹೇಳಿದ 'ಆ ವ್ಯಕ್ತಿ ಧರಿಸಿರೊ ಬಟ್ಟೆ ನೋಡಿದ್ರೆ

ಅದು ಸತ್ಯಪ್ರಕಾಶ ಅವ್ರೇ ಅನಿಸ್ತು ಸರ್...' ಅಂದ ಮಾತು ಕಿವಿಯಲ್ಲಿ ಪ್ರತಿಧ್ವನಿಸಿದಂತಾಯಿತು.

ಸತ್ಯಪ್ರಕಾಶ ತಲೆ ಮರೆಸಿಕೊಂಡು ಅಲೆಯುತ್ತ ಮತ್ತೆಂದು ಹೊಸ ಜಾಗಕ್ಕೆ ಬಂದಿದ್ದ. ಹಸಿವಾದಂತೆ ಅನಿಸಿ ಏನಾದರೂ ತಿನ್ನಬೇಕೆಂದುಕೊಂಡು ಒಂದು ರಸ್ತೆ ಬದಿಯ ಅಂಗಡಿಗೆ ಬಂದ. ಅಲ್ಲಿ ಯಾರಾದರೂ ತನ್ನನ್ನು ಗಮನಿಸುತ್ತಿದ್ದಾರೊ ಹೇಗೆ ಎಂದು ಅತ್ತಿತ್ತ ನೋಡಿ, ಉಪಾಹಾರವೊಂದನ್ನು ಕೇಳಿ ಪಡೆದ. ಉಪಾಹಾರ ತಿನ್ನುವಾಗ ಅಂಗಡಿಯವನು ಇವನ ಬ್ಯಾಗನ್ನೇ ಗಮನಿಸಿದ. ಸತ್ಯಪ್ರಕಾಶ ಅವನ ಕಣ್ಣುಗಳ ನೋಟ ಮತ್ತು ಅದರ ಹಿಂದಿನ ಭಾವವನ್ನು ಸೂಕ್ಷ್ಮವಾಗಿ ಗ್ರಹಿಸಿ, ಸ್ವಲ್ಪ ಹಿಂದಕ್ಕೆ ಸರಿದು ನಿಂತು ಬೇಗ-ಬೇಗ ತಿಂದು ಕೈ ತೊಳೆದುಕೊಂಡ. ಬಳಿಕ ಅವನಿಗೆ ಹಣ ಕೊಡಲೆಂದು ಬ್ಯಾಗ್‌ನಿಂದ ಒಂದು ನೋಟು ತೆಗೆಯುತ್ತಿರುವಾಗ ಅಂಗಡಿಯವನು ಅದನ್ನು ಕದ್ದು ನೋಡಿದ. ಬಳಿಕ ಅವನು ಕೊಡಲು ಬಂದ ಐದು ನೂರರ ನೋಟು ನೋಡಿ–'ಚಿಲ್ರೆ ಕೊಡು, ನನ್ನತ್ರ ಚಿಲ್ರೆ ಇಲ್ಲ' ಅಂದು ಬ್ಯಾಗನ್ನೇ ನೋಡಿದ.

'ಆ ಬ್ಯಾಗಲ್ಲಿ ಏನಿದೆ?' ಎಂದು ಸಂಶಯದಿಂದ ಕೇಳಿದಾಗ–'ಅದೆಲ್ಲಾ ನಿನಗ್ಯಾಕೆ... ತೊಗೊ ಇದನ್ನ ನೀನೇ ಇಟ್ಕೊ' ಅಂದು ಸತ್ಯಪ್ರಕಾಶ ನೋಟು ಎಸೆದು ಅಲ್ಲಿಂದ ಹೊರಟ. ಅವನು ಐದು ನೂರರ ನೋಟು ಎಸೆದು ಹೋದ ರೀತಿಯಿಂದ ಅನುಮಾನಗೊಂಡ ಅಂಗಡಿಯವನು ಅವನ ಹಿಂದೆಯೇ ಬಂದ. ಅವನನ್ನು ನೋಡಿದ ಸತ್ಯಪ್ರಕಾಶ ಅವನ ಉದ್ದೇಶ ಅರಿತವನಂತೆ ಅಲ್ಲಿಂದ ಓಡತೊಡಗಿದ.

ಅಂಗಡಿಯವನಿಂದ ತಪ್ಪಿಸಿಕೊಂಡು ಓಡಿ ಬಂದ ಸತ್ಯಪ್ರಕಾಶ ಒಂದು ನಿರ್ಜನ ಪ್ರದೇಶಕ್ಕೆ ಬಂದು ಉಸಿರು ಹಾಕಿದ. ಬಳಿಕ ಕೆಲವು ಕ್ಷಣಗಳ ಕಾಲ ಸುಧಾರಿಸಿಕೊಂಡ ಬಳಿಕ ಮೊಬೈಲ್ ಫೋನ್ ತಗೆದು ಮೇಧಿನಿಗೆ ಕರೆ ಮಾಡಿದ. ಅವಳು ಕರೆ ಸ್ವೀಕರಿಸಿ ಮಾತನಾಡಿದಳು.

'ಹಲೋ... ಹಲೋ...ಮೇಧಿನಿ ಹೇಗಿದ್ದೀಯ?'

'ನನ್ನ ವಿಚಾರ ಇರ್ಲಿ... ನೀವು ಎಲ್ಲಿದ್ದೀರಿ... ಹೇಗಿದ್ದೀರಿ?'

'ನಾನ್ ಚೆನ್ನಾಗೇ ಇದ್ದೀನಿ... ನೋಡು ಈಗ ನನ್ನತ್ರ ಲಕ್ಷ ಲಕ್ಷ ಹಣ ಇದೆ. ಹಣದ ಬ್ಯಾಗನ್ನ ಹೊರೋಕ್ಕಾಗದಿರುವಷ್ಟು ಹಣ ಇದೆ. ನೀನು ಹೇಳಿದ್ದು ನಿಜ ಮೇಧಿನಿ. ಈ ಜಗತ್ನಲ್ಲಿ ಹಣ ಇಲ್ಲದಿದ್ರೆ ಹೆಣಾನೂ ಸುಡೋಕಾಗೋದಿಲ್ಲ. ನಮ್ಮತ್ರ ಹಣ ಇಲ್ಲ ಅನ್ನೋದು ಗೊತ್ತಾದ್ರೆ ಮನುಷ್ಯಮಾತ್ರ ಅಲ್ಲ... ಒಂದು ನಾಯಿ ಕೂಡ ಹಿಂದೆ ಬರೋದಿಲ್ಲ. ಈಗ ನೋಡು ನನ್ನತ್ರ ಇಷ್ಟೊಂದು ಹಣ

ಬಂದಿರೋದರಿಂದ ನನಗೆ ಎಷ್ಟೊಂದು ಶಕ್ತಿ ಬಂದಿರೋ ತರಾ ಅನುಭವ ಆಗ್ತಿದೆ...'

'ರ್ರೀ ನಾನ್ ಹೇಳೋದನ್ನ ಸ್ವಲ್ಪ ಕೇಳಿಸ್ಕೊಳ್ರಿ...'

'ಮೇಧಿನಿ, ನಾನಿಲ್ಲ ಅಂತ ನಿನೇನ್ ಬೇಜಾರ್ ಮಾಡ್ಕೊಬೇಡ... ಇನ್ನೇನು ನಾನ್ ನಿನ್ನತ್ರ ಬರ್ತಿನಿ... ಈ ಹಣದ ಮೂಟೆನಾ ನಿನಗ್ ಕೊಟ್ಟು... ನೀನು ಆನಂದವಾಗಿರೋ ಹಾಗೆ ಮಾಡ್ತಿನಿ... ಆಮೇಲೆ ನಾನು ಮತ್ತೆ ಹಣ ಸಂಪಾದನೆ ಮಾಡೋದಕ್ ಹೋಗ್ತಿನಿ ಸರಿನಾ...'

'ನಾನ್ ನಿಮಗೆ ಹೇಳಿದ್ದು ಹಣ ಸಂಪಾದನೆ ಮಾಡಿ ಅಂತ. ಕಳ್ಳತನ ಮಾಡಿ ಕ್ರಿಮಿನಲ್ ಆಗಿ ಅಂತ ಹೇಳ್ಲಿಲ್ಲ. ನೀವು ಹಣಾ ಲೂಟಿ ಮಾಡಿರೋ ಸುದ್ದಿ ಟೀವಿಲೆಲ್ಲಾ ಬಂದು ಇಡೀ ಜಗತ್ತಿಗೆ ಗೊತ್ತಾಗಿದೆ. ಪೊಲೀಸ್ರು ನಿಮ್ಮನ್ನ ಹುಡುಕ್ಕೊಂಡು ಸುತ್ತಾಡತಿದ್ದಾರೆ. ಅದೂ ಅಲ್ದೆ ನೀವು ಹೀಗೆ ಮೊಬೈಲ್ ಫೋನ್ ಇಟ್ಕೊಂಡು ಕಾಲ್ ಮಾಡ್ತಿದ್ರೆ... ನಿಮ್ಮ ಫೋನ್ ಸಿಗ್ನಲ್ಲು... ಜಿಪಿಎಸ್‌ನಿಂದ ನಿಮ್ಮನ್ನ ಟ್ರಾಕ್ ಮಾಡಿ ಹಿಡದೇಬಿಡ್ತಾರೆ... ನೀವೆಲ್ಲಿ ಪೊಲೀಸರ ಕೈಗೆ ಸಿಕ್ಕು ಜೈಲು ಸೇರತಿರೋ ಅಂತ ನನಗೆ ನೋವಾಗತಿದೆ ರೀ...'

'ನೋಡು ಮೇಧಿನಿ, ನಾನು ಮಾಸ್ಟರ್ ಡಿಗ್ರಿ ಓದಿದವ್ನು... ಈ ಸಮಾಜದಲ್ಲಿ ಒಂದೊಳ್ಳೆ ಉದ್ಯೋಗ ಮಾಡಿಕೊಂಡು ನಿರುಪದ್ರವಿಯಾಗಿ ಬದುಕ್ತಿನಿ ಅನ್ಕೊಂಡ್ರೆ ಯಾರೂ ನನ್ನ ನೆಮ್ಮದಿಯಾಗಿ ಇರೋದಕ್ಕೆ ಬಿಡಲಿಲ್ಲ. ಒಳ್ಳೆ ವ್ಯಕ್ತಿಯಾಗಿ ಇರ್ತಿನಿ ಅಂದ್ಕೊಂಡ್ರೆ ಅಧಿಕಾರದಲ್ಲಿರೋ ರಾಕ್ಷಸ್ರು ನನ್ನೊಳಗಿನ ರಾಕ್ಷಸನನ್ನ ಬಡದೆಬ್ಬಿಸಿದ್ರು... ಬಡವರ ರಕ್ತಾ ಹೀರಿ ತೇಗೊ ಇಂಥಾ ರಕ್ತಪಿಪಾಸುಗಳ ನಡುವೆ ಹಸಿವಿನಿಂದ ಸಾಯೋದಕ್ಕಿಂತ ಕಳ್ಳತನ, ದರೋಡೆ, ಲೂಟಿ ಮಾಡಿ ಹಸಿದವರ ಹೊಟ್ಟೆ ತುಂಬಿಸೋದು ಎಷ್ಟೋ ಒಳ್ಳೇದು. ನಾವು ಯಾವತ್ತಿದ್ರೂ ಒಂದಿನ ಸಾಯೋದಕ್ಕಾಗೇ ಬಂದವ್ರು... ಜೈಲ್ ಸೇರಬೇಕಾಗತದೆ ಅಂತ ಹೆದರಿಕೊಂಡು ಕೂರೋದ್ರಲ್ಲಿ ಅರ್ಥನೇ ಇಲ್ಲಾ. ಸಮಾಜದಲ್ಲಿರೊ ವಿದ್ಯಾವಂತ ನಿರುದ್ಯೋಗಿಗಳಿಗೆ ಜೈಲಲ್ಲಿರೋ ಅಪರಾಧಿಗಳಷ್ಟೂ ಗೌರವ ಇಲ್ಲ. ಜೈಲಿಗೆ ಹೋದ್ರೆ ಏನು... ವಸತಿ, ಊಟ, ಆರೋಗ್ಯ... ಮಾಡೋ ಕೆಲಸಕ್ಕೆ ಸಂಬಳ ಬೇರೆ ಕೊಡ್ತಾರೆ... ಹೊರಗಿದ್ದು ತಲೆಹಿಡುಕರಿಂದ ಅವಮಾನಿಸಿಕೊಳ್ಳೊದಕ್ಕಿಂತ ಒಳಗಿದ್ದು ಅಜ್ಞಾತನಾಗಿ ಬದುಕೋದು ಎಷ್ಟೋ ಒಳ್ಳೇದು ಅನ್ನಿಸ್ತಿದೆ.'

'ನನ್ನ ಮಾತ್ ಕೇಳಿ ನೀವು ಇಷ್ಟೊಂದು ಕಿಡಿ ಹಚ್ಕೊಂಡು ಕೆಂಡ ಆಗ್ತಿರಿ ಅಂತ ನಾನು ಅನ್ಕೊಂಡಿರಲಿಲ್ಲ. ಸಿಕ್ಕಾಕ್ಕೊಂಡ್ರೆ ನೀವೇನೊ ಜೈಲಿಗೆ ಹೋಗಿ ಇರಬಹುದು. ಆದ್ರೆ ನನ್ನ ಗತಿ ಏನು? ನಮ್ಮ ಮಗುವಿನ ಗತಿ ಏನು... ಯೋಚನೆ ಮಾಡಿದ್ರಾ?'

'ಮೇಧಿನಿ, ಇನ್‌ಮೇಲೆ ಏನ್ ಮಾಡಿದ್ರೆ ಏನಾಗ್ತದೆ ಅಂತ ಯೋಚನೆ ಮಾಡ್ತಾ ಕೂತ್ರೆ ಏನೂ ಮಾಡಕಾಗೋದಿಲ್ಲ. ಅಂದುಕೊಂಡಿದ್ದನ್ನ ಮಾಡ್ತಿರಬೇಕು ಅಷ್ಟೆ... ಬಂದಿದ್ದನ್ನ ಎದುರಿಸೋದಕ್ಕೆ ಸಿದ್ಧವಾಗಿರಬೇಕು, ಅದೇ ಬದುಕು. ಅಷ್ಟಕ್ಕೂ ನೀನು ತಲೆಕೆಡಿಸ್ಕೊಬೇಡಾ. ಸಾಧ್ಯವಾದಷ್ಟು ಬೇಗ ನಿನ್ನತ್ರ ಬಂದು ಈ ಹಣಾನೆಲ್ಲಾ ನಿನಗೆ ಕೊಡ್ತಿನಿ. ಹಣಾ ತಗೊಂಡು ನೀನು ಅಲ್ಲಿಂದ ಜಾಗ ಖಾಲಿ ಮಾಡು... ಮತ್ತೆ ಸಿಗ್ತಿನಿ...ಬೈ.'

ಸತ್ಯಪ್ರಕಾಶ ಹೇಳಿದ ಆವೇಶದ ಮಾತುಗಳನ್ನು ಕೇಳಿ ಮೇಧಿನಿ ಅವನ ಮನಸ್ಥಿತಿ ಬಗೆಗೆ ಯೋಚಿಸಿ, ಭಾವುಕಳಾಗಿ ದುಃಖಿಸಿದಳು. ಅವನು ಫೋನ್ ಕರೆ ಬಂದ್ ಮಾಡಿ, ಯೋಚನೆ ಮಾಡುತ್ತ 'ಒಂದೇ ಕಡೆಗಿರೋದು ಅಪಾಯ' ಅಂದುಕೊಂಡು ಮೆಲ್ಲಗೇ ನಡೆದುಕೊಂಡು ಅಲ್ಲಿಂದ ಬೇರೆಕಡೆಗೆ ಹೊರಟ.

ಸಮೀಪದ ಸ್ಥಳದಲ್ಲೇ ಇದ್ದ ಬುದ್ಧಾನಂದ ರಸ್ತೆ ಬದಿಯ ಅಂಗಡಿಯೊಂದಕ್ಕೆ ಬಂದು ತನಗೆ ಬೇಕಾದ ಉಪಾಹಾರ ತೆಗೆದುಕೊಂಡು, ತನ್ನ ಬಗಲ ಚೀಲದಲ್ಲಿಟ್ಟುಕೊಂಡು ಅಲ್ಲಿಂದ ಹೊರಟ.

ಮೇಧಿನಿ ತಾನು ಸತ್ಯಪ್ರಕಾಶನೊಂದಿಗೆ ಮಾತನಾಡಿದ ವಿಷಯ ತಿಳಿಸಲು ಪ್ರೊಫೆಸರ್ ಚಂದ್ರಶೇಖರ್ ಅವರಿಗೆ ಫೋನ್ ಕರೆ ಮಾಡಿದಳು. ಚಂದ್ರಶೇಖರ್ ಕರೆ ಸ್ವೀಕರಿಸಿ ಮಾತನಾಡಿದರು.

'ಸರ್... ನಾನು ಮೇಧಿನಿ ಮಾತಾಡ್ತಿದ್ದೀನಿ...'

'ಹ್ಞಾಂ... ಹೇಳಿ ಮೇಧಿನಿಯವ್ರೆ. ಸತ್ಯಪ್ರಕಾಶ್ ಬಗ್ಗೆ ಏನಾದ್ರೂ ಮಾಹಿತಿ ಸಿಕ್ತಾ?'

'ಹೌದು ಸರ್. ನಿನ್ನೆ ನಾನ್ ನಿಮಗೆ ಹೇಳಿದ್ನಲ್ಲ. ನೀವದನ್ನ ನಂಬಲಿಲ್ಲ. ಅದು ನಿಜಾನೆ ಆಗಿದೆ' ಅಂದಾಗ–

ಚಂದ್ರಶೇಖರ್ ಆಶ್ಚರ್ಯದಿಂದ–'ಹಾಂ...ಅಂದ್ರೆ...! ಏನ್ ಹೇಳ್ತಿದ್ದೀರಿ ನೀವು... ಬ್ಯಾಂಕ್ ಹಣಾ ಲೂಟಿ ಮಾಡಿದವ್ರು ಸತ್ಯಪ್ರಕಾಶ್ ಅಂತನಾ!' ಅಂದರು.

'ಹೌದು ಸರ್... ಈಗಷ್ಟೇ ಅವ್ರೇ ಫೋನ್ ಮಾಡಿ ಮಾತಾಡಿದ್ರು... ಎಲ್ಲಾ ವಿಷಯ ತಿಳಿಸಿದ್ರು' ದುಃಖ, ನೋವಿನಿಂದ ಮೇಧಿನಿ ಹೇಳಿದಳು.

'ಛೆ... ಇದು ಹ್ಯಾಗ್ ಸಾಧ್ಯ... ಇಲ್ಲಾ... ಸತ್ಯಪ್ರಕಾಶ್ ಹೀಗ್ ಮಾಡೋದಕ್ಕೆ ಏನೋ ಬಲವಾದ ಕಾರಣನೇ ಇರಬೇಕು.'

'ಅವ್ರು ಹೀಗೆಲ್ಲಾ ಬದಲಾಗೋದಕ್ಕೆ ಕಾರಣ ಏನು ಅಂತ ಎಲ್ಲ ನಿಮಗೇ ಗೊತ್ತಿದೆಯಲ್ಲ ಸರ್...'

'ಆದ್ರೂ ಈ ಹಂತಕ್ಕೆ ಹೋಗ್ತಾರಾರೆ ಅಂತ ನಾನ್ ಯಾವತ್ತೂ ಅನ್ಕೊಂಡಿರಲಿಲ್ಲ. ಇದೊಂಥರಾ ಕಾದ ಹಂಚಿನಿಂದ ಕೆಂಡದ ಮೇಲೆ ಬಿದ್ದಾಗಾಯ್ತು. ಮೊದಲಿಂದ್ಲೂ ನಾನ್ ಹೇಳ್ತಾನೆ ಬಂದೆ ಅವ್ರಿಗೆ, ಸಮಾನತೆ, ಹೋರಾಟ, ಕ್ರಾಂತಿ, ಬದಲಾವಣೆ ಅಂತ ಬರೀ ಅಂಥದ್ದೇ ಸಾಹಿತ್ಯ ಓದತಾ ರಕ್ತಚರಿತ್ರೆ ಬರಿಯೋದಕ್ ಹೊರಟ್ರೆ ಆ ವ್ಯಕ್ತಿಯನ್ನ ನಂಬಿ ಬದಕೊ ಕುಟುಂಬ ಅನಾಥ ಆಗಬೇಕಾಗ್ತದೆ ಅಂತ... ಕೇಳ್ಲಿಲ್ಲ. ಛೆ... ಈ ಕೆಟ್ಟ ವ್ಯವಸ್ಥೆಯ ದುಷ್ಟತನದಿಂದ ಒಬ್ಬ ಒಳ್ಳೆ ಸ್ನೆಹಿತನನ್ನ ಕಳಕೊಂಡೆ...' ಅಂದು ಚಂದ್ರಶೇಖರ ಚಡಪಡಿಸಿದರು.

ಮೇಧಿನಿ ನೋವಿನಿಂದ ಅಳುತ್ತ–'ಸರ್ ನೀವು ಸ್ನೇಹಿತನನ್ನ ಕಳಕೊಂಡ್ರಿ... ನಾನು ನನ್ನ ಬದುಕನ್ನೇ ಕಳಕೊಂಡಿದ್ದೀನಿ. ತನ್ನ ಅಪ್ಪ ಒಬ್ಬ ಕಳ್ಳ ಅಂತ ಮಗನಿಗೆ ಗೊತ್ತಾದ್ರೆ ಅವನ ಮನಸ್ಥಿತಿ ಏನಾಗಬಹುದು ಅಂತ ನೀವೇ ಯೋಚನೆ ಮಾಡಿ' ಅಂದಳು.

'ಪರಿಸ್ಥಿತಿ ಈಗ ಕೈ ಮೀರಿ ಹೋಗಿದೆ ಮೇಧಿನಿಯವ್ರೆ... ಏನೇ ಆದ್ರೂ ನನ್ನಿಂದ ಆಗೊ ಸಹಾಯ ಸಹಕಾರ ಮಾಡೇ ಮಾಡ್ತಿನಿ... ಸಮಾಧಾನ ಮಾಡ್ಕೊಳ್ಳಿ' ಅಂದಾಗ ಮೇಧಿನಿ ಫೋನ್ ಕರೆ ಬಂದ್ ಮಾಡಿ, ಕಣ್ಣೀರು ಒರೆಸಿಕೊಂಡು ಯೋಚಿಸಿದಳು.

ಸತ್ಯಪ್ರಕಾಶ ಮತ್ತೊಂದು ಬೇರೆ ಜಾಗಕ್ಕೆ ಬಂದಿದ್ದ. ಬುದ್ಧಾನಂದ ಆ ಪ್ರದೇಶದ ಹತ್ತಿರದಲ್ಲೇ ಏಕಾಂಗಿಯಾಗಿ ನಡೆದುಕೊಂಡು ಬರುತ್ತಿದ್ದ. ಬಳಿಕ ಒಂದು ಜಾಗದಲ್ಲಿ ಕುಳಿತು ತಂದಿದ್ದ ಉಪಾಹಾರವನ್ನು ತಿಂದು, ಬಗಲ ಚೀಲದಲ್ಲಿದ್ದ ಬಾಟಲಿ ತೆಗೆದು ನೀರು ಕುಡಿದ. ಅದೇ ಹೊತ್ತಿಗೆ ಸತ್ಯಪ್ರಕಾಶನ ಮೊಬೈಲ್ ಫೋನ್ ರಿಂಗಣಿಸಿತು. ಅವನು ಗಾಬರಿಗೊಂಡು ಫೋನ್ ಹೊರಗೆ ತೆಗೆದು ನೋಡಿದಾಗ, ಅಪರಿಚಿತ ಸಂಖ್ಯೆಯಿಂದ ಕರೆ ಬಂದಿತ್ತು. ಕರೆ ಸ್ವೀಕರಿಸುವುದೋ ಬೇಡವೋ ಎಂದು ಕೆಲವು ಕ್ಷಣ ಯೋಚಿಸಿ, ಕಡೆಗೆ ಸ್ವೀಕರಿಸಿದ. ಅತ್ತಕಡೆಗಿಂತ ಅಪರಿಚಿತ ಧ್ವನಿ ಕೇಳಿಸಿತು.

'ನೀನೆಲ್ಲೇ ಹೋದ್ರೂ ನಮ್ಮಿಂದ ತಪ್ಪಿಸಿಕೊಳ್ಳೋಕಾಗೋದಿಲ್ಲ. ತಪ್ಪಿಸಿಕೊಂಡು ತಲೆ ಮರೆಸಿಕೊಳ್ಳೋ ಚಾಣಾಕ್ಷತೆನೂ ನಿನಗೆ ಗೊತ್ತಿಲ್ಲ. ಮರ್ಯಾದೆಯಿಂದ ಹೇಳ್ತಿದ್ದೀನಿ ಸರಂಡರಾಗಿಬಿಡು. ಸಿಕ್ಕಾಕ್ಕೊಂಡ್ರೆ ಜೀವನಪೂರ್ತಿ ಜೈಲಲ್ಲಿ ಕಳಿಬೇಕಾಗತದೆ. ಅಕಸ್ಮಾತ್ ಈಗ ನೀನು ತಪ್ಪಿಸಿಕೊಂಡ್ರೂ ಎಲ್ಲಾದ್ರೂ ನಿನ್ನ ಸುಳಿವು ಸಿಕ್ರೂ ಎನ್‌ಕೌಂಟರ್ ಮಾಡಬೇಕಾಗತದೆ. ಅದಕ್ಕೆ ಹೇಳ್ತಿದ್ದೀನಿ ಸರಂಡರಾಗು.'

ಅದನ್ನು ಕೇಳಿಸಿಕೊಂಡು ಸತ್ಯಪ್ರಕಾಶ ಆಕ್ರೋಶದಿಂದ–'ಹೇಯ್... ಯಾರೋ ನೀನು! ಯಾರ್ ಜೊತೆ ಮಾತಾಡ್ತಿದ್ದೀಯ ಅಂತ ಗೊತ್ತಾ ನಿನಗೆ. ಅಷ್ಟಕ್ಕೂ ನನ್ನ ಫೋನ್ ನಂಬರ್ ಹೇಗ್ ಸಿಕ್ತು ನಿನಗೆ' ಅಂದ.

'ನಾನು ಪೊಲೀಸ್ ಇನ್ಸ್‌ಪೆಕ್ಟರ್ ಸುರೇಂದ್ರನಾಥ್. ನಿನ್ನತ್ರ ಇರೋ ಮೊಬೈಲ್ ಫೋನ್‌ನಿಂದ ನಿನ್ನ ಎಲ್ಲಾ ಮಾಹಿತಿ ನಮಗೆ ಗೊತ್ತಾಗಿದೆ. ಈಗ ನೀನೆಲ್ಲಿದ್ದೀಯ ಅನ್ನೋದು ಕೂಡ ಗೊತ್ತಾಗಿದೆ. ನಾವಾಗಿ ನಿನ್ನ ಬೆನ್ನತ್ತಿ ಹಿಡಿಯೋ ಮೊದಲು ನೀನಾಗಿ ಬಂದು ಹಣದ ಸಮೇತ ಸರಂಡರಾದ್ರೆ ಶಿಕ್ಷೆ ಕಡಿಮೆಯಾಗಬಹುದು.'

'ಸರ್ಕಾರ ನಿಮಗೆ ಸಂಬಳ ಕೊಡ್ತಿದೆ, ಅದಕ್ಕೇ ನೀವು ನಿಮ್ಮ ಕೆಲಸ ಮಾಡೋದಕ್ಕೆ ನನ್ನನ್ನ ಸರಂಡರಾಗು ಅಂತಿದ್ದೀರ. ನಿಮ್ಮ ಹಾಗೆ ನನಗೂ ನ್ಯಾಯದಿಂದ ಬದುಕೋದಕ್ಕೆ ಬಿಟ್ಟಿದ್ರೆ ನಾನು ಇದನ್ನೆಲ್ಲಾ ಮಾಡಬೇಕಾಗತಿರಲಿಲ್ಲ. ನೀವೆಲ್ಲಾ ಸಂಬಳಕ್ಕಾಗಿ ಇಲ್ಲಾ ಯಾರದೋ ಹಿತ ಕಾಯೋದಕ್ಕಾಗಿ ಬಂದು ಕಾನೂನು ಪಾಲನೆ ಬಗ್ಗೆ ಮಾತಡವ್ರು. ಬಡವರು ಅಸಹಾಯಕರಿಗೆ ಅನ್ಯಾಯ ಆದಾಗ ಈ ನಿಮ್ಮ ನೀಯತ್ತು ಎಲ್ಲಿರತದೆ. ಹಣವಂತರು, ಅಧಿಕಾರಸ್ಥರಿಂದ ನಮ್ಮಂಥವರಿಗೆ ದ್ರೋಹ ಆದಾಗ ಈ ನಿಮ್ಮ ಕಾನೂನು, ದರ್ಪ ಎಲ್ಲ ಎಲ್ಲಿ ಹೋಗಿರತದೆ. ಸರ್ಕಾರದ ಸಂಬಳ ತಗೊಂಡು ಭ್ರಷ್ಟರು, ತಲೆ ಹಿಡಕರು, ರಾಜಕಾರಣಿಗಳ ಸೇವೆ ಮಾಡೋರು ನೀವೆಲ್ಲಾ. ಅಂಥವ್ರ ಜೊತೆ ಸೇರಿ ನೀವು ಹಗಲು ದರೋಡೆ ಮಾಡಬಹುದು. ನಮ್ಮಂಥವ್ರು ಮಾಡೋ ಸಣ್ಣಪುಟ್ಟ ತಪ್ಪುಗಳಿಗೆ ಮಾತ್ರ ಎನ್‌ಕೌಂಟರ್ ಮಾಡಿ ಸಾಯಿಸಬಹುದು. ಜೈಲಿಗೆ ತಳ್ಳಿ ಹೆಂಡತಿ ಮಕ್ಕಳನ್ನ ಅನಾಥರಾಗಿಸಬಹುದು. ಇನ್ಸ್‌ಪೆಕ್ಟರ್ ಸರಿಯಾಗಿ ಕೇಳಿಸ್ಕೊಳ್ಳಿ. ಈ ಸಮಾಜದಲ್ಲಿ ನಮ್ಮಂಥ ಕ್ರಿಮಿನಲ್‌ಗಳು, ಉಗ್ರವಾದಿಗಳು ಹುಟ್ಟಿಕೊಳ್ಳೋದಕ್ಕೆ ನಿಮ್ಮಂಥ ಅಧಿಕಾರಿಗಳು, ರಾಜಕಾರಣಿಗಳು ಮಾಡೋ ಭ್ರಷ್ಟಾಚಾರ, ಅಸಹಕಾರ, ನಿರ್ಲಕ್ಷ್ಯನೇ ಕಾರಣ. ನಾವು ಕಾನೂನನ್ನ ಕೈಗೆ ತಗೊಂಡಾಗ ಮಾತ್ರ ನಿಮ್ಮ ಮೈಯೊಳಗೆ ನಿಮ್ಮ ಕರ್ತವ್ಯದ ದರ್ಪ, ಆಕ್ರೋಶ ಪುಟಿದೇಳತದೆ ಅಲ್ವಾ. ನೀವು ಅಧಿಕಾರದಲ್ಲಿರೋರು. ಕಾನೂನಿನ ಕಣ್ಣುಮುಚ್ಚಿಸಿ ಯಾರ ಜೊತೆಗಾದ್ರೂ ಕೈ ಜೋಡಿಸಿ, ಯಾರ ತಲೆಬೇಕಾದ್ರೂ ಹೊಡದು ಎಷ್ಟು ಲೂಟಿ ಮಾಡಿದ್ರೂ ಈ ವ್ಯವಸ್ಥೆಗೆ ಏನೂ ವ್ಯತ್ಯಾಸ ಆಗೋದಿಲ್ಲ ಅಲ್ವಾ...' ಅಂದು ಆಕ್ರೋಶ ವ್ಯಕ್ತಪಡಿಸಿದ.

'ನೀನೊಬ್ಬ ಹಣ ದೋಚಿರೊ ಕ್ರಿಮಿನಲ್, ನಿನ್ನ ಉಪದೇಶಕ್ಕೆ ಯಾರೂ ಬೆಲೆ ಕೊಡೋದಿಲ್ಲ. ಕೊನೆದಾಗಿ ಹೇಳ್ತಿದ್ದೀನಿ ಸರಂಡರಾಗು...' ಇನ್ಸ್‌ಪೆಕ್ಟರ್ ಹೇಳಿದಾಗ–

'ಜಾಸ್ತಿ ಮಾತಾಡ್ಬೇಡಿ. ನೀವು ತಗೊಳ್ಳೊ ಸಂಬಳಕ್ಕೆ ಸರಿಯಾಗಿ ಕೆಲಸ ಮಾಡೋದನ್ನ ಕಲೀರಿ ಮೊದಲು. ತಾಕತ್ತಿದ್ರೆ ನಾನಿದ್ದಲ್ಲಿಗೆ ಬಂದು ನನ್ನ ಅರೆಸ್ಟ್ ಮಾಡಿ. ಇಲ್ಲದಿದ್ರೆ ನಿಮ್ಮ ಕ್ಯಾಪ್ ಕೆಳಗಿಟ್ಟು ಮನೆಗೆ ಹೋಗಿ. ಹುಲಿ ಬೇಟೆ ಆಡೋದು ಕಲಿತಮೇಲೆ ಶತ್ರುಗಳಿಂದ ತಪ್ಪಿಸಿಕೊಳ್ಳೋದನ್ನೂ ಕಲಿತಿರ್ತದೆ... ನೆನಪಿಟ್ಕೊಳ್ಳಿ' ಅಂದು ಸತ್ಯಪ್ರಕಾಶ ಫೋನ್ ಕರೆ ಬಂದ್ ಮಾಡಿದ.

ನಂತರ ಕೆಲವು ಕ್ಷಣ ಯೋಚಿಸಿ–'ಈ ಮೊಬೈಲ್ ಫೋನ್ ನನ್ನತ್ರ ಇದ್ದಷ್ಟೂ ನನಗೆ ಅಪಾಯ ಜಾಸ್ತಿ...' ಅಂದುಕೊಂಡು ಅದನ್ನು ಸ್ವಿಚ್‌ಆಫ್ ಮಾಡಿ ದೂರಕ್ಕೆ ಎಸೆದ. ಯಾರಾದರೂ ತನ್ನನ್ನು ಹಿಂಬಾಲಿಸುತ್ತಿದ್ದಾರೊ ಹೇಗೆ ಎಂದು ಸುತ್ತಲೂ ಗಮನಿಸಿ ಅಲ್ಲಿಂದ ಓಡಲು ಆರಂಭಿಸಿದ. ಸ್ವಲ್ಪ ದೂರ ಹೋಗುತ್ತಿದ್ದಂತೆ, ತನ್ನ ಹಿಂದೆಯೇ ಯಾರೋ ವ್ಯಕ್ತಿಯೊಬ್ಬ ಓಡಿ ಬರುತ್ತಿರುವಂತೆ ಅವನಿಗೆ ಅನುಮಾನ ಬಂದಿತು. ಹೊರಳಿ ನೋಡಿದರೂ ಅವನು ಕಾಣಲಿಲ್ಲ. ಕೆಲವು ಕ್ಷಣಗಳ ಕಾಲ ಇಬ್ಬರೂ ಏದುಸಿರು ಬಿಡುತ್ತ ಓಡಿದರು. ಬಳಿಕ ಹಿಂದೆ ಬರುತ್ತಿದ್ದ ವ್ಯಕ್ತಿ ಕಣ್ಮರೆಯಾದಂತೆ ಅನಿಸಿತು ಅವನಿಗೆ. ಸತ್ಯಪ್ರಕಾಶ ಓಡಿ ಓಡಿ ಸುಸ್ತಾಗಿ ಒಂದೆಡೆ ನಿಂತು ಸುಧಾರಿಸಿಕೊಳ್ಳುವಾಗ, ಒಂದು ಬದಿಯಿಂದ ಬಂದ ಬುದ್ಧಾನಂದ ಮೆಲ್ಲಗೇ ಅವನ ಹೆಗಲ ಮೇಲೆ ಕೈ ಇಟ್ಟ. ಯಾರೋ ತನ್ನ ಮೇಲೆ ಆಕ್ರಮಣಕ್ಕೆ ಬಂದಿದ್ದಾರೆಂದುಕೊಂಡು ಕೆರಳಿದ ಸತ್ಯಪ್ರಕಾಶ ಚಾಕು ತೆಗೆದು ಅವನತ್ತ ಹಿಡಿದಾಗ–

'ಅರೆ... ಏನಾಯ್ತು ಯಾಕಿಷ್ಟು ಗಾಬರಿಯಾಗಿದ್ದೀಯ...!' ಅಂದ ಬುದ್ಧಾನಂದ.

'ಛೆ... ನೀನಾ!...' ಅಂದು ಸತ್ಯಪ್ರಕಾಶ ಭ್ರಮೆನಿರಸನಗೊಂಡ.

'ನೀನು ಗಾಬರಿಯಿಂದ ಓಡೋದನ್ನ ದೂರದಿಂದನೇ ನೋಡಿದೆ... ಅದಕ್ಕಾಗೇ ನಿನ್ನ ಹಿಂದೆ ಬಂದೆ. ಯಾರಾದ್ರೂ ನಿನ್ನ ಹಣಾ ಕಿತ್ಕೊಳ್ಳೊದಕ್ ಬಂದ್ರಾ?'

'ಅಂಥದೆಲ್ಲಾ ಏನಿಲ್ಲಾ... ಆದ್ರೂ ನಾನಿಗ ಆಪತ್ತಿನಲ್ಲಿದ್ದೀನಿ... ನಿನ್ನಿಂದ ನನಗೊಂದು ಸಹಾಯ ಆಗಬೇಕು.'

'ನನ್ನಿಂದ ಸಹಾಯ ಆಗಬೇಕಾ? ನಿನಗ ಸಹಾಯ ಮಾಡುವಂಥಾದ್ದು ನನ್ನಲ್ಲೇನಿದೆ ಅಂತ ಗೊತ್ತಾಗಲಿಲ್ಲ ನನಗೆ.'

'ಟೈಮ್ ಬಂದ್ರೆ ಏನ್ ಬೇಕಾದ್ರೂ ಆಗಬಹುದು. ಒಂದೊಂದು ಟೈಮಲ್ಲಿ ಎಲ್ರೂ ಉಪಯೋಗಕ್ಕೆ ಬಂದೇ ಬರ್ತಾರೆ.'

'ನಾನ್ ನಿನಗೆ ಹೇಗ್ ಸಹಾಯ ಮಾಡಬಹುದು ಹೇಳು' ಅಂದಾಗ–

ಸತ್ಯಪ್ರಕಾಶ ಜೇಬಿನಿಂದ ಮೇಧಿನಿಯ ಭಾವಚಿತ್ರ ತೆಗೆದು ನೋಡು–'ಇವ್ಳು ನನ್ನ ಹೆಂಡ್ತಿ ಮೇಧಿನಿ ಅಂತ... ಇವ್ನು ನನ್ನ ಮಗಾ. ಇದರ ಹಿಂದೆ ಅವ್ಳ

ಫೋನ್ ನಂಬರ್ ಮತ್ತೆ ಅಡ್ರೆಸ್ ಕೂಡಾ ಇದೆ. ಈ ಬ್ಯಾಗಲ್ಲಿರೋ ಹಣಾನೆಲ್ಲ ನೀನು ಜೋಪಾನವಾಗಿ ತಗೊಂಡು ಹೋಗಿ ನನ್ನ ಹೆಂಡ್ತಿ ಕೈಗೆ ಸೇರಸಬೇಕು. ಅವಳು ತುಂಬಾ ಕಷ್ಟದಲ್ಲಿದ್ದಾಳೆ... ನೀನ್ ಹೇಗೆ ಹಸಿವನ್ನ ಸಹಿಸಕಾಗದೇ ನನ್ನತ್ರ ಬಂದು ಕೇಳಿದೆಯೋ ಹಾಗೆ ಅವ್ಳಿಗೂ ಒಂದೊತ್ತು ಊಟ ಸಿಗದಿರೋ ಸ್ಥಿತೀಲಿ ಕೊರಗತಿದ್ದಾಳೆ. ಸಾವಿರ ಜನ ಕೆಟ್ಟವ್ರ ನಡುವೆ ಒಬ್ಬರಾದ್ರೂ ಒಳ್ಳೆಯವ್ರು ಇದ್ದೇ ಇರ್ತಾರೆ ಅನ್ನೋದಕ್ಕೆ ನೀನೇ ಸಾಕ್ಷಿ. ಅದಕ್ಕಾಗಿ ದಯವಿಟ್ಟು ಇದೊಂದು ಸಹಾಯ ಮಾಡು... ನೀನು ನನ್ನ ಗೆಳೆಯಾ ಅನ್ಕೊಂಡು ನಿನ್ನ ಮೇಲಿರೋ ನಂಬಿಕೆಯಿಂದ ಈ ಜವಾಬ್ದಾರಿ ನಿನಗೆ ಒಪ್ಪಿಸ್ತಿದ್ದೀನಿ... ಪ್ಲೀಸ್...' ಅಂದು ಬೇಡಿಕೊಂಡ.

'ಗೆಳೆಯಾ ಅಂತ ಹೇಳಿದೆಯಲ್ಲಾ ಆಯ್ತು ಬಿಡು... ನಿನ್ನ ಕಷ್ಟ ನೋವು ಏನನ್ನೋದು ನನಗರ್ಥಾ ಆಯ್ತು. ನಿನ್ನ ಹಣ ನಿನ್ನವರ ಕೈ ಸೇರತು ಅನ್ಕೊ. ನೀನು ಹೊರಟಿರೊ ದಾರೀಲಿ ನೀನು ನೆಮ್ಮದಿಯಾಗಿ ಹೋಗು...' ಎಂದು ಬುದ್ಧಾನಂದ ಹೇಳಿದಾಗ, ಸತ್ಯಪ್ರಕಾಶ ಭಾವುಕನಾಗಿ ಅವನಿಗೆ ಕೈ ಜೋಡಿಸಿ ಕಣ್ಣೀರು ಹಾಕಿದ. ಬಳಿಕ ಹಣದ ಬ್ಯಾಗನ್ನು ಅವನ ಕೈಗೆ ಕೊಟ್ಟ.

'ಗೆಳೆಯಾ ನಾನು ಮತ್ತೆ ವಾಪಸ್ ಊರಿಗೆ ಬರ್ತಿನಿ... ಇಂಥ ಕಷ್ಟ ಕಾಲದಲ್ಲಿ ಸಹಾಯ ಮಾಡಿದ ನಿನ್ನ ಬಗ್ಗೆ ನನ್ನ ಹೆಂಡ್ತಿ ಮುಂದೆ ಹೇಳಿ ಖುಷಿ ಪಡ್ತೀನಿ' ಎಂದು ಸತ್ಯಪ್ರಕಾಶ ಹೇಳಿದಾಗ, ಬುದ್ಧಾನಂದ 'ಹ್ಞೂಂ' ಎನ್ನುವಂತೆ ಸಂಜ್ಞೆ ಮಾಡಿ ಅವನ ಭುಜ ಹಿಡಿದು ಸಾಂತ್ವನ ಹೇಳಿ ಅಲ್ಲಿಂದ ಹೊರಟ. ಸತ್ಯಪ್ರಕಾಶ ಕೆಲವು ಕ್ಷಣ ಅವನು ಹೋಗುವುದನ್ನೇ ನೋಡುತ್ತ ನಿಂತ.

ಮಧ್ಯಾಹ್ನದ ಹೊತ್ತು. ನಡೆದು-ನಡೆದು ದಣಿದು ಹಸಿವಾಗಿದ್ದರಿಂದ ಸತ್ಯಪ್ರಕಾಶ ರಸ್ತೆಬದಿಯ ಮತ್ತೊಂದು ಅಂಗಡಿಯಲ್ಲಿ ಉಪಾಹಾರ ತಿನ್ನುತ್ತ ನಿಂತಿದ್ದ. ಆಗಾಗ ಸುತ್ತಲೆಲ್ಲ ನೋಡುತ್ತ ಯಾರಾದರೂ ತನ್ನನ್ನು ಗಮನಿಸುತ್ತಿದ್ದಾರೊ ಹೇಗೆ ಎಂಬುದನ್ನು ಗ್ರಹಿಸುತ್ತಲೇ ಇದ್ದ. ತಿನ್ನುವುದು ಇನ್ನೂ ಪೂರ್ಣವಾಗಿರಲಿಲ್ಲ. ಒಂದೆರಡು ಕಡೆಗಳಿಂದ ಮೂವರು ವ್ಯಕ್ತಿಗಳು ಮೆಲ್ಲಗೆ ಇವನತ್ತಲೇ ಬರುತ್ತಿರುವುದನ್ನು ಸೂಕ್ಷ್ಮವಾಗಿ ಗಮನಿಸಿದ ಸತ್ಯಪ್ರಕಾಶ, ತಿನ್ನುವುದನ್ನು ಅಲ್ಲಿಗೇ ನಿಲ್ಲಿಸಿ ಜೇಬಿನಿಂದ ಒಂದು ನೋಟು ತೆಗೆದು ಅಂಗಡಿಯವನಿಗೆ ಕೊಟ್ಟು ಅಲ್ಲಿಂದ ಓಡಲು ಆರಂಭಿಸಿದ. ಆ ಮೂವರೂ ವ್ಯಕ್ತಿಗಳು ಇವನ ಹಿಂದೆಯೇ ಓಡಿ ಬಂದರು. 'ಖಂಡಿತ ಅವರು ತನ್ನನ್ನು ಹಿಡಿಯಲೆಂದೇ ಬಂದ ಮಫ್ತಿಯಲ್ಲಿರುವ ಪೊಲೀಸರೇ' ಎಂದುಕೊಂಡ ಸತ್ಯಪ್ರಕಾಶ ಅವರಿಂದ ತಪ್ಪಿಸಿಕೊಳ್ಳಲು ಹೊರಳಿ ನೋಡುತ್ತ ರಸ್ತೆ ಕಂಡಲೆಲ್ಲ

ಓಡಿದ. ಹಾಗೆ ಸ್ವಲ್ಪ ದೂರ ಕ್ರಮಿಸಿದ ಬಳಿಕ ಜನಸಂಚಾರವಿಲ್ಲದ ಒಂದು ಪ್ರದೇಶ ಸಿಕ್ಕಿತು. ಹೊರಳಿ ನೋಡಿದಾಗ, ಮೂವರೂ ಅಲ್ಲಿಗೂ ಬರುತ್ತಿರುವುದು ಕಂಡಿತು. ಇನ್ನೇನು ತನ್ನನ್ನು ಹಿಡಿದೇಬಿಡುತ್ತಾರೆಂಬ ಆತಂಕದಿಂದ ಓಡಲು ಹೋದಾಗ, ಅದೇ ರಸ್ತೆಯಲ್ಲಿ ಎದುರಿನಿಂದ ಬಂದ ವಾಹನಕ್ಕೆ ಡಿಕ್ಕಿ ಹೊಡೆದು ಅವನ ದೇಹ ದೂರಕ್ಕೆ ಹೋಗಿ ಬಿದ್ದಿತು. ಡಿಕ್ಕಿ ಹೊಡೆದ ವಾಹನ ನಿಲ್ಲದೇ ವೇಗವಾಗಿ ಹೊರಟು ಹೋಯಿತು. ರಸ್ತೆ ಪಕ್ಕಕ್ಕೆ ಬಿದ್ದಿದ್ದ ಸತ್ಯಪ್ರಕಾಶನ ತಲೆಗೆ ಬಲವಾದ ಪೆಟ್ಟು ಬಿದ್ದಿದ್ದರಿಂದ ಬಿಕ್ಕಿ ಬಿಕ್ಕಿ ಪ್ರಾಣ ಬಿಟ್ಟ. ಉಸಿರು ನಿಂತಮೇಲೂ ತೆರೆದೇ ಇದ್ದ ಅವನ ಕಣ್ಣುಗಳು ಆಕಾಶವನ್ನು ನೋಡುತ್ತಿದ್ದವು.

'ಇನ್ನಮೇಲೆ ನಮಗೆ ಕಷ್ಟ ಅನ್ನೋದೇ ಇರೋದಿಲ್ಲ. ಹಣಕ್ಕಾಗಿ ನಾವು ಇನ್ಮೇಲೆ ಯಾರ ಗುಲಾಮರಾಗಿ ಬದುಕಬೇಕಾಗಿಲ್ಲ. ಯೋಚನೆ ಮಾಡಬೇಡ ನಾನು ನಿನ್ನ ಚೆನ್ನಾಗಿ ನೋಡ್ಕೊತಿನಿ... ಮಗನನ್ನ ಚೆನ್ನಾಗಿ ಬೆಳೆಸೋಣ...'

'ನಿನ್ನ ಹಣ ನಿನ್ನವರ ಕೈ ಸೇರತು ಅನ್ಕೊ. ನೀನು ಹೊರಟಿರೊ ದಾರೀಲಿ ನೀನು ನೆಮ್ಮದಿಯಾಗಿ ಹೋಗು...'

'ಗೆಳೆಯಾ ನಾನು ಮತ್ತೆ ವಾಪಸ್ ಊರಿಗೆ ಬರ್ತಿನಿ... ಇಂಥ ಕಷ್ಟ ಕಾಲದಲ್ಲಿ ಸಹಾಯ ಮಾಡಿದ ನಿನ್ನ ಬಗ್ಗೆ ನನ್ನ ಹೆಂಡ್ತಿ ಮುಂದೆ ಹೇಳಿ ಖುಷಿ ಪಡ್ತೀನಿ...'

ಈ ಮಾತುಗಳು ಅಲ್ಲೆಲ್ಲಾ ಪ್ರತಿಧ್ವನಿಸಿದವು. ಸತ್ಯಪ್ರಕಾಶನ ಮೃತ ದೇಹ ರಸ್ತೆ ಪಕ್ಕದಲ್ಲಿ ಅನಾಥವಾಗಿ ಬಿದ್ದಿತ್ತು.

ಅಳಿವು

(ಕಾದಂಬರಿ-2)

ಮನೋಹರನ ತಂದೆ ಸೋಮೇಶ್ವರ ಮನೆ ಎದುರಿನ ಒಂದು ಜಾಗದಲ್ಲಿ ಮೌನವಾಗಿ ಕುಳಿತಿದ್ದರು. ಮನೆಯಲ್ಲಿ ಪುಸ್ತಕ ಓದುತ್ತ ಕುಳಿತಿದ್ದ ಮನೋಹರ ಓದುವುದನ್ನು ನಿಲ್ಲಿಸಿ ನೋಟವನ್ನು ಎದುರಿಗೆ ಕೀಲಿಸಿ, ಕೆಲವು ಕ್ಷಣ ಗಂಭೀರವಾಗಿ ಯೋಚಿಸಿದ. ಮುಖದಲ್ಲಿ ಚಿಂತೆ, ವಿಷಾದ, ನಿರಾಶೆಯ ಭಾವ ತುಂಬಿಕೊಂಡಿತು. ಅವನು ಹಾಗಿರುವುದನ್ನು ಒಳಗಿನಿಂದ ಗಮನಿಸಿದ ಹೆಂಡತಿ ಪಲ್ಲವಿ ಅವನ ಮನಸ್ಥಿತಿ ಅರಿತು ಹತ್ತಿರ ಬಂದು-

'ರೀ... ಅದ್ಯಾಕ್ರಿ ಹಿಂಗ ಒಬ್ರ ಕುತ್ಕೊಂಡು ಯೋಚನೆ ಮಾಡಾಕತ್ತೀರಿ? ನಾನೂ ಅವಾಗಿನಿಂದ ನೋಡಾಕತ್ತೀನಿ, ಕೈಯಾಗ ಪುಸ್ತಕಾ ಹಿಡಕೊಂಡು ಎಲ್ಲೋ ನೋಡಿಕೋತ ಚಿಂತಿ ಮಾಡಾಕತ್ತೀರಿ. ನೀವು ಹಿಂಗ ಚಿಂತಿ ಮಾಡೋದನ್ನ ನನ್ನಿಂದ ನೋಡಾಕಾಗವಲ್ದು' ಅಂದಳು.

ಮನೋಹರ ಒಮ್ಮೆ ಅವಳತ್ತ ನೋಡಿ ಮತ್ತೆ ಬೇರೆಕಡೆಗೆ ನೋಟ ಹರಿಸಿದ.

'ಆಗಿದ್ದು ಆತು, ಅದನ್ನ ನೆನಪಿಸಿಕೊಂಡು ನೀವು ಹಿಂಗ ಮಂಕು ಹಿಡದವ್ರಹಂಗ ಕುಂತ್ರ ನನಗ ಸಮಾಧಾನ ಇರತದೇನ್ರಿ? ಜೀವನದಾಗ ಬಂದಿದ್ದು ಬರ್ಲಿ ಇಬ್ರೂ ಕೂಡಿ ಎದುರಿಸೋಣ' ಎಂದಳು ಪಲ್ಲವಿ.

'ಪಲ್ಲವಿ... ಈ ಹಸಿವನ್ನೋದು ಭಾಳ ಕೆಟ್ಟದ್ದು. ಹೊತ್ತು ಬಂದ್ರ ಏನ್ಬೇಕಾದ್ರೂ ಮಾಡಾಕ ಹಚ್ಚತೈತಿ. ಆದ್ರ ನ್ಯಾಯದಿಂದ ಬದುಕ್ತಿನಿ ಅನ್ನೋರನ್ನ ಈ ಹಸಿವ ಕೊಲ್ಲತೈತಿ... ಅದೂ ಹೆಂಗಂದ್ರ ಅಂವಾ ಇದ್ದೂ ಸತ್ತಂಗಿರಬೇಕು, ಹಂಗ ಕೊಲ್ಲತೈತಿ. ನನಗ ನನ್ನ ಹಸಿವಿನ ಬಗ್ಗೆ ಚಿಂತಿಲ್ಲಾ. ನನ್ನ ನಂಬಿ ಬದಕತಿರೋ ನೀನು, ಮಗಾ, ಅಪ್ಪ ನಿಮ್ಮ ಹಸಿವಿನ ಚಿಂತಿ ನನಗ. 'ಬದುಕು ಜಟಕಾ ಬಂಡಿ ವಿಧಿ ಅದರ ಸಾಹೇಬ/ ಕುದುರೆ ನೀನ್ ಅವನು ಪೇಳ್ದಂತೆ ಪಯಣಿಗರು/ ಮದುವೆಗೋ ಮಸಣಕೋ ಹೋಗೆಂದ ಕಡೆಗೋಡು/ ಪದ ಕುಸಿಯೇ ನೆಲವಿಹುದು ಮಂಕುತಿಮ್ಮ' ಅಂತ ಡಿವಿಜಿ ಅವ್ರು ಬರೆದಿರೋ ಸಾಲುಗಳನ್ನ ಓದತಿದ್ದೆ. ಆದ್ರ ಬದುಕು ನನಗೀಗ ನಿಜವಾಗ್ಯೂ ಆ ಪಾಠ ಕಲಸ್ತು' ಎಂದು ಮನೋಹರ ವಿಷಾದದಿಂದ ಹೇಳಿದ.

ಅವನ ಮಾತು ಕೇಳಿ ಭಾವುಕಳಾದ ಪಲ್ಲವಿ, ಅವನನ್ನು ತನ್ನ ಬಾಹುಗಳಲ್ಲಿ ಸೆಳೆದುಕೊಂಡು 'ರೀ ನೀವು ಹಿಂಗೆಲ್ಲಾ ಮಾತಾಡಿದ್ರ ನನಗ ಅಳು ಬರತೈತಿ. ನೀವ ಹಿಂಗಂದ್ರ ಇನ್ನ ನನಗ ಧೈರ್ಯ ಹೇಳೋರು ಯಾರು?' ಎಂದಳು.

ಅದೇ ಹೊತ್ತಿಗೆ ಹೊರಗಿದ್ದ ಸೋಮೇಶ್ವರ ಅವರಿಬ್ಬರ ಮಾತುಗಳನ್ನು ಕೇಳಿಸಿಕೊಂಡು ಒಳಗೆ ಬಂದು ಮನೋಹರನ ಮುಖ ನೋಡಿ–

'ಕೆಲಸ ಹೋತು ಅಂತ ತೆಲಿ ಕೆಡಿಸ್ಕೊಂಡು ಕುಂತ್ರ ಪ್ರಯೋಜನ ಇಲ್ಲ. ಇವತ್ತಿಲ್ಲಾ ನಾಳೆ ನಮಗೂ ಒಳ್ಳೆ ದಿನಗಳು ಬಂದ ಬರತಾವು. ಪ್ರಯತ್ನ ಮಾಡ್ಕೊಂಡು ಇರೋದು ನಮ್ಮ ಕರ್ತವ್ಯ. ಚಿಂತಿ ಮಾಡೋದ್ರಿಂದ ಆಯಸ್ಸು ಕಡಮಿ ಆಗತೈತಿ ಹೊರತು ಪರಿಹಾರ ಸಿಗೋದಿಲ್ಲ' ಅಂದರು.

'ಅಪ್ಪಾ ನೀನ್ ಹೇಳೋದು ಖರೆ ಐತಿ. ಆದ್ರ ಇಂಥಾ ಕೆಟ್ಟ ಕಾಲದಾಗ ಉದ್ಯೋಗ ಕಳಕೊಂಡು ಆದಾಯ ಇಲ್ದ ದಿನಾ ಕಳಿಯೋದು ಭಾಳ ಕಷ್ಟ ಐತಿ ಅಪ್ಪಾ. ನಾವು–ನಾವ ಹಿಂಗ ಮಾತಾಡಿಕೊಂಡು ಸಮಾಧಾನ ಮಾಡ್ಕೊಬಹುದು. ಆದ್ರ ತಿಂಗಳು ಕಳೀತಿದ್ದಂಗ ರೇಷನ್ನು, ತರಕಾರಿ, ಹಾಲು, ಕರೆಂಟ್ ಬಿಲ್ಲು ಅಂತ ಯಾವ ಖರ್ಚು ನಿಲ್ಲೋದಿಲ್ಲ. ಪಗಾರ ಬರತಿದ್ದಾಗ ಅದರ ಬಗ್ಗೆ ಯೋಚನೆನ ಇರತಿರಲಿಲ್ಲ. ಕೆಲಸ ಬಿಟ್ಟು ಬಂದು ಮೂರು ತಿಂಗಳು ಕಳೀತು. ಬೇರೆಕಡೆ ಕೆಲಸ ಸಿಕ್ಕು ಪಗಾರ ಕೈಗೆ ಬರೋತನಕ ಇದಕ್ಕೆಲ್ಲಾ ಏನ್ಮಾಡೋದು ಅಂತ ಒಮ್ಮೊಮ್ಮೆ ಗಾಬರಿ ಅಕ್ಕತಿ. ಬದುಕೋ ಸಲುವಾಗಿ ಸಾಲಾ ಮಾಡಬೇಕಾಗ್ತದೇನೊ ಅಂತ ಬೇಜಾರಕ್ಕತಿ. ಅದಕ್ಕ ನನ್ನ ಕೆಲಸ ನನಗ ಸಿಗೋತನಕ ಸದ್ಯಕ್ಕ ಯಾರದಾದ್ರೂ ಕೈ ಕೆಳಗ ಮಾಡುವಂಥಾ ಕೆಲಸ ಸಿಕ್ರೂ ಹೊಗ್ಬೇಕು ಅನ್ಕೊಂಡೀನಿ. ಅಂಥ ಅವಕಾಶ ಸಹಿತ ಎಲ್ಲೂ ಸಿಗವಲ್ದು. ಎಲ್ಲಾ ವ್ಯಾಪಾರ–ವ್ಯವಹಾರ ಹಾಳಾಗಿ ಎಲ್ರೂ ಕೈ ಕಟ್ಟಿಕೊಂಡು ಕುಂತಾರ... ಇಂಥಾ

ಪರಿಸ್ಥಿತಿಯೊಳಗ ಇನ್ನ ಮುಂದ ಹ್ಯಾಂಗ ಅನ್ನೋದನ್ನ ನೆನಿಸಿಕೊಂಡ್ರ ಎದಿ ಧಸ್ ಅಂತೈತಪ್ಪಾ!...' ಎಂದು ಮನೋಹರ ಆತಂಕ ವ್ಯಕ್ತಪಡಿಸಿದ.

ಈ ಮಾತು ಕೇಳಿಸಿಕೊಂಡು ಸೋಮೇಶ್ವರ ಕೂಡ ವಿಷಾದದಿಂದ ಚಿಂತಿತರಾದರು. ಅವರ ಮಾತುಗಳನ್ನು ಕೇಳಿಸಿಕೊಂಡ ಪಲ್ಲವಿ ಅಲ್ಲಿಗೆ ಬಂದು–

'ನೀವು ಹಿಂಗಂದಮ್ಯಾಲೆ ನಾನೂ ಯೋಚನೆ ಮಾಡಿ ಒಂದು ನಿರ್ಧಾರಕ್ಕ ಬಂದೀನ್ರಿ. ಮನ್ಯಾಗ ಇದ್ದು ನಾನೂ ನನ್ನ ಕೈಲಾದಷ್ಟು ಕೆಲಸ ಮಾಡ್ತಿನಿ' ಅಂದಳು.

'ನೀನೇನ್ ಕೆಲಸಾ ಮಾಡ್ತಿ ಪಲ್ಲವಿ?' ಎಂದು ಮನೋಹರ ಕೇಳಿದಾಗ–

'ರೊಟ್ಟಿ ಮಾಡ್ತಿನ್ರಿ... ರೊಟ್ಟಿ ಮಾಡಿ ಹೊಟೆಲ್ಲು ಖಾನಾವಳಿಗೆ ಕೊಟ್ಟು ಬರ್ತಿನಿ. ಕಷ್ಟ ಐತಿ ಅಂತ ಯಾರೂ ಉಣ್ಣೋದಂತೂ ಬಿಡೋದಿಲ್ಲ. ಅದಕ್ಕ ಹೊಟೆಲ್ಲು ಖಾನಾವಳಿ ಹೆಂಗೋ ನಡೀತಾವು...' ಅಂದಳು ಪಲ್ಲವಿ.

'ಪಲ್ಲವಿ... ನಮಗ ಕಷ್ಟ ಬಂದಿರಬಹುದು ಖರೆ. ಹಂಗತ ನೀನು ಅದನ್ನೆಲ್ಲಾ ಮಾಡಾಕ ಹೋಗಬ್ಯಾಡ... ನಿನ್ನನ್ನ ಹಂಗೆಲ್ಲಾ ಕಳಿಸೋದಕ್ಕ ನನಗ ಇಷ್ಟಾ ಇಲ್ಲಾ.'

'ಇಂಥಾ ಪರಿಸ್ಥಿತಿಯೊಳಗೂ ನೀವು ಹಿಂಗಂದ್ರ ಹೆಂಗ್ರಿ? ಹೆಣ್ಣುಮಕ್ಳು ದುಡಿಯೋದು ತಪ್ಪೇನ್ರಿ?' ಅಂದಾಗ, ಮನೋಹರ ಅಸಮಾಧಾನ, ಬೇಸರದಿಂದ, 'ಛೆ...' ಅಂದುಕೊಂಡ.

'ಅವ್ವಾ... ನೀ ಮಾಡೋದು ತಪ್ಪೇನೂ ಅಲ್ಲಾ. ದುಡುದು ಬದಕಾಕ ಯಾರ ಹಂಗೂ ಇಲ್ಲ. ಅವ್ನು ಸ್ವಾಭಿಮಾನಕ್ಕ ಹೆದರಿ ಬ್ಯಾಡ ಅಂತಾನ. ನೋಡು ಏನ್ಮಾಡ್ತಿಯೋ ಯೋಚನೆ ಮಾಡು' ಎಂದು ಸೋಮೇಶ್ವರ ಹೇಳಿದರು.

ಮನಸ್ವಿ ಒಲೆಯ ಮೇಲಿದ್ದ ಚಹಾವನ್ನು ಕಪ್ಪಿಗೆ ಸುರಿದುಕೊಂಡು, ಚಹಾ ಕಪ್ಪಿನೊಂದಿಗೆ ರೂಮಿಗೆ ಬಂದಳು. ಹಾಸಿಗೆಯ ಮೇಲೆ ಕುಳಿತು ಅಲ್ಲಿದ್ದ ಮ್ಯಾಗಜಿನ್ ಕೈಗೆತ್ತಿಕೊಂಡು ಚಹಾ ಕುಡಿಯುತ್ತ ಒಂದೊಂದೇ ಪುಟ ತಿರುಗಿಸಿದಳು. ಒಂದು ಪುಟದಲ್ಲಿ ಪದ್ಯವೊಂದು ಕಾಣಿಸಿದಾಗ–

'ಓ... ಪದ್ಯ...!' ಅಂದುಕೊಂಡು ಅದನ್ನು ಆಸಕ್ತಿಯಿಂದ ಓದಿದಳು.

ಬದುಕು;
ಕರೆಂಟು ಹೋದಾಗ–ಉರಿದು
ಆರುವ ಬುಡ್ಡಿಯ ಮಬ್ಬು ಬೆಳಕು

ಒಳಗೆ ಲೈಟು ಹತ್ತುವತನಕ ಅಸ್ತಿತ್ವ
ಹೊರಗೆ ಬೆಳಕು ಹರಿಯುವ ತನಕ ಆಯುಷ್ಯ
ಓಡುತ್ತಲೇ ಇರುತ್ತದೆ ಕಾಲ!
ಸುಡುತ್ತಲೇ ಇರುತ್ತದೆ ತೈಲ
ಮತ್ತೆ ತುಂಬುವುದಿಲ್ಲ;
ಖಾಲಿಯಾಗುತ್ತದೊಮ್ಮೆ ತೈಲದ ಚೀಲ!
ಕಡ್ಡಿ ಗೀರಿದವ ಉರಿಸಿದಂತೆ; ಎತ್ತೆತ್ತರಕೆ-
ಏರಿ ಒಮ್ಮೊಮ್ಮೆ ನಿಗಿ ನಿಗಿ... ಉರಿದು
ಝುಗ ಝುಗ... ಉರಿದು
ಹೊಗೆಯಾಗಿ, ಕರಿಯಾಗಿ ಹಾರುವುದು
ಗಾಳಿ ಬೀಸಿದರೆ-ಅದು ಕಸವಾಗಿ ನೆಲಕ್ಕೆ ಬೀಳುವುದು
ಇಲ್ಲವೆ ಜ್ವಾಲೆ ಆರುವುದು!
ಸುಮ್ಮನಷ್ಟೇ ಇದೆಲ್ಲಾ ಆರುವತನಕ
ಇಲ್ಲವೆ ಎಣ್ಣೆ ಪೂರಾ ಖಾಲಿಯಾಗುವತನಕ
ಒಟ್ಟಿನಲಿ; ಕತ್ತಲಲ್ಲಿ ಉರಿಯುವುದು
ಉರಿಯುತ್ತಲೇ ಇರುವುದು-
ಕತ್ತಲ ತೆರೆ ಸರಿಯುವತನಕ,
ಅಸ್ತಿತ್ವ ತೀರಿ ಬೆಳಕು ಹರಿಯುವತನಕ
ಮರು ಹುಟ್ಟಿನ ದಾರಿ ಸೇರುವತನಕ
ಕರೆಂಟು ಹೋಗುವುದೂ; ಬರುವುದು
ಮಾಯೆಯ ಮರ್ಮ
ಹೊತ್ತಿ ಉರಿಯುವದು ಬುಡ್ಡಿಯ ಕರ್ಮ
ಕಾಲಭ್ರಮಣ, ಪರಿವರ್ತನೆ ಸೃಷ್ಟಿಯ ನಿಯಮ
ಇದೆಲ್ಲ ಅಸ್ತಿತ್ವದ ಧರ್ಮ

ಪದ್ಯವನ್ನು ಓದಿದ ಬಳಿಕ ಅದು ಅವಳಿಗೆ ಬಹಳ ಇಷ್ಟವಾಗಿ-

'ವಾಹ್! ಎಂಥಾ ಅರ್ಥಪೂರ್ಣ!... ಬರದವ್ರು... ಮನೋಹರ್!' ಅಂದುಕೊಂಡು, ಅಲ್ಲಿದ್ದ ಭಾವಚಿತ್ರ ಗಮನಿಸಿದಳು.

'ಹ್ಞಂ... ನೋಡಾಕ ಸಹಿತ ಅಷ್ಟ ಛೋಲೊ ಅದಾರ' ಅಂದುಕೊಂಡು ಮುಗುಳ್ನಕ್ಕಳು.

'ಅವ್ರನ್ನ ಮಾತಾಡಿಸಿ ಇದರ ಬಗ್ಗೆ ಹೇಳಿದ್ರ ಅವ್ರಿಗೆ ಖುಷಿ ಆಗಬಹುದು' ಎಂದು ಆ ಪುಟದಲ್ಲಿದ್ದ ಮನೋಹರನ ಮೊಬೈಲ್ ಸಂಖ್ಯೆಗೆ ಕರೆ ಮಾಡಿದಳು. ಅವನು ಕರೆ ಸ್ವೀರಿಸಿದ.

'ಹಲೋ... ಯಾರು?'

'ಮನಸ್ವಿ ಅಂತ ನನ್ನ ಹೆಸರು... ಇಲ್ಲೇ ಆನಂದ ನಗರದಿಂದ ಮಾತಾಡ್ತಿದ್ದೀನ್ರಿ. ನೀವು ಮನೋಹರ ಅವ್ರಾ?' ಅಂದಾಗ–

'ಹೌದು... ಏನಾಗಬೇಕಿತ್ತು ಹೇಳ್ರಿ' ಅಂದ ಮನೋಹರ.

'ಏನಿಲ್ಲ ಸರ್... ಮ್ಯಾಗಜಿನ್ನೊಳಗ ನಿಮ್ಮ ಪದ್ಯ ಓದಿದೆ. ಭಾಳ ಛೊಲೊ ಅನಸ್ತು. ಅದಕ್ಕ ನಿಮ್ಮನ್ನ ಮಾತಾಡ್ಸಣ ಅಂತ ಫೋನ್ ಮಾಡಿದೆ.'

'ಹೋ... ಪದ್ಯ ಓದಿದ್ರೇನು! ಹ್ಞಂ... ಅದ್ರಾಗ ಯಾವ ಸಾಲು ಇಷ್ಟಾ ಆದ್ವು ನಿಮಗ?'

'ಒಳಗೆ ಲೈಟು ಹತ್ತುವತನಕ ಅಸ್ತಿತ್ವ/ ಹೊರಗೆ ಬೆಳಕು ಹರಿಯುವ ತನಕ ಆಯುಷ್ಯ... ಎಂಥಾ ಅರ್ಥಪೂರ್ಣ ಸಾಲುಗಳು ಸರ್... ಇವು ನಿಮಗ ಹೆಂಗ ಹೊಳದ್ವು!?' ಎಂದು ಅಚ್ಚರಿಯಿಂದ ಕೇಳಿದಾಗ–

ಮನೋಹರ ಮುಗುಳ್ನಕ್ಕು 'ಮನಸ್ವಿಯವ್ರೆ... ನಾನು ಕವಿಯೇನೂ ಅಲ್ಲಾ. ನನಗನಿಸಿದ್ದನ್ನ ಪ್ರಾಸದೊಳಗ ಬರೀಬೇಕು ಅನಿಸ್ತು, ಬರದೆ. ಅದು ನಿಜವಾಗ್ಲೂ ಪದ್ಯ ಆಗಿದ್ರ ನಿಮ್ಮಂಥ ಓದುಗರಿಗೆ ಖುಷಿ ಕೊಡ್ಲಿ ಅಂದ್ಕೊತಿನಿ. ನೀವದನ್ನ ಸಕಾರಾತ್ಮಕವಾಗಿ ಗ್ರಹಿಸಿದ್ದಕ್ಕ ಅದು ನಿಮಗಿಷ್ಟಾ ಆಗಿರಬಹುದು. ನಿಮ್ಮ ಅಭಿರುಚಿ ಒಳ್ಳೆದಾಗಿದ್ರಿಂದ ಅದು ನಿಮಗ ಒಳ್ಳೆ ಪದ್ಯ ಅನಿಸಿರಬಹುದು. ಮಕ್ಕಳಿಗೆ ಪಾಠ ಮಾಡೋದು ನನ್ನ ವೃತ್ತಿ ಆಗಿರೋದರಿಂದ ಅವಾಗವಾಗ ಹಿಂಗೆಲ್ಲಾ ಅನಿಸಿದ್ದನ್ನ ಬರೀತಿರ್ತಿನಿ' ಅಂದ.

ಮನಸ್ವಿ ಮುಗುಳ್ನಕ್ಕು 'ಸರ್... ಇಷ್ಟು ಛೊಲೊ ಪದ್ಯ ಬರಿಯೋ ನೀವು ಇಷ್ಟೊಂದು ಸರಳವಾಗಿ ಮಾತಾಡೋದು ಕೇಳಿದ ಮೇಲೆ ನಿಮ್ಮ ಬಗ್ಗೆ ಇನ್ನೂ ಕುತೂಹಲ ಹುಟ್ತು ನನಗ. ಭಾಳ ತಿಳಕೊಂಡವ್ರು ತಾವು ದೊಡ್ಡವ್ರು ಅಂತ ಯಾವತ್ತೂ ಹೇಳಿಕೊಳ್ಳೊದಿಲ್ಲ. ನಿಮ್ಮ ಮಾತು ಕೇಳಿದ ಮೇಲೆ ನಿಮ್ಮ ಬಗ್ಗೆ ನನಗೂ ಹಂಗ ಅನಿಸ್ತು. ನಿಮ್ಮ ಪದ್ಯ ಓದಿ ಪ್ರಭಾವಿತಳಾಗಿ, ನಿಮ್ಮ ಮಾತು ಕೇಳಿದ ಮೇಲೆ ನಿಮ್ಮನ್ನ ಒಮ್ಮೆ ಭೇಟಿ ಮಾಡಬೇಕು ಅನ್ನಿಸ್ತಿದೆ ಸರ್... ನೀವು ಒಪ್ಪಿದ್ರ...' ಅಂದಳು.

'ಅಯ್ಯೋ ಅದಕ್ಕೇನ್ರಿ... ನನ್ನ ಭೇಟಿ ಮಾಡಾಕ ಇಷ್ಟೊಂದು ಕೇಳಿಕೊತಿರಲ್ಲ... ನಾನೇನ್ ಮಂತ್ರಿನಾ ವಿಐಪಿನಾ!? ನೀವು ಇಷ್ಟೊಂದು ಪ್ರೀತಿಯಿಂದ ಕೇಳಿದ ಮೇಲೆ ಇಲ್ಲಾ ಅನ್ನಕಾಗ್ತದಾ... ಕವಿಯೊಬ್ಬನಿಗೆ ಕೇಳೋ ಎರಡು ಕಿವಿ ಸಿಕ್ರ ಸಾಕಲ್ಲ!' ಎಂದು ನಕ್ಕ.

ಈ ಮಾತು ಕೇಳಿ ಅವಳೂ ನಕ್ಕು 'ಆಗ್ಲಿ ಸರ್ ಹಂಗಾದ್ರ... ನಾಳೆ ಸಂಜೆ ಸಿಟಿ ಪಾರ್ಕ್‌ಹತ್ರ ಸೇರಣ' ಅಂದಳು.

'ಸರಿ... ಹಂಗ ಆಗ್ಲಿ... ಬರ್ತೀನಿ' ಎಂದು ಮನೋಹರ ಒಪ್ಪಿದ.

ಮನೋಹರ ಮನಸ್ವಿ ಈಬ್ಬರೂ ಸಿಟಿ ಪಾರ್ಕ್‌ನ ಒಂದು ಏಕಾಂತದ ಸ್ಥಳದಲ್ಲಿ ಸೇರಿದ್ದರು. ಮುಖಾಮುಖಿ ಭೇಟಿ, ಪರಿಚಯದ ಬಳಿಕ–

'ನಿಮ್ಮನ್ನ ಭೇಟಿ ಮಾಡಿ ನನಗಂತೂ ಭಾಳ ಖುಷಿಯಾತು. ನೀವು ಉಪನ್ಯಾಸಕರು ಅಂತ ಹೇಳಿದಾಗ ನಿಮ್ಮ ಮುಂದ ನಿಂತು ಮಾತಾಡೋದು ಹೆಂಗ ಅಂತ ನನಗ ಹೆದರಕಿ ಆಗಿತ್ತು. ಆದ್ರ ನಿಮ್ಮನ್ನ ನೋಡಿದ ಮೇಲೆ ನೀವಿನ್ನೂ ಸ್ಟುಡೆಂಟ್‌ತರಾ ಅದೀರಿ ಅನಸ್ತು. ಹಿಂಗಿದ್ರೂ ಅಷ್ಟು ಗಂಭೀರವಾಗಿ ಬರೀತಿರಿ ಅಂದ್ರ ನೀವು ಭಾಳ ಓದಿಕೊಂಡಿರಿ ಅಂತ ಕಾಣ್ತದ. ಇಲ್ಲಾ ಅನುಭವದಿಂದ ನಿಮಗ ಆ ಶಕ್ತಿ ಬಂದಿರಬಹುದು ಅಲ್ಲಾ ಸರ್?' ಎಂದಳು ಮನಸ್ವಿ.

'ನನ್ನ ವೃತ್ತಿಗೆ ನಾನು ನ್ಯಾಯ ಒದಗಿಸಬೇಕು ಅಂದ್ರ ಓದಲೇಬೇಕು. ಅಷ್ಟಕ್ಕೂ ಓದು ಅನ್ನೋದು ನನಗ ಆಸಕ್ತಿಯ ಕೆಲಸ. ಮನುಷ್ಯ ತನ್ನನ್ನ ತಾನು ಶೋಧನೆ ಮಾಡಕೊಳ್ಳೊದಕ್ಕ ಇರೋ ಒಂದೇ ಮಾರ್ಗ ಅಂದ್ರ... ಅದು ಓದು ಅಂತ ನಾನ್ ನಂಬತಿನಿ...' ಎಂದು ಮನೋಹರ ಹೇಳಿದ.

ಅವನ ಮಾತನ್ನು ಆಸಕ್ತಿಯಿಂದ ಆಲಿಸಿದ ಮನಸ್ವಿ 'ಹ್ಞೂಂ... ನೀವು ಹಿಂಗ ಹೇಳತಿದ್ರ ನಿಮ್ಮ ಮಾತುಗಳನ್ನ ಕೇಳಿಸ್ಗೊತನ ಇರಬೇಕು ಅನಸ್ತದ ಸರ್ ನನಗ' ಅಂದಳು.

ಮನೋಹರ ನಕ್ಕು ಅವಳ ಮುಖ ನೋಡಿ 'ಕನ್ನಡಾ ಲೆಕ್ಚರರ್ ಅಂದ್ರ ತಲಿ ಕೊರಿಯೋ ಹುಳಾ ಅಂತ ಮಾತಾಡಿಕೊಳ್ಳೊ ಸ್ಟುಡೆಂಟ್‌ಗಳು ಇರೋವಾಗ, ನಿಮಗ ನನ್ನ ಮಾತು ಕೇಳಿಸ್ಕೊಬೇಕು ಅನಿಸಿದ್ದು ಒಂದು ರೀತಿ ಆಶ್ಚರ್ಯನ!' ಅಂದ.

ಅದನ್ನು ಕೇಳಿ ನಕ್ಕ ಅವಳು–'ತಿಳೀದ ಇರೋದನ್ನ ತಿಳದವ್ರಿಂದ ಕೇಳಿ ತಿಳಕೊಬೇಕು ಅನ್ನೋ ಆಸಕ್ತಿ ಇಲ್ಲದವ್ರು ಹಂಗೆಲ್ಲಾ ಮಾತಾಡಬಹುದು. ನಾನು ಮಾತ್ರ ಆ ಗುಂಪಿಗೆ ಸೇರಿದವಳಲ್ಲ' ಅಂದಳು.

'ಹ್ಞೂಂ... ಹಂಗಾದ್ರ ನಿಮಗ ಕಲಿಕೆ ಬಗ್ಗೆ ಈ ವಯಸ್ಸಲ್ಲೂ ಆಸಕ್ತಿ ಉಳದೈತಿ ಅಂದಗಾತು... ಏನ್ ಓದಿರಿ ನೀವು?'

'ಬಿಕಾಂ.'

'ನಿಮ್ಮ ಕುಟುಂಬದವ್ರು?'

'ಅಪ್ಪಾ... ನಾನು ಇಬ್ರ ಇರೋದು. ನಾನು ಸಣ್ಣವಳಿದ್ದಾಗ್ಲೇ ಅವ್ವ ತೀರಿ ಹೋದ್ಲು.'

'ಹೋ...'

'ನಾನು ಪ್ರೈವೇಟ್ ಕಂಪನಿಯೊಳಗ ಕೆಲಸ ಮಾಡ್ತಿದ್ದೀನಿ.'

'ಸರಿ, ನಿಮ್ಮ ಓದಿನ ಆಸಕ್ತಿ ನನಗ ಇಷ್ಟ ಆತು. ನೀವು ಓದ್ತಿನಿ ಅನ್ನೋದಾದ್ರ ನನ್ನತ್ರ ಇರೋ ಒಂದಿಷ್ಟು ಒಳ್ಳೆ ಪುಸ್ತಕಗಳನ್ನ ನಿಮಗ ಕೊಡ್ತಿನಿ' ಅಂದಾಗ–

ಅವಳು ಆಸಕ್ತಿಯಿಂದ, 'ಹ್ಞೂಂ... ಆಗ್ಲಿ ಸರ್ ಕೊಡ್ರಿ' ಅಂದಳು.

2

ಇನ್ನೊಂದು ದಿನ ಮನೋಹರ ಮನೆಯ ಬಳಿ ಇದ್ದಾಗ ಮನಸ್ವಿಯ ಫೋನ್‌ಕರೆ ಬಂದಿತು. ಕರೆ ಸ್ವೀಕರಿಸಿದಾಗ–

'ನಮಸ್ತೆ ಸರ್...' ಅಂದಳು ಮನಸ್ವಿ.

'ನಮಸ್ತೆ... ಹೇಳ್ರಿ ಮನಸ್ವಿ.'

'ಬ್ಯೂಜಿ ಅದೀರೇನು?'

'ಇಲ್ಲಾ. ಏನ್ ವಿಷಯ ಹೇಳ್ರಿ?'

'ಬುಕ್ಸ್ ಕೊಡ್ತೀನಿ ಅಂದಿದ್ರಲ್ಲಾ... ಮತ್ತ ಫೋನ್ ಮಾಡಲೇ ಇಲ್ಲ ನೀವು. ಅದಕ್ಕ ನಾನ ಮಾಡಿದೆ.'

'ಹೋ ಹೌದಲ್ಲಾ... ಸರಿ ಹಂಗಾದ್ರ ಸಂಜೆ ಪಾರ್ಕ್‌ಹತ್ರ ಬರ್ರಿ. ಪುಸ್ತಕ ತರ್ತಿನಿ' ಅಂದಾಗ, ಮನಸ್ವಿ ಖುಷಿಯಿಂದ 'ಹ್ಞೂಂ ಸರ್... ಹಂಗ ಆಗ್ಲಿ' ಎಂದಳು.

ಅವರಿಬ್ಬರೂ ಎಂದಿನಂತೆ ಅದೇ ಸ್ಥಳದಲ್ಲಿ ಸೇರಿದಾಗ, ಮನೋಹರ ಅವಳಿಗೆ ಪುಸ್ತಕಗಳನ್ನು ಕೊಟ್ಟ. ಅವಳು ಆಸಕ್ತಿಯಿಂದ ತೆಗೆದುಕೊಂಡು ಎಲ್ಲವನ್ನು ನೋಡಿದಳು. ಹೀಗೆ ಇಬ್ಬರೂ ಆಪ್ತವಾಗಿ ಮಾತನಾಡುತ್ತ ನಿಂತಾಗ, ವ್ಯಕ್ತಿಯೊಬ್ಬ ದೂರದಲ್ಲಿ ನಿಂತು ಅನುಮಾನದಿಂದ ಗಮನಿಸಿ ಏನೋ ಹೊಳೆದವನಂತೆ ಅಲ್ಲಿಂದ ನಿರ್ಗಮಿಸಿದ.

ಮನಸ್ವಿ ಮನೋಹರನ ಜೊತೆಗೆ ಇದ್ದದ್ದನ್ನು ನೋಡಿದ ಆ ವ್ಯಕ್ತಿ ತೇಜ, ವಿಕ್ರಾಂತನಿಗೆ ವಿಷಯ ತಿಳಿಸಲು ಅವನ ಮನೆಗೆ ಬಂದಿದ್ದ. ಅವನು ಬಂದಿದ್ದು ನೋಡಿ ವಿಕ್ರಾಂತ ಗರ್ವದ ಗತ್ತಿನಲ್ಲಿ–

'ಏನೋ ಬಂದಿದ್ದು. ಏನೋ ಹೇಳಬೇಕು ಅಂದಿಯಂತಲ್ಲ. ಏನ್ ವಿಷಯ?' ಎಂದು ಕೇಳಿದ.

'ಹೌದ್ರಿ ಸರ... ನಾನಿವತ್ತ ಪಾರ್ಕ್ ಹತ್ರ ಹೊಂಟಿದ್ದೆ. ಅಲ್ಲೆ ನೋಡ್ತಿನಿ ಆ ಪರಮೇಶಪ್ಪನ ಮಗಳು ಮನಸ್ವಿ ಅದಾಳಲ್ರಿ...'

ಹೀಗನ್ನುತ್ತಿದ್ದಂತೆ ವಿಕ್ರಾಂತನಿಗೆ ಕುತೂಹಲ ಕೆರಳಿ ಅವನನ್ನು ಕೆಕ್ಕರಿಸಿ ನೋಡಿ 'ಏನ್ಮಾಡಿದ್ಲೊ ಅವ್ಳು!?' ಅಂದ.

ತೇಜ ಭಯದಿಂದ 'ಹಾಂ... ಅದರಿ ನಿಮ್ಮ ಹುಡುಗಿ... ಯಾವನದೋ ಕೂಡ ಸಲಗಿಯಿಂದ ಹರಟಿ ಹೊಡಕೊಂಡು ನಿಂತಿದ್ಲು. ಅಂವಾ ಸಿಕ್ಕಿದ್ದ ಛಾನ್ಸು ಅಂತ ಅಕಿನ್ನ ಮೈ ಕೈ ಮುಟ್ಟಿ ಮಾತಾಡ್ಲಾಕತ್ತಿದ್ದ. ಅದನ್ನ ನಿಮ್ಮ ಮುಂದ ಹೇಳಬೇಕು ಅನಿಸ್ತು. ಅದಕ ಬಂದೆ ನೋಡ್ರಿ' ಅಂದಾಗ–

ವಿಕ್ರಾಂತ ಸಿಟ್ಟಿನಿಂದ 'ಅವನ್ಯಾರು ಅಂತ ಪತ್ತೆ ಹಚ್ಚಿ ಅವನ ಕೈ ಕಾಲು ಮುರುದು ಹಾಸ್ಪಿಟಲ್‌ಗೆ ಸೇರಸ್ರೊ ಆ ನನ್ನ ಮಗನ್ನ. ಮತ್ತ ಯಾವತ್ತೂ ಅವಾ ಅಕಿನ ಉಸಾಬರಿಗೆ ಬರಬಾರದು ಹಂಗ ಮಾಡ್ರಿ' ಅಂದ.

ಅವನು ಹೀಗಂದಾಗ ಅವನ ಹಿಂದೆ ನಿಂತಿದ್ದ ಇಬ್ಬರು ಹಿಂಬಾಲಕರು–

'ಆಯ್ತು ಅಣ್ಣಾ... ಅಂವಾ ಎಲ್ಲಿದ್ರೂ ಹುಡುಕಿ ಸರಿಯಾಗಿ ಬುದ್ಧಿ ಕಲಸ್ತಿವಿ' ಅಂದರು.

ತೇಜ ತನ್ನ ಕೆಲಸಕ್ಕಾಗಿ ಹಣ ಬಯಸಿ ಹಲ್ಲುಗಿಂಜಿ ನಿಂತಾಗ, ವಿಕ್ರಾಂತ ಜೇಬಿನಿಂದ ಎರಡು ನೋಟು ತೆಗೆದು ಅವನತ್ತ ಎಸೆದು 'ಹೋಗು' ಎನ್ನುವಂತೆ ಕೈ ಸನ್ನೆ ಮಾಡಿದ. ಅವನು ನೋಟುಗಳನ್ನು ಎತ್ತಿಕೊಂಡು ಅಲ್ಲಿಂದ ಹೋದ.

ನಂತರ ವಿಕ್ರಾಂತ ಮನಸ್ವಿಯ ತಂದೆಗೆ ಫೋನ್ ಮಾಡಿ–

'ಯೋ ಪರಮೇಶಪ್ಪ...' ಅಂದು ಸೊಕ್ಕಿನಿಂದ ಗದರಿಸಿದ.

'ನಮಸ್ಕಾರಿ ಸಾಹುಕಾರ...' ಎಂದು ಅವನು ವಿನಯ ತೋರಿದ.

'ನಿನ್ನ ನಮಸ್ಕಾರ ನೀನ ಇಟ್ಕೊ... ಮೊದಲ ನಿನ್ನ ಮಗಳಿಗೆ ಬುದ್ಧಿ ಹೇಳು.'

'ಏನಾತ್ರಿ... ಏನ್ಮಾಡಿದ್ಲು ನನ್ ಮಗಳು?'

'ಪಾರ್ಕು...ಲಾಡ್ಜು ಅಂತ ಸುತ್ತಾಡಿಕೊಂಡು ಯಾವಂದೊ ಕೂಡ ಮಜಾ ಮಾಡಾಕತ್ತ್ಯಾಳಂತ!... ನೀನು ನೋಡಿಕೊಂಡು ಸುಮ್ನಿರತೀಯೋ... ಬೈದು ಬುದ್ಧಿ ಹೇಳಿ ನನಗ ಮದುವಿ ಮಾಡಿಕೊಡ್ತೀಯೊ.'

'ಓಹೋ... ಹಿಂಗೇನ್ರಿ... ನೀವೇನೂ ಯೋಚನೆ ಮಾಡಬ್ಯಾಡ್ರಿ. ಅಕಿಗೆ ನಾನ್ ಬುದ್ಧಿ ಹೇಳಿ ದಾರಿಗೆ ತರ್ತೀನಿ' ಅಂದಾಗ–

ವಿಕ್ರಾಂತ ಗತ್ತಿನಿಂದ 'ಅವ್ಳು ಯಾವತ್ತಿದ್ರೂ ನನಗ ಸೇರಬೇಕಾಗಿರೋಳು. ಅವಳಾಗಿ ಅವಳೇ ದಾರಿಗೆ ಬರಲಿ ಅಂತ ಇಷ್ಟದಿನಾ ಸುಮ್ಮನಿದ್ದೀನಿ.

ಅಳೇನಾದ್ರೂ ಕಣ್ಣಾಮುಚ್ಚಾಲೆ ಆಟ ಆಡಿದ್ರ... ನಾನು ಕಬಡ್ಡಿ ಆಡಿಬಿಡ್ತೀನಿ ಅಷ್ಟ. ನಿನ್ನ ಕಿಸೆ ಬಿಸಿ ಆಗಬೇಕಂದ್ರ ನಿನ್ನ ಮಗಳು ನನ್ನ ಮದುವಿ ಮಾಡಿಕೊಬೇಕು' ಅಂದ.

'ಆತು ಸಾಹುಕಾರ ಹಂಗ ಆಗ್ಲಿ... ನಾನು ಅಕಿಗೆ ಬುದ್ಧಿ ಹೇಳಿ ಒಪ್ಪಿಸ್ತಿನಿ...' ಅಂದಾಗ–ವಿಕ್ರಾಂತ ಅಹಂಕಾರದಿಂದ 'ಹ್ಲೂಂ...' ಅಂದ.

ಎಂದಿನಂತೆ ಅವರು ಸೇರುತ್ತಿದ್ದ ಸಿಟಿ ಪಾರ್ಕ್‌ನ ಅದೇ ಜಾಗದಲ್ಲಿ ಮನೋಹರ, ಮನಸ್ವಿ ಭೇಟಿಯಾಗಿ ಮುಖಾಮುಖಿಯಾದಾಗ ಮನಸ್ವಿ ಕೈಯಿಂದ ಸನ್ನೆ ಮಾಡಿದಳು. ಮನೋಹರ ಕೂಡ ಪ್ರತಿಕ್ರಿಯಿಸಿ ಹತ್ತಿರ ಬಂದು–

'ಇವತ್ತು ನನಗ ಬರಕಾಗ್ತಿರಲಿಲ್ಲ. ನೀವೇನೊ ಭಾಳ ಕೇಳಿಕೊಂಡಿದ್ದಕ್ಕ ನಿಮಗ ಬೇಜಾರು ಮಾಡಬಾರ್ದು ಅಂತ ಬಂದೆ' ಎಂದು ಮುಗುಳ್ನಕ್ಕ.

'ಅಂದ್ರ... ನನ್ನ ಭೇಟಿ ಮಾಡೋದು ನಿಮಗ ಇಷ್ಟಾ ಇಲ್ಲ... ನನ್ನ ಒತ್ತಾಯಕ್ಕ ಬಂದೀರಿ ಅಂದಗಾತು ಅಲ್ಲಾ!?' ಅಂದಳು.

'ಯೇ ಹಂಗೇನಿಲ್ಲ ಮನಸ್ವಿ... ಹಂಗ್ಯಾಕ ಅಂದ್ಕೊತಿರಿ. ನಾನು ನಿಮ್ಮನ್ನ ಒಬ್ಬ ಒಳ್ಳೆ ಫ್ರೆಂಡಂತ ಅನ್ಕೊಂಡೀನಿ. ನಿಮ್ಮ ಪರಿಚಯ ಆದಮ್ಯಾಲೆ ನನಗೂ ಒಂಚೂರು ಮಾನಸಿಕ ಬಿಡುಗಡೆ ಸಿಕ್ಕಂಗಾಗ್ಯದ. ಯಾಕಂದ್ರ ನಾನ್ ಕೊಟ್ಟಿರೊ ಪುಸ್ತಕ ಓದಿದ್ದೂ ಅಲ್ದ ಅದರ ಬಗ್ಗೆ ಚರ್ಚೆ ಮಾಡ್ತಿರಲ್ಲಾ ಅದು ಖುಷಿ ಪಡೋ ವಿಚಾರ' ಅಂದಾಗ–

ಮನಸ್ವಿ ನಸುನಕ್ಕು, 'ನನಗೂ ಅಷ್ಟ ಸರ್. ಭಾಳದಿನದಿಂದ ನಿಮ್ಮಂಥ ಒಬ್ಬ ವ್ಯಕ್ತಿಯನ್ನ ಹುಡುಕ್ತಾ ಇದ್ದೆ. ನಿಮ್ಮನ್ನ ನೋಡಿದ ಮ್ಯಾಲೆ ನೀವ ಸರಿ ಅನಿಸ್ತು. ಈಗ ದಿನದಿಂದ ದಿನಕ್ಕ ನೀವು ನನಗ ಆಪ್ತರು ಅನ್ನೋ ಭಾವನೆ ಬರತಿದೆ. ಒಮ್ಮೊಮ್ಮೆ ನಾವಿಬ್ರೂ ಒಂದ ರೀತಿ ಯೋಚಿಸ್ತಿವೇನೋ ಅನಸ್ತದ' ಅಂದಳು.

ಮನೋಹರ ಸಮಾಧಾನದಿಂದ 'ಮನಸ್ವಿ... ನಿಮ್ಮ ನಡವಳಿಕೆ, ಮಾತು, ಅರಿವಿನ ಕುತೂಹಲ ನನಗ ಭಾಳ ಇಷ್ಟ ಆದ್ವು, ಅದ ಕಾರಣಕ್ಕ ನೀವು ನನಗ ಆಪ್ತರಾದ್ರಿ. ನಿಮ್ಮ ಸ್ನೇಹ ಹಿತ ಅನಸ್ತು. ಆದ್ರ ಸದ್ಯ ನಾನು ಕೆಲವು ಸಮಸ್ಯೆಯೊಳಗ ಸಿಕ್ಕಾಕ್ಕೊಂಡೀನಿ. ಆ ಬೇಸರದ ನಡುವ ನಿಮ್ಮ ಒಡನಾಟ ನನಗ ಒಂಚೂರು ಆಹ್ಲಾದ ಕೊಟ್ಟಿತು. ಯಾಕಂದ್ರ ನನ್ನ ಅಭಿರುಚಿ, ನಿಮ್ಮ ಅಭಿರುಚಿ ಒಂದಾಗಿರೋದು ಇದಕ್ಕ ಕಾರಣ ಆಗಿರಬಹುದು' ಅಂದ.

'ನಿಜಾ ಸರ್... ಇಬ್ಬರ ಅಭಿರುಚಿ, ಬದುಕನ್ನ ನೋಡೋ ರೀತಿ ಒಂದ ಆಗಿರೋದಕ್ಕ ನಾವಿಬ್ರೂ ಆಪ್ತರಾಗಿದ್ದು. ಜ್ಞಾನ ಆಗ್ಲಿ, ಪ್ರೀತಿ ಆಗ್ಲಿ ಹಂಚಿಕೊಂಡಷ್ಟೂ ಹೆಚ್ಚಾಗತದ ಅನ್ನೋದನ್ನ ಕೇಳಿದ್ದೆ. ನಿಮ್ಮ ಒಡನಾಟ,

ಮಾತುಗಳನ್ನು ಕೇಳಿದಮೇಲೆ ಅದು ನಿಜಾ ಅನಸ್ತು ನನಗ' ಎಂದಾಗ–

ಮನೋಹರ ಪ್ರಸನ್ನ ಭಾವದಿಂದ, 'ನಾನೀಗ ಕಷ್ಟದಾಗ ಇರಬಹುದು ಖರೆ. ಆದ್ರ ಎಂಥಾ ಸಂದರ್ಭದಾಗೂ ನೀವು ನನ್ನಿಂದ ಏನ ಸಹಾಯ ಬಯಸಿದ್ರೂ ಅದಕ್ಕ ನಾನು ಇಲ್ಲ ಅನ್ನೋದಿಲ್ಲ' ಅಂದ.

'ನಿಮ್ಮ ಸಹಕಾರಕ್ಕ ನಾನ್ಯಾವತ್ತೂ ಋಣಿಯಾಗಿರ್ತಿನಿ. ಆದ್ರ ನಿಮ್ಮ ಕೂಡ ಮಾತಾಡಬೇಕು ಅನಿಸಿದಾಗೆಲ್ಲಾ ನೀವು ನನಗ ಸಿಗಬೇಕು...'

ಹೀಗೆ ಮಾತನಾಡುತ್ತಿರುವಾಗ ವಿಕ್ರಾಂತ ಕಡೆಗಿನ ನಾಲ್ಕು ಜನ ಪುಂಡರು ಅಲ್ಲಿಗೆ ಬಂದು ಅವರನ್ನು ಸುತ್ತುವರಿದು ನಿಂತರು. ಅವರ ಅನಿರೀಕ್ಷಿತ ವರ್ತನೆ ಕಂಡು ಅವಳು ಗಾಬರಿಯಾದಳು. ಇದ್ದಕ್ಕಿದ್ದಂತೆ ಅವರು ಮನೋಹರನ ಮೇಲೆ ದಾಳಿ ಮಾಡಿದರು. ಮನಸ್ವಿ ಗಾಬರಿಯಿಂದ ದೂರ ಸರಿದು ನಿಂತಳು. ಮನೋಹರ ಅವರನ್ನು ಎದುರಿಸಿ, ಅಲ್ಲಿಂದ ಓಡಿಸಿದ.

'ಅವ್ರು ಯಾರು... ನಮ್ಮ ಮೇಲೆ ಯಾಕ ಅಟ್ಯಾಕ್ ಮಾಡಿದ್ರು ಅನ್ನೋದ ಗೊತ್ತಾಗಲಿಲ್ಲ' ಎಂದು ಅನುಮಾನ ವ್ಯಕ್ತಪಡಿಸಿದ.

'ನನಗೂ ಅದ ಅರ್ಥ ಆಗಲಿಲ್ಲ. ಯಾವುದಕ್ಕೂ ನೀವು ಹುಶಾರಾಗಿರ್ರಿ. ಯಾರೋ ನಮ್ಮನ್ನ ಫಾಲೋ ಮಾಡ್ತಿದ್ದಾರ ಅನಸ್ತದ' ಎಂದಳು ಮನಸ್ವಿ.

'ಹೂಂ...'

'ನಾನು ಹೊರಡ್ತಿನಿ. ನೀವು ಹುಶಾರು...' ಎಂದು ಕಾಳಜಿ ತೋರಿದಳು.

'ಸರಿ, ನೀವು ಹೊರಡ್ರಿ...' ಎಂದಾಗ ಮನಸ್ವಿ ಅಲ್ಲಿಂದ ನಿರ್ಗಮಿಸಿ ರಸ್ತೆಗೆ ಬಂದಳು. ಅಲ್ಲಿ ಕಿರಣ್ ದೂರದಲ್ಲಿ ರಹಸ್ಯವಾಗಿ ನಿಂತು ಅವಳು ಒಂಟಿಯಾಗಿ ಹೋಗುವುದನ್ನು ಗಮನಿಸಿದ.

ಮನಸ್ವಿ ಮನೆಯಲ್ಲಿ ಕುಳಿತು ಮೊಬೈಲ್ ನೋಡುತ್ತಿದ್ದಳು. ಅವಳ ತಂದೆ ಪರಮೇಶಪ್ಪ ಕುಡಿದು ಹೊಯ್ದಾಡುತ್ತ ಮನೆಯೊಳಗೆ ಬಂದ. ಅವನನ್ನು ಕಂಡು ಅವಳು ಬೇಸರದಿಂದ ಮುಖ ಕೆಳಗೆ ಹಾಕಿದಳು. ನಿಂತು ಅವಳನ್ನೇ ನೋಡಿದ ಪರಮೇಶಪ್ಪ–

'ಕೆಲಸಕ್ಕ ರಜಾ ಹಾಕಿ ಯಾರದೋ ಕೂಡ ಸುತ್ತಾಡೋದು ಬಿಟ್ಟು... ಆ ಲಕ್ಷ್ಮೀಪತಿ ಮಗಾ ವಿಕ್ರಾಂತನ್ನ ಮದುವಿ ಮಾಡಿಕೊಂಡು ಸೆಟ್ಲ್ ಆಗೋದನ್ನ ವಿಚಾರ ಮಾಡು. ನೀನು ಇಲ್ಲಿದ್ದು ನೌಕರಿ ಮಾಡೋದು ಬ್ಯಾಡ... ಕಂಡವ್ರ ಕೂಡ ಸುತ್ತಾಡೋದೂ ಬ್ಯಾಡ ತಿಳೀತಿಲ್ಲ' ಅಂದ.

'ಅಪ್ಪಾ... ಯಾರಕೂಡನೂ ಸುತ್ತಾಡೋದಕ್ಕ ಹೋಗಿಲ್ಲ ನಾನು. ಇವತ್ತ ಮನೋಹರ ಅಂತ ಒಬ್ರು ಫ್ರೆಂಡ್ ಹತ್ರ ಹೋಗಿದ್ದೆ. ಅವ್ರು ಅಂಥವ್ರಲ್ಲಾ.'

'ಒಂದು ಹುಡುಗಾ ಒಂದು ಹುಡಿಗಿ ಮೊದಲ ಫ್ರೆಂಡ್ ಅನಕೊಂಡ ಒಂದಾಗ್ತಾರ... ಆಮ್ಯಾಲೆ ಪ್ರೀತಿ ಪ್ರೇಮಾ ಅಂತ ರಾದ್ಧಾಂತ ಶುರುಗಾತೈತಿ. ಅದೆಲ್ಲಾ ಬೇಕೇನು ನಿನಗ. ನೀನು ವಿಕ್ರಾಂತನ್ನ ಮದುವಿ ಮಾಡಿಕೊಂಡ್ರ... ನನಗೂ ಅನುಕೂಲ, ನಿನಗೂ ಅನುಕೂಲ. ಅಂಥಾ ಶ್ರೀಮಂತರ ಮನಿತನಾ ನೀನು ಹುಡುಕ್ಕೊಂಡು ಹೋದ್ರೂ ಸಿಗಂಗಿಲ್ಲ. ಯಾವನದೋ ಕೂಡ ರಸ್ತೆದಾಗ ಅಡ್ಡಾಡಿ ಮರ್ಯಾದಿ ಕಳಕೊಳ್ಳೊದು ಛೊಲೊನೊ... ವಿಕ್ರಾಂತನ ಕೂಡ ಮದುವಿಯಾಗಿ ದೊಡ್ಡ ಮನ್ಯಾಗ ಮಹಾರಾಣಿಹಂಗ ಇದ್ದು, ಝುಂ ಅಂತ ಕಾರನ್ಯಾಗ ಅಡ್ಡಾಡೋದು ಛೊಲೊನ ನೀನ ಯೋಚನೆ ಮಾಡು.'

'ಅಪ್ಪಾ ಅವನ್ಯಾರು ಅಂತನ ನಾನು ನೋಡಿಲ್ಲ. ಅವನ ಶ್ರೀಮಂತಿಕಿ ಮಾತ್ರ ನೋಡಿ ನಾನವನ್ನ ಹೆಂಗ ಮದುವಿ ಮಾಡಿಕೊಳ್ಳೋದು. ಅಲ್ಲಿಗೆ ಹೋದಮ್ಯಾಲೆ ನನ್ನ ಹೆಂಗ ನೋಡ್ಕೊತಾನ ಅನ್ನೋದು ನನಗ ಹೆಂಗ ಗೊತ್ತಾಗಬೇಕು. ಯಾರೋ ನಿನಗ ರೊಕ್ಕದ ಆಸೆ ಹಚ್ಚಿದ್ರು ಅಂತ ದುಡಿಕಿ ನನ್ನನ್ನ ಅವ್ರ ಕೈಗೆ ಕೊಡೋ ಯೋಚನೆ ಮಾಡಬ್ಯಾಡ. ಅದೂ ಅಲ್ದ ನನಗ ಇಷ್ಟು ಲಗೂ ಮದುವಿ ಮಾಡಿಕೊಳ್ಳಾಕ ಇಷ್ಟಾ ಇಲ್ಲಾ.'

'ನೀನು ವಿಕ್ರಾಂತನ್ನ ನೋಡಿರಲಿಕ್ಕಿಲ್ಲ. ಅವ್ನು ನಿನ್ನ ನೋಡಿ ಇಷ್ಟಾ ಪಟ್ಟಾನ. ಅವ್ನು ಇಷ್ಟ ಪಡ್ತೀನಿ ಅಂದ್ರ ಹೆಣ್ಣಮಕ್ಕು ಅವನ ಮನೀಮುಂದ ಕ್ಯೂ ನಿಲ್ಲತಾರ. ಅಂಥಾದ್ರಾಗ ನೀನು ಅವ್ನು ಬ್ಯಾಡ ಅಂತೀಯಲ್ಲ. ನಿನಗ ಬುದ್ದಿಲ್ಲ. ಜೀವನದಾಗ ಹೆಂಗ ಸೆಟ್ಲ್ ಆಗಬೇಕು... ಹೆಂಗ ರೊಕ್ಕಾ ಬಾಚಿಗೊಬೇಕು ಅನ್ನೋದು ನಿನಗ ಗೊತ್ತಿಲ್ಲ. ಅದ್ಯಾವ್ದೋ ಹಾಳ ಕಂಪನಿಯೊಳಗ ಕೆಲಸಾ ಮಾಡಿಕೊಂಡು, ಕಂಡವ್ರ ಕೂಡ ಸುತ್ತಾಡೋದ ಜೀವನ ಅನ್ಕೊಂಡಿ ನೀನು... ಸುಮ್ನ ನಾನ್ ಹೇಳಿದಷ್ಟು ಮಾಡು... ಇಲ್ಲಂದ್ರ ನಾನು ಸುಮ್ಮನಿರೋದಿಲ್ಲ' ಎನ್ನುತ್ತ ನಶೆಯಲ್ಲಿ ಹೊಯ್ದಾಡುತ್ತ ಒಳಗೆ ಹೋದ. ತಂದೆಯ ಹಣದ ದುರಾಸೆ ಅರ್ಥವಾಗಿ ಮನಸ್ವಿ ಬೇಸರದಿಂದ ದುಃಖಿಸಿದಳು.

3

ಪಲ್ಲವಿ ಮನೆ ಕೆಲಸದಲ್ಲಿ ತೊಡಗಿದ್ದಳು. ಆ ಸಮಯದಲ್ಲಿ ರೂಮಿನಲ್ಲಿ ಮಲಗಿದ್ದ ಮನೋಹರ ಮೆಲ್ಲಗೇ ಎಚ್ಚರಗೊಂಡು ಮೆಲ್ಲಗೇ ಕೆಮ್ಮಿದ. ಕೆಮ್ಮು ಹೆಚ್ಚಾದಾಗ ಕೆಮ್ಮುತ್ತಲೇ–

'ಪಲ್ಲವಿ... ಪಲ್ಲವಿ...' ಎಂದು ಕರೆದ.

'ಹ್ಞಾಂ... ಬಂದೆರೀ...'

'ಸ್ವಲ್ಪ ನೀರ್ ತಗೊಂಡು ಬಾ...'

ಪಲ್ಲವಿ ನೀರು ತೆಗೆದುಕೊಂಡು ರೂಮಿಗೆ ಬಂದಳು. ಅವನ ಮುಖ ನೋಡಿ 'ಯಾಕ್ರಿ ಏನಾತು?' ಅಂದಾಗ–

'ಬೆಳಗಿನಿಂದ ಯಾಕೋ ಸುಸ್ತಾಗಿತ್ತು. ಅದಕ ಮಲಗಿದ್ದೆ. ಇದ್ದಕ್ಕಿದ್ದಂಗ ತಲಿ ಸುತ್ತಿ ಕಣ್ಣಿಗೆ ಕತ್ಲ ಬಂದಂಗಾತು. ಕೈ ಕಾಲಾಗ ಶಕ್ತಿನ ಇಲ್ಲದಂಗಾಗಿ ಎದಿಮ್ಯಾಲೆ ಏನೋ ಭಾರ ಇಟ್ಟಂಗಾಗೇತಿ' ಅಂದ ಮನೋಹರ.

'ಅಯ್ಯೋ... ಹಿಂಗೆಲ್ಲಾ ತ್ರಾಸ್ ಐತ್ಯಂದ್ರ ಹಾಸ್ಪಿಟಲ್‌ಗೆ ಹೋಗಿಬರಣ ನಡ್ರಿ...' ಎಂದು ಅವಳು ಹೇಳುವಾಗ ತಂದೆ ಸೋಮೇಶ್ವರ ಅಲ್ಲಿಗೆ ಬಂದು–

'ಮನೋಹರ... ಯಾಕೋ ಏನಾತು. ಕೆಮ್ಮತಿದ್ದೆಲ್ಲ' ಎಂದು ಕೇಳಿದರು.

'ಹೂನಪ್ಪಾ ಯಾಕೋ ಸುಸ್ತಾದಂಗ ಅನಸಾಕತ್ತೇತಿ. ಆಗಲೇ ಇದ್ದಕ್ಕಿದ್ದಂಗ ತಲಿ ಸುತ್ತಿದಂಗಾಗಿ ತ್ರಾಸಾತು' ಅಂದ ಮನೋಹರ.

'ಹಂಗಾದ್ರ ದವಾಖಾನಿಗಾದ್ರೂ ಹೋಗಿ ಬಂದು ಬಿಡಪಾ... ರಾತ್ರಿ ಏನಾರ ಸಮಸ್ಯೆ ಹೆಚ್ಚಾದ್ರ ಫಜೀತಿ ಆದೀತು.'

'ನಾನೂ ಅದನ್ನ ಹೇಳೀದೆ ನೋಡ್ರಿ ಮಾವಾರ... ನಡ್ರಿ ಹಾಸ್ಪಿಟಲ್ ಹೋಗಿಬರೂನು' ಅಂದು ಅವನನ್ನು ಎಬ್ಬಿಸಿದಳು. ಸೋಮೇಶ್ವರ ಹೊರಗೆ ಹೋದರು.

ಪಲ್ಲವಿ ಮನೋಹರನನ್ನು ಪರಿಚಿತ ವೈದ್ಯರ ಆಸ್ಪತ್ರೆಗೆ ಕರೆದುಕೊಂಡು ಬಂದಿದ್ದಳು. ಮನೋಹರನನ್ನು ಬೆಡ್ ಮೇಲೆ ಮಲಗಿಸಿ ವೈದ್ಯರು ಎಲ್ಲ ರೀತಿಯ ಪರೀಕ್ಷೆ ಮಾಡಿದರು. ಪರೀಕ್ಷೆ ಮುಗಿದ ಬಳಿಕ ತಮ್ಮ ಆಸನಕ್ಕೆ ಬಂದು ಕುಳಿತಾಗ, ಮನೋಹರನೂ ಎದ್ದು ಬಂದು ಎದುರಿನ ಆಸನದಲ್ಲಿ ಪಲ್ಲವಿಯ ಪಕ್ಕದಲ್ಲಿ ಕುಳಿತುಕೊಂಡ. ವೈದ್ಯರು ಮಾತ್ರೆ ಚೀಟಿ ಬರೆದು ಅವನ ಕೈಗೆ ಕೊಟ್ಟು–

'ಬಹುಶಃ ಮಾನಸಿಕ ಒತ್ತಡ ಹೆಚ್ಚಾಗಿ ನಿಮಗ ಬಿಪಿ ವೇರಿಯೇಷನ್ ಆಗಿರಬಹುದು. ಜಾಸ್ತಿ ಯೋಚನೆ ಮಾಡೋದು ಬಿಟ್ಟು ಟೈಮಿಗೆ ಸರಿಯಾಗಿ ಊಟ ನಿದ್ದಿ ಮಾಡ್ರಿ... ಈ ಮೆಡಿಸಿನ್‌ಗಳನ್ನ ಒಂದು ವಾರ ಟೈಮಿಗೆ ಸರಿಯಾಗಿ ತಗೊಳ್ರಿ. ಎಲ್ಲಾ ಸರಿಯಾಗ್ತದ' ಎಂದರು.

ಮನೋಹರ 'ಆಗ್ಲಿ ಸರ್...' ಅಂದ.

ಪಲ್ಲವಿ ಆತಂಕದಿಂದ ಮನೋಹರನ ಮುಖ ನೋಡಿದಳು.

'ಸರಿ ಸರ್... ಹೊರಡ್ತಿವಿ' ಎಂದು ಇಬ್ಬರೂ ವೈದ್ಯರಿಗೆ ಕೈ ಜೋಡಿಸಿ ಅಲ್ಲಿಂದ ಹೊರಟರು.

ಆಸ್ಪತ್ರೆಯಿಂದ ಮನೆಗೆ ಬಂದ ಮನೋಹರ ಹಾಸಿಗೆ ಮೇಲೆ ಮಲಗಿದವ ಎದ್ದುಕುಳಿತು ಮಾತ್ರೆ ನುಂಗಿ ನೀರು ಕುಡಿದ ಆ ಸಮಯದಲ್ಲಿ ಪಲ್ಲವಿಯ ಫೋನ್ ರಿಂಗಣಿಸಿತು. ಅವಳ ತಾಯಿ ಕರೆ ಮಾಡಿರುವುದನ್ನು ನೋಡಿ ಪಲ್ಲವಿ ಹೊರಗೆ ಹೋಗಿ ಮಾತನಾಡಿದಳು.

'ಹಲೋ... ಯಾಕವ್ವಾ ಅರಾಮದೀಯಾ?' ಅಂದಾಗ–

'ಹೂನವ್ವಾ ನಾನು ಅರಾಮದೀನಿ... ನೀನು?' ಎಂದಳು ತಾಯಿ.

'ನಾನೂ ಅರಾಮದೀನಿ... ಇವತ್ತ ಇವ್ರಿಗೇ ಸ್ವಲ್ಪ ಅರಾಮಿಲ್ಲದಂಗ ಆಗೇತಿ ನೋಡವಾ. ಹಾಸ್ಪಿಟಲ್‌ಗೆ ಹೋಗಿ ತೋರಿಸಿಕೊಂಡು ಬಂದ್ವಿ.'

'ಅಯ್ಯೋ ಹೌದನು!? ಏನಾತು ಅವ್ರಿಗೆ?'

'ಏನಿಲ್ಲವಾ ಯಾಕೋ ತಲಿ ಸುತ್ತಿದಂಗಾಗಿ, ಸುಸ್ತು ಅಂತ ಮಕ್ಕೊಂಡಿದ್ರು. ಡಾಕ್ಟರು ಒಂದಿಷ್ಟು ಗುಳಗಿ ಔಷಧ ಕೊಟ್ಟಾರ.'

'ಮತ್ತ ಊರಿಗೆ ಬರತೀಯೇನೊ ಅಂತ ಕೇಳಾಕ ಫೋನ್ ಮಾಡಿದ್ದೆ. ನಿಮ್ಮಪ್ಪನೂ ಕೇಳತಿದ್ರು ನಿನ್ನ.'

'ಇವ್ರಿಗೆ ಅರಾಮಿಲ್ಲವ್ವಾ ಇಂಥಾ ಹೊತ್ತಿನ್ಯಾಗ ಅವ್ರನ್ನ ಬಿಟ್ಟು ಹೆಂಗ ಬರ್ಲಿ ನಾನು. ಬರೋದಾದ್ರ ನಾನ ಹೇಳ್ತಿನಿ.'

'ಹ್ಞೂಂ... ಹಂಗ ಮಾಡು... ಮತ್ತ ಮಗಳು ಏನ್ ಮಾಡಾಕತ್ಯಾಳ?'

'ಅಕಿ ಸಾಲಿಗೆ ಹೋಗ್ಯಾಳ.'

'ಹೌದನು... ಆತು ಹಂಗಾದ್ರ ಮತ್ತ ಫೋನ್ ಮಾಡ್ತಿನಿ' ಅಂದಾಗ–

'ಹೂನವ್ವಾ...' ಅಂದು ಪಲ್ಲವಿ ಮಾತು ಮುಗಿಸಿ ಒಳಗೆ ಹೋದಳು.

ಒಳಗೆ ಬಂದಾಗ ಮನೋಹರ ನಿದ್ರೆಗೀಡಾಗಿದ್ದ. ಅದೇ ಸಮಯದಲ್ಲಿ ಸೈಲೆಂಟ್ ಮೋಡ್‌ನಲ್ಲಿದ್ದ ಮನೋಹರನ ಫೋನು ಸದ್ದು ಮಾಡಿತು. ಅದನ್ನು ಗಮನಿಸಿದ ಪಲ್ಲವಿ ಅವನ ನಿದ್ರೆ ಭಂಗವಾಗದಿರಲಿ ಎಂದು ಅದನ್ನು ಎತ್ತಿಕೊಂಡು ಮತ್ತೆ ಹೊರಗೆ ಬಂದು ಮಾತನಾಡಿದಳು. ಮನಸ್ವಿ ಕರೆ ಮಾಡಿದ್ದಳು.

'ಹಲೋ... ಯಾರು?'

'ಹಲೋ... ಮನೋಹರ ಸರ್ ಇಲ್ವೇನ್ರಿ?'

'ಅವ್ರು ಮಲಕೊಂಡಾರ. ನೀವು ಯಾರು?'

'ನಾನು ಮನಸ್ವಿ ಅಂತ... ನೀವು?'

'ನಾನು ಅವ್ರ ಹೆಂಡ್ತಿ ಪಲ್ಲವಿ. ಅವ್ರಿಗೆ ಅರಾಮಿಲ್ಲರೀ ಅದಕ್ಕ ಮಕ್ಕೊಂಡಾರ. ಏನಾದ್ರೂ ಹೇಳಬೇಕಾಗಿತ್ತೇನ್ರಿ?' ಅಂದಾಗ, ಮನಸ್ವಿ ಗಾಬರಿಯಿಂದ–

'ಅಯ್ಯೋ ಏನಾತ್ರಿ ಅವ್ರಿಗೆ...!?' ಎಂದು ಕೇಳಿದಳು.

'ನೀವೇನು ಗಾಬರಿ ಆಗಬ್ಯಾಡ್ರಿ. ಅಂಥಾ ಸೀರಿಯಸ್ ಏನಿಲ್ಲಾ.'

'ಸರಿಬಿಡ್ರಿ ಹಂಗಾದ್ರ... ಅವ್ರನ್ನ ಭೇಟಿ ಮಾಡಾಕ ನಾನ ಮನಿಕಡೆಗೆ ಬರ್ತಿನಿ. ಅವ್ರು ಎಚ್ಚರಾದಮೇಲೆ ಹೇಳ್ರಿ ಅವ್ರಿಗೆ' ಅಂದಾಗ 'ಹ್ಞೂಂ...' ಎಂದು ಮಾತು ಮುಗಿಸಿ ಪಲ್ಲವಿ ಒಳಗೆ ಬಂದಳು.

ಸ್ವಲ್ಪ ಹೊತ್ತಿನ ಬಳಿಕ ಮನೋಹರ ನಿದ್ದೆಯಿಂದ ಎದ್ದ ಮೇಲೆ ಚಹಾ ತಂದು ಕೊಟ್ಟು–'ಯಾರೋ ಮನಸ್ವಿ ಅನ್ನೋರು ಫೋನ್ ಮಾಡಿದ್ರು ನೋಡ್ರಿ. ನಿಮಗ ಅರಾಮಿಲ್ಲ ಅಂದಿದ್ದಕ್ಕ ಮನೀಗೆ ಬಂದು ಭೇಟಿ ಆಗಿ ಹೋಗ್ತಿನಿ ಅಂದ್ರು' ಅಂದಳು.

'ಹೌದಾ! ಈಗ ಬರ್ತಾರಂತಾ?' ಎಂದು ಮನೋಹರ ಕೇಳಿದ.

'ಹ್ಞೂಂ.'

'ನೀನು ಅವ್ರಿಗೆ ಅರಾಮಿಲ್ಲ ಅಂತ ಹೇಳಬಾರದಾಗಿತ್ತು. ಏನೋ ಆಗೇತಿ ಅನ್ಕೊಂಡು ಗಾಬರಿ ಆಗಿ ಬರ್ತಾರ ಅವ್ರು.'

'ಬರ್ಲಿ ಬಿಡ್ರಿ. ಮಾತಾಡ್ಸಿಕೊಂಡು ಹೋಗ್ತಾರ.'

'ಅಂದ್ಹಂಗ ಮನಸ್ವಿಯವ್ರ ಬಗ್ಗೆ ನಿನಗ ಹೇಳೋದನ್ನ ಮರತಿದ್ದೆ. ಮ್ಯಾಗಜಿನ್‌ನೊಳಗ ನನ್ನ ಪದ್ಯ ಓದಿ ನನ್ನ ಪರಿಚಯ ಮಾಡಿಕೊಂಡಿದ್ರು. ನನ್ನ ಹಂಗ ಅವ್ರಿಗೂ ಪುಸ್ತಕ ಓದೋ ಆಸಕ್ತಿ ಹೆಚ್ಚು. ಒಳ್ಳೆ ಹುಡುಗಿ. ಆ ಪದ್ಯ ಓದಿದಾಗಿಂದ ಅಭಿಮಾನಿ ಆಗಿಬಿಟ್ಟಾರ' ಅಂದಾಗ, ಪಲ್ಲವಿ ಗಮನವಿಟ್ಟು ಕೇಳಿ–

'ಹೌದೇನ್ರಿ... ನೋಡಾಕ ಹೆಂಗದಾರ ಅವ್ರು?' ಎಂದು ಕೇಳಿದಳು.

ಅವಳ ಪ್ರಶ್ನೆಯ ಹಿಂದಿನ ವ್ಯಂಗ್ಯ ಅರ್ಥ ಮಾಡಿಕೊಂಡು ಮುಗುಳ್ನಕ್ಕು 'ಹೆಂಗಿದ್ರೂ ಈಗ ಬರ್ತಾರಲ್ಲ ನೀನ ನೋಡುವಂತಿ ಬಿಡು...' ಅಂದ ಅವನು.

'ಇಷ್ಟು ದಿನಾ ಹುಡುಗ್ರ ದೋಸ್ತಿ ಮಾತ್ರ ಮಾಡಿದ್ರಿ... ಈಗ ಹುಡುಗೀರೂ ನಿಮ್ಮ ಅಭಿಮಾನಿ ಆಗ್ಯಾರ ಅಂದಂಗಾತು.'

'ಹ್ಞೂಂ... ಅದರಿಂದ ನಿನಗೇನೂ ಬೇಜಾರಿಲ್ಲಲ್ಲಾ?' ಅಂದಾಗ–

ಪಲ್ಲವಿ ನಸುನಕ್ಕು 'ನನಗೇನೂ ಬೇಜಾರಿಲ್ರಿ... ಸುಮ್ನ ತಮಾಷೆ ಮಾಡಿದೆ' ಅಂದಳು.

ಸ್ವಲ್ಪ ಹೊತ್ತಿನ ಬಳಿಕ ಅಲ್ಲಿಗೆ ಬಂದ ಮನಸ್ವಿ ಪಲ್ಲವಿಯನ್ನು ಗಮನಿಸಿ ಮುಗುಳ್ನಗುವಿನೊಂದಿಗೆ ಒಳಗೆ ಬಂದಳು. ಅವಳನ್ನು ಕಂಡು ಪಲ್ಲವಿ ಎದ್ದು ನಿಂತು–

'ಬರ್ರಿ ಬರ್ರಿ... ನಾವು ನಿಮ್ಮ ಬಗ್ಗೆನ ಮಾತಾಡ್ತಿದ್ವಿ... ಕೂಡ್ರಿ' ಎಂದು ಉಪಚರಿಸಿದಳು.

'ನಿಮ್ಮನ್ನ ಭೇಟಿ ಮಾಡಿ ಖುಷಿಯಾತು...' ಎಂದು ಪಲ್ಲವಿಗೆ ಹೇಳಿದ ಮನಸ್ವಿ, 'ಇದ್ದಕ್ಕಿದ್ದಂಗ ಏನಾತು ನಿಮಗ... ಅರಾಮಿಲ್ಲ ಅಂದಕೂಡಲೇ ಗಾಬರಿ ಆತು ನನಗ. ಅದಕ ಬಂದೆ' ಎಂದಳು ಮನೋಹರನಿಗೆ.

'ಗಾಬರಿಯಾಗುವಂಥದ್ದೇನೂ ಇಲ್ಲ. ತಲಿ ಸುತ್ತಿ ಸ್ವಲ್ಪ ಸುಸ್ತು ಅನಿಸ್ತು. ಅದಕ ಕ್ಲಿನಿಕ್‌ಗೆ ಹೋಗಿ ಟೆಸ್ಟ್ ಮಾಡಿಸಿಕೊಂಡು ಬಂದ್ವಿ. ಟ್ಯಾಬ್ಲೆಟ್ ತಗೊಂಡಮ್ಯಾಲೆ ಈಗ ಅರಾಮ ಅನಿಸೇತಿ' ಅಂದ ಮನೋಹರ.

'ನೀವು ಮಾತಾಡ್ತಿರ್ರಿ. ನಾನು ಚಹಾ ತರ್ತೀನಿ' ಎಂದಳು ಪಲ್ಲವಿ.

ಮನಸ್ವಿ 'ಹ್ಞೂಂ...' ಅಂದಾಗ, ಪಲ್ಲವಿ ಅಡುಗೆ ಮನೆಯತ್ತ ಹೋದಳು.

ಬಳಿಕ ಮನಸ್ವಿ 'ಮತ್ತೇನು ವಿಶೇಷ?' ಎಂದು ಮನೋಹರನಿಗೆ ಔಪಚಾರಿಕವಾಗಿ ಕೇಳಿದಾಗ–

'ಹೊಸ ಪದ್ಯ ಈ ಹೊತ್ತಿನ ವಿಶೇಷ!' ಅಂದ.

'ಹ್ಞಾಂ! ಹೊಸ ಪದ್ಯ ಬರದ್ರಿ!?' ಎಂದು ಕುತೂಹಲದಿಂದ ಕೇಳಿದಳು.

'ಹ್ಞೂಂ... ಒಂದ್ಸಾರಿ ಓದಿಬಿಡ್ಲೇನು?' ಎಂದು ಕೇಳಿದಾಗ–

ಉತ್ಸಾಹದಿಂದ 'ಹ್ಞಾಂ...ಹ್ಞಾಂ ಚಹಾ ಕುಡುಕೋತ ಪದ್ಯ ಕೇಳಿದ್ರ ಇನ್ನೂ ಹಿತವಾಗಿರತೈತಿ... ತಡೀರಿ ಅಕ್ಕ ಚಹಾ ತರ್ಲಿ' ಅಂದಳು.

ಕೆಲವು ಕ್ಷಣಗಳಲ್ಲಿ ಪಲ್ಲವಿ ಚಹಾ ತಂದು ಕೊಟ್ಟು ಮತ್ತೆ ಒಳಗೆ ಹೋದಳು. ಮನೋಹರ ಪದ್ಯ ಓದಿದ.

ಬಯಲೆಂಬುದು ಕಣ್ಣಿಗೆ ಕಾಣದ ಬೆರಗು!
ಬಯಲಲ್ಲಿ ಜೀವದ ಗಾಳಿ ತುಂಬಿ
ಲಯವಿಲ್ಲದೇ ಹಾರುತಿದೆ ನೀರ್ಗುಳ್ಳೆಯೊಂದು
ಗಾಳಿ ಸುಳಿದರೆ ಹೊಯ್ದಾಟ, ಒಡೆಯುವ ಸಂಕಟ
ಬಯಲಿಗೊ ಗುಳ್ಳೆಯ ಆಡಿಸುವ ವಿನೋದದಾಟ
ಸೃಷ್ಟಿ ಎಂಬುದೇ ಒಂದು ವಿರಾಟ ವಿಕಟ
ಅದಕೆ ಜೀವ ಸೃಜಿಸಿ ಬಯಲ ತುಂಬಿಸುವುದೇ ಹಟ
ಅದೆಷ್ಟು ಕಾಲ ಈ ನೊರೆಯ ಅಸ್ತಿತ್ವ?
ಆದರೂ ಅದಕೆ ಹಾರಿ ಮೇಲೇರುವ ತವಕ
ಗಾಳಿ ಬೀಸಿದ ಕಡೆಗೆ ಅದು ಓಡಬೇಕು
ಮುಖವಾಡ ಮಿಥ್ಯಗಳ ಸಂಘರ್ಷ ದಾಟಬೇಕು
ಹೀಗಿದ್ದರೂ ಇರುವಷ್ಟು ಕಾಲ ಅದೆಷ್ಟು ಸೋಗು
ಬಯಲ ದಾಟುವೆನೆಂಬ ಭ್ರಮೆಯ ಬೀಗು
ಸತ್ಯವೆಂಬುದು ಸೃಷ್ಟಿಯೊಡಲಿನ ಮೊಟ್ಟೆ
ಮಾಯೆಯ ಮಡಿಲು ಮಿಥ್ಯೆ–ಕನವರಿಕೆಗಳ ಕಟ್ಟೆ
ಅಸ್ತಿತ್ವಕ್ಕಾಗಿ ಕಾಲದೊಂದಿಗೆ ಜೀವದ ನಿತ್ಯ ಹೋರಾಟ

ಇರುವ ತನಕ ಬುದ್ಧಿ ಭಾವಗಳೊಂದಿಗೆ ತಾಕಲಾಟ
ಆಟ ಹಾರಾಟ ಮುಗಿಯುವ ಹೊತ್ತು–
ಬಯಲೇ ಬೆರಗೆಂಬ ಸತ್ಯ ಸೊಬಗು
ಒಡೆಯುವ ಮುನ್ನ ಜೀವವಿದನ್ನು ಅರಿಯಬೇಕಿತ್ತು
ಆದರೆ ಕಾಲಕ್ಕೆ ಜೀವಗಳು ನುಂಗುವ ತುತ್ತು
ಬಯಲು ಕಾಣುವುದಿಲ್ಲ ಗಮ್ಯವಿಲ್ಲದ ಮಹಾ ಒಡಲು
ಜೀವವೆಂಬುದು ಬಯಲಲ್ಲಿ ಉಕ್ಕುವ ಅನಾದಿ ಕಡಲು
ಒಳಗಾಳಿ ಬಯಲ ಬೆರೆಯುವ ಮುನ್ನ
ಬಯಲ ಬೆಳಕಿನ ಸತ್ಯ ತಿಳಿಯಲೇ ಬೇಕು
ಬಯಲಲ್ಲಿ ಬೆಳಕು–ಬೆಳಕಲ್ಲಿ ಬಯಲು ಒಂದಾದ
ನಿಸರ್ಗದ ಮೂಲ ಅರಿಯಲೇ ಬೇಕು...

ಈ ಪದ್ಯ ಆಲಿಸಿ ಮೂಕವಿಸ್ಮಿತಳಾದ ಮನಸ್ವಿ, 'ಅದ್ಭುತವಾಗ್ಯೆತಿ ಸರ್! ಆ ಸಾಲುಗಳನ್ನ ಕೇಳತಿದ್ರ ಬದುಕು ಅನ್ನೋದು ಎಂಥಾ ನಶ್ವರ ಅನಿಸಿಬಿಟ್ಟು. ಬರತಾ ಬರತಾ ಯಾಕೊ ನೀವು ಬದುಕಿನ ಬಗ್ಗೆ ನಿರ್ಲಿಪ್ತ ಭಾವನೆ ತುಂಬಿಕೊಂಡೀರಿ ಅನಸ್ತು. ಅದಕ್ಕ ಕಾರಣ ಏನಂತ ಕೇಳಬಹುದಾ?' ಅಂದಳು.

ಮನೋಹರ ಯೋಚಿಸಿ–'ಹೌದು ಮನಸ್ವಿ... ಅದು ನನ್ನ ಅನುಭವಕ್ಕ ತಾಗಿದ ವಿಚಾರ. ಯಾಕಂದ್ರ ಬದುಕಿಗೆ ನಾವು ಎಷ್ಟು ನಿರ್ಲಿಪ್ತವಾಗಿರೋದಕ್ಕ ಪ್ರಯತ್ನ ಮಾಡ್ತಿವೋ ಅದರಿಂದ ನಮಗ ಕಷ್ಟ, ನೋವು, ಸಂಕಟಗಳು ಅಷ್ಟಾಗಿ ಪರಿಣಾಮ ಬೀರೋದಿಲ್ಲ. ಖುಷಿಯಾದಾಗ ಹಿಗ್ಗೋದಿಲ್ಲಾ... ದುಃಖವಾದಾಗ ಕುಗ್ಗೋದಿಲ್ಲ. ಆದ್ರೂ ಬದುಕನ್ನೋದು ಭೇದಿಸಿದಷ್ಟೂ ನಿಗೂಢವಾಗೇ ಉಳಿಯೋ ವಿಚಿತ್ರ ವ್ಯೂಹ ಅನಿಸಿಬಿಡತದ ಒಮ್ಮೊಮ್ಮೆ' ಅಂದ.

'ನಿಮ್ಮ ಪ್ರಕಾರ ಜೀವನ ಅನ್ನೋದು ಅಷ್ಟೊಂದು ಕಠಿಣವಾದದ್ದಾ?' ಎಂದು ಕೇಳಿದಾಗ, ಅವನು ಮುಗುಳ್ನಕ್ಕು–

'ಸರಳ ಅನ್ಕೊಂಡ್ರ ಸರಳ... ಕಠಿಣ ಅನ್ಕೊಂಡ್ರ ಕಠಿಣ. ನಾವು ನಮ್ಮದು ಅನ್ಕೊಂಡಿದ್ದು ಯಾವುದೂ ನಮ್ಮದಲ್ಲ. ಯಾಕಂದ್ರ ಬರೋವಾಗ ನಾವು ಏನು ತಂದಿದ್ವಿ? ಇರೋತನಕ ಅದು ಬೇಕು ಇದು ಬೇಕು ಅಂತ ಒದ್ದಾಡ್ತನ ಇರ್ತೀವಿ. ಆದ್ರ ಹೋಗೋವಾಗ ಏನನ್ನ ತಗೊಂಡು ಹೋಗ್ತಿವಿ? ಹಂಗಂತ ಮನುಷ್ಯ ನಿರಾಶಾವಾದಿ ಆಗಬೇಕಾಗಿಲ್ಲ. ಜೀವನಪ್ರೀತಿ ಕಳಕೊಬೇಕಾಗಿಲ್ಲ. ಇರುವಷ್ಟು ಕಾಲ ಪ್ರೀತಿ ಹಂಚಿ, ಪ್ರೀತಿ ಗಳಿಸಿ ಮನುಷ್ಯ ಮನುಷ್ಯನ ತರಾ

ಬದುಕಿದ್ದು ಟೈಂ ಮುಗದಮೇಲೆ ಸುಮ್ಮನೇ ಹೋಗತಿರಬೇಕು. ಯಾಕಂದ್ರ ಈ ನಿಸರ್ಗದಾಗ ಹುಟ್ಟು ಉಚಿತ ಸಾವು ಖಚಿತ!'

ಈ ಮಾತುಗಳನ್ನು ಮನಸ್ವಿ ಗಂಭೀರವಾಗಿ ಆಲಿಸಿ, 'ನೀವು ಕಳದ ಜನ್ಮದಾಗ ಸ್ವಾಮಿ ವಿವೇಕಾನಂದ ಆಗಿದ್ರಂತ ಕಾಣತೈತಿ' ಎಂದು ನಕ್ಕಳು. ಅವನೂ ಕೂಡ ನಕ್ಕು–

'ಆ ಮಹಾತ್ಮರೆಲ್ಲಿ ನಾನೆಲ್ಲಿ... ವಿವೇಕಾನಂದರು ಜ್ಞಾನದ ಪರ್ವತ. ಅವ್ರಮುಂದ ನಾನು ತೃಣಮಾತ್ರ' ಅಂದ.

'ಏನ ಆಗ್ಲಿ ನಿಮ್ಮ ಪದ್ಯ ಕೇಳಿ ಖುಷಿಯಾತು. ಇಲ್ಲಿತನಕ ಬಂದಿದ್ದು ಸಾರ್ಥಕ ಆತು. ನಾನಿನ್ನ ಹೊರಡ್ತಿನಿ' ಎಂದು ಮನಸ್ವಿ ಎದ್ದಳು.

'ಸರಿ, ಮತ್ತ ಫೋನ್ ಮಾಡ್ತಿನಿ' ಎಂದ ಮನೋಹರ. ಮನಸ್ವಿ ಅಲ್ಲಿಂದ ನಿರ್ಗಮಿಸಿದಳು.

ಮನಸ್ವಿ ರಸ್ತೆಯಲ್ಲಿ ಒಂಟಿಯಾಗಿ ಸ್ಕೂಟರ್‌ನಲ್ಲಿ ಹೊರಟಿರುವಾಗ ಅವಳನ್ನು ಬೈಕ್‌ನಲ್ಲಿ ಹಿಂಬಾಲಿಸಿಕೊಂಡು ಬಂದ ಕಿರಣ್ ಒಂದು ಏಕಾಂತ ಸ್ಥಳ ನೋಡಿ ಇದ್ದಕ್ಕಿದ್ದಂತೆ ಅವಳ ಎದುರು ಬಂದು ನಿಂತ. ಈಗಾಗಲೇ ಅವನ ಬಗ್ಗೆ ತಿಳಿದಿರುವ ಮನಸ್ವಿ ಅವನನ್ನು ಕಂಡು ಅಸಮಾಧಾನದಿಂದ–

'ಮತ್ತ ಬಂದ್ಯಾ... ನನ್ನನ್ನ ಫಾಲೋ ಮಾಡ್ಬೇಡ ಅಂತ ನಿನಗ ಎಷ್ಟು ಸಾರಿ ಹೇಳೀನಿ. ನೀನು ಇದನ್ನ ಮುಂದುವರಿಸಿದ್ರ ನಾನು ಪೊಲೀಸರಿಗೆ ಕಂಪ್ಲೇಂಟ್ ಕೊಡಬೇಕಾಗ್ತದ ನೋಡು ಮತ್ತ' ಎಂದು ಎಚ್ಚರಿಕೆ ನೀಡಿದಳು.

'ಮನಸ್ವಿ... ನಿನ್ನಕೂಡ ಸ್ವಲ್ಪ ಮಾತಾಡಬೇಕಿತ್ತು ಅದಕ್ಕ ಬಂದೆ. ಪ್ಲೀಸ್ ಇಲ್ಲಾ ಅನ್ಬೇಡ' ಎಂದು ಕಿರಣ್ ಕೈ ಜೋಡಿಸಿದ.

'ನಿಂದು ಯಾವಾಗ್ಲೂ ಇದ ಗೋಳು. ಅದನ್ನ ಕೇಳಿ ಕೇಳಿ ಸಾಕಾಗೇತಿ. ಮರ್ಯಾದಿಯಿಂದ ಹೇಳ್ತಿನಿ. ಇದನ್ನೆಲ್ಲಾ ಬಿಟ್ಟು ನಿನ್ನ ದಾರಿ ನೀನು ನೋಡಿಕೊಂಡ್ರ ಒಳ್ಳೇದು. ಇಲ್ಲದಿದ್ರ ಪರಿಸ್ಥಿತಿ ನೆಟ್ಟಗಿರಂಗಿಲ್ಲ.'

'ನೀನು ನನಗ ಬೈದ್ರೂ... ಹೊಡದ್ರೂ ಎಷ್ಟು ಹಿತವಾಗಿರತೈತಿ ಮನಸ್ವಿ... ನಾನ್ ನಿನ್ನ ಭಾಳ ಪ್ರೀತಿಸ್ತಿನಿ. ನನ್ನ ಜೀವಕ್ಕಿಂತ ಹೆಚ್ಚು ನಿನ್ನ ಪ್ರೀತಿಸ್ತಿನಿ. ನೀನೇನಾದ್ರೂ ನನ್ನ ಬಾಳ ಸಂಗಾತಿಯಾಗಿ ಬಂದ್ರ ಜೀವನದಾಗ ನನಗ ಅದಕ್ಕಿಂತ ದೊಡ್ಡ ಸಂತೋಷ ಯಾವುದೂ ಇಲ್ಲ. ನೀನು ನನ್ನ ಪ್ರೀತಿ ಒಪ್ಪದಿದ್ರ ನಾನು ಹಿಂಗ ನಿನ್ನ ಹುಚ್ಚನ್ಯಾಗ ಇದ್ದುಬಿಡ್ತೀನಿ. ದಯವಿಟ್ಟು... ದಯವಿಟ್ಟು ನನ್ನ ಪ್ರೀತಿನ ಸ್ವೀಕಾರ ಮಾಡಿ, ನನಗ ಬಾಳು ಕೊಡು ಮನಸ್ವಿ. ನಿನ್ನ ಜೀವನಪೂರ್ತಿ

ನನ್ನ ಕಣ್ಣುಗಳಹಂಗ ನೋಡ್ಕೊತಿನಿ' ಎಂದು ಅವಳೆದುರು ಮಂಡಿ ಊರಿ ಬೇಡಿಕೊಂಡ.

'ಪ್ರೀತಿ ಅನ್ನೋದು ಹಿಂಗ ಬೆನ್ನು ಹತ್ತಿ ಬೀದಿಯೊಳಗ ನಿಂತು ಬೇಡಿಕೊಂಡು ಪಡಿಯೋದಲ್ಲಾ. ಮೊದಲು ದುಡುದು ಬದುಕೋದನ್ನ ಕಲಿ. ಅಪ್ಪ ದುಡದ ರೊಕ್ಕದಾಗ ಮಜಾ ಮಾಡಿಕೊಂಡು ತಿರಗೋ ನಿನಗ ಪ್ರೀತಿ, ಪ್ರೇಮ ಬೇರೆ ಕೇಡು. ಹಿಂಗೆಲ್ಲಾ ಹುಡುಗೀರ ಹಿಂದ ಸುತ್ತೋದು ಬಿಟ್ಟು ಬದುಕು ಕಟ್ಟಿಕೊ. ನಿನ್ನ ನಂಬಿರೋ ಅಪ್ಪಾ ಅವ್ವಗ ಈ ಪ್ರೀತಿ ತೋರಿಸು. ಆವಾಗ ನಿನಗ ಪ್ರೀತಿ ಅಂದ್ರ ಏನು ಅಂತ ಗೊತ್ತಾಗತೈತಿ...' ಎಂದು ಅಲ್ಲಿಂದ ಹೊರಟು ಹೋದಳು. ಅವನು ನಿರಾಶೆಯಿಂದ ಅವಳು ಹೋಗುವುದನ್ನೇ ನೋಡುತ್ತ ನಿಂತ.

ವಿಕ್ರಾಂತ ತನ್ನ ತಂದೆ ಲಕ್ಷ್ಮೀಪತಿಗೆ ಹೇಳಿ ಮನಸ್ವಿಯ ತಂದೆ ಪರಮೇಶಪ್ಪನನ್ನು ತನ್ನ ಮನೆಗೆ ಕರೆಸಿಕೊಂಡಿದ್ದ. ಪರಮೇಶಪ್ಪ ಲಕ್ಷ್ಮೀಪತಿ ಎದುರಿಗೆ ಮುದುರಿಕೊಂಡು ಕುಳಿತಿದ್ದ. ಇನ್ನೊಂದು ಬದಿಗೆ ವಿಕ್ರಾಂತ, ಅವನ ಹಿಂದೆ ಇಬ್ಬರು ಹಿಂಬಾಲಕರು ಇದ್ದರು. ಲಕ್ಷ್ಮೀಪತಿ ಪರಮೇಶಪ್ಪನಿಗೆ ಗದರಿಸುವ ದನಿಯಲ್ಲಿ–

'ಪರಮೇಶಪ್ಪ ನೀನು ನಮ್ಮೋನು ಅಂತ ಇಲ್ಲಿಗೆ ಕರಸಿ ಹೇಳಾಕತ್ತೀನಿ. ನನ್ನ ಮಗಾ ನಿನ್ನ ಮಗಳನ್ನ ಇಷ್ಟಾ ಪಟ್ಟಾನ. ಯಾವುದೇ ವಸ್ತು ಆಗಲಿ ಅವ್ನು ಒಂದು ಸಾರಿ ಇಷ್ಟಾಪಟ್ಟು ಕಣ್ಣು ಹಾಕಿದ ಮ್ಯಾಲೆ ಮುಗೀತು. ಅದು ಅವ್ನಿಗೇ ಸೇರಬೇಕು. ಈ ಲಕ್ಷ್ಮೀಪತಿ ಸಾಮ್ರಾಜ್ಯದ ಸೊಸೆ ಆಗಿ ಬರೋದಕ್ಕ ಹೆಣ್ಣಮಕ್ಳು ಬೇಕು ಅಂದ್ರ ಕ್ಯೂ ನಿಲ್ಲತಾರ. ಆದ್ರ ನನ್ನ ಮಗಾ ನಿನ್ನ ಮಗಳನ್ನ ಇಷ್ಟಾ ಪಟ್ಟಿರೋ ಒಂದ ಕಾರಣಕ್ಕ ನಿನ್ನ ಇಲ್ಲಿತನಕ ಕರೆಸಿ ಮಾತಾಡಕತ್ತೀನಿ' ಅಂದ.

'ಸಾಹುಕಾರ ನೀವು ಹೇಳಿದ ಮೇಲೆ ಆತು ಬಿಡ್ರಿ. ಅದಕ್ಕ ನಾನು ಇಲ್ಲ ಅನ್ನೋದಕ್ಕಾಗ್ತದೇನ್ರಿ. ನನ್ನ ಮಗಳನ್ನ ನಾನು ಒಪ್ಪಿಸ್ತಿನಿ' ಎಂದು ಪರಮೇಶಪ್ಪ ಹೇಳಿದಾಗ–

'ಯೇ ಪರಮೇಶಪ್ಪ... ನಾನು ಈ ವಿಷಯ ಹೇಳಿದಾಗ ನನಗೂ ಹಿಂಗ ಹೇಳಿದಿ. ಆದ್ರ ನಿನ್ನ ಮಗಳು ಯಾವಂದೋ ಕೂಡ ಬೀದಿ ಬೀದಿ ತಿರಗಾಕತ್ತ್ಯಾಳ. ನೀನು ಅದನ್ನ ನೋಡಿಕೊಂಡು ಸುಮ್ನ ಅದೀಯೇನು' ಅಂದ ವಿಕ್ರಾಂತ.

'ಯೇ ಹಂಗೇನಿಲ್ರಿ... ನಾನೆಲ್ಲಾ ಅಕಿಗೆ ಹೇಳಿ ಸರಿ ಮಾಡ್ತಿನಿ ಬಿಡ್ರಿ...' ಎಂದು ಪರಮೇಶಪ್ಪ ಅಂದಾಗ–

'ನೋಡು... ಈ ಮನಿಗೆ ಸೊಸೆ ಆಗಿ ಬರೋಳಿಗೆ ಒಂದು ಸ್ಟೇಟಸ್ ಅನ್ನೋದು ಇರಬೇಕು. ಅಷ್ಟೇನಾದ್ರೂ ನಿನ್ನ ಮಾತು ಮೀರಿ ಯಾರದಾದ್ರೂ ಕೂಡ ಇರೋದು ನಮಗ ಗೊತ್ತಾದ್ರ ನಾವು ಅವನನ್ನ ಮುಗಿಸೇ ಬಿಡ್ತೀವಿ. ಸುಮ್ನ ಕಿರಕ್ ಬ್ಯಾಡ. ನಮ್ಮ ವ್ಯವಹಾರ ಹ್ಯಾಂಗ ಅಂತ ನಿನಗ ಗೊತ್ತೈತಲ್ಲ. ನಿನ್ನ ಮಗಳು ನಮ್ಮ ಮಾತು ಕೇಳಿ ಮದುವಿ ಮಾಡಿಕೊಂಡು ನಮ್ಮ ಮನೀಗೆ ಬಂದ್ರ ನಿನಗೂ ಲಕ್ಷ್ಮೀ ಒಲಿತಾಳ... ತಿಳೀತಿಲ್ಲ' ಎಂದು ಲಕ್ಷ್ಮೀಪತಿ ಹೇಳಿದ.

'ಆತ್ರಿ ಸಾಹುಕಾರ... ಹಾಂಗ ಆಗ್ಲಿ' ಎಂದ ಪರಮೇಶಪ್ಪ.

ಅಂದು ರಾತ್ರಿ ಮನಸ್ವಿ ಮನೆಯ ಕೋಣೆಯಲ್ಲಿ ಪುಸ್ತಕ ಓದುತ್ತ ಕುಳಿತಿದ್ದಳು. ಜಾಸ್ತಿನೆ ಕುಡಿದು ಬಂದಿದ್ದ ಪರಮೇಶಪ್ಪ–

'ಮನಸ್ವಿ... ಯೇ ಮನಸ್ವಿ...' ಜೋರಾಗಿ ಕೂಗಿ ಕರೆದ. ಅವಳು ಗಾಬರಿಯಿಂದ ಹೊರಗೆ ಬಂದು, ಕುಡಿದು ಬಂದಿರುವ ಅವನನ್ನು ಕಂಡು ಅಸಮಾಧಾನದಿಂದ–

'ಅಪ್ಪಾ... ದಿನಾ ಕುಡುಕೊಂಡು ಬರೋವಂಥಾದ್ದು ಏನಾಗೈತಿ ನಿನಗ. ನೀನು ಹಿಂಗ ಮಾಡತಿದ್ರ ನಾನು ಒಂದಿನಾ ಮನಿ ಬಿಟ್ಟು ಹೋಗ್ತಿನಿ ಅಷ್ಟ' ಅಂದಳು.

ಪರಮೇಶಪ್ಪ ಅವಳನ್ನು ಸಿಟ್ಟಿನಿಂದ ನೋಡಿ–'ಏನು... ನನಗ ಜೋರು ಮಾಡುವಷ್ಟು ದೊಡ್ಡವಳಾದೆನು ನೀನು. ನಾನು ಹೇಳಿದ್ದನ್ನ ಕೇಳಿಕೊಂಡು ಬಿದ್ದಿರಬೇಕು ಅಷ್ಟ' ಅಂದ.

'ಈಗ ಏನು ಆಗಬಾರದ್ದು ಆತು ಅಂತ ಹಿಂಗ ಕುಡುಕೊಂಡು ಬಂದು ರಾದ್ಧಾಂತ ಮಾಡಾಕತ್ತಿ ಅಪ್ಪಾ?'

'ನಾ ನಿನಗ ಆವಾಗಲೇ ಹೇಳಿದ್ದೆ... ನೀನು ವಯಸ್ಸಿಗೆ ಬಂದಿರೋ ಹೆಣ್ಣಮಗಳು, ಕಂಡ–ಕಂಡ ಗಂಡಸರ ಕೂಡ ತಿರಗ್ಯಾಡಬಾರದು ಅಂತ. ನೀನು ಮತ್ತೂ ಅದನ್ನ ಮಾಡಕತ್ತೀಯೇನು. ನಿನ್ನನ್ನ ಮನಸ್ಸಿಗೆ ಬಂದಂಗ ಸುತ್ತಾಡೋದಕ್ಕ ಬಿಟ್ಟಿದ್ದ ತಪ್ಪಾತು ನಂದು.'

'ಅಪ್ಪಾ... ನಾನೇನು ಸಣ್ಣವಳಲ್ಲ. ಒಳ್ಳೆದು ಯಾವ್ದು ಕೆಟ್ಟದ್ದು ಯಾವ್ದು ಅಂತ ನನಗೂ ತಿಳಿತೈತಿ. ನಾನೇನು ಮಾಡಬಾರದ್ದು ಮಾಡಾಕತ್ತಿಲ್ಲ.'

'ನೋಡು, ಇನ್ನಮ್ಯಾಲಾದ್ರೂ ಇದನ್ನೆಲ್ಲಾ ಬಿಟ್ಟುಬಿಡು. ಒಳ್ಳೆಕಡಿಗೆ ಸಂಬಂಧ ನೋಡೀನಿ. ಅದನ್ನ ಒಪ್ಕೊಂಡು ಮದುವಿ ಮಾಡಿಕೊಂಡು ಹೋಗು. ದೊಡ್ಡಮನಿ ಸಾಹುಕಾರು ಲಕ್ಷ್ಮೀಪತಿ ನಿನ್ನ ಸೊಸೆ ಮಾಡಿಕೊಬೇಕು ಅಂತ ಇಷ್ಟ ಪಟ್ಟಾರ. ಅದು ನಮಗ ಒಲದ ಬಂದಿರೋ ಅದೃಷ್ಟ

ಅನ್ನೊಕಬೇಕು. ಜನಾ ಕೊರೊನಾ ಬಂದು ಸಾಯಾಕತ್ತಾರ. ಇನ್ನೊಂದು ಕಡೆ ದುಡಿತೀನಿ ಅನ್ನೋರಿಗೆ ದುಡಿಮಿ ಇಲ್ಲದಂಗಾಗಿ ಹಸಿವಿನಿಂದ ಸಾಯೋಹಂಗಾಗೇತಿ. ಬಂಗಾರ ಅಡ ಇಡ್ತೀನಿ ಅಂದ್ರೂ ಸಾಲ ಸಿಗದಿರೊ ಪರಿಸ್ಥಿತಿ ಐತಿ. ಇಂಥಾ ಕಾಲದಾಗ ನಾನು ನಿನ್ನ ಮದವಿ ಮಾಡೋದಾದ್ರೂ ಹೆಂಗ ಹೇಳು. ಅದಕ್ಕ ನೀನು ವಿಕ್ರಾಂತನ್ನ ಒಪ್ಪಿಕೊಂಡು ಮದುವಿ ಮಾಡಿಕೊಂಡು ಹೋಗು. ಅದ್ರಿಂದ ನಿನಗೂ ಒಳ್ಳೇದು. ನನಗೂ ಕೈತುಂಬಾ ಲಕ್ಷ್ಮೀ ಸಿಗತಾಳ!' ಎಂದು ಪರಮೇಶಪ್ಪ ಅಂದಾಗ, ಅದನ್ನು ಕೇಳಿ ಮನಸ್ವಿ ಸಿಟ್ಟಿನಿಂದ–

'ಲಕ್ಷ್ಮೀಪತಿ ತನ್ನಷ್ಟಕ್ಕ ತಾನು ಸಾಹುಕಾರ ಆಗಿರಬಹುದು. ನನಗೇನೂ ಸಾಹುಕಾರ ಅಲ್ಲ. ಅವನ ಮಗಾ ವಿಕ್ರಾಂತ, ಅವನೊಬ್ಬ ಲುಚ್ಚಾ ಲೋಫರ್... ರೊಕ್ಕದ ಆಸೇಕ ಬಿದ್ದು ನನ್ನನ್ನ ಅಂಥವ್ರ ಕೈಗೆ ಕೊಡಾಕ ಹೊಂಟೀಯಲ್ಲ. ನೀನೊಬ್ಬ ಜವಾಬ್ದಾರಿ ಇರೋ ತಂದೆನಾ? ನೀನೊಬ್ಬ ಜವಾಬ್ದಾರಿ ಇರೋ ಅಪ್ಪಾ ಆಗಿದ್ರ ನನ್ನ ಮನಸಿನ್ಯಾಗ ಏನೈತಿ ಅನ್ನೋದನ್ನ ವಿಚಾರಸ್ತಿದ್ದೆ. ನಿನ್ನ ರೊಕ್ಕದ ಆಸೇಕ ನನ್ನನ್ನ ಕಂಡವರ ಕೈಗೆ ಕೊಡ್ತಿದ್ದೀಯಲ್ಲ. ನೀನೊಬ್ಬ ಅಪ್ಪಾನಾ?' ಅಂದಳು.

ಪರಮೇಶಪ್ಪ ಆಕ್ರೋಶದಿಂದ–'ಹೇಯ್... ಮುಚ್ಚು ಬಾಯಿ. ನನ್ನ ಎದುರಿಗೇ ಬೆಳೆದೋಳು ನನಗ ಬುದ್ಧಿ ಹೇಳ್ತಿಯೇನು. ನಿನ್ನಾ...' ಎಂದು ಅವಳ ಕೈಗಳನ್ನು ಹಿಡಿದು, ಹೊಡೆಯಲು ಹೋದಾಗ ಮನಸ್ವಿ ಅವನಿಂದ ಬಿಡಿಸಿಕೊಂಡು ಮನೆಯಿಂದ ಹೊರಗೆ ಹೋದಳು.

ಹೊರಗೆ ಬಂದ ಬಳಿಕ ರಸ್ತೆಯಲ್ಲಿ ದುಃಖಿಸುತ್ತ ಒಂಟಿಯಾಗಿ ಹೆಜ್ಜೆ ಹಾಕಿದಳು. ಹಾಗೆ ನಡೆದು ಸ್ವಲ್ಪ ಹೊತ್ತಿನ ಬಳಿಕ ಒಂದು ಜಾಗದಲ್ಲಿ ಬೇಸರದಿಂದ ಯೋಚನೆ ಮಾಡುತ್ತ ಕುಳಿತಳು. ಅದೇ ರಸ್ತೆಯಲ್ಲಿ ನಾಲ್ಕಾರು ಜನ ಪುಂಡ ಹುಡುಗರು ಬೈಕ್‌ಮೇಲೆ ಹೋಗುವಾಗ, ಇವಳು ಒಂಟಿಯಾಗಿ ಕುಳಿತಿರುವುದು ಅವರಿಗೆ ಕಂಡಿತು. ಅವಳ ಅಂಗ ಸೌಷ್ಟವ, ರೂಪ ಕಂಡು ಕೆರಳಿ ಒಬ್ಬ ಹುಡುಗ–

'ಹೇ... ಏನೋ ರಾಜಕುಮಾರಿ ಇಂಥಾ ಕತ್ತಲಲ್ಲಿ ಕುಂತು ಯಾರಿಗೋ ಕಾಯತಿದ್ದಾಳಲ್ರೊ!' ಅಂದ.

'ಹೇ... ಅವ್ಳು ರಾಜಕುಮಾರಿ ಅಲ್ರೋ ವೇಶ್ಯಾಕುಮಾರಿ... ಕತ್ತಲದಾಗ ನಿಂತು ಗಿರಾಕಿ ಸಲುವಾಗಿ ಕಾಯತಿರಬೇಕು...' ಎಂದು ಇನ್ನೊಬ್ಬ ವ್ಯಂಗ್ಯವಾಗಿ ಹೇಳಿದಾಗ ಎಲ್ಲರೂ ಕುಹಕವಾಗಿ ನಕ್ಕರು.

'ಹಾಂ... ಹಂಗಂತೀಯಾ!? ನಡಿರೋ ಹಂಗಾದ್ರ ರೇಟು ಎಷ್ಟಾದ್ರೂ ಅಡ್ಡೀಯಿಲ್ಲ... ಒಳ್ಳೇ ಐಟಮ್ಮ ಅದು!'

'ನೋಡ್ರೋ... ಅಕಿನ್ನ ಹೆಂಗದಾಳ! ನೋಡ್ತಿದ್ರ ಹಂಗ ಕಚ್ಚಿಬಿಡಬೇಕು ಅನಸತೈತಿ.'

ಎನ್ನುತ್ತ ಹತ್ತಿರಕ್ಕೆ ಬಂದು–

'ಹೇ ರಾಜಕುಮಾರಿ... ಇಂಥಾ ಕತ್ಲದಾಗ ಕುಂತು ಏನ್‌ಮಾಡ್ತಿದ್ದಿ ಇಲ್ಲಿ... ಬರ್ತಿಯಾ? ನೀನು ಎಷ್ಟು ಕೇಳಿದ್ರೂ ಕೊಡ್ತೀವಿ' ಎಂದು ಒಬ್ಬ ಅಂದ.

'ಆದ್ರ ಎಲ್ಲಾರನ್ನೂ ಅಡ್ಜಸ್ಟ್ ಮಾಡ್ಕೊಬೇಕು...' ಎಂದು ಇನ್ನೊಬ್ಬ ಹೇಳಿದಾಗ ಎಲ್ಲರೂ ವಿಕೃತವಾಗಿ ನಕ್ಕರು. ಅವರ ಮಾತು ಕೇಳಿ ಅವಳಿಗೆ ಕೋಪ ಉಕ್ಕಿ ಬಂದಿತು.

'ಹೇ... ಸಿಟ್ಟು ಮಾಡ್ಕೊಬ್ಯಾಡ ರಾಜಕುಮಾರಿ. ಸ್ವಲ್ಪ ಅಡ್ಜಸ್ಟ್ ಮಾಡ್ಕೊ' ಎಂದು ಅವಳ ಕೈ ಹಿಡಿದು ಎಳೆಯಲು ಹೋದಾಗ, ಅವಳು ಕೈ ಕೊಸರಿ ತಪ್ಪಿಸಿಕೊಂಡು ಅಲ್ಲಿಂದ ಓಡಿದಳು.

'ಯೇ... ಹಿಡಿರೋ ಅವ್ಳನ್ನ...' ಎಂದು ಎಲ್ಲರೂ ಅವಳ ಹಿಂದೆ ಓಡಿದರು. ಕಡೆಗೆ ಮನಸ್ವಿ ಓಡುತ್ತ ಅವರಿಂದ ತಪ್ಪಿಸಿಕೊಂಡು ಮನೆ ಹತ್ತಿರ ಬಂದಳು. ಮನೆ ಬಾಗಿಲು ತೆಗೆಯಲು ನೋಡಿದಾಗ ಅದು ಒಳಗಿನಿಂದ ಲಾಕ್ ಆಗಿರುವುದು ತಿಳಿದು ಬೇರೆ ದಾರಿ ಇಲ್ಲದೇ ಬಾಗಿಲಲ್ಲೇ ಕುಸಿದು ಕುಳಿತಳು. ನಂತರ ಅಲ್ಲೇ ನಿದ್ದೆಗೆ ಜಾರಿದಳು.

ಅದೇ ದಿನ ಮಧ್ಯರಾತ್ರಿ ಮನೋಹರ, ಪಲ್ಲವಿ ಮತ್ತು ಮಗಳು ಶೃತಿ ಕೋಣೆಯಲ್ಲಿ ಮಲಗಿದ್ದಾಗ ನಿದ್ದೆಯಲ್ಲಿದ್ದ ಮನೋಹರ ಇದ್ದಕ್ಕಿದ್ದಂತೆ ಕೆಮ್ಮುತ್ತ ಎಚ್ಚರಗೊಂಡು ಎದ್ದು ಕುಳಿತುಕೊಂಡ. ಪಕ್ಕದಲ್ಲಿದ್ದ ನೀರು ತೆಗೆದುಕೊಂಡು ಕುಡಿದು, ಕೆಲವು ಕ್ಷಣ ಗಂಭೀರವಾಗಿ ಯೋಚಿಸಿದ. ನಿದ್ದೆಯಲ್ಲಿರುವ ಹೆಂಡತಿ, ಮಗಳ ಮುಖ ನೋಡಿದ. ಆ ಹೊತ್ತಲ್ಲೂ ಕಾಲೇಜಿನಲ್ಲಿ ಅಧಿಕಾರಿ ತನಗೆ ಕೆಲಸ ಬಿಟ್ಟು ಹೋಗುವಂತೆ ಹೇಳಿದ ದೃಶ್ಯ ಸ್ಮೃತಿಗೆ ಬಂದಿತು. ಬೇಸರದಿಂದ ತಲೆ ಕೆದಕಿಕೊಂಡು ಯೋಚಿಸಿದ. ಆ ಹೊತ್ತಿಗೆ ಎಚ್ಚರಗೊಂಡ ಪಲ್ಲವಿ ಅವನನ್ನು ನೋಡಿ–

'ಯಾಕ್ರಿ ನಡುರಾತ್ರಿ ಹಿಂಗ ಒಬ್ರ ಎದ್ದು ಕುಂತೀರಲ್ಲ. ಯಾಕ ನಿದ್ದಿ ಬರಲಿಲ್ಲೇನು' ಎಂದು ಕಾಳಜಿ ತೋರಿದಳು.

'ಹಂಗೇನಿಲ್ಲ... ನೀರು ಕುಡೀಬೇಕು ಅನಿಸ್ತು. ಅದಕ್ಕ ಎದ್ದೆ' ಎಂದ ಮನೋಹರ.

'ಸರಿ, ಮಲಗ್ರಿ ಬೆಳಗ್ಗೆ ಮಾತಾಡಣ' ಎಂದಾಗ ಅವನು ಅವಳ ಮಾತಿಗೆ ಪ್ರತಿಕ್ರಿಯಿಸದೇ–

'ಹತ್ತು ವರ್ಷದಿಂದ ನನ್ನ ಪಾಡಿಗೆ ನಾನು ದುಡಕೊಂಡು ನಿಶ್ಚಿಂತೆಯಿಂದ ಬದುಕತಿದ್ದೆ. ಕೆಟ್ಟ ಕಾಲ ಬಂದು ನನ್ನ ಉದ್ಯೋಗನೂ ಕಸಗೊಂಡುಬಿಟ್ತು. ಕೆಲಸದಾಗ ಇದ್ದವ್ರಿಗೇ ಪಗಾರ ಕೊಡೋದು ಕಷ್ಟ ಆಗಿರೋವಾಗ ಇನ್ನ ಸದ್ಯಕ್ಕ ನನಗ ಮತ್ತ ನೌಕರಿ ಸಿಗೋದು ಕನಸಿನ ಮಾತು. ವಯಸ್ಸಾಗಿರೋ ಅಪ್ಪಾ, ಮಗಳು ಮತ್ತ ನೀನು... ಎಲ್ಲಾ ನೆನಿಸ್ಕೊಂಡ್ರ ಹೆಂಗಪ್ಪಾ ದಿನಾ ಕಳಿಯೋದು ಅಂತ ಬೇಜಾರಾಕ್ಕತಿ...' ಅಂದ.

'ನೀವು ಹಿಂಗ ರಾತ್ರಿ ಹಗಲು ಚಿಂತಿ ಮಾಡಿ ಕೆಟ್ಟಿರೋ ಆರೋಗ್ಯನ ಮತ್ತಷ್ಟು ಹಾಳು ಮಾಡ್ಕೊತಿರಿ. ಚಿಂತಿ ಮಾಡಬ್ಯಾಡ್ರಿ. ಚಿಂತಿ ಅನ್ನೋದು ಚಿತೆಗಿಂತೂ ಕೆಟ್ಟದ್ದು. ಚಿತೆ ಸತ್ತವರನ್ನ ಸುಟ್ರ ಚಿಂತಿ ಜೀವಂತ ಸುಡತೈತಿ. ನೀವು ಹಿಂಗ ಚಿಂತಿ ಮಾಡಿ ಮಾಡಿ, ನನ್ನ ಕೈ ಬಿಟ್ಟು ಹೋದ್ರ ನನ್ನ ಗತಿ ಏನು!?... ಕೆಲಸ ಹೋದ್ರ ಹೋತು, ಸದ್ಯಕ್ಕ ಸಾಲಾ ಮಾಡಿಯಾದ್ರೂ ಬದುಕಣ' ಎಂದಳು ಪಲ್ಲವಿ. ಅವಳ ಮಾತು ಕೇಳಿ ಮನೋಹರ ಉಸಿರು ಹಾಕಿ, ಹಾಸಿಗೆಯಲ್ಲಿ ಕುಸಿದು ಮಲಗಿ ಛಾವಣಿ ನೋಡಿದ. ಅವಳು ಹೊರಳಿ ಮಲಗಿದಳು.

ರಾತ್ರಿ ಮನೆ ಬಾಗಿಲಲ್ಲೇ ಮಲಗಿದ್ದ ಮನಸ್ವಿಗೆ ನಸುಕಿನಲ್ಲಿ ಎಚ್ಚರವಾಗಿ ಎದ್ದು ಕುಳಿತಳು. ಅದೇ ಹೊತ್ತಿಗೆ ಅವಳ ತಂದೆ ಪರಮೇಶಪ್ಪ ಬಾಗಿಲು ತೆಗೆದ. ಇವಳು ತಲೆ ಕೆಳಗೆ ಹಾಕಿಕೊಂಡು ಒಳಗೆ ಹೋಗುವಾಗ–

'ನಿಂತ್ಕೊ... ರಾತ್ರಿಯೆಲ್ಲಾ ಯಾವನ ಕೂಡ ಎಲ್ಲಿಗೆ ಹೋಗಿದ್ದಿ. ನಿನ್ನ ಕಳ್ಳಾಟ ನನಗೇನು ಗೊತ್ತಾಗಂಗಿಲ್ಲ ಅಂತ ತಿಳಕೊಂಡಿಯೇನು?' ಎಂದು ಹಿಯ್ಯಾಳಿಸಿದ. ಅವಳು ಮಾತನಾಡದೇ ಅಳುತ್ತ ಹೋಗಿ ರೂಮಿನಲ್ಲಿ ಸೇರಿಕೊಂಡಳು. ಅವನು ಇವಳ ಮೇಲೆ ಹಲ್ಲುಕಡೆದು ಹೊರಗೆ ಹೋದ.

4

ಕೆಲವು ದಿನಗಳು ಕಳೆದ ಬಳಿಕ ಮನೋಹರನಿಗೆ ಸ್ವಲ್ಪ ಆರೋಗ್ಯ ಸುಧಾರಿಸಿತ್ತು. ಹೊರಗೆ ಹೋಗಲು ಸಿದ್ಧವಾಗುತ್ತಿದ್ದ. ಆ ಹೊತ್ತು–'ಪಲ್ಲವಿ...' ಎಂದು ಕರೆದಾಗ ಅವಳು ಒಳಗಿನಿಂದ ಬಂದು 'ಏನ್ರಿ?' ಎಂದು ಕೇಳಿದಳು.

'ನಾನು ಸ್ವಲ್ಪ ಕಾಲೇಜಿಗೆ ಹೋಗಿ ಒಬ್ಬರನ್ನ ಭೇಟಿ ಮಾಡಿಕೊಂಡು ಬರ್ತಿನಿ. ಇವತ್ತ ನೀನ ಹೋಗಿ ಶೃತಿಯನ್ನ ಸಾಲಿಗೆ ಬಿಟ್ಟು ಬಾ...'

'ಹ್ಞೂಂ... ನೀವು ಎಷ್ಟೊತ್ತಿಗೆ ಬರ್ತಿರಿ ವಾಪಸ್ಸು...'

'ಹೇಳಾಕಾಗೋದಿಲ್ಲ. ಒಂದೆರಡು ಕಡೆಗೆ ಹೋಗೋದು ಐತಿ. ತಡ ಆದ್ರೂ ಆಗಬಹುದು.'

'ಸರಿ... ಹೋಗಿ ಬರ್ರಿ' ಅಂದಾಗ, ಪ್ರೀತಿಯಿಂದ ಅವಳನ್ನು ಹತ್ತಿರಕ್ಕೆ ಸೆಳೆದು ಮುದ್ದಿಸಿದ. ಅವನ ನಿರ್ಮಲ ಪ್ರೀತಿಗೆ ಅವಳು ಮುಗ್ಧವಾಗಿ ಸ್ಪಂದಿಸಿದಳು. ಬಳಿಕ ಅವನು ಅಲ್ಲಿಂದ ಹೊರಟ.

ಕೆಲವು ನಿಮಿಷಗಳ ಬಳಿಕ ಹೊರಗಿನಿಂದ ಬಂದ ಸೋಮೇಶ್ವರ, ರೂಮಿನಲ್ಲಿ ಮನೋಹರನನ್ನು ಹುಡುಕಿದರು. 'ಮನೋಹರಾ...' ಎಂದು ಕರೆದು ಅವನು ಕಾಣದಿದ್ದಾಗ–'ಪಲ್ಲವಿ... ಪಲ್ಲವಿ...' ಎಂದು ಕೂಗಿದರು.

ಒಳಗಿದ್ದ ಪಲ್ಲವಿ 'ಬಂದೆ ಮಾವಾರ...' ಎಂದು ಹೊರಗೆ ಬಂದಳು.

'ಮನೋಹರ ಎಲ್ಲಿಗೆ ಹೋದ್ನವಾ?' ಎಂದು ಕೇಳಿದಾಗ–

'ಯಾವ್ದೋ ಕಾಲೇಜಿಗೆ ಹೋಗಿ ಯಾರನ್ನೋ ಭೇಟಿ ಮಾಡಬೇಕು ಅಂತ ಹೋದ್ರು ಮಾವಾರ...' ಅಂದಳು.

'ಹ್ಞೂ... ಸರಿ ಹಂಗಾದ್ರ ನಾನೂ ಸ್ವಲ್ಪ ಹೊರಗ ಹೋಗಿ ಬರ್ತಿನಿ' ಅಂದರು ಸೋಮೇಶ್ವರ.

'ಹೂನ್ರಿ...' ಎಂದು ಅವಳು ಒಳಗೆ ಹೋದಳು. ಸೋಮೇಶ್ವರ ಅಲ್ಲಿಂದ ಹೊರಟರು.

ಕಾಲೇಜುವೊಂದಕ್ಕೆ ಉದ್ಯೋಗ ಹುಡುಕಿಕೊಂಡು ಬಂದಿದ್ದ ಮನೋಹರ ಒಳಗೆ ಹೋಗಿ ಅಲ್ಲಿಯ ಮುಖ್ಯಸ್ಥರನ್ನು ಭೇಟಿ ಮಾಡುವುದಕ್ಕಾಗಿ ಕಾಯ್ದು ಕುಳಿತುಕೊಂಡಿದ್ದ. ಸ್ವಲ್ಪ ಹೊತ್ತಿನ ಬಳಿಕ ಕಚೇರಿ ಸಹಾಯಕ ಅವನನ್ನು ಒಳಗೆ ಕಳಿಸಿದ. ಮುಖ್ಯಸ್ಥರ ಬಳಿ ಹೋಗಿ ಕುಳಿತ ಮನೋಹರ–

'ವಿಶ್ವೇಶ್ವರಯ್ಯ ಪಿಯು ಕಾಲೇಜಿನಲ್ಲಿ ಹತ್ತು ವರ್ಷ ಕನ್ನಡ ಲೆಕ್ಚರರ್ ಆಗಿ ಕೆಲಸ ಮಾಡಿದ್ದೀನಿ ಸರ್. ಸಮಸ್ಯೆ ಏನೂ ಇರಲಿಲ್ಲ. ಈ ಕೋವಿಡ್ಡು, ಲಾಕ್‌ಡೌನು ಅಂತ ಬಂದು ಸಡನ್ನಾಗಿ ಕೆಲಸ ಬಿಟ್ಟು ಬರಬೇಕಾತು. ಯಾಕಂದ್ರೆ ಹತ್ತು ವರ್ಷ ಆದ್ರೂ ನಾನಲ್ಲಿ ಅತಿಥಿ ಉಪನ್ಯಾಸಕನಾಗೇ ಇದ್ದೆ. ಅದಕ್ಕ ನಿಮ್ಮ ಸಂಸ್ಥೆಯಲ್ಲೇನಾದ್ರೂ ಅವಕಾಶ ಇದ್ರ ದಯವಿಟ್ಟು ನನಗ ಅವಕಾಶ ಮಾಡಿಕೊಡ್ರಿ...' ಎಂದು ವಿನಂತಿಸಿದ.

'ಸರ್... ನಿಮಗ ಗೊತ್ತಿದ್ದಂಗ ನಮ್ಮದು ಸೈನ್ಸ್ ಕಾಲೇಜು. ಇಲ್ಲಿ ಸಬ್ಜೆಕ್ಟ್ ಲೆಕ್ಚರರ್‌ಗಳಿಗೆ ಮಾತ್ರ ಹೆಚ್ಚು ಅವಕಾಶ ಇರೋದು. ಲಾಂಗ್ವೇಜ್ ಹೇಳೋರು ಈಗಾಗಲೇ ನಮ್ಮಲ್ಲಿ ಮೂರು ಜನ ಇದ್ದಾರೆ. ಅದರಲ್ಲೂ ಕನ್ನಡ ಲಾಂಗ್ವೇಜ್‌ನವ್ರು ಆರು ತಿಂಗಳಿಂದ ಫ್ರಿಯಾಕಿ ಟೀಚ್ ಮಾಡ್ತಿದ್ದಾರೆ. ಅವ್ರಿಗೇ

ಇನ್ನೂ ಪಗಾರ ಕೊಟ್ಟಿಲ್ಲ. ನಮ್ಮದು ಅನ್ ಏಡೆಡ್ ಕಾಲೇಜು ಸರ್... ಸಾರಿ' ಎಂದು ಮುಖ್ಯಸ್ಥ ಹೇಳಿದ.

ಅದನ್ನು ಕೇಳಿ ಮನೋಹರ ನಿರಾಶೆಯಿಂದ ಮುಖ ಕೆಳಗೆ ಹಾಕಿ 'ಆಯ್ತು ಸರ್...' ಎಂದು ಕೈ ಜೋಡಿಸಿ ಭಾರವಾದ ಮನಸ್ಸಿನಿಂದ ಅಲ್ಲಿಂದ ಹೊರಟ.

ಅದೇ ಬೇಸರದ ಭಾವದಲ್ಲಿ ರಸ್ತೆಯಲ್ಲಿ ನಡೆದುಕೊಂಡು ಹೊರಟಿದ್ದ. ಸ್ವಲ್ಪ ಹೊತ್ತು ಹಾಗೇ ನಡೆದುಕೊಂಡು ಹೋಗುವಾಗ ರಸ್ತೆ ಬದಿ ತರಕಾರಿ ವ್ಯಾಪಾರಕ್ಕೆ ಕುಳಿತವರು ಕಾಣಿಸಿದರು. ಹಾಗೇ ಅವರನ್ನು ನಿರ್ಲಕ್ಷ್ಯದಿಂದ ನೋಡುತ್ತ ಹೋಗುವಾಗ ತರಕಾರಿ ಮಾರುವವರ ನಡುವೆ ತನ್ನ ತಂದೆ ತರಕಾರಿ ಮಾರಲು ಕುಳಿತಿರುವುದು ಮತ್ತು ಯಾರೋ ಒಬ್ಬರು ಖರೀದಿಸುತ್ತಿರುವುದು ಕಂಡಿತು! ಅದನ್ನು ಕಂಡು ಆಘಾತಗೊಂಡ ಮನೋಹರ ಪಕ್ಕಕ್ಕೆ ಸರಿದು ನಿಂತು ಅದನ್ನು ಗಮನವಿಟ್ಟು ನೋಡಿ, ವಯಸ್ಸಾದ ತನ್ನ ತಂದೆಯ ದಯನೀಯ ಸ್ಥಿತಿ ಕಂಡು ನೋವಿನಿಂದ ದುಃಖಿಸಿದ. ಬಳಿಕ ಅಲ್ಲಿಂದ ತೆರಳಿ ವಿಷಾದ, ನೋವಿನಿಂದ ಅಲ್ಲಿ-ಇಲ್ಲಿ ಸುತ್ತಾಡಿದ. ಹಾಗೆ ಕಾರಣವಿಲ್ಲದೇ ಸುತ್ತಾಡಿ ದಣಿದು ಒಂದು ಎತ್ತರದ ಸ್ಥಳದಲ್ಲಿ ಕುಳಿತು, ನಗರದ ನಿರ್ಲಿಪ್ತ ಚಲನೆಯನ್ನು ಸೋತ ಕಣ್ಣುಗಳಿಂದ ನೋಡಿದ.

'ಯಾರಿಗೆ ಏನೇ ಕಷ್ಟ ಬರಲಿ, ನೋವು ಇರಲಿ ಅದಕ್ಕೆಲ್ಲಾ ಈ ಜಗತ್ತು ಎಷ್ಟು ನಿರ್ಲಿಪ್ತವಾಗಿರತದ!? ಹ್ಞಂ... ಓಡವ್ರು ಓಡತಾನ ಇರ್ತಾರ... ಬಿದ್ದಿರವ್ರ ಎದಿಮ್ಯಾಲೆ ಕಾಲಿಟ್ಟಾದ್ರೂ ಮುಂದಕ್ಕ ಹೋಗ್ತಾರ! ಅದ ಈ ಜಗತ್ತಿನ ವಾಸ್ತವ ಸತ್ಯ!... ನಾನು ಓಡಕಾಗದ ಬಿದ್ದು ಒದ್ದಾಡ್ತಿರೋನು. ನನ್ನ ಗೊಡವಿ ಯಾರಿಗೆ ಬೇಕಾಗೈತಿ? ನನಗೂ ಸುಳ್ಳು, ಮೋಸ, ವಂಚನೆ, ಕಳ್ಳಾಟಗಳು ಬರ್ತಿದ್ರ ನಾನೂ ಯಾವತ್ತೋ ಹಣಾ ಗಳಸಬಹುದಿತ್ತೇನೊ... ಅವಾಗ ಇಂಥಾ ಪರಿಸ್ಥಿತಿಗೆ ಸಿಕ್ಕು ಒದ್ದಾಡೋ ಗತಿ ಬರತಿರಲಿಲ್ವೇನೊ!?... ಹಂಗಾದ್ರ ಪ್ರಾಮಾಣಿಕತೆ, ಸರಳತೆ, ನಿಯತ್ತಿನಿಂದ ಬದುಕೋರು ಈ ಜಗತ್ತಿನ್ಯಾಗ ಬದುಕೋದಕ್ಕ ಅರ್ಹರಲ್ಲೇನು? ಯಾರದೋ ತಲಿ ಹೊಡದು ಆತ್ಮವಂಚನೆ ಮಾಡಿಕೊಂಡು ಬದಕೋದಕ್ಕಿಂತ ಉಪವಾಸ ಇದ್ದು ಸಾಯೋದ ಹೆಚ್ಚು' ಅಂದುಕೊಂಡ. ಸುತ್ತಲೂ ದೃಷ್ಟಿ ಹರಿಸಿದಾಗ ಸಂಜೆಗತ್ತಲು ಮೆಲ್ಲಗೇ ಆವರಿಸಿದ್ದು ಕಂಡು ಅಲ್ಲಿಂದ ಎದ್ದು ಹೊರಟ.

ಮನೋಹರ ಬೇಸರದಿಂದ ಒಂಟಿಯಾಗಿ ಅಲೆದು ಮನೆಗೆ ಬಂದಾಗ ತಂದೆ ಸೋಮೇಶ್ವರ ಎಂದಿನಂತೆ ತನ್ನ ಸ್ಥಳದಲ್ಲಿ ಕುಳಿತಿದ್ದರು. ಪಲ್ಲವಿ ತನ್ನ

ಕೆಲಸದಲ್ಲಿ ತೊಡಗಿದ್ದಳು. ಮನೋಹರ ಬಂದು ಒಂದೆಡೆ ಕುಳಿತುಕೊಂಡಾಗ ಸೋಮೇಶ್ವರ–

'ಮನೋಹರಾ... ಎರಡು ತಿಂಗಳದ್ದು ಕರೆಂಟ್ ಬಿಲ್ ಬಾಕಿ ಉಳದಿತ್ತಲ್ಲಾ. ಅದಕ್ಕ ಅವ್ರು ನಿನ್ನೆ ಬಂದು ವೈರ್ ಕಟ್ ಮಾಡ್ತಿನಿ ಅಂತಿದ್ರು. ಹಂಗಾಗಿ ಇವತ್ತ ನಾನು ನನ್ನ ಹಳೇ ಫ್ರೆಂಡು ಧರ್ಮಣ್ಣನತ್ರ ಹೋಗಿದ್ದೆ. ಅಂವಾ ನನಗ ಸ್ವಲ್ಪ ರೊಕ್ಕಾ ಕೊಡೋದಿತ್ತು. ಅದನ್ನ ಇಸಗೊಂಡು ಬಂದೆ. ತೊಗೊ ಇದನ್ನ ಕರೆಂಟ್ ಬಿಲ್ ಕಟ್ಟಿಬಿಡುಪಾ' ಎಂದು ಹಣ ಕೊಡಲು ಬಂದರು. ಮನೋಹರ ಅನುಮಾನ ವ್ಯಕ್ತಪಡಿಸಿ–

'ಅಪ್ಪಾ ನೀನಿವತ್ತ ಧರ್ಮಣ್ಣತ್ರ ಹೋಗಿದ್ದು ಖರೇನಾ?' ಎಂದು ಕೇಳಿದ.

'ಯಾಕಪ್ಪಾ ಯಾಕ ಅನುಮಾನ ಪಡ್ತಿ? ಖರೆವಾಗ್ಯೂ ಅವ್ನ ರೊಕ್ಕಾ ಕೊಟ್ಟಿದ್ದು. ತೊಗೊ ಕರೆಂಟ್ ಬಿಲ್ ಕಟ್ಟಿಬಿಡು' ಎಂದು ಸೋಮೇಶ್ವರ ಸಮಜಾಯಿಸಿ ನೀಡಿದರು. ಅಪ್ಪನ ಮಾತು ಕೇಳಿ ಮನೋಹರನಿಗೆ ದುಃಖ ತಡೆಯಲಾಗದೇ ನೋವಿನಿಂದ ಅವರ ಮುಖವನ್ನೇ ನೋಡಿ–

'ಅಪ್ಪಾ... ನಿನ್ನ ಮಗಾ ಅಂತ ನಾನಿರೋವಾಗ ನೀನ್ಯಾಕಪ್ಪಾ ಅಂತಾ ಕೆಲಸ ಮಾಡಾಕ ಹೋದಿ. ನಾನೇನು ನಿನ್ನ ಪಾಲಿಗೆ ಸತ್ತಿನೇನು... ಏನೋ ನನಗ ಪಗಾರ ಬರದ ಒಂದೆರಡು ತಿಂಗಳು ಆಗಿರಬಹುದು. ಅದಕ್ಕ ನೀನು ಹಿಂಗ ಮಾಡೋದಾ!?' ಎಂದು ಗದ್ಗದಿತನಾಗಿ ಹೇಳಿದ. ಅದನ್ನು ಕೇಳಿಸಿಕೊಂಡು ಪಲ್ಲವಿ ಹೊರಗೆ ಬಂದು–

'ಏನಾತ್ರಿ... ಏನ್ಮಾಡಿದ್ರು ಮಾವಾರು?' ಎಂದು ಕೇಳಿದಳು.

'ನೋಡು ಪಲ್ಲವಿ... ನಿನ್ನೆ ಕರೆಂಟ್ ಬಿಲ್‌ನವ್ರು ಬಂದು ಏನೋ ಒಂದು ಮಾತು ಅಂದು ಹೋದ್ರು ಅಂತ... ಅಪ್ಪಾ ಆ ತರ್ಕಾರಿ ಮಾರ್ಕೇಟ್‌ನ್ಯಾಗ ರೋಡನ್ಯಾಗ ಕುಂತು...' ಎಂದು ತುಟಿ ಕಚ್ಚಿ ದುಃಖಿಸಿ ಅತ್ತ. ಅದನ್ನು ಕೇಳಿ ಅವಳಿಗೂ ದುಃಖವಾಗಿ ಕಣ್ಣುಗಳು ಒದ್ದೆಯಾದವು. ಅವರಿಬ್ಬರೂ ದುಃಖಿಸುವುದನ್ನು ನೋಡಿದ ಸೋಮೇಶ್ವರ ವಿಷಾದದಿಂದ–

'ಮನೋಹರಾ... ನಾನು ದುಡುದು ನಿನಗಂತ ಏನಾದ್ರೂ ಸಂಪತ್ತು ಮಾಡಿಟ್ಟಿದ್ರ ಇವತ್ತ ನಮಗ ಇಂಥಾ ಪರಿಸ್ಥಿತಿ ಇರತಿರಲಿಲ್ಲಾ. ನಾನು ದುಡಿದಿದ್ದು ಬರೀ ನನ್ನ ಸಂಸಾರ ನೋಡಿಕೊಳ್ಳಾಕ ಸಾಕಾಗತಿತ್ತು. ಅದೂ ಅಲ್ದ ನಿನ್ನ ತಾಯಿ ಅನಾರೋಗ್ಯ, ಆಸ್ಪತ್ರೆ ಖರ್ಚು ಅಂತ ಇಡೀ ಜೀವನಾ ಸಾಲದಾಗ ಕಳದ್ಹೋತು. ನಿನಗಂತ ನಾನು ಏನೂ ಮಾಡಾಕಾಗಲೇ ಇಲ್ಲ. ಅದಕ್ಕ ಮನಿ ಪರಿಸ್ಥಿತಿ ನೋಡಿಕೊಂಡು ಸುಮ್ಮನ ಕುಂದ್ರಾಕಾಗದ ಅದನ್ನಾದ್ರೂ ಮಾಡಿದ್ರ ಆತು ಅಂತ ಹೋದೆ' ಅಂದರು.

'ಅಪ್ಪಾ ನನಗ ಕೆಲಸಿಲ್ಲಾ ಖರೆ. ಆದ್ರ ಹಂಗಂತ ಯಾವತ್ತಾದ್ರೂ ನಿನ್ನ ಉಪಾಸ ಇರಸೀನೇನು? ಇಕಿನ್ನ ಯಾವತ್ತಾದ್ರೂ ಉಪಾಸ ಇರಸೀನೇನು? ನೀನು ನಿನ್ನ ವಯಸ್ಸಿನ್ಯಾಗ ಅವ್ವನ ಆರೋಗ್ಯ ನೋಡಿಕೊಂಡು, ನನ್ನ ಬೆಳಸಾಕ ಹೋರಾಟ ಮಾಡಿದ್ದ ಸಾಕು. ಈ ಕೊನೆಗಾಲದಾಗಾದ್ರೂ ಅರಾಮಾಗಿರು. ಅದೇನ ಕಷ್ಟ ಬಂದ್ರೂ ನಾನು ನೊಡ್ಕೊತಿನಿ. ಏನ್ಮಾಡೋದು, ಇನ್ನೊಂದು ವರ್ಷ ಕೆಲಸ ಮಾಡಿದ್ರ ನನ್ನ ನೌಕರಿ ಕಾಯಂಆಗಿ ಪಗಾರನೂ ಹೆಚ್ಚಾಗತಿತ್ತು. ಅಕಿಗೆ ಬಂಗಾರದ ಮಾಂಗಲ್ಯ ಕೊಡಸಬೇಕು. ನಾವಿಬ್ರೂ ಓಡಾಡೋದಕ್ಕ ಸ್ಕೂಟರ್ ತಗೋಬೇಕು ಅಂತ ಆಸೆ ಇಟ್ಕೊಂಡಿದ್ದೆ. ಅಷ್ಟರಾಗ ಈ ಹೆಮ್ಮಾರಿ ರೋಗ ಬಂದು ನಮ್ಮ ಜೀವನಾ ನಾಶ ಮಾಡಿಬಿಟ್ತು. ನನ್ನ ಕನಸು ನುಚ್ಚುನೂರಾತು. ಇದನ್ನೆಲ್ಲಾ ಯಾರಮುಂದ ಹೇಳಿಕೊಬೇಕು...' ಎಂದು ಮನೋಹರ ಗೋಳಾಡಿ ಅತ್ತ. ಅದನ್ನು ನೋಡಲಾಗದೇ ಪಲ್ಲವಿ ದುಃಖಿಸಿ ಅವನನ್ನು ಸ್ಪರ್ಷಿಸಿ ಸಾಂತ್ವನಪಡಿಸಿದಳು.

'ಅಪ್ಪಾ ನಿನಗ ಕೈ ಮುಗಿತೀನಿ. ನಾನಿರೋತನಕ ನೀನು ಇನ್ಯಾವತ್ತೂ ಅಂಥಾ ಕೆಲಸ ಮಾಡಾಕ ಹೋಗಬ್ಯಾಡ' ಅಂದ ಮನೋಹರ. ಅದನ್ನು ಕೇಳಿ ಸೋಮೇಶ್ವರ ವಿಷಾದದಿಂದ ಮುಖ ಕೆಳಗೆ ಹಾಕಿದರು.

ಮಾರನೇ ದಿನ ಬೆಳಗಿನ ಸಮಯ, ಮನೋಹರ ನ್ಯೂಸ್ ಪೇಪರ್ ನೋಡುತ್ತ ಕುಳಿತಿರುವಾಗ ಫೋನ್ ರಿಂಗಣಿಸಿತು. ಮನಸ್ವಿ ಮಾಡಿದ್ದ ಕರೆ ಸ್ವೀಕರಿಸಿ ಮಾತನಾಡಿದ.

'ಹೇಳ್ರಿ ಮನಸ್ವಿ' ಅಂದಾಗ ಅವಳು–

'ಅರ್ಜೆಂಟಾಗಿ ನಿಮಗೊಂದು ವಿಷಯ ಹೇಳಬೇಕಾಗಿತ್ತು. ಸಿಗ್ತಿರಾ?' ಎಂದು ಕೇಳಿದಳು.

'ಏನ್ ವಿಷಯ... ಫೋನಲ್ಲೇ ಹೇಳ್ರಿ ಅಡ್ಡೀಯಿಲ್ಲ.'

'ಅದನ್ನ ಹಂಗೆಲ್ಲಾ ಫೋನಲ್ಲಿ ಹೇಳಕಾಗೋದಿಲ್ರಿ. ನಾನು ಆಪತ್ತಿನಲ್ಲಿದ್ದೀನಿ, ನಿಮ್ಮ ಸಹಾಯ ಬೇಕಿತ್ತು.'

'ಸರಿ ಹಂಗಾದ್ರ ಬರ್ತಿನಿ.'

'ಹ್ಞೂಂ...' ಅಂದಾಗ ಅವನು ಫೋನ್ ಬಂದ್ ಮಾಡಿ ಅವಳ ಬಗ್ಗೆ ಯೋಚಿಸಿದ.

ಮನೋಹರ ಸಿಟಿ ಪಾರ್ಕ್‌ನ ಅದೇ ಸ್ಥಳಕ್ಕೆ ಹೋಗುವಷ್ಟರಲ್ಲಿ ಅವಳು ಅಲ್ಲಿ ಸ್ಕೂಟರ್‌ನೊಂದಿಗೆ ಕಾಯುತ್ತ ನಿಂತಿದ್ದಳು. ಅವನು ಅಲ್ಲಿಗೆ ಬಂದ

ಕೂಡಲೇ 'ಬರ್ರಿ ಕೂತ್ಕೊಳ್ರಿ' ಎಂದು ಅವನನ್ನು ಹಿಂದೆ ಕೂಡಿಸಿಕೊಂಡು ಅಲ್ಲಿಂದ ಹೊರಟಳು.

ಸ್ವಲ್ಪ ದೂರ ಕ್ರಮಿಸಿದ ಬಳಿಕ ಮನೋಹರ–'ಮನಸ್ವಿ ಎಲ್ಲಿಗೆ ಕರಕೊಂಡು ಹೊರಟ್ರಿ... ಏನ್ ವಿಷಯ ಅಂತ ಹೇಳ್ರಲ್ಲಾ...' ಅಂದ.

'ಹೇಳ್ತಿನಿ ಬರ್ರಿ ನನ್ನಕೂಡ' ಎಂದು ಸುಮ್ಮನೇ ಸ್ಕೂಟರ್ ಓಡಿಸಿದಳು. ಸ್ವಲ್ಪ ಹೊತ್ತಿನ ಬಳಿಕ ನಿಸರ್ಗದ ನಡುವಿನ ಒಂದು ಎತ್ತರದ ಪ್ರದೇಶ ಸಿಕ್ಕಿತು. ಅಲ್ಲಿ ವಾಹನ ನಿಲ್ಲಿಸಿ ಇಬ್ಬರೂ ನಡೆದುಕೊಂಡು ಮುಂದಕ್ಕೆ ಹೋಗಿ ನಿಂತಾಗ, ಅಲ್ಲಿಂದ ಇಡೀ ಊರಿನ ಕಟ್ಟಡಗಳು ಇರುವೆ ಗೂಡಿನಂತೆ ಕಂಡವು.

'ಈಗ ಹೇಳ್ರಿ ಮನಸ್ವಿ... ಏನ್ ನಿಮ್ಮ ಸಮಸ್ಯೆ... ಏನೋ ಹೆಲ್ಪ್ ಬೇಕು ಅಂದ್ರೆಲ್ಲಾ' ಎಂದು ಮನೋಹರ ಹೇಳಿದಾಗ–

'ನಾನೀಗ ಭಾಳ ಕಷ್ಟ ಕಾಲದಲ್ಲೀನ್ರಿ. ದೊಡ್ಡ ಸಮಸ್ಯೆಗೆ ಸಿಕ್ಕಾಕ್ಕೊಂಡೀನಿ. ಹಣದ ಹಿಂದ ಬಿದ್ದು ನನ್ನ ಅಪ್ಪನನ ನನ್ನ ವಿರುದ್ಧ ಕೆಲಸ ಮಾಡ್ತಿದ್ದಾನ. ಅದಕ್ಕ ನಾನೀಗ ಬೇರೆ ಒಂದು ದಾರಿ ನೋಡಕೊಬೇಕಾಗ್ಯದ' ಅಂದಳು.

'ಬೇರೆ ದಾರಿ ಅಂದ್ರ... ಏನ್ ದಾರಿ?'

'ಮನೋಹರ್... ನಾನೀಗ ವಯಸ್ಸಿಗೆ ಬಂದಿರೋ ಹುಡುಗಿ. ನನ್ನಷ್ಟಕ್ಕ ನಾನಿರತೀನಿ ಅಂದ್ರೂ ಈ ಸಮಾಜ ಇರೋದಕ್ಕ ಬಿಡೋದಿಲ್ಲ. ಮದುವಿ ಅಂತ ಮಾಡಿಕೊಂಡು ಗಂಡನ ಮನಿ ಸೇರಬೇಕು. ಆದ್ರ ಸದ್ಯಕ್ಕ ಅದು ನನಗ ಇಷ್ಟ ಇಲ್ಲಾ.'

'ಅದಕ್ಕ ಏನ್ ಮಾಡೋದೀಗ?'

'ನನಗ ನಾನು ಬಯಸುವಂತಾ ಹುಡುಗ ಬೇಕು. ಅವ್ನು ನನ್ನ ಭಾವನೆಗಳನ್ನ ಅರ್ಥ ಮಾಡ್ಕೊಳ್ಳುವಂಥಾ ಭಾವನಾ ಜೀವಿಯಾಗಿರಬೇಕು.'

'ನಿಮಗ ಗೊತ್ತಿರೊ ಅಂಥ ಹುಡುಗ ಎಲ್ಲಾದ್ರೂ ಇದ್ದಾನೇನು?'

'ಹ್ಞೂಂ... ಅದಾನ. ಆದ್ರ ಅವ್ನು ನನ್ನ ಕೈಗೆ ನಿಲುಕೋ ಸ್ಥಿತಿಯೊಳಗಿಲ್ಲ. ಅದಕ್ಕಾಗಿ ನನ್ನ ಮನಸು ಹೇಳತದ, ನೀನು ಜೀವನ ಪೂರ್ತಿ ಅವನಿಗಾಗಿ ಹಿಂಗ ಇದ್ಬಿಡು ಅಂತ' ಎಂದು ನಿಗೂಢ ಅರ್ಥದಲ್ಲಿ ಹೇಳಿದಳು.

'ಅಂದ್ರ ಅವ್ನು ನಿಮ್ಮನ್ನ ಒಪ್ಪಿಕೊಳ್ಳೊಹಂಗಿಲ್ಲ ಅಂದಂಗಾತು.'

'ಹೌದು... ಪರಿಸ್ಥಿತಿ ಒಂಥರಾ ಹಂಗ ಇದೆರೀ. ಅಕಸ್ಮಾತ್ ಅವ್ನು ಒಪ್ಕೊಂಡ್ರೂ ಅವನಿರೋ ಪರಿಸ್ಥಿತಿ ಅದಕ್ಕ ಒಪ್ಪೋದಿಲ್ಲಾ' ಅಂದಾಗ–

'ಅಂದ್ರ? ಅವನೇನು ಶ್ರೀಮಂತರ ಮನಿ ಹುಡುಗನಾ... ಏನ್ ಕೆಲಸ ಮಾಡ್ತಾನವ್ನು. ಅವರಪ್ಪಯೇನು ದೊಡ್ಡ ವ್ಯಕ್ತಿನಾ' ಎಂದು ಅವನು ಅಚ್ಚರಿಯಿಂದ ಕೇಳಿದ.

'ಇಲ್ಲ. ಈ ಸಮಾಜ, ಜನಾ ಎಲ್ಲಾ ಯಾವುದನ್ನ ಶ್ರೀಮಂತಿಕೆ, ಸಂಪತ್ತು ಅಂತ ಅನ್ಕೊಂಡಿದ್ದಾರೋ ಅದ್ಯಾವ್ದೂ ಅನತ್ರ ಇಲ್ಲ. ಆದ್ರ ಅವ್ನ ಎದಿಯೊಳಗ ಕರುಣೆ, ಕಣ್ಣೊಳಗ ಪ್ರೀತಿ ತುಂಬಿಕೊಂಡು, ನೊಂದವರಿಗೆ ನೋವು ಮರೆಸೋ ಸಂಜೀವಿನಿ ಹಾಂಗ ಅದಾನ! ಅವ್ನೇನಾದ್ರೂ ನನ್ನವನಾಗೋಹಾಂಗಿದ್ರ ನಾನು ಎಷ್ಟು ಅದೃಷ್ಟವಂತಳಾಗಿರತಿದ್ದೆ. ಆದ್ರ ಅಪ್ಪ ಆದವ್ನೆ ರೊಕ್ಕದ ಆಸೇಕ ಬಿದ್ದು ಒಬ್ಬ ದುಷ್ಟನ ಮಗನಿಗೆ ನನ್ನ ಕಟ್ಟೋದಕ್ಕ ಪ್ರಯತ್ನ ಮಾಡ್ತಿದ್ದಾನ. ಅದರಿಂದ ತಪ್ಪಿಸಿಕೊಳ್ಳೋದಕ್ಕ ನೀವು ನನಗ ಸಹಾಯ ಮಾಡ್ತಿರಿ ಅನ್ಕೊಂಡೀನಿ... ಪ್ಲೀಸ್' ಎಂದು ಕೈ ಜೋಡಿಸಿದಳು.

'ಸರಿ ಹಂಗಾದ್ರ ನೀವೇನೂ ಯೋಚನೆ ಮಾಡಬೇಡ್ರಿ... ಧೈರ್ಯವಾಗಿರ್ರಿ. ನೀವು ಯಾರನ್ನ ಬಯಸೀರೋ ಅವನ ಕೂಡ ನಿಮ್ಮನ್ನ ಸೇರಿಸೋ ಜವಾಬ್ದಾರಿ ನಂದು' ಎಂದಾಗ ಅವಳ ಮುಖದಲ್ಲಿ ಮಂದಹಾಸ ಮೂಡಿತು.

ಮನೋಹರ ಹೊರಗಿನಿಂದ ಮನೆಗೆ ಬಂದಾಗ ಬಡ್ಡಿ ಶಂಕ್ರಪ್ಪ ತನ್ನ ಇಬ್ಬರು ಹಿಂಬಾಲಕರೊಂದಿಗೆ ಅಲ್ಲಿಗೆ ಬಂದು ಕುಳಿತು ಜೋರು ಧ್ವನಿಯಲ್ಲಿ ಮಾತನಾಡುತ್ತಿದ್ದ. ಅದನ್ನು ಕೇಳಿಸಿಕೊಂಡ ಮನೋಹರ ಆತಂಕದಿಂದ ಒಳಗೆ ಬಂದಾಗ–

'ನಿಮಗ ಸಾಲ ಬೇಕಾದಾಗ ಮಾತ್ರ ನಮ್ಮ ನೆನಪಾಗತೈತಿ. ರೊಕ್ಕಾ ಕೈಗೆ ಸಿಕ್ಕಮ್ಯಾಲೆ ನಮ್ಮನ್ನ ಮರ್ತಬಿಡ್ತಿರಿ. ಒಂದು ವಾರದಾಗ ವಾಪಸ್ ಕೊಟ್ಬಿಡ್ತೀನಿ ಅಂದಿದ್ದಕ್ಕ ಏನೋ ವಯಸ್ಸಾದವ್ರು ಕೇಳಿದ್ರಿ ಅಂತ ಬಡ್ಡಿ ಇಲ್ದ ಸಾಲಾ ಕೊಟ್ಟೆ. ಕೊಟ್ಟ ತಪ್ಪಿಗೆ ಹಿಂಗ ನಾವ ಮನಿ ಹುಡುಕ್ಕೊಂಡು ಬರಬೇಕು ನೋಡ್ರಿ...' ಎಂದು ಶಂಕ್ರಪ್ಪ ಜೋರಾಗಿ ಹೇಳಿದ.

ಅದನ್ನು ಕೇಳಿ ಮನೋಹರ ಆತಂಕದಿಂದ–'ಶಂಕ್ರಪ್ಪಾರ ದಯವಿಟ್ಟು ಮೆಲ್ಲಕ ಮಾತಾಡ್ರಿ... ಆಜೂಬಾಜು ಜನಾ ಕೇಳಿಸಿಕೊಂಡ್ರ ತಪ್ಪು ತಿಳಕೊತಾರ. ಅದೇನ ಇರಲಿ ನಾನ್ ಸರಿ ಮಾಡ್ತಿನಿ' ಅಂದ. ಮನೋಹರನ ದನಿ ಕೇಳಿ ಪಲ್ಲವಿ ಒಳಗಿಂದಲೇ ಗಮನಿಸಿದಳು.

'ಏನ್ರಿ... ಏನ್ರಿ ಮೆಲ್ಲಕ ಮಾತಾಡೋದು... ನಮ್ಮ ಸಮಸ್ಯೆ ನಿಮಗೇನು ಗೊತ್ತು. ನಿಮಗ ನಿಮ್ಮ ಮರ್ಯಾದಿ ಮುಖ್ಯ. ಹಂಗಿದ್ದವ್ರು ಸಾಲ ಇಸಕೊಂಡಮ್ಯಾಲೆ ಟೈಮಿಗೆ ಸರಿಯಾಗಿ ವಾಪಸ್ ಕೊಟ್‌ಬಿಡ್ಬೇಕು' ಎಂದ ಶಂಕ್ರಪ್ಪ.

'ಶಂಕ್ರಪ್ಪಾರ ಹಂಗೆಲ್ಲಾ ಮಾತಾಡಬ್ಯಾಡ್ರಿ... ಅಪ್ಪಾರು ನಿಮ್ಮತ್ರ ಅದೆಷ್ಟು ಇಸ್ಕೊಂಡು ಬಂದಿದ್ರೊ ಅದನ್ನ ನಾನ್ ವಾಪಸ್ ತಂದುಕೊಡ್ತೇನಿ.'

'ಒಂದು ವಾರದಾಗ ವಾಪಸ್ ತಂದು ಕೊಟ್ಟಿಡ್ತೀನಿ ಅಂದಿದ್ದಕ್ಕ ಬಡ್ಡಿ ಇಲ್ದ ಹತ್ತು ಸಾವ್ರ ಕೊಟ್ಟೀನಿ. ಹದಿನೈದು ದಿನ ಆತು. ರೊಕ್ಕಾನೂ ಕೊಡಲಿಲ್ಲಾ ಹೊಳ್ಳಿ ನನ್ನತ್ರ ಬರಲೂ ಇಲ್ಲಾ. ಅದಕ್ಕ ನಾನ ಬರಬೇಕಾತು.'

'ಆತು ಬಿಡ್ರಿ... ಇವತ್ತೊಂದು ದಿನ ಟೈಮ್ ಕೊಡ್ರಿ. ನಾಳೆ ನಾನ ಬಂದು ನಿಮ್ಮ ರೊಕ್ಕಾ ತಂದು ಕೊಡ್ತೀನಿ.'

'ಹ್ಞೂಂ... ನಾಳೆ ಬರಬೇಕು. ನೀವು ಬರದಿದ್ರ ನಮ್ಮ ಹುಡುಗೂರು ಬಂದು ವಸೂಲಿ ಮಾಡ್ತಾರ ಮತ್ತ...' ಎಂದು ಶಂಕ್ರಪ್ಪ ಕೋಪದಿಂದ ಅಲ್ಲಿಂದ ಎದ್ದು ಹೋದ. ಇಬ್ಬರೂ ಹಿಂಬಾಲಕರು ಅವನ ಹಿಂದೆ ಹೋದರು. ಪಲ್ಲವಿ ಹೊರಗೆ ಬಂದಳು. ಬಳಿಕ ಮನೋಹರ ತಂದೆ ಬಳಿಗೆ ಹೋಗಿ–

'ಅಪ್ಪಾ... ಹೋಗಿ ಹೋಗಿ ಇವನತ್ರಾ ಯಾಕಪ್ಪಾ ಸಾಲ ಕೇಳಾಕ ಹೋದಿ. ಬಡ್ಡಿ ಶಂಕ್ರ ಅಂದ್ರ ಮನಿ ಹಾಳ್ ಮಾಡೋನು ಅಂತ ಎಲ್ಲಾರಿಗೂ ಗೊತ್ತೈತಿ. ನನಗ ಹೇಳದ ಅವನತ್ರ ಹೋಗಿ ಸಾಲ ಯಾಕ ಇಸ್ಕೊಳ್ಳಾಕ ಹೋದಿ?' ಅಂದ.

'ಮನಿ ಖರ್ಚಿಗೆ ಒಂದುರೂಪಾಯಿ ಸಹಿತ ಇರಲಿಲ್ಲ... ಮನ್ಯಾಗ ಸಣ್ಣ ಹುಡುಗಿ ಐತಿ. ಒಲಿ ಬಂದ್ ಮಾಡ್ಕೊಂಡು ಕುಂದ್ರೋದು ಹೆಂಗ ಅನ್ಕೊಂಡು ಎರಡ್ಮೂರು ಜನರತ್ರ ಸಾಲಾ ಕೇಳಿದೆ. ಯಾರೂ ಕೊಡಲಿಲ್ಲ. ಅದಕ್ಕ ಶಂಕ್ರಪ್ಪನತ್ರ ಹೋಗಿ ಹತ್ತು ಸಾವ್ರ ಇಸಕೊಂಡು ಬಂದಿದ್ದೆ. ಚಿಂತಿಯೊಳಗ ದಿನಾ ಕಳಿತಿರೋ ನಿನಗ ಇದನ್ನೆಲ್ಲಾ ಹೆಂಗ ಹೇಳೋದು ಅನ್ಕೊಂಡು ಸುಮ್ಮನಿದ್ದೆ. ಸ್ವಲ್ಪ ದಿನದಾಗ ನಾನ ಏನಾದ್ರೂ ಮಾಡಿ ವಾಪಸ್ ಕೊಡಬೇಕು ಅನ್ಕೊಂಡಿದ್ದೆ. ಅಷ್ಟರಾಗ ಅಂವಾ ಮನಿತನಕ ಬಂದು ಹಿಂಗೆಲ್ಲಾ ಮಾತಾಡಿಬಿಟ್ಟಾ' ಎಂದು ಸೋಮೇಶ್ವರ ಬೇಸರ ವ್ಯಕ್ತಪಡಿಸಿದರು.

'ಆತು ಬಿಡಪಾ... ನಾಳೆ ನಾನ ಏನಾದ್ರೂ ಮಾಡಿ ಅವ್ನ ರೊಕ್ಕಾ ಕೊಟ್ಟಿಡ್ತೀನಿ. ನೀನೇನ್ ಬೇಜಾರ್ ಮಾಡ್ಕೊಬ್ಯಾಡ' ಎಂದು ಮನೋಹರ ಪಲ್ಲವಿಯ ಮುಖ ನೋಡಿ ಬೇಸರದಿಂದ ವಿಷಾದಿತನಾದ. ಪಲ್ಲವಿ ಅವನ ಮುಖ ನೋಡಿ ನೋವು ವ್ಯಕ್ತಪಡಿಸಿದಳು. ಸೋಮೇಶ್ವರ ಮೌನವಾದರು.

5

ಕೆಲವು ದಿನಗಳು ಕಳೆದ ಬಳಿಕ, ಅಂದು ಮನೋಹರ ಮಗಳು ಶೃತಿಯನ್ನು ಶಾಲೆಗೆ ಬಿಟ್ಟು ಹಿಂದಿರುಗುತ್ತಿದ್ದ. ಹಾಗೆ ನಡೆದುಕೊಂಡು ವಾಪಸ್ ಬರುವಾಗ ಬಿಸಿಲಿಗೆ ಅವನ ದೇಹ ನಿಶ್ಶಕ್ತಿಗೊಂಡು, ತಲೆ ಸುತ್ತು ಬಂದಂತೆ ಭಾಸವಾಯಿತು. ಕಣ್ಣು ಮುಚ್ಚಿ ತೆಗೆದು ರಸ್ತೆಯನ್ನು ದಿಟ್ಟಿಸಿ ನೋಡಿದ. ರಸ್ತೆ ಮತ್ತು ಸಂಚರಿಸುವ ವಾಹನಗಳೆಲ್ಲ ನೀರಿನಲ್ಲಿರುವಂತೆ ಭಾಸವಾಗಿ ಅಲ್ಲಿ ಅಲೆಗಳು ಸೃಷ್ಟಿಯಾದಂತೆ

ಗೋಚರಿಸಿತು. ಅವನು ಗೊಂದಲದಿಂದ ಸುಧಾರಿಸಿಕೊಂಡು, ಅಲ್ಲೇ ಪಕ್ಕದಲ್ಲಿ ಕುಳಿತುಕೊಂಡ. ಕುಳಿತಲ್ಲೇ ತಾನು ವೃತ್ತಾಕಾರದಲ್ಲಿ ಸುತ್ತುತ್ತಿರುವಂತೆ ಅನುಭವವಾಗಿ ತಲೆ ಗಟ್ಟಿಯಾಗಿ ಹಿಡಿದುಕೊಂಡ. ಬಳಿಕ ಒಂದೆರಡು ಬಾರಿ ಕೆಮ್ಮು ಬಂದಿತು. ಕೆಮ್ಮಿ ಜೇಬಿನಿಂದ ಕರವಸ್ತರ ತೆಗೆದು ಮುಖ ಒರೆಸಿಕೊಂಡು ಸುಧಾರಿಸಿಕೊಂಡ. ಮತ್ತೆ ಮತ್ತೆ ಕೆಮ್ಮು ಬಂದು ಎದೆಯಲ್ಲಿ ಸಂಕಟವಾದಾಗ ಬಾಯಿಗೆ ಕರವಸ್ತರ ಹಿಡಿಕೊಂಡು ಜೋರಾಗಿ ಕೆಮ್ಮಿದ. ಕರವಸ್ತರ ತೆಗೆದು ನೋಡಿದಾಗ ಗಂಟಲಿನಿಂದ ರಕ್ತ ಚಿಮ್ಮಿಬಂದು ಕರವಸ್ತರಕ್ಕೆ ಹತ್ತಿರುವುದು ಕಂಡು ಅವನಿಗೆ ಭಯವಾಯಿತು. ಪಕ್ಕದಲ್ಲಿ ಉಗಿದಾಗ ಎಂಜಲಿನೊಂದಿಗೆ ರಕ್ತವೂ ಇರುವುದು ಕಂಡು ಇನ್ನೂ ಆತಂಕವಾಯಿತು. ಆತಂಕದಿಂದ ಎದೆ ಬಡಿತ ಹೆಚ್ಚಿ ಜೋರಾಗಿ ಉಸಿರಾಡಿದ. ಅಲ್ಲಿಂದ ಏಳಲು ಪ್ರಯತ್ನಿಸಿದಾಗ ಸಾಧ್ಯವಾಗಲಿಲ್ಲ. ಹೆಂಡತಿಗೆ ಫೋನ್ ಕರೆ ಮಾಡಿ ವಿಷಯ ತಿಳಿಸಿದ. ಪಲ್ಲವಿ ಕೆಲವೇ ನಿಮಿಷಗಳಲ್ಲಿ ಆಟೋದೊಂದಿಗೆ ಅಲ್ಲಿಗೆ ಬಂದಿಳಿದು–

'ಏನಾತ್ರಿ... ಇದ್ದಕ್ಕಿದ್ದಂಗ ಹಿಂಗ್ಯಾಕಾತು ನಿಮಗ?' ಎಂದು ಅವನ ಸ್ಥಿತಿಗತಿ ಗಮನಿಸಿದಾಗ, ಕರವಸ್ತರಕ್ಕೆ ರಕ್ತ ಹತ್ತಿರುವುದು ಕಂಡು ಗಾಬರಿಗೊಂಡು 'ಏನ್ರಿ ಇದು ರಕ್ತಾ!... ಬರ್ರಿ ಲಗೂನ ಹಾಸ್ಪಿಟಲ್‌ಗೆ ಹೋಗಣ' ಅಂದು, ತಡ ಮಾಡದೇ ಆಟೋದಲ್ಲಿ ಕರೆದುಕೊಂಡು, ಪರಿಚಿತ ವೈದ್ಯರ ಆಸ್ಪತ್ರೆಗೆ ಹೋದಳು.

ಮನೋಹರನನ್ನು ಆಸ್ಪತ್ರೆಯಲ್ಲಿ ದಾಖಲಿಸಿದ ಬಳಿಕ ವೈದ್ಯರು ಪರೀಕ್ಷಿಸಿ, ಅಗತ್ಯ ಚಿಕಿತ್ಸೆ ನೀಡಿದರು. ಪರೀಕ್ಷೆಗಾಗಿ ಅವನ ದೇಹದಿಂದ ರಕ್ತ ತೆಗೆದುಕೊಂಡು, ಬಳಿಕ ಚುಚ್ಚುಮದ್ದು ಕೊಟ್ಟಾಗ ಅವನು ನಿದ್ದೆಗೆ ಜಾರಿದ. ಅವನ ಪಕ್ಕದಲ್ಲೇ ಕುಳಿತಿದ್ದ ಪಲ್ಲವಿ, ಆ ಹೊತ್ತು ಸೋಮೇಶ್ವರಗೆ ಫೋನ್ ಮಾಡಿ ವಿಷಯ ತಿಳಿಸಿದಳು.

ಸಂಜೆ ಹೊತ್ತಿಗೆ ಮನೋಹರನ ರಕ್ತ ಪರೀಕ್ಷೆ ಮತ್ತು ಇತರ ಪರೀಕ್ಷೆಗಳ ವರದಿ ಬಂದಿತು. ಆ ವರದಿಯನ್ನು ಗಮನಿಸಿದ ವೈದ್ಯರು ಆಘಾತಗೊಂಡು– 'ಛೆ... ಮನೋಹರ್‌ಗೆ ಇಂಥಾ ಕಾಯಿಲೆ ಬಂತಾ!?' ಎಂದುಕೊಂಡು ಕೆಲವು ಕ್ಷಣ ಮೌನವಾಗಿ ಯೋಚಿಸಿದರು. ಫೋನ್ ಮಾಡಿ ಪಲ್ಲವಿಯನ್ನು ಕರೆದು–

'ಪಲ್ಲವಿಯವ್ರೆ ನಾನ್ ನಿಮಗೀಗ ಒಂದು ಸೀರಿಯಸ್ ವಿಷಯ ಹೇಳ್ಬೇಕಾಗಿದೆ. ಅದಕಾಗಿ ನೀವು ಎದೆ ಗಟ್ಟಿ ಮಾಡ್ಕೊಬೇಕು' ಎಂದರು.

ವೈದ್ಯರ ಮಾತು ಕೇಳಿ ಅವಳು ಅನುಮಾನದಿಂದ 'ಯಾಕ್ ಸರ್ ಅಂಥಾದ್ದೇನಾತು? ನನ್ನ ಇವ್ರಿಗೇನಾದ್ರೂ ಸೀರಿಯಸ್ ಆತಾ?' ಅಂದಳು.

ವೈದ್ಯರು ಗಂಭೀರವಾಗಿ 'ಅದ ವಿಷಯ ಹೇಳ್ತಿದ್ದೀನಿ. ನಾನು ಒಬ್ಬ ರೋಗಿಯ ಸಮಸ್ಯೆ ಪರಿಹಾರಕ್ಕ ಪ್ರಯತ್ನ ಮಾತ್ರ ಮಾಡಬಹುದು. ಆದ್ರ ಸಾವಿನಿಂದ ತಪ್ಪಿಸೋ ಶಕ್ತಿ ಯಾರಿಗೂ ಇಲ್ಲ' ಎಂದರು.

ಪಲ್ಲವಿ ಮುಗ್ಧವಾಗಿ-'ಯಾಕ್ ಸರ್ ಏನೇನೋ ಮಾತಾಡ್ತಿದ್ದೀರಿ? ಈಗ ನೀವು ಹೇಳ್ತಿರೋದು ಯಾರ ಸಾವಿನ ವಿಷಯ? ನಿಮ್ಮ ಹಾಸ್ಪಿಟಲ್ಲಲ್ಲಿ ಯಾರಾದ್ರೂ ರೋಗದಿಂದಾ ಸತ್ತೋದ್ರಾ? ಅದರ ನೋವಿನಿಂದ ಹಿಂಗೆಲ್ಲಾ ಹೇಳ್ತಿದ್ದೀರಾ?' ಎಂದು ಕೇಳಿದಳು.

'ಇಲ್ಲ ಪಲ್ಲವಿಯವ್ರೆ... ನಾನು ಹೇಳ್ತಿರೋದು ಮನೋಹರ ಬಗ್ಗೆ' ಅಂದಾಗ-ಅದನ್ನು ಕೇಳಿ ಆಘಾತಗೊಂಡ ಪಲ್ಲವಿ 'ಏನಾತು ಸರ್... ಇವ್ರಿಗೆ ಅಂಥದ್ದೇನಾತು ಅಂತ ಸರಿಯಾಗಿ ಹೇಳ್ರಿ...' ಅಂದಾಗ ದುಃಖ ತುಂಬಿ ಬಂದಿತು.

ಕೆಲವು ಕ್ಷಣ ಮೌನವಾದ ವೈದ್ಯರು 'ರಕ್ತದ ಕ್ಯಾನ್ಸರ್' ಎಂದು ಮತ್ತೆ ಗಂಭೀರವಾದರು. ಅದನ್ನು ಕೇಳಿ ಪಲ್ಲವಿ ಹಣೆ-ಹಣೆ ಬಡಿದುಕೊಂಡು ಗೋಳಾಡಿ ಅತ್ತಳು.

'ಸಮಾಧಾನ ಮಾಡ್ಕೊಳ್ರಿ... ಜೀವನದಲ್ಲಿ ಬಂದಿದ್ದನ್ನ ಎದುರಿಸಲೇಬೇಕು. ನಮ್ಮದೇನಿದ್ರೂ ಪ್ರಯತ್ನ ಮಾತ್ರ... ಮನೋಹರಗೆ ಭಾಳ ದಿನಗಳಿಂದ ರಕ್ತದ ಕ್ಯಾನ್ಸರ್ ಇತ್ತು ಅನ್ನೋದು ಈಗ ಗೊತ್ತಾಗಿದೆ. ಅವ್ರು ಇನ್ನೇನಿದ್ರೂ ಸ್ವಲ್ಪ ಕಾಲ ಮಾತ್ರ ಬದುಕಿರೋದು... ಸಾರಿ...' ಎಂದು ವೈದ್ಯರು ಅಲ್ಲಿಂದ ಎದ್ದು ಹೋದರು. ಪಲ್ಲವಿ ಆಘಾತದಿಂದ ಮೌನವಾಗಿ ತಟಸ್ಥಗೊಂಡಳು.

'ಮನೋಹರ್ ನನ್ನನ್ನ ಬಿಟ್ಟು ಹೋಗ್ತಾರಾ! ಇನ್ಮೇಲೆ ನಾನೊಬ್ಬಳೇ ಬದುಕಿರೋದಾ!' ಅಂದುಕೊಂಡು ದುಃಖಿಸಿ ಅತ್ತಳು. ಸಮಾಧಾನ ಮಾಡಿ ಕೊಂಡು-'ಈ ವಿಷಯ ಅವರಿಗೆ ಗೊತ್ತಾಗಬಾರದು... ಅವರಿಗೆ ಮಾತ್ರ ಅಲ್ಲ ಯಾರಿಗೂ ಗೊತ್ತಾಗದಿರೋಹಾಂಗ ನೋಡಿಕೊಬೇಕು' ಎಂದು ನಿರ್ಧರಿಸಿದಳು.

ನಂತರ ಕಣ್ಣೊರೆಸಿಕೊಂಡು ಅಲ್ಲಿಂದ ಮನೋಹರನ ಬಳಿ ಬಂದು ಕುಳಿತುಕೊಂಡಳು. ನಿದ್ರೆಗೆ ಜಾರಿದ್ದ ಅವನ ಮುಖ ನೋಡಿದಾಗ ಅವಳಿಗೆ ಮತ್ತೆ ದುಃಖ ಉಮ್ಮಳಿಸಿ ಬಂದಿತು. ಅವನ ತಲೆಯಮೇಲೆ ಕೈ ಸವರಿ ಅಕ್ಕರೆಯಿಂದ ನೋಡಿದಳು. ಹಾಗೆ ಅವಳ ಕಣ್ಣಿಂದ ನೀರು ಹನಿಸುತ್ತಿರುವಾಗ, ತಾನು ಮತ್ತು ಮನೋಹರ ಪ್ರೀತಿಸಿ ಮದುವೆಯಾದ ಗತಕಾಲದ ನೆನಪೊಂದು ಅವಳ ಸ್ಮೃತಿಯಲ್ಲಿ ತೆರೆದುಕೊಂಡಿತು...

ಮನೋಹರ, ಪಲ್ಲವಿಯ ಮದುವೆಗೆ ಮೊದಲಿನ ದಿನಗಳು. ಒಂದು ಏಕಾಂತದ ಸ್ಥಳದಲ್ಲಿ ಇಬ್ಬರೂ ಕುಳಿತಿರುವಾಗ ಮನೋಹರ ಅವಳಿಗೆ ತನ್ನ ಪ್ರೇಮ ನಿವೇದನೆ ಮಾಡುತ್ತ-

'ಹುಟ್ಟಿನಿಂದ್ಲೂ ನಾನೇನು ಹಣದ ಶ್ರೀಮಂತಿಕೆ ನೋಡಿದವನಲ್ಲ ಪಲ್ಲವಿ. ನನ್ನ ಮನೀನೂ ಸಣ್ಣದು. ನನಗಿರೋದು ಸಣ್ಣದೊಂದು ನೌಕರಿ, ಓದು, ಎರಡೊತ್ತು ಊಟ, ನೆಮ್ಮದಿಯ ನಿದ್ದಿ... ಇಷ್ಟ ನನ್ನ ಬದುಕು. ಆದ್ರೂ ಜೀವನಪೂರ್ತಿ ನಿನ್ನನ್ನ ಖುಷಿಯಾಗಿ ನೋಡ್ಕೊತಿನಿ ಅನ್ನೋ ವಿಶ್ವಾಸ ನಂದು' ಅಂದ.

'ಶ್ರೀಮಂತಿಕೆ ಅನ್ನೋದು ಬರೀ ಹಣಾ ಸಂಪತ್ತಿನಿಂದ ಅಳಿಯೋದಲ್ಲ ಅನ್ನೋದು ನನಗೂ ತಿಳದೈತ್ರಿ. ಪ್ರೀತಿಗಿರೋ ಬೆಲೆನ ಮನುಷ್ಯ ಯಾವ ಸಂಪತ್ತಿನಿಂದ್ಲೂ ಅಳಿಯೋಕಾಗೋದಿಲ್ಲ. ನೀವು ನನಗ ಕೊಡೋ ಪ್ರೀತಿನ ಎಷ್ಟು ಕೋಟಿ ಕೊಟ್ರೂ ಎಲ್ಲೂ ಖರೀದಿ ಮಾಡಿ ತರೋಕಾಗೋದಿಲ್ಲ... ಅದೆಲ್ಲಾ ಗೊತ್ತಿದ್ದ ನಾನ್ ನಿಮ್ಮನ್ನ ಒಪ್ಪಿಕೊಂಡಿದ್ದು...' ಎಂದಳು ಪಲ್ಲವಿ.

ಅದನ್ನು ಕೇಳಿ ಮನೋಹರ ಆನಂದದಿಂದ ಭಾವುಕನಾಗಿ, ಅವಳ ಕೈಯನ್ನು ಹಣೆಗೆ ಒತ್ತಿಕೊಂಡು-'ಒಂದು ಜೀವ ಹೊಟ್ಟೆಲಿದ್ದಾಗ ಒಂಬತ್ತು ತಿಂಗಳು ಹೊತ್ತು ಸಲಹೋಳು ಹೆಣ್ಣು... ಭೂಮಿಗೆ ಬಂದಮೇಲೆ ಬುದ್ಧಿ ಬೆಳೆಯೋತನಕಾ ಸಾಕೋಳು ಹೆಣ್ಣು... ವಯಸ್ಸಿಗೆ ಬಂದಮೇಲೆ ಸಂಗಾತಿಯಾಗಿ ಬದುಕು ಕಟ್ಟಿಕೊಡೋಳು ಹೆಣ್ಣು... ಬದುಕಿರೋ ಕಡೆತನಕ ಕಣ್ಣಾಗಿ ಜೊತೆಗಿರೋಳು ಹೆಣ್ಣು... ಹೆಣ್ಣಿಲ್ಲದ ಈ ಜಗದೊಳಗ ಪ್ರೀತಿ-ಕರುಣೆ ಹುಟ್ಟೋದಾದ್ರೂ ಹೆಂಗ... ಹೆಣ್ಣು ಜೀವಕ್ಕ ನನ್ನ ತಲೆಬಾಗಿ ಶರಣು...!' ಅಂದ. ಅವನ ಮಾತು ಕೇಳಿ ಖುಷಿಪಟ್ಟ ಪಲ್ಲವಿ ಅವನನ್ನು ತನ್ನ ಬಾಹುಗಳಲ್ಲಿ ಸೆಳೆದು ಅಂತಃಕರಣ ನೀಡಿದಳು.

ಪಲ್ಲವಿ ಸ್ಮೃತಿಯಿಂದ ಹಿಂದಕ್ಕೆ ಬಂದಾಗ ಆಸ್ಪತ್ರೆಯಲ್ಲಿ ಮನೋಹರನ ಬಳಿ ಕುಳಿತು ಆ ನೆನಪಿನಿಂದ ಭಾವುಕಗಳಾಗಿ ಕಣ್ಣೀರು ಹಾಕಿದಳು.

ಸಂಜೆ ಹೊತ್ತು ಸೋಮೇಶ್ವರ ಮೊಮ್ಮಗಳನ್ನು ಕರೆದುಕೊಂಡು ಆಸ್ಪತ್ರೆಗೆ ಬಂದ. ಅಮ್ಮನನ್ನು ಕಂಡ ಮಗಳು ಶೃತಿ ಹತ್ತಿರ ಬಂದು, ಹಾಸಿಗೆ ಮೇಲೆ ಮಲಗಿದ ಅಪ್ಪನನ್ನು ನೋಡಿ-'ಅವ್ವಾ ಅಪ್ಪಗೇನಾಯ್ತವ್ವಾ?' ಎಂದು ಕೇಳಿದಳು.

'ಅಪ್ಪಗೇನೂ ಆಗಿಲ್ಲವ್ವಾ... ನಿನ್ನ ಸಾಲಿಗೆ ಬಿಟ್ಟು ಬರೋವಾಗ ತಲಿ ಸುತ್ತಿ ಬಿದ್ದಿದ್ರು. ಅದಕ್ಕ ಡಾಕ್ಟರತ್ರ ಕರಕೊಂಡು ಬಂದೆ' ಎಂದಳು.

ಶೃತಿ ತನ್ನ ಅಪ್ಪನಿಗೆ ಹಚ್ಚಿದ ಸಲಾಯಿನ್, ಪೈಪ್‌ಗಳನ್ನು ಗಮನಿಸಿದಳು.

'ಡಾಕ್ಟರು ಏನಂದ್ರವಾ... ಹಿಂಗ್ಯಾಕಾತು ಅನ್ನೋದು ಏನಾದ್ರೂ ಗೊತ್ತಾತೇನು?' ಎಂದು ಸೋಮೇಶ್ವರ ಕೇಳಿದರು.

'ಇವ್ರು ಹೊತ್ತಿಗೆ ಸರಿಯಾಗಿ ಊಟ ಮಾಡದಿರೋದ್ರಿಂದ ರಕ್ತದೊಳಗ ಶುಗರ್ ಕಡಿಮಿ ಆಗಿ ತಲಿ ಸುತ್ತು ಬಂದಿರಬಹುದು ಅಂದ್ರು. ಮತ್ತೇನಿಲ್ರಿ...' ಎಂದು ಪಲ್ಲವಿ ಸಮಜಾಯಿಸಿ ನೀಡಿದಳು.

ಸೋಮೇಶ್ವರ 'ಹ್ಞೂಂ' ಎಂದು ಮೌನವಾಗಿ ಮನೋಹರನನ್ನು ಸೂಕ್ಷ್ಮವಾಗಿ ಗಮನಿಸಿದರು. ಅದೇ ಹೊತ್ತಿಗೆ ಮನೋಹರ ಮೆಲ್ಲಗೇ ಕಣ್ಣುಬಿಟ್ಟು ನೋಡಿ–

'ಅಪ್ಪಾ ನೀನು ಯಾವಾಗ ಬಂದಿ?' ಎಂದ.

'ಆವಾಗ್ಲೇ ಬಂದೆಪಾ... ಈಗ ಸ್ವಲ್ಪ ಸಮಾಧಾನ ಅನಿಸೇತೇನು?'

'ಹೂನಪ್ಪಾ... ರಸ್ತೇದಾಗ ಹೊಂಟಾಗ ಯಾಕೋ ತೆಲಿ ಸುತ್ತದಂಗಾಗಿ ಎದಿ ನೋವು ಬಂತು... ಈಗ ಅರಾಮ ಅನಸೇತಿ' ಎಂದು ಮಗಳತ್ತ ನೋಡಿ–'ಶೃತಿ ನೀನ್ಯಾವಾಗ ಬಂದಿ?' ಎಂದು ಕೇಳಿದ.

'ಅಜ್ಜಾನ ಕರಕೊಂಡು ಬಂದ್ರಪ್ಪಾ... ಮನಿಗೆ ಹೋಗಣ ನಡಿ' ಎಂದು ಶೃತಿ ಅಂದಾಗ–

'ಹೋಗನವ್ವಾ... ಡಾಕ್ಟರು ಇದನ್ನೆಲ್ಲಾ ತಗದ ಮೇಲೆ ಹೋಗಣ...' ಎಂದು ರಮಿಸಿದ. ಪಲ್ಲವಿ ಮೌನವಾಗಿದ್ದಳು.

ಮನಸ್ವಿ ಸ್ಕೂಟರ್‌ಮೇಲೆ ಹೋಗುತ್ತಿರುವಾಗ ಫೋನ್ ರಿಂಗಣಿಸಿತು. ಅದನ್ನು ಗಮನಿಸಿ ಸ್ಕೂಟರ್‌ಅನ್ನು ರಸ್ತೆ ಪಕ್ಕ ನಿಲ್ಲಿಸಿ ಕರೆ ಸ್ವೀಕರಿಸಿದಳು. ಕಿರಣ್ ಮಾತನಾಡಿ–

'ಮನಸ್ವಿ ನಾನ್ ಹೇಳೋದನ್ನ ಪೂರ್ತಿ ಕೇಳಿಸ್ಕೊ. ಇದು ನಾನ್ ನಿನಗ ಮಾಡತಿರೋ ಕೊನೆ ಕಾಲ್. ಯಾಕಂದ್ರ ನಾನ್ ನಿನಗ ಎಷ್ಟು ಸಾರಿ ಹೇಳಿಕೊಂಡೆ. ಆದ್ರ ನೀನು ನನ್ನ ಭಾವನೆಗಳಿಗೆ ಬೆಲೆ ಕೊಡದ ನನ್ನನ್ನ ಅಪರಾಧಿ ಹಂಗ ನೋಡಿದಿ. ನೀನು ಇವತ್ತು ಒಪ್ಪಬಹುದು ನಾಳೆ ಒಪ್ಪಬಹುದು ಅಂತ ಸಹಿಸಿಕೊಂಡು ಸುಮ್ಮನ ಇದ್ದೆ. ನೀನ್ ನನಗ ನಿಲುಕಲಾರದ ಹೂವು ಅಂತ ಈಗ ನನಗ ಅರ್ಥ ಆಗೇತಿ. ಅದಕ ನಾನೀಗ ಒಂದು ನಿರ್ಧಾರಕ್ಕ ಬಂದೀನಿ. ನೀನು ನನಗ ಸಿಗಬೇಕು, ಇಲ್ಲಾ ನಾನು ಈ ಜಗತ್ತು ಬಿಟ್ಟು ಹೋಗಬೇಕು. ಇವತ್ತ ಎರಡರಾಗ ಒಂದು ಆಗಲೇಬೇಕು. ಮನಸ್ವಿ... ನೀನಿಲ್ಲದ ಬದುಕೋ ಶಕ್ತಿ ಇಲ್ಲ ನನಗ. ನೀನು ಸಿಗದಿದ್ದಮೇಲೆ ಸಾವು ಒಂದ ದಾರಿ ನನಗ...' ಎಂದಾಗ, ಅದಕ್ಕೆ ಹೇಗೆ ಪ್ರತಿಕ್ರಿಯಿಸಬೇಕೆಂಬುದು ತಿಳಿಯದೇ ಮನಸ್ವಿ–

'ನೋಡು ಕಿರಣ್, ಜೀವದ ಕೂಡ ಆಟಾ ಆಡಬೇಡ. ಈಗ ಎಲ್ಲಿದ್ದಿ ಹೇಳು' ಎಂದಳು.

'ನವಲೂರು ರೈಲ್ವೇ ಟ್ರ್ಯಾಕ್‌ಹತ್ರ ಅದೀನಿ. ಕಡೇದಾಗಿ ನನ್ನ ನೋಡಬೇಕು ಅನಿಸಿದ್ರ ಇಲ್ಲಿಗೆ ಬಾ... ಇಲ್ಲದಿದ್ರ ನೋಡಾಕ ನನ್ನ ಹೆಣಾ ಸಹಿತ ಸಿಗೋದಿಲ್ಲ ನಿನಗ' ಎಂದಾಗ, ಅವಳಿಗೆ ಉಪಾಯ ಹೊಳೆಯಿತು.

'ಹಂಗೆಲ್ಲಾ ಮಾಡ್ಬೇಡಾ ಕಿರಣ್... ನಾನ್ ನಿನ್ನ ಏನೋ ಅನ್ಕೊಂಡ್‌ಬಿಟ್ಟಿದ್ದೆ. ನೀನ್ ನನ್ನನ್ನ ಇಷ್ಟೊಂದು ಪ್ರೀತಿಸ್ತಿಯ ಅನ್ನೋದು ಈಗ ಅರ್ಥ ಆತು ನನಗ. ದುಡುಕಿ ಜೀವ ಕಳಕೊಳ್ಳೊ ಕೆಲಸ ಮಾಡಬ್ಯಾಡ. ನಾನೀಗ ಅಲ್ಲಿಗೆ ಬರ್ತಿನಿ ಇರು.'

'ಸರಿ ಹಂಗಾದ್ರ ಲಗೂ ಬಾ... ಅರ್ಧ ಗಂಟೆಯೊಳಗ ನೀನಿಲ್ಲಿರಬೇಕು. ಇಲ್ಲದಿದ್ರ ನಾನು ಇರೋದಿಲ್ಲ.'

'ಆತು ಬರ್ತಿದ್ದೀನಿ' ಎಂದು ಕರೆ ಬಂದ್ ಮಾಡಿ ಅಲ್ಲಿಂದ ಹೊರಟಳು.

ಕಿರಣ್ ರೈಲು ಹಳಿ ಸಮೀಪ ನಿಂತು ಅವಳಿಗಾಗಿ ಕಾಯುತ್ತಿದ್ದ. ಮನಸ್ವಿ ಅಲ್ಲಿಗೆ ಬಂದಾಗ, ಅವಳನ್ನು ನೋಡಿ ಅವನಿಗೆ ಭಾವೋದ್ವೇಗವಾಯಿತು. ಕಡೆಗೂ ಅವಳು ತನಗೆ ಸಿಕ್ಕಳಲ್ಲ ಎಂಬ ಸಂತೋಷದಿಂದ ರೋಮಾಂಚಿತನಾದ. ಅವಳು ಸ್ಕೂಟರ್‌ನೊಂದಿಗೆ ಹತ್ತಿರ ಬಂದಾಗ–

'ಮನಸ್ವಿ ನೀನು ನನ್ನವಳಾಗಿ ನನ್ನತ್ರ ಬಂದೀಯ ಅನ್ನೋದನ್ನ ನೆನೆಸಿಕೊಂಡ್ರ ನನಗ ಹುಚ್ಚು ಹಿಡದಂಗಾಗತೈತಿ! ಇದು ಕನಸೇನೊ ಅನಸ್ತೈತಿ. ನೀನು ನನ್ನ ಪ್ರೀತಿನ ಒಪಗೊಂಡು ಬಂದಿದ್ದೀಯಲ್ಲಾ!?' ಅಂದ. ಅದನ್ನು ಕೇಳಿಯೂ ಮನಸ್ವಿ ಮೌನವಾಗಿದ್ದಳು. ಅವನು ಅವಳ ಹತ್ತಿರಕ್ಕೆ ಹೋಗಿ–

'ಹೇಳು ಮನಸ್ವಿ ಹೇಳು... ಒಂದ ಒಂದು ಸಾರಿ ನಿನ್ನ ಕೈ ಮುಟ್ಟಿ ನನ್ನ ಮುಖಕ್ಕ ತಾಗಿಸ್ಕೊಳ್ಳಾ... ನನಗ ನಿನ್ನ ಹುಚ್ಚು ಹಿಡದೈತಿ. ಅದಕ್ಕ... ನೀನಿಲ್ಲದಿರೋ ಈ ಬದುಕ ಬ್ಯಾಡ ಅಂತ ನಿರ್ಧಾರ ಮಾಡಿದ್ದೆ. ಕಡೆಗೂ ನೀನು ನನಗ ಸಿಕ್ಕೆಲ್ಲಾ... ನಾನು ಅದೃಷ್ಟವಂತ!' ಎಂದು ಅವನು ಭಾವಾವೇಶದಿಂದ ಮನಸ್ಸಿಗೆ ಬಂದದ್ದನ್ನೆಲ್ಲ ಮಾತನಾಡಿ ಹುಚ್ಚನಂತೆ ವರ್ತಿಸಿದ. ಮನಸ್ವಿ ಆ ಪರಿಸ್ಥಿತಿ ನಿಭಾಯಿಸುವ ಉಪಾಯದಲ್ಲಿ ಮೌನವಾಗಿದ್ದು, ನಂತರ–

'ಬಾ ನನ್ನ ಕೂಡ, ಹೇಳ್ತಿನಿ' ಅಂದಳು.

'ಎಲ್ಲಿಗೆ ಹೋಗಣ?'

'ಬಾ ಹೇಳ್ತಿನಿ' ಎಂದಾಗ, ಅವನು ಅವಳ ಹಿಂದೆ ಕುಳಿತುಕೊಂಡ. ಅವಳು ಅಲ್ಲಿಂದ ಹೊರಟಳು.

ಅಲ್ಲಿಂದ ಹೊರಟು ಬಂದು ಕ್ಯಾನ್ಸರ್ ಆಸ್ಪತ್ರೆಯೊಂದರ ಎದುರು ವಾಹನ ನಿಲ್ಲಿಸಿದಾಗ, ಅಲ್ಲಿನ ಫಲಕ ನೋಡಿ ಕಿರಣ್ ಅಚ್ಚರಿಯಿಂದ–

'ನನ್ನ ಇಲ್ಲಿಗ್ಯಾಕ್ ಕರಕೊಂಡು ಬಂದಿ ಮನಸ್ವಿ?' ಎಂದು ಅಚ್ಚರಿಯಿಂದ ಕೇಳಿದ. ಮೌನವಾಗಿ ಅವನ ಮುಖವನ್ನೇ ನೋಡುವ ಮನಸ್ವಿ–

'ನೀನು ನಿಜವಾಗ್ಲೂ ನನ್ನ ಪ್ರೀತಿಸ್ತಿಯಲ್ಲಾ...'

'ಹ್ಞೂಂ...'

'ಬಾ ಹಂಗಾದ್ರ...' ಎಂದು ಅವನ ಕೈ ಹಿಡಿದು ಒಳಗೆ ಕರೆದುಕೊಂಡು ಹೋದಳು. ಅವನು ಇನ್ನೂ ಗೊಂದಲಕ್ಕೊಳಗಾದ. ವಾರ್ಡ್‌ವೊಂದರ ಒಳಗೆ ಹೋದಾಗ ಅಲ್ಲಿ ಕ್ಯಾನ್ಸರ್‌ಪೀಡಿತ ರೋಗಿಗಳು ಇರುವ ಹಾಸಿಗೆಗಳಿದ್ದವು. ಅವರನ್ನು ನೋಡಿ ಗಾಬರಿಯಾಗುವ ಕಿರಣ್ ಗೊಂದಲದಿಂದ–

'ನನ್ನ ಇಲ್ಲಿಗ್ಯಾಕ್ ಕರಕೊಂಡು ಬಂದೆ ಅಂತ ಹೇಳು ಮನಸ್ವಿ. ನಿನ್ ಉದ್ದೇಶ ಏನಂತನ ಗೊತ್ತಾಗವಲ್ದು ನನಗ' ಅಂದ.

'ನಾನ್ ಸಿಗದಿದ್ರ ಜೀವನನ ಬೇಡ ಅಂತ ಆತ್ಮಹತ್ಯೆ ಮಾಡಿಕೊಳ್ಳೋ ನಿರ್ಧಾರ ಮಾಡಿದ್ದೆಲ್ಲಾ ನೀನು?... ನೋಡು, ಇವ್ರನ್ನ ಸರಿಯಾಗಿ ನೋಡು, ತಮ್ಮ ಜೀವ ಉಳಿಸಿಕೊಳ್ಳೊದಕ್ಕ ಎಷ್ಟು ಹೋರಾಟ ಮಾಡ್ತಾರ ಅಂತ ನೋಡು. ಅವಾಗ ನಿನಗ ಜೀವ ಮತ್ತ ಜೀವನದ ಬೆಲೆ ಏನು ಅಂತ ಗೊತ್ತಾಗಬಹುದು... ನಾನು ಸಣ್ಣವಳಿದ್ದಾಗ ನನ್ನ ತಾಯಿನೂ ಹಿಂಗ ಕ್ಯಾನ್ಸರ್‌ನಿಂದ ತೀರಿ ಹೋದ್ಲು. ಅವತ್ತಿನಿಂದ ಇಂಥಾ ರೋಗಿಗಳನ್ನ ನೋಡಿದ್ರ ನನಗ ಎದಿಯೊಳಗ ದುಃಖ ಉಕ್ಕಿ ಬರತೈತಿ. ಹಿಂಗ ಸಾವಿನ ಹೊಸ್ತಿಲೊಳಗಿರೊ ಇವ್ರ ಕಡೇ ಆಸೆ ಏನು ಅಂತ ತಿಳಕೊಂಡು ಈಡೇರಿಸಬೇಕು ಅನಸತೈತಿ. ಅದಕ್ಕ ನಾನು ನಿನ್ನ ಪ್ರೀತಿನ ಒಪ್ಕೊತಿನಿ ಅನ್ಕೊ, ಅದಕ್ಕ ಕೆಲವು ದಿನ ಟೈಮ್ ಬೇಕು. ಅದಕ್ಕೂ ಮೊದ್ಲು ನೀನು ಸಾಯೋದಕ್ಕ ಹೊಂಟವ್ನು ಅನ್ಕೊಂಡು ಕೆಲವು ದಿನ ಈ ರೋಗಿಗಳ ಸೇವೆ ಮಾಡು. ಬದುಕೋದಕ್ಕಾಗಿ ಇವ್ರು ಕಷ್ಟ ಪಡೋದನ್ನ ಕೆಲವು ದಿನ ಕಣ್ಣಾರೆ ನೋಡು. ಅವಾಗ ನಿನಗ ಬದುಕು ಅಂದ್ರ ಏನು ಅಂತ ಅರ್ಥ ಆಗಬಹುದು. ಮನುಷ್ಯ ಮೊದ್ಲು ತನ್ನನ್ನ ತಾನು ಪ್ರೀತಿಸಬೇಕು. ಆಮೇಲೆ ಇನ್ನೊಬ್ಬರನ್ನ ಪ್ರೀತಿಸಬೇಕು. ನಾನು ಹೇಳಿದಂಗ ಕೆಲವು ದಿನ ನೀನು ಇಲ್ಲಿದ್ದು ಇವ್ರ ಸೇವೆ ಮಾಡಬೇಕು. ಆವಾಗ ಮಾತ್ರ ನಿನ್ನ ಪ್ರೀತಿ ನಿಜವಾದದ್ದು ಅಂತ ನಾನ್ ನಂಬತಿನಿ. ಇಲ್ಲದಿದ್ರ ನಿನಗ ನನ್ನ ಮೇಲೆ ಇರೋದು ಬರಿ ಆಕರ್ಷಣೆ ಮಾತ್ರ ಅಂದ್ಕೊತಿನಿ...' ಎಂದು ಮನಸ್ವಿ ಅಲ್ಲಿಂದ ನಿರ್ಗಮಿಸಿದಳು. ಕಿರಣ್ ಒಮ್ಮೆ ಅವಳನ್ನು ಮತ್ತೊಮ್ಮೆ ರೋಗಿಗಳನ್ನು ನೋಡುತ್ತ ಮೂಕವಿಸ್ಮಿತನಾಗಿ ನಿಂತ.

ಮನಸ್ವಿಯ ತಂದೆ ಪರಮೇಶಪ್ಪ ಲಕ್ಷ್ಮೀಪತಿ ಬಳಿಗೆ ಬಂದು ಮನಸ್ವಿಯ ನಡವಳಿಕೆ ಕುರಿತು ಹೇಳುತ್ತಲಿದ್ದ.

'ಸಾಹುಕಾರ... ನಾನು ಏನ ಹೇಳಿದ್ರೂ ನನ್ನ ಮಗಳು ನನ್ನ ಮಾತಿಗೆ ಕಿಮ್ಮತ್ತು ಕೊಡವಲ್ಳು. ತನಗ ತಿಳದಂಗ ಮಾಡ್ತಿನಿ ಅಂತಾಳ. ಛೊಲೊ ಸಂಬಂಧ, ಒಳ್ಳೇ ಹುಡುಗಾ ಸಿಕ್ಕಾನ ಮದುವಿ ಮಾಡಿಕೊಂಡು ಅರಾಮಾಗಿರು

ಅಂದ್ರ ನನ್ನ ಮಾತಿಗೆ ಕಿವಿ ಕೊಡದ, ಅದ್ಯಾವನದೋ ಕೂಡ ಓಡಾಡಿಕೊಂಡು ಅದಾಳ. ನಾನು ಜಾಸ್ತಿ ಒತ್ತಾಯ ಮಾಡಿದ್ರ ಮನಿ ಬಿಟ್ಟು ಹೋಗ್ತಿನಿ ಅಂತ ನನಗ ಹೆದರಸ್ತಾಳ. ಅವ್ಳು ನಿಜವಾಗ್ಲೂ ನನ್ನ ಮಗಳ ಆಗಿದ್ರ ನನ್ನ ಮಾತಿಗೆ ಕಿಮ್ಮತ್ತು ಕೊಟ್ಟು ಹೇಳಿದ್ದನ್ನ ಕೇಳ್ತಿದ್ಲು. ಆದ್ರ ಖರೆ ಏನಂದ್ರ ಅವ್ಳು ನನ್ನ ನಿಜವಾದ ಮಗಳ ಅಲ್ಲ. ನನ್ನ ಹೆಂಡ್ತಿಗೆ ಮಕ್ಕಳಾಗಲಿಲ್ಲ ಅನ್ನೋ ಕಾರಣಕ್ಕ ಅವಳನ್ನ ಅನಾಥಾಶ್ರಮದಿಂದ ತಂದಿದ್ದೆ. ಅವ್ಳು ಬೆಳದು ದೊಡ್ಡವಳಾಗೊ ಹೊತ್ತಿಗೆ ನನ್ನ ಹೆಂಡ್ತಿ ಕ್ಯಾನ್ಸರ್ ಬಂದು ತೀರಿ ಹೋದ್ಲು. ಈಗ ಮಗಳು ಅನ್ನೋಳು ಎದಿ ಉದ್ದಕ್ಕ ಬೆಳದು ನಿಂತು ನನಗ ಬುದ್ಧಿ ಹೇಳೋ ಹಂಗಾಗ್ಯಾಳ ನೋಡ್ರಿ ಸಾಹುಕಾರ. ಅದಕ್ಕ ಅಕಿನ್ನ ಹೆಂಗಾದ್ರೂ ಮಾಡಿ ನೀವ ದಾರಿಗೆ ತರಬೇಕು. ಆದ್ರ ನನ್ನ ಪಾಲಿಗೆ ಏನ್ ಸೇರಬೇಕೊ ಅದನ್ನ ನನಗ ಕೊಟ್ಟುಬಿಡ್ರಿ' ಅಂದ.

ಅದನ್ನು ಕೇಳಿ ಲಕ್ಷ್ಮೀಪತಿ ಏನೋ ಹೊಳೆದವನಂತೆ–'ಹ್ಞೂಂ... ಅವ್ಳು ನಿನ್ನ ಮಗಳ ಅಲ್ಲಾ ಅಂದಂಗಾತು!? ಸರಿ ಬಿಡು ಹಂಗಾದ್ರ ಅಕಿನ್ನ ನಾವು ವಿಚಾರಿಸ್ಕೊತಿವಿ, ನೀನೇನೂ ಯೋಚನೆ ಮಾಡಬೇಡ. ನಿನಗ ಸೇರಬೇಕಾಗಿದ್ದು ನಿನಗ ಸೇರತೈತಿ' ಅಂದ.

'ಅವ್ಳು ಎಲ್ಲೇ ಇದ್ರೂ ಎಳಕೊಂಡು ತಂದು, ಮೊದಲ ಅವಳಿಗೆ ಮರ್ಯಾದಿಯಿಂದ ಹೇಳು. ಅದಕ್ಕ ಒಪ್ಪದಿದ್ರ ಬುದ್ಧಿ ಕಲಿಸಿ ನಮ್ಮ ಮಾತು ಕೇಳೋಹಾಂಗ ಮಾಡು' ಎಂದು ಅಲ್ಲೇ ಇದ್ದ ವಿಕ್ರಾಂತನಿಗೆ ಹೇಳಿದ.

ವಿಕ್ರಾಂತ ವಿಕಾರವಾಗಿ ನಕ್ಕು–'ನಮ್ಮ ಪರಮೇಶಿ ಮಾವ ಇಷ್ಟು ಹೇಳಿದಮ್ಯಾಲೆ ಅತುಬಿಡಪಾ... ಮುಂದಿನ ದಾರಿ ನಾವು ನೋಡ್ಕೊತಿವಿ. ಏನಾದ್ರೂ ಆಗ್ಲಿ ಒಟ್ಟಿನ್ಯಾಗ ಅವ್ಳು ನನಗ ಸಿಕ್ರ ಸಾಕು' ಎಂದು ಆಸೆಯಿಂದ ಹಲ್ಲುಗಿಂಜಿದ. ಲಕ್ಷ್ಮೀಪತಿ ಅದಕ್ಕೆ ಬೆಂಬಲಿಸುವ ಹಾಗೆ ನಕ್ಕ.

ಮನೋಹರನನ್ನು ಆಸ್ಪತ್ರೆಯಿಂದ ಬಿಡುಗಡೆ ಮಾಡಿದ ಬಳಿಕ ಪಲ್ಲವಿ ಅವನನ್ನು ಆಟೋದಲ್ಲಿ ಮನೆಗೆ ಕರೆದುಕೊಂಡು ಬಂದಳು. ಆಟೋ ಮನೆ ಎದುರು ಬಂದು ನಿಂತಾಗ ಆಟೋದವನಿಗೆ ಹಣ ಕೊಟ್ಟು ಅವನನ್ನು ಕರೆದುಕೊಂಡು ಒಳಗೆ ಬಂದಳು. ಸೋಮೇಶ್ವರ ಹಾಲ್‌ನಲ್ಲಿ ಮಲಗಿದ್ದರು. ಶೃತಿ ಶಾಲೆಗೆ ಹೋಗಿದ್ದಳು.

ಸ್ವಲ್ಪ ಹೊತ್ತಿನ ಬಳಿಕ ಮನೋಹರ ದಿನಪತ್ರಿಕೆ ಓದುತ್ತಿದ್ದಾಗ 'ಸೆಕ್ಯುರಿಟಿ ಗಾರ್ಡ್ ಕೆಲಸಕ್ಕೆ ಬೇಕಾಗಿದ್ದಾರೆ' ಎಂಬ ಜಾಹೀರಾತು ಕಂಡಿತು. ಅದನ್ನು ಗಮನಿಸಿದ ಮನೋಹರ ಪಲ್ಲವಿಯನ್ನು ಕರೆದು–

'ನೋಡಿಲ್ಲೆ... ಸೆಕ್ಯುರಿಟಿ ಗಾರ್ಡ್ ಕೆಲಸಕ್ಕ ಜನಾ ಬೇಕು ಅಂತ ಅರ್ಜಿ ಕರದಾರ. ನಾನು ಈ ಕೆಲಸಕ್ಕಾದ್ರೂ ಸೇರಿಕೊಬೇಕು ಅಂತ ನಿರ್ಧಾರ ಮಾಡಿದೆ. ಎಷ್ಟೋ ಒಂದಿಷ್ಟು ಪಗಾರನಾದ್ರೂ ಸಿಗತೈತಿ' ಎಂದಾಗ ಅದನ್ನು ಕೇಳಿ ವಿಷಾದ ತುಂಬಿಕೊಳ್ಳುವ ಪಲ್ಲವಿ ಬೇಸರದಿಂದ–

'ಅಲ್ರಿ ನೀವು ಉಪನ್ಯಾಸಕರಾಗಿದ್ದವ್ರು... ಮಾಸ್ಟರ್‌ಡಿಗ್ರಿ ಓದಿ ಸೆಕ್ಯುರಿಟಿ ಗಾರ್ಡ್ ಕೆಲಸ ಮಾಡೋದು ಅಂದ್ರ ಹೆಂಗ್ರಿ ಅದು. ಇದಕ್ಕ ನನ್ನ ಮನಸು ಒಪ್ಪೋದಿಲ್ಲ' ಅಂದಳು.

'ನೋಡು ಪಲ್ಲವಿ... ನಾನೂ ಮೊದಲ ಹಿಂಗ ಯೋಚನೆ ಮಾಡ್ತಿದ್ದೆ. ಆದ್ರ ವೃತ್ತಿ ಅಂದ್ರ ವೃತ್ತಿ ಅಷ್ಟ... ಯಾವ ವೃತ್ತಿನೂ ಕೀಳಾದದ್ದಲ್ಲ. ಅದನ್ನ ಮಾಡೋದರಿಂದ ನಾವು ಹೊಟ್ಟಿ ತುಂಬಿಸಿಕೊಬಹುದ ಅಂದ್ರ ಅದನ್ನ ಮಾಡೋದ್ರಾಗ ತಪ್ಪೇನೂ ಇಲ್ಲ. 'ಆಳಾಗಿ ದುಡಿ ಅರಸನಾಗಿ ಉಣ್ಣು' ಅಂತ ಮಾತಿಲ್ಲೇನು. ದುಡುದು ಬದುಕಾಕ ಸ್ವಾಭಿಮಾನ ಅಡ್ಡ ಬರಬಾರದು. ಅದೂ ಅಲ್ದ ಈಗಿನ ಪರಿಸ್ಥಿತಿಯೊಳಗ ಇದು ಅನಿವಾರ್ಯ' ಅಂದಾಗ–ಅದನ್ನು ಕೇಳಿ ನೋವಿನಿಂದ ದುಃಖಿಸುವ ಪಲ್ಲವಿ–

'ಎಂಥಾ ಕಾಲ ಬಂತು ಅಂತೀನಿ! ಕೈಯಾಗ ಪುಸ್ತಕ ಹಿಡಕೊಂಡು, ನೂರಾರು ಮಕ್ಕಳಿಗೆ ಪಾಠ ಹೇಳತಿದ್ದ ವೃತ್ತಿ ನಿಮ್ಮದು. ಅಂಥಾದ್ದು ಕೈಯಾಕ ಕೋಲು ಹಿಡುಕೊಂಡು ಬಿಸಲಾಗ ನಿಂತು ಕಾಯೋ ಕೆಲಸ ಮಾಡಾಕ ಹೋಗ್ತಿನಿ ಅಂತೀರಲ್ಲ... ಇದನ್ನ ಕೇಳಿ ನನಗ ಹೊಟ್ಯಾಗ ಸಂಕಟ ಆಗತೈತ್ರಿ... ಸಂಕಟ ಆಗತೈತಿ' ಎಂದು ಅತ್ತಳು.

'ಹಂಗಂದ್ರ ಹೆಂಗ ಪಲ್ಲವಿ... ಬದುಕು ನಡಸೋದಕ್ಕ ಏನಾದ್ರೂ ಮಾಡಬೇಕಲ್ಲ ಮತ್ತ...'

'ಬ್ಯಾಡಾ... ಸದ್ಯಕ್ಕ ನೀವು ಯಾವ ಕೆಲಸಕ್ಕೂ ಹೋಗೋದು ಬ್ಯಾಡಾ. ಸ್ವಲ್ಪದಿನ ನಿಮ್ಮ ಆರೋಗ್ಯ ಸುಧಾರಿಸಬೇಕು ಅಂತ ಡಾಕ್ಟರ್ ಹೇಳ್ಯಾರ. ಅದಕ್ಕ ನಾನು ಅವ್ವಗ ಹೇಳಿ, ಅಪ್ಪನ ಕಡಿಂದ ಸ್ವಲ್ಪ ರೊಕ್ಕಾ ಇಸಕೊಂಡು ಬರ್ತೀನಿ. ನೀವೇನೂ ಚಿಂತೆ ಮಾಡಬ್ಯಾಡ್ರಿ' ಎಂದು ಧೈರ್ಯ ತುಂಬಿದಳು.

'ಬ್ಯಾಡ ಪಲ್ಲವಿ. ಇಂಥಾ ಕೆಟ್ಟ ಪರಿಸ್ಥಿತಿಯೊಳಗ ನಾವು ಅವ್ರಿಗೆ ಕೈ ಚಾಚೋದು ಛೋಲೊ ಅಲ್ಲಾ. ಅವ್ರ ಸ್ಥಿತಿಗತಿ ಹೆಂಗೈತೋ ಏನೋ ಯಾರಿಗ್ಗೊತ್ತು.'

'ನೀವು ಸುಮ್ನಿರ್ರಿ ಏನೂ ಆಗಂಗಿಲ್ಲ. ನಾನ್ ಕೇಳಿದ್ರ ಅಪ್ಪ ಯಾವತ್ತೂ ಇಲ್ಲ ಅನ್ನೋದಿಲ್ಲ' ಎಂದಾಗ ಅವನು ಮೌನವಾದ.

6

ಮನಸ್ವಿ ರಸ್ತೆಯಲ್ಲಿ ಸ್ಕೂಟರ್‌ಮೇಲೆ ಹೊರಟಿರುವಾಗ ವಿಕ್ರಾಂತ ಮತ್ತು ಅವನ ಹಿಂಬಾಲಕರು ಅವಳನ್ನು ಅಡ್ಡಗಟ್ಟಿ ನಿಲ್ಲಿಸಿ, ಎಳೆದು ವ್ಯಾನ್‌ನಲ್ಲಿ ಬಂಧಿಸಿಕೊಂಡು ಕರೆದುಕೊಂಡು ಹೋದರು. ರಹಸ್ಯ ಸ್ಥಳವೊಂದರಲ್ಲಿ ತಂದಿರಿಸಿ, ಅವಳ ಕೈ ಕಾಲು ಕಟ್ಟಿ ಕೂಡಿ ಹಾಕಿದರು. ಅವಳನ್ನು ಕಂಡು ವಿಕ್ರಾಂತ ಹಸಿದ ಪ್ರಾಣಿಯಂತೆ ನುಗ್ಗಿಬಂದು–

'ಏನ... ನೀನೇನು ವಿಶ್ವ ಸುಂದರಿಯೇನು!? ಜಗತ್ತಿನ್ಯಾಗ ನೀನೊಬ್ಬಳ ಸುಂದರಿ ಅನ್ನೋಹಂಗ ಆಡ್ತಿಯಲ್ಲ. ನನ್ನ ಮದುವಿ ಮಾಡ್ಕೊ ಅಂತ ನಿಮ್ಮಪ್ಪ ಹೇಳಿದ್ರೂ ಸಹಿತ ಬ್ಯಾಡಾ ಅಂತೀಯಂತ! ಯಾಕ, ದಿನಕ್ಕೊಬ್ಬಬ್ರನ್ನ ಉಪಯೋಗಿಸಿಕೊಂಡು ಹಿಂಗ ಇರಬೇಕು ಅಂತ ನಿರ್ಧಾರ ಮಾಡಿಯೋ ಹೆಂಗ? ನೋಡು ನಾನು ಕೋಟ್ಯಾಧೀಶ ಲಕ್ಷ್ಮೀಪತಿಯವ್ರ ಒಬ್ಬನ ಮಗಾ... ನನ್ನನ್ನ ಮದುವಿ ಮಾಡಿಕೊಂಡ್ರ ನೀನು ನೋಟಿನ ಹಾಸಿಗಿಮ್ಯಾಲೆ ಮಕ್ಕೊಬಹುದು. ಇಂಥಾ ಅವಕಾಶ ಬಿಟ್ಟು ಅದ್ಯಾವ್ದೋ ಬೇವರ್ಸಿ ನನ್ ಮಗನ್ನ ಕೂಡ ಓಡಾಡಕತ್ತೀಯಲ್ಲ... ಯಾಕ ನಿನ್ನ ಸುಖಕ್ಕ ಅವನ ಆಗಬೇಕೆನು? ನಾನಾದ್ರ ನಡಿಯೋದಿಲ್ಲೇನು?' ಎಂದಾಗ ಮನಸ್ವಿ ಅವನನ್ನು ಸಿಟ್ಟಿನಿಂದ ನೋಡಿದಳು.

'ನೋಡು ಮರ್ಯಾದಿಯಿಂದ ಹೇಳ್ತಿನಿ, ನನ್ನ ಮದುವಿ ಮಾಡ್ಕೊಳ್ಳಾಕ ಒಪ್ಕೊ. ಫಸ್ಟ್‌ನೈಟ್‌ಗೆ ಸೀಮ್ಲಾಗೋ ಊಟಿಗೋ ಕರಕೊಂಡು ಹೋಗ್ತಿನಿ. ಬ್ಯಾಡಾ ಅಂತ ನೀನೇನಾದ್ರೂ ನಾಟಕ ತಗದು ರಾದ್ಧಾಂತ ಮಾಡಿದ್ರ ಹಸಗೊಂಡಿರೋ ಪ್ರಾಣಿ ಹಣ್ಣು ತಿನ್ನಹಾಂಗ ನಿನ್ನ ಅನುಭವಿಸಿ ಬಿಸಾಕಿಬಿಡ್ತೀನಿ... ಹುಶಾರ್' ಎಂದಾಗ, ಅವನ ಮಾತು ಕೇಳಿ ಅವನ ಹಿಂಬಾಲಕರು ನಕ್ಕರು.

ಅವಳು ಸಿಟ್ಟಿನಿಂದ ಅವನ ಮುಖ ನೋಡಿ ಉಗಿದಳು. ಅವನು ಹತ್ತಿರ ಬಂದು–'ನೀನು ಉಗುದ್ರೂ ಅಷ್ಟ... ನನ್ನ ಬೈದ್ರೂ ಅಷ್ಟ... ನಿನ್ನ ನೋಡ್ತಿದ್ರ ಅದ್ಯಾಕೊ ನನಗ ಮೈಯಾಗ ಎಲ್ಲೆಲ್ಲೋ ಏನೇನೋ ಆಗತೈತಿ' ಎಂದು ಮೈಯಲ್ಲಿ ಆವೇಶ ಬಂದು–'ನಾನು ಜೈಲಿಗೆ ಹೋದ್ರೂ ಅಡ್ಡೀಯಿಲ್ಲ. ಆದ್ರ ನಿನ್ನನ್ನ ಮಾತ್ರ ಈ ಜನ್ಮದಾಗ ಅನುಭವಿಸದ ಬಿಡಂಗಿಲ್ಲ...' ಅಂದ.

ಮನಸ್ವಿ ಉಪಾಯದಿಂದ ಮುಗುಳ್ನಕ್ಕು–'ಸರಿ ಹಂಗಾದ್ರ ನಾನಿನ್ನ ಮದುವಿ ಆಗಬೇಕಲ್ಲಾ... ಆಗ್ತಿನಿ. ಮೊದಲ ಈ ಕಟ್ಟು ಬಿಚ್ಚು...' ಅಂದಳು.

'ಹಾಂ... ಮನುಸು ಬದಲಾಯಿಸ್ಕೊಂಡು ಬಿಟ್ಯಾ... ಅಂತೂ ದಾರಿಗೆ ಬಂದಿ ಅಂದಾಗತು' ಎಂದ ಆಶ್ಚರ್ಯದಿಂದ. ಬಳಿಕ ಅವಳ ಕೈ-ಕಾಲಿಗೆ ಕಟ್ಟಿದ್ದನ್ನು ಬಿಚ್ಚಿದ. ಆಗಲೇ ಸುರಿದು ಇಟ್ಟಿದ್ದ ಮದ್ಯದ ಗ್ಲಾಸು ತೆಗೆದುಕೊಂಡು

'ತಗೋ ಇದನ್ನ ಸ್ವಲ್ಪ ಕುಡಿ... ಇದನ್ನ ಕುಡದ್ರ ನಿನಗ ಮೂಡ್ ಬಂದ್ರೂ ಬರಬಹುದು' ಅಂದ.

ಅವಳು ಅದನ್ನು ದೂರ ತಳ್ಳಿ 'ಬ್ಯಾಡಾ... ನನಗಿದೆಲ್ಲಾ ರೂಢಿ ಇಲ್ಲ' ಅಂದಳು.

ಅವನು ಅದನ್ನು ಕೆಳಗಿಟ್ಟು ಒಂದು ಸಿಗರೇಟ್ ತೆಗೆದು ಲೈಟರ್‌ನಿಂದ ಹೊತ್ತಿಸಿ–

'ತಗೊ ಧಮ್ಮಾದ್ರೂ ಹೊಡಿ... ಒಂದ್ಸಾರಿ ಧಮ್ ಹೊಡದ್ರ ಹಕ್ಕಿ ಹಾಂಗ ಗಾಳ್ಯಾಗ ತೇಲಾಡ್ತಿ' ಅಂದ. ಅವಳು ಬೇಡ ಎಂಬಂತೆ ತಲೆ ಆಡಿಸಿದಳು. ಬಳಿಕ ಅವನು ಅವಳ ಮುಖದ ಬಳಿಗೆ ಹೋಗಿ ಏನೋ ಮಧುರ ವಾಸನೆ ಹೀರಿದಂತೆ ಮಾಡಿ–

'ಆಹಾ... ಬಂಗಾರ ಬಣ್ಣದ ಈ ನಿನ್ನ ಮೈ ವಾಸನಿ ಹೀರಿದ್ರನ ನನಗ ಮತ್ತು ಬರತೈತಿ. ಆ ಸೃಷ್ಟಿಕರ್ತ ಈ ಮೈಯೊಳಗ ಅದೇನ್ ಮ್ಯಾಜಿಕ್ ಇಟ್ಟಾನೊ ಅವ್ನ ಬಲ್ಲಾ... ಇದ್ಯಾವ್ದೂ ಬ್ಯಾಡಾ... ನನಗ ನೀನ ಸಾಕು' ಎಂದು ಅವಳ ಕೈ ಸವರಿ, ಹಾಗೇ ಅವಳ ಮೈ ಮೇಲೆ ಬೀಳಲು ಯತ್ನಿಸಿದ. ಆಗ ಅವಳು ಪಕ್ಕದಲ್ಲಿದ್ದ ಕಬ್ಬಿಣದ ಪೈಪ್‌ನಿಂದ ಅವನ ತಲೆಗೆ ಹೊಡೆದು, ಮಿಂಚಿನ ವೇಗದಲ್ಲಿ ಅಲ್ಲಿಂದ ಓಡಿದಳು. ವಿಕ್ರಾಂತನ ಮೂರ್ನಾಲ್ಕು ಜನ ಹಿಂಬಾಲಕರು ಅವಳನ್ನು ಬೆನ್ನಟ್ಟಿಸಿಕೊಂಡು ಓಡಿದರು. ಅವಳು ತಪ್ಪಿಸಿಕೊಂಡು ಓಡಿದಳು.

ರಸ್ತೆಯಲ್ಲಿ ನಾಲ್ವರು ಮನಸ್ವಿಯನ್ನು ಬೆನ್ನಟ್ಟಿಸಿಕೊಂಡು ಓಡುತ್ತಿರುವುದನ್ನು ಅದೇ ರಸ್ತೆಯಲ್ಲಿ ಹೊರಟಿದ್ದ ಕಿರಣ್ ಗಮನಿಸಿದ. ಅದನ್ನು ಕಂಡು ತಡ ಮಾಡದೇ ಓಡಿ ಹೋಗಿ ಅವರನ್ನು ಅಡ್ಡಗಟ್ಟಿ ನಿಂತ. ಮನಸ್ವಿ ದೂರದಿಂದಲೇ ಕಿರಣ್‌ನನ್ನು ಗಮನಿಸಿದಳು. ಆಗ ಎಲ್ಲರೂ ಅವನನ್ನು ಸುತ್ತವರಿದು ಅವನ ಮೇಲೆ ದಾಳಿ ಮಾಡಲು ಯತ್ನಿಸಿದರು. ಅವನು ಎಲ್ಲರನ್ನು ಎದುರಿಸಿ ಓಡಿಸಿದ. ಅವರೆಲ್ಲ ಓಡಿ ಹೋದ ಮೇಲೆ ದೂರದಿಂದಲೇ ಒಂದು ಬಾರಿ ಮನಸ್ವಿಯತ್ತ ಹೊರಳಿ ನೋಡಿ, ಅಲ್ಲಿಂದ ಹೊರಟು ಹೋದ. ಅವಳೂ ಕೂಡ ಏನು ಮಾಡಬೇಕೆಂಬುದು ತಿಳಿಯದೇ ಮೌನಿಯಾದಳು.

ಮನಸ್ವಿ ಮನೋಹರನನ್ನು ಭೇಟಿಗೆ ಕರೆದಿದ್ದರಿಂದ ಅವರಿಬ್ಬರೂ ಸಿಟಿ ಪಾರ್ಕ್‌ನ ಏಕಾಂತ ಸ್ಥಳದಲ್ಲಿ ಸೇರಿದ್ದರು. ಮನಸ್ವಿ ಅವನನ್ನು ಕರೆದ ಉದ್ದೇಶ ಹೇಳಿಕೊಳ್ಳುತ್ತ–

'ನಾನು ಭಾಳ ಆಪತ್ನಲ್ಲೀದ್ದೀನಿ ಮನೋಹರ್. ಆ ಲಕ್ಷ್ಮಿಪತಿ ಮಗ ವಿಕ್ರಾಂತ್ ನನ್ನ ಒತ್ತಾಯದಿಂದ ಕರಕೊಂಡು ಹೋಗಿ, ರಹಸ್ಯ ಜಾಗದೊಳಗ

ಕಟ್ಟಿಹಾಕಿ ಮದುವಿ ಮಾಡ್ಕೊ ಅಂತ ಬ್ಲಾಕ್‌ಮೇಲ್ ಮಾಡ್ತಿದ್ದಾನ. ನಾನು ವಿರೋಧ ಮಾಡಿದ್ದಕ್ಕ ಅತ್ಯಾಚಾರ ಮಾಡೋದಕ್ಕೂ ಪ್ರಯತ್ನ ಮಾಡಿದ. ನಾನು ಉಪಾಯ ಮಾಡಿ ಅಲ್ಲಿಂದ ತಪ್ಪಿಸಿಕೊಂಡು ಬಂದೆ. ಅವ್ರೆಲ್ಲಾ ಹುಡುಕ್ಕೊಂಡು ಬಂದು ಮತ್ತ ಯಾವಾಗ ನನ್‌ಮೇಲೆ ಅಟ್ಯಾಕ್ ಮಾಡ್ತಾರೊ ಅಂತ ಹೆದರಕಿ ಆಗೇತಿ. ಪೊಲೀಸ್ರಿಗೆ ಕಂಪ್ಲೆಂಟ್ ಕೊಡಣ ಅಂದ್ರ ಇಲ್ಲಿರೋ ಪೊಲೀಸ್ರೆಲ್ಲಾ ಆ ಲಕ್ಷ್ಮೀಪತಿ ಗುಲಾಮರು. ಅವ್ನು ಹೇಳಿದಂಗ ಕೇಳೋರು. ಯಾಕಂದ್ರ ಲಕ್ಷ್ಮೀಪತಿ ಅವ್ರನ್ನೆಲ್ಲ ಖರೀದಿ ಮಾಡಿಬಿಟ್ಟಾನ' ಅಂದಳು.

'ಸರಿ ಹಂಗಾದ್ರ ನೀವು ಇಷ್ಟಪಟ್ಟಿರೊ ಹುಡುಗ ಒಬ್ಬ ಅದಾನ ಅಂತ ಹೇಳಿದ್ರೆಲ್ಲ. ಅವನನ್ನ ಇವತ್ತ ಭೇಟಿ ಮಾಡಿಸ್ರಿ ನನಗ. ಅವನಿಗೆ ಹೇಳಿ ನಾನು ನಿಮಗ ಮದುವೆ ಮಾಡಿಸೋ ವ್ಯವಸ್ಥೆ ಮಾಡ್ತಿನಿ' ಅಂದ ಮನೋಹರ.

ಅವನು ಹಾಗಂದಾಗ ಅವಳು ಮೌನವಾಗಿ ಯೋಚಿದಳು. ಅವನು ಅವಳ ಮುಖ ನೋಡಿ–'ಅಂದ್ಹಂಗ ಅವ್ನು ಎಲ್ಲಿರತಾನ?' ಎಂದು ಕೇಳಿದ.

'ಎಲ್ಲೂ ಇಲ್ರಿ... ಇಲ್ಲೇ ಅದಾನ.'

'ಸುತ್ತಲೂ ನೋಡಿ, ಇಲ್ಲೆದಾನ...ಇಲ್ಲೆಲ್ಲಿದ್ದಾನ!? ಏನ್ ಅವ್ನ ಹೆಸರು?'

'ಮನೋಹರ್!' ಅಂದಾಗ–

ಅವನಿಗೆ ಅಚ್ಚರಿಯಾಗಿ ಅಸಮಾಧಾನದಿಂದ ಯೋಚಿಸಿ–'ಮನಸ್ವಿ ತಲಿಗಿಲಿ ಕೆಟ್ಟೈತೇನು ನಿಮಗ. ಏನ್ಮಾತಾಡ್ತಿದ್ದೀರಿ ಅಂತ ಪ್ರಜ್ಞೆ ಐತಿಲ್ಲ ನಿಮಗ' ಎಂದು ವಿರೋಧಿಸಿದ.

'ನಾನ್ ನಿಮ್ಮನ್ನ ಇಷ್ಟಪಡೋದರಾಗ ತಪ್ಪೇನೈತಿ ಹೇಳ್ರಿ? ನನಗ ಆ ಅರ್ಹತೆ ಇಲ್ವೇನು?'

'ಸಮಾನ ಮನಸ್ಕರು... ಅಭಿರುಚಿ ಅರ್ಥ ಮಾಡಿಕೊಳ್ಳೊ ಸ್ನೇಹಿತ್ರು ಅಂತ ನಾನು ನಿಮ್ಮ ಕೂಡ ಸಲುಗೆಯಿಂದ ಇದ್ದೆ. ನಾನೊಬ್ಬ ಸಂಸಾರಿ, ನನಗೊಬ್ಬಳು ಹೆಂಡ್ತಿ ಅಂತ ಅದಾಳ ಅನ್ನೋದನ್ನ ಮರತು ನೀವು ಹಿಂಗ ಯೋಚನೆ ಮಾಡ್ತಿರಿ ಅಂತ ನಾನು ಯಾವತ್ತೂ ಅಂದ್ಕೊಂಡಿರಲಿಲ್ಲ' ಎಂದು ಅಸಮಾಧಾನ ವ್ಯಕ್ತಪಡಿಸಿದ.

'ನೀವು ಸಂಸಾರಿನೊ ಏಕಾಂಗಿನೊ ಅದು ನನಗ ಮುಖ್ಯ ಅಲ್ಲಾ. ನೀವು ನನ್ನ ಮದುವೆ ಮಾಡ್ಕೊಂಡು ನನಗ ಹೆಂಡ್ತಿ ಸ್ಥಾನ ಕೊಡ್ತಿರೊ ಇಲ್ವೊ ಗೊತ್ತಿಲ್ಲ. ನನ್ನ ಸ್ವೀಕರಿಸ್ತಿರೋ ತಿರಸ್ಕರಿಸ್ತಿರೋ ಅದೂ ಸಹಿತ ನನಗ ಮುಖ್ಯ ಅಲ್ಲ. ನಿಮ್ಮ ಹೆಂಡ್ತಿ ನನಗ ಶಾಪ ಹಾಕಿದ್ರೂ ನಾನಿರುವಲ್ಲೇ ಅದನ್ನ ಸಹಿಸಿಕೊಂಡು ಬದುಕ್ತಿನಿ. ಆದ್ರ ನಾನು ನನ್ನ ಬದುಕಿನಲ್ಲಿ ಒಬ್ಬ ಪುರುಷನಿಗೆ ಸ್ಥಾನ ಕೊಡೋದಾದ್ರ ಅದು ನಿಮಗ ಮಾತ್ರ! ನೀವೂ ನನ್ನ ತಿರಸ್ಕಾರ ಮಾಡಿ

ಕೈಬಿಟ್ರ ನಿಮ್ಮ ನೆನಪಿನ್ಯಾಗ ನಾನು ಒಂಟಿಯಾಗಿ ಇದ್ದುಬಿಡ್ತಿನಿ ಮನೋಹರ್... ಇದು ನನ್ನ ಕೊನೆ ನಿರ್ಧಾರ.'

'ಈ ವಿಷಯದಾಗ ನೀವು ಏನ್ ಹೇಳಿದ್ರೂ ಅದನ್ನ ಕೇಳೋ ಸ್ಥಿತಿಯೊಳಗ ನಾನಿಲ್ಲ. ಯಾವುದ ಕಾರಣಕ್ಕೂ ನಾನು ನನ್ನ ಹೆಂಡ್ತಿಗೆ ಅನ್ಯಾಯ ಮಾಡೋದಕ್ಕ ಸಿದ್ಧವಾಗಿಲ್ಲ. ನನ್ನ ದಾಂಪತ್ಯ ಜೀವನದಾಗ ನಿಮ್ಮನ್ನ ಬಿಟ್ಕೊಂಡು ನನ್ನ ಸಂಸಾರ, ಮನೆ ಹಾಳು ಮಾಡ್ಕೊಳ್ಳೊದಕ್ಕ ನನಗಿಷ್ಟ ಇಲ್ಲ. ನಾನು ನಿಮಗ ಒಬ್ಬ ಸ್ನೇಹಿತನಾಗಿ ಇದ್ದವ್ನು... ಅದು ನಿಮಗ ಗೊತ್ತಿರ್ಲಿ... ಇಲ್ಲದಿದ್ರ ನನ್ನ ದಾರಿ ನನಗ ನಿಮ್ಮ ದಾರಿ ನಿಮಗ' ಎಂದು ಎದ್ದು ನಿಂತ.

'ಮನೋಹರ್ ದುಡುಕಬೇಡ್ರಿ... ನಾನು ನಿಮ್ಮ ವ್ಯಕ್ತಿತ್ವ, ಮಾನಸಿಕ ಸೌಂದರ್ಯಕ್ಕ ಸೋತು ನಿಮ್ಮ ಹತ್ರ ಬಂದವ್ಳು. ನನ್ನನ್ನ ಅಷ್ಟು ಚೀಪಾಗಿ ನೋಡಿ ತಿರಸ್ಕಾರ ಮಾಡಬೇಡ್ರಿ. ಇನ್ನೊಮ್ಮೆ ಸರಿಯಾಗಿ ಯೋಚನೆ ಮಾಡ್ರಿ' ಎಂದು ಬೇಡಿಕೊಂಡರೂ, ಅವನು ನಿರುತ್ತರನಾಗಿ ಅವಳಿಗೆ ಕೈ ಜೋಡಿಸಿ ಅಲ್ಲಿಂದ ನಿರ್ಗಮಿಸಿದ. ನಂತರ ಅವಳೂ ಬೇಸರದಿಂದ ಅಲ್ಲಿಂದ ಎದ್ದು ಹೊರಟಳು.

ಮನಸ್ವಿ ಅದೇ ಬೇಸರದ ಭಾವದಲ್ಲಿ ರಸ್ತೆಯಲ್ಲಿ ನಡೆದುಕೊಂಡು ಹೋಗುವಾಗ ಅದೇ ರಸ್ತೆಯಲ್ಲಿ ಕಿರಣ್ ಎದುರಿಗೆ ಬಂದ. ಅವನನ್ನು ನೋಡಿ ಇವಳು ಮುಂದೆ ಹೋಗದೇ ನಿಂತಳು. ಅವನು ಹತ್ತಿರ ಬಂದು ಮುಖ ಕೆಳಕ್ಕೆ ಹಾಕಿ ನಿಂತ. ಮುಖ ನೋಡಿ ಮುಜುಗರದಿಂದ–'ಅರಾಮದೀಯಾ ಮನಸ್ವಿ?' ಅಂದ.

'ಹ್ಞೂಂ... ನಾನ್ ಅರಾಮದೀನಿ... ನೀನು?'

'ನಂದೇನ್ ಕೇಳ್ತಿ ಬಿಡು... ನಾನ್ ನಿನಗ ವಿನಾಕಾರಣ ತೊಂದ್ರೆ ಕೊಟ್ಟುಬಿಟ್ಟೆ. ನಾನು ಕೊಟ್ಟಿರೋ ಟಾರ್ಚರ್‌ನಿಂದ ನೀನು ಅದೆಷ್ಟು ಬೇಜಾರ್ ಮಾಡ್ಕೊಂಡಿಯೋ ಏನೋ. ದಯವಿಟ್ಟು ನನ್ನ ಕ್ಷಮಿಸಿ ಬಿಡು ಮನಸ್ವಿ' ಎಂದು ಕೈ ಜೋಡಿಸಿದ. ಅವನಲ್ಲಾದ ಬದಲಾವಣೆ ಕಂಡು ಮನಸ್ವಿಗೆ ಅಚ್ಚರಿಯಾಯಿತು.

'ಏಯ್ ಯಾಕೋ ಹಿಂಗೆಲ್ಲಾ ಮಾತಾಡ್ತಿದ್ದೀಯಲ್ಲ. ಇದ್ದಕ್ಕಿದ್ದಂಗ ಏನಾತು ನಿನಗ? ಮೊನ್ನೆ ಆ ರೌಡಿಗಳಿಂದ ನನ್ನ ರಕ್ಷಣೆ ಮಾಡಿದ ಮೇಲೆ ನನ್ನ ಕೂಡ ಮಾತಾಡದೇ ಹಂಗ ಹೋದಿ' ಎಂದು ಮನಸ್ವಿ ಅಂದಾಗ, ಕಿರಣ್ ಗಂಭೀರವಾಗಿ ಯೋಚಿಸಿ–

'ಅದೆಲ್ಲ ಇರ್ಲಿ ಬಿಡು... ಆದ್ರ ನೀನ್ ನನಗ ಕಣ್ಣು ತೆರೆಸಿಬಿಟ್ಟೆ ಮನಸ್ವಿ. ಅಪ್ಪ ದುಡಿದಿದ್ದ ರೊಕ್ಕದಾಗ ಉಂಡು ಕಂಡಕಂಡಲ್ಲೆ ಸುತ್ತಾಡಿಕೊಂಡು ಕೆಲಸ

ಇಲ್ಲದ ನಿನ್ನ ಹಿಂದ ಸುತ್ತುತಿದ್ದೆ. ಖರೆ ಹೇಳ್ತಿನಿ ಆಗ ನನಗ ಬದುಕು ಅಂದ್ರ ಏನಂತನ ಗೊತ್ತಿರಲಿಲ್ಲ. ಯಾವಾಗ್ ನೀನು ನನ್ನ ಆ ಹಾಸ್ಪಿಟಲ್‌ಗೆ ಕರಕೊಂಡು ಹೋಗಿ ಬಿಟ್ಟು, ನಿನ್ನನ್ನ ಪಡಿಯೋದಕ್ಕ ಒಂದು ಮಾರ್ಗ ಹೇಳಿಕೊಟ್ಟಿಯೋ, ಅವಾಗ ನಾನದನ್ನ ಪಾಸಿಟಿವ್ ಆಗಿ ತಗೊಂಡು, ಅವತ್ತಿನಿಂದ ಅಲ್ಲೇ ಇದ್ದು ಆ ರೋಗಿಗಳ ಪರಿಸ್ಥಿತಿ ಅರ್ಥ ಮಾಡಿ ಕೊಳ್ಳೊದಕ್ಕ ಪ್ರಯತ್ನ ಮಾಡಿದೆ. ಬದುಕೋದಕ್ಕಾಗಿ ಅವ್ರು ಅನುಭವಿಸೋ ಒಂದೊಂದು ಕ್ಷಣದ ಯಾತನೆ, ಅವರ ಅವಲಂಬಿತರು, ಪರಿವಾರದವರು ಅನುಭವಿಸೋ ನೋವು ಸಂಕಟ ಎಂಥಾದ್ದು ಅಂತ ಅರ್ಥ ಆಗತಾ ಬಂತು. ಅದನ್ನೆಲ್ಲಾ ನೋಡಿ ನನಗ ಸುಮ್ಮನಿರಬೇಕು ಅನ್ನಿಸಲೇ ಇಲ್ಲ. ಅವ್ರಿಗೆ ನನ್ನ ಕೈಲಾದ ಸಹಾಯ ಮಾಡತಿದ್ದೆ. ಅವ್ರ ನೋವನ್ನ ಅರ್ಥ ಮಾಡಿಕೊಂಡು ಸಾಂತ್ವನ ಹೇಳಿ, ಅವ್ರ ಬೇಕು ಬೇಡಗಳಿಗೆಲ್ಲಾ ಕೈ ಜೋಡಿಸಿದೆ. ಒಂದೊಂದ್ಸಾರಿ ನಾನ್ ಮಾಡತಿದ್ದ ಸಹಾಯದಿಂದ ಅವರ ನೊಂದ ಮುಖದೊಳಗ ಮೂಡತಿದ್ದ ಕೃತಜ್ಞತಾ ಭಾವ ನೋಡಿದ್ರ ಈ ಜಗತ್ತಿನ್ಯಾಗ ಅದಕ್ಕಿಂತ ದೊಡ್ಡ ಪ್ರೀತಿ ಇಲ್ಲ ಅನ್ನೋ ಭಾವ ನನ್ನೊಳಗ ಮೂಡಿತು. ಆವಾಗ ನನಗ ಅನಿಸ್ತು ಇನ್ನೊಬ್ಬರಿಗಾಗಿ ಬದುಕೋದರಾಗ ಸಿಗೋ ಆನಂದನ ತೃಪ್ತಿ ಅಂತ. ಇವತ್ತ ಅಲ್ಲಿರೋ ಎಲ್ಲಾ ರೋಗಿಗಳು ನನ್ನನ್ನ ತಮ್ಮ ತಾಯಿನೊ-ತಂದೆನೊ ಅನ್ನೋತರಾ ನೋಡ್ತಾರ. ಇದಕ್ಕಿಂತ ದೊಡ್ಡ ಆನಂದ ಬೇಕಾ ಮನಸ್ವಿ. ನನ್ನ ಸೇವೆ ನೋಡಿ ಅಲ್ಲಿನ ಅಧಿಕಾರಿಯೊಬ್ರು ಸರ್ಕಾರಕ್ಕ ಸಿಫಾರಸ್ಸು ಮಾಡಿ, ಅಲ್ಲೇ ಕೆಲಸಕ್ಕ ಇರೋ ಹಾಂಗ ವ್ಯವಸ್ಥೆ ಮಾಡಿದ್ರು. ನಾನು ಬ್ಯಾಡ ಅಂದ್ರೂ ತಿಂಗಳಿಗೆ ಮೂವತ್ತು ಸಾವಿರ ಪಗಾರ ಕೊಡ್ತೀವಿ ಅಂತ ಆರ್ಡರ್ ಕೊಡ್ಸಿದ್ರು. ನನ್ನ ಮೊದಲ್ನೇ ಪಗಾರದ ರೊಕ್ಕಾನ ಅಪ್ಪನ ಕೈಗೆ ಕೊಟ್ಟು ಅವನು ಖುಷಿ ಪಡೋದು ನೋಡಬೇಕು ಅನಿಸೇತಿ. ಜೀವದ ಬೆಲೆನ ಗೊತ್ತಿಲ್ಲದಿದ್ದ ನನಗ ನೀನು ಮನುಷ್ಯತ್ವದ ಬೆಲೆ ಅರ್ಥ ಮಾಡಿಸಿದಿ ಮನಸ್ವಿ. ನಿನ್ನ ಋಣನ ಈ ಜನ್ಮದಾಗ ತೀರಸಾಕಾಗೋದಿಲ್ಲಾ... ನೀನು ಎಲ್ಲೇ ಇರು ಹೆಂಗೋ ಇರು ಖುಷಿಯಾಗಿರು' ಅಂದ.

ಅವನ ಮಾತುಗಳನ್ನು ಕೇಳಿ ಮನಸ್ವಿಯ ಕಣ್ಣುಗಳು ಒದ್ದೆಯಾಗಿ ಕಂಬನಿಗಳು ಹನಿಸಿದವು.

'ನಿನಗ ಜವಾಬ್ದಾರಿ ಗೊತ್ತಾಗಲಿ ಅಂತ ನಾನು ಹಂಗ ಮಾಡಿದೆ ಕಿರಣ್... ಬೇಜಾರಾಗಿದ್ರ ನನ್ನ ಕ್ಷಮಿಸಿ ಬಿಡು' ಎಂದು ಅವಳು ಕೈ ಜೋಡಿಸಿದಾಗ, ಅವನು ಅವಳ ಕೈಗಳನ್ನು ಕೆಳಗಿಳಿಸಿ-

'ಅಯ್ಯೋ ನೀನೇನ್ ತಪ್ಪು ಮಾಡಿದಿ ಕ್ಷಮಿಸೋದಕ್ಕ...' ಅಂದಾಗ ಮನಸ್ವಿ ಭಾವುಕಳಾಗಿ-

'ನೀನ್ ಮಾಡ್ತಿರೊ ಕೆಲಸದಿಂದ ನಿನ್ನ ಬಗ್ಗೆ ನನಗೂ ಹೆಮ್ಮೆ ಅನಿಸ್ತಿದೆ ಕಿರಣ್. ನೀನು ಸೋತ್ರೂ ನನ್ನನ್ನ ಗೆದ್ದುಬಿಟ್ಟೆ. ತನ್ನನ್ನ ಪ್ರೀತಿಸ್ತಿನಿ ಅಂತ ಬರೋ ಪ್ರತಿಯೊಬ್ಬ ಹುಡುಗರಿಗೂ ಹುಡಗೀರು, ಅವ್ರು ಬದುಕು ಕಟ್ಟಿಕೊಳ್ಳಾಕ ಅವಕಾಶ ಮಾಡಿಕೊಡ್ಬೇಕು ಅನ್ನೋದು ನನ್ನ ಉದ್ದೇಶ ಆಗಿತ್ತು. ಅದನ್ನ ನೀನು ಈಡೇರಿಸಿದ್ದೀಯ ಕಿರಣ್' ಅಂದಳು.

ಕಿರಣ್ ವಾಚ್ ನೋಡಿಕೊಂಡು, 'ಸರಿ ಹಂಗಾದ್ರ ನಾನಿನ್ನ ಹೊರಡ್ತಿನಿ ಲೇಟಾತು' ಎಂದು ಅಲ್ಲಿಂದ ಹೊರಟು ಹೋದ. ಮನಸ್ವಿ ಅವನು ಹೋಗುವುದನ್ನೇ ನೋಡುತ್ತ ನಿಂತಳು.

7

ಮನೋಹರನ ಬಗ್ಗೆ ವೈದ್ಯರು ಹೇಳಿದ ಮಾತುಗಳನ್ನು ನೆನಪಿಸಿಕೊಂಡು ಮನಸ್ವಿ ಒಬ್ಬಳೇ ದುಃಖಿಸುತ್ತ ಕುಳಿತಿದ್ದಳು. ಅದನ್ನು ಸೂಕ್ಷ್ಮವಾಗಿ ಗಮನಿಸಿದ ಸೋಮೇಶ್ವರ ಮೆಲ್ಲಗೇ ಹತ್ತಿರ ಬಂದು–

'ಪಲ್ಲವಿ ಯಾಕವ್ವಾ... ಯಾಕ ಹಿಂಗ ಒಬ್ಬಾಕೆ ಕುಂತು ದುಃಖಸತಿದ್ದಿ?' ಎಂದು ಕೇಳಿದರು. ಪಲ್ಲವಿ ಅದೇ ನೋವಿನಲ್ಲಿ ಮೌನವಾಗಿದ್ದಳು.

'ಮನೋಹರ ನಿನಗ ಏನಾದ್ರೂ ಅಂದ್ನೇನು?'

'ಇಲ್ರಿ ಮಾವಾರ... ಅವ್ರು ಯಾವತ್ತಾದ್ರೂ ನನ್ನ ಮನಸು ನೋಯಿಸಿದ್ದು ನೋಡಿರೆನು ನೀವು?'

'ಮತ್ತ ಯಾಕ ಒಬ್ಬಾಕೆ ಕುಂತು ಕಣ್ಣೀರು ಹಾಕತಿದ್ದೆಲ್ಲ. ಅಂಥದ್ದೇನಾತು... ನಾನೂ ನಿಮ್ಮಪ್ಪನ ಅನ್ಕೊಂಡು ನಿನ್ನ ಸಮಸ್ಯೆ ಏನಂತ ಹೇಳವ್ವಾ.'

'ನನ್ನ ಬಾಳು ಬೆಳಗತಿರೋ ದೀಪಾ ಅಕಾಲಕ್ಕ ಆರಿಹೋಗಿ ಕತ್ತಲು ಆವರಸತೈತಿ... ನನ್ನ ಕೊಳ್ಳಾಗಿನ ತಾಳಿ ಹರದು ಕೆಳಗ ಬೀಳತೈತಿ ಅನ್ನೋ ಸತ್ಯ ತಿಳದು ಎದ್ಯಾಗ ಸಂಕಟ ಆಗಾಕತ್ತೈತ್ರಿ...' ಎಂದಾಗ, ಸೋಮೇಶ್ವರ ಆಘಾತದಿಂದ–

'ಹ್ಲಾಂ... ಏನ್ ಹೇಳ್ತಿದ್ದೀಯವ್ವಾ ನೀನು... ಇದನ್ನ ಹೆಂಗ ನಂಬೋದು!' ಅಂದರು.

ಅದೇ ಹೊತ್ತಿಗೆ ಮನೆಗೆ ಬಂದ ಮನೋಹರ ಬಾಗಿಲ ಹೊರಗೆ ಬಂದು, ಈ ಮಾತು ಕೇಳಿಸಿಕೊಂಡು ಅಲ್ಲಿಯೇ ನಿಂತ.

'ಹೌದ್ರಿ ಮಾವಾರ... ಮೊನ್ನೆ ಡಾಕ್ಟರು ಹೇಳಿದ್ರು... ಇವ್ರಿಗೆ ರಕ್ತದ ಕ್ಯಾನ್ಸರ್ ಬಂದೈತಿ ಅಂತ! ಇವ್ರು ನನ್ನ ಬಿಟ್ಟು ನನಗಿಂತ ಮೊದಲ ಹೋಗಿಬಿಡ್ತಾರಂತ... ಇದನ್ನ ಯಾರಮುಂದ ಹೇಳೂಹಂಗೂ ಇಲ್ಲ

ಸುಮ್ಮನಿರೋಹಂಗೂ ಇಲ್ಲ. ಹೊಟ್ಟ್ಯಾಗಿನ ಕೆಂಡ ಹೊರಗ ಹಾಕಿದ್ರ ಸಂಕಟ ಕಡಮಿ ಅಗತೈತಿ ಅಂತ ನಿಮ್ಮ ಮುಂದ ಹೇಳಿಬಿಟ್ಟೆ... ಇನ್ನಮುಂದ ನನಗ ಯಾರ ಗತಿ... ನಾನೊಬ್ಬಾಕೆ ಬದುಕಿದ್ದು ಏನ್ಮಾಡ್ಲಿ... ಏನ್ಮಾಡ್ಲಿ...' ಎಂದು ಪಲ್ಲವಿ ದುಃಖಿಸಿದಳು.

ಸೋಮೇಶ್ವರ ಎಲ್ಲೋ ದೃಷ್ಟಿ ನೆಟ್ಟು ಸ್ಥಿತಪ್ರಜ್ಞನಾಗಿ–'ಹ್ಞಾಂ... ಮನೋಹರಗ ಹಿಂಗಾಗಿಬಿಟ್ತಾ?... ಅವರವ್ವನೂ ಹಿಂಗ ಆಗಿ ಅಕಾಲಕ್ಕ ನನ್ನ ಕೈ ಬಿಟ್ಟು ಹೋದ್ಲು. ಈಗ ಇವ್ನೂ...! ಭಗವಂತಾ... ನನ್ನನ್ನ ಕರಕೋಬಾರಾದಾ... ಇದನ್ನೆಲ್ಲಾ ನೋಡಿಕೊಂಡು ನಾನಿನ್ನೂ ಎಷ್ಟು ದಿನಾಂತ ಇರ್ಲಿ...' ಅಂದರು.

'ಈ ವಿಷಯ ಅವ್ರಿಗೆ ಹೇಳಬ್ಯಾಡ್ರಿ...' ಎಂದಳು ಪಲ್ಲವಿ.

'ಹ್ಞೂಂ... ಆತವ್ವಾ...' ಅಂದು ಅವರು ಮೌನವಾದರು. ಎಲ್ಲ ಕೇಳಿಸಿಕೊಂಡು ಎದೆಯನ್ನು ಗಟ್ಟಿಯಾಗಿ ಹಿಡಿದುಕೊಂಡು ಸಂಕಟಪಟ್ಟ ಮನೋಹರ, ದುಃಖದಿಂದ ಮನೆಯೊಳಗೆ ಹೋಗಲು ಮನಸ್ಸಾಗದೇ ಅಲ್ಲಿಂದ ಹಿಂದೆ ಹೊರಟುಬಿಟ್ಟ.

ಅಂದು ರಾತ್ರಿ ಮನೋಹರ ತಡವಾಗಿ ಮನೆಗೆ ಬಂದಾಗ ಸೋಮೇಶ್ವರ ಮಲಗಿದ್ದರು. ಪಲ್ಲವಿ ಮಂದ ಬೆಳಕಿನಲ್ಲಿ ಒಬ್ಬಳೇ ಕುಳಿತು ಚಿಂತಿಸುತ್ತಿದ್ದಳು. ಮನೋಹರ ಬಂದಿದ್ದನ್ನು ಗಮನಿಸಿ ಅವಳು ಸಹಜವಾಗಿರಲು ಪ್ರಯತ್ನಿಸಿದಾಗ, ಅವಳ ಮುಖ ನೋಡಿ ಮನೋಹರ–

'ಪಲ್ಲವಿ ಯಾಕ ಹಿಂಗ ಕತ್ತಲದಾಗ ಒಬ್ಬಾಕೆ ಕುಂತಿ. ನಿದ್ದಿ ಬರಲಿಲ್ಲೇನು?' ಅಂದ.

'ನಿಮಗ ಊಟಕ್ಕ ನೀಡೋದು ಬ್ಯಾಡೇನ್ರಿ? ನಾನೂ ಸಹಿತ ಇನ್ನೂ ಉಂಡಿಲ್ಲ. ಒಟ್ಟಿಗೇ ಉಂಡ್ರ ಆತು ಅಂತ ಮಕ್ಕೊಳ್ಳದ ಸುಮ್ನ ಕುಂತಿದ್ದೆ.'

'ಬಾ ಹಂಗಾದ್ರ ಊಟಾ ಮಾಡಣ.'

'ಹ್ಞೂಂ... ಕೈ ಕಾಲು ತೊಳಕೊಂಡು ಬರ್ರಿ...'

'ಆತು...' ಎಂದು ಅವನು ಕೈ ಕಾಲು ತೊಳೆದುಕೊಂಡು ಬರುವಷ್ಟರಲ್ಲಿ ಪಲ್ಲವಿ ಊಟಕ್ಕೆ ಸಿದ್ಧತೆ ಮಾಡಿದಳು. ಇಬ್ಬರೂ ಊಟ ಆರಂಭಿಸಿದಾಗ–

'ನನಗ ಆರಾಮಿಲ್ಲದಂಗ ಆದಾಗಿನಿಂದ ನಾನೂ ನೋಡಾಕತ್ತೀನಿ ಯಾಕೋ ಒಂಥರಾ ಇರತಿ ನೀನು. ಏನೋ ನೋವು ಎದಿಯೊಳಗ ಇಟ್ಕೊಂಟು ಒಬ್ಬಾಕೆ ಚಿಂತಿ ಮಾಡಾಕತ್ತಿ ಅನಸತೈತಿ ನನಗ' ಅಂದ ಮನೋಹರ.

'ಯೇ... ಹಂಗೇನಿಲ್ಲ ಬಿಡ್ರಿ... ನಿಮ್ಮ ಕೆಲಸ ಹೋತಲ್ಲ ಅನ್ನೋ ಬೇಜಾರುವೊಂದು ಬಿಟ್ರ ನನಗಿನ್ನ ಯಾವ್ ಚಿಂತಿ ಐತಿ ಹೇಳ್ರಿ.'

'ಇಲ್ಲ ನೀನು ನನ್ನ ಮುಂದ ಏನೋ ವಿಷಯ ಮುಚ್ಚಿಟ್ಟೀದಿ. ಅದೇನಂತ ಹೇಳಿಬಿಡಲ್ಲ. ನೋವು ಎಂಥಾದ ಇರಲಿ ಅದನ್ನೂ ಸಹಿತ ಇಬ್ರೂ ಹಂಚಿಕೊಂಡು ಅನುಭವಿಸಣ' ಅಂದಾಗ ಈ ಮಾತು ಕೇಳಿ ಅವಳಿಗೆ ದುಃಖದ ಕಟ್ಟೆಯೊಡೆದು ಸಹಿಸಲಾಧ್ಯವಾಗಿ ಅತ್ತಳು.

'ಯೇ...ಪಲ್ಲವಿ ಯಾಕ ಏನಾತು... ಅದ್ಯಾಕ ಹಂಗ ದುಃಖಿಸಿ ಅಳಾಕತ್ತಿ... ಅಂಥಾದ್ದೇನಾತು?' ಎಂದು ಕೇಳಿದಾಗ, ಪಲ್ಲವಿ ಅಳುತ್ತ–

'ಕಾದ ಹಂಚಿನಿಂದ ಕೆಂಡದಮ್ಯಾಲೆ ಬಿದ್ದಂಗ ಆಗೇತಿ ನನ್ನ ಸ್ಥಿತಿ. ಎಲ್ಲಿದ್ರೂ ಮೈ ಸುಡೋದ್ರಿಂತ ತಪ್ಪಿಸಿಕೊಳ್ಳಾಕಾಗೋದಿಲ್ಲ. ಇದ್ರ ಇರೋತನಕಾ ಒಟ್ಟಿಗೇ ಇರಣ... ಹೋದ್ರೂ ಒಟ್ಟಿಗೇ ಹೋಗಣ... ಆದದ್ದು ಆಗಲಿ ಹೇಳಿಬಿಡ್ತೀನಿ' ಅಂದಳು.

'ಮನಸನ್ಯಾಗ ನೋವು ಇಟ್ಕೊಂಡು ಒಬ್ಬಾಕೆ ಎಷ್ಟು ದಿನಾಂತ ಅನುಭವಿಸ್ತಿ. ನನ್ನ ಕೂಡ ಹಂಚಿಕೊಂಡ್ರ... ನಿನ್ನ ಮನಸಿಗಾದ್ರೂ ಒಂದಿಷ್ಟು ಸಮಾಧಾನ ಅಕ್ಕತಿ.'

'ಮೊನ್ನೆ ನಿಮಗ ಅರಾಮಿಲ್ಲದಂಗ ಆಗಿತ್ತಲ್ಲ... ಅವತ್ತ ಡಾಕ್ಟರು...' ಎಂದು ವೈದ್ಯರು ಹೇಳಿದ ವಿಷಯವನ್ನು ಹೇಳಿದಳು. ಅದನ್ನು ಆಗಲೇ ತಿಳಿದಿದ್ದ ಮನೋಹರ ತಾನದನ್ನು ಕೇಳಿಸಿಕೊಂಡ ವಿಷಯ ಹೇಳಿದ. ಕಡೆಗೆ ಅವಳನ್ನು ಬಾಹುಗಳಲ್ಲಿ ತೆಗೆದುಕೊಂಡು–

'ಸಾವನ್ನೋದು ಬೆನ್ನ ಹಿಂದಿನ ನೆರಳು ಇದ್ದಂಗ. ಹುಟ್ಟಿನಕೂಡ ಅದು ನಮ್ಮ ಹಿಂದ ಬಂದಿರತೈತಿ. ನಾನು ಸ್ವಲ್ಪ ಲಗೂ ಹೋಗ್ತಿನಿ ಅನ್ನೋದು ತಿಳದು ಅದಕ್ಯಾಕ ಅಷ್ಟು ದುಃಖಪಡಬೇಕು. ಸಾವಿಲ್ಲದ ಮನಿ ಯಾವುದಾದ್ರೂ ಐತೇನು. ಜಗತ್ತಿನ್ಯಾಗ ಎಂತೆಂಥಾ ಮಹಾತ್ಮರು ಬಂದ್ರು ಹೋದ್ರು... ಸಾವು ಗೆಲ್ಲೋದಕ್ಕ ಯಾರಿಂದನಾದ್ರೂ ಸಾಧ್ಯ ಆತೇನು. ಹ್ಞೂಂ... ಜೀವ ಅನ್ನೋದು ನೀರ ಮ್ಯಾಲಿನ ಗುಳ್ಳಿ ಇದ್ದಂಗ. ಒಳಗ ಗಾಳಿ ಇರೋತನಕ ಮಾತ್ರ ಬದುಕು... ಸಾವಿಗೂ ಬದುಕಿಗೂ ನಡುವ ಇರೋ ಅಂತ್ರ ಇಷ್ಟು ಮಾತ್ರ. ಅದು ತಿಳದಮ್ಯಾಲೆ ದುಃಖ ಪಡೋದ್ಯಾಕ. ಸಮಾಧಾನ ಮಾಡ್ಕೊ...' ಎಂದು ಮನೋಹರ ಅವಳಿಗೆ ಸಾಂತ್ವನ ಹೇಳಿದ. ಅವನ ಮಾತುಗಳನ್ನು ಕೇಳಿ ಪಲ್ಲವಿ ಇನ್ನಷ್ಟು ಭಾವುಕಳಾಗಿ ಅವನನ್ನು ತಬ್ಬಿಕೊಂಡು ಅತ್ತಳು.

'ನೋಡು ಪಲ್ಲವಿ... ನಾನಿಲ್ಲ ಅಂದ ಮಾತ್ರಕ್ಕ ಈ ಜಗತ್ತಿಗೆ ಯಾವ ಕೊರತೆನೂ ಆಗೋದಿಲ್ಲ. ಯಾವುದೂ ಸಹಿತ ನಿಲ್ಲೋದಿಲ್ಲ. ನಾನು ಇರ್ಲಿ ಇರದೇ ಇರ್ಲಿ... ನಿನಗೂ ಸಹಿತ ಯಾವ ಕೊರತೆನೂ ಆಗಬಾರದು. ನಾನು ನಿಮ್ಮನ್ನ ಬಿಟ್ಟು ಯಾವುದೋ ಊರಿಗೆ ಹೋಗೇನಿ... ಮತ್ತ ಒಂದಿನಾ ವಾಪಸ್ ಬರ್ತಿನಿ ಅನ್ಕೊಂಡು ನೀನು, ಶೃತಿ, ಅಪ್ಪಾ ಎಲ್ಲಾರೂ ಅರಾಮಾಗಿ

ಇರ್ರಿ... ನಾನು ಹೋದಮ್ಯಾಲಾದ್ರೂ ನಿಮ್ಮ ಖುಷಿ ನೋಡಿ ಆನಂದ ಪಡ್ತಿನಿ...' ಅಂದ.

ಮನೋಹರನ ಭಾವುಕ ಮಾತುಗಳನ್ನು ಕೇಳಿ ಅವಳಿಗೆ ಇನ್ನಷ್ಟು ನೋವಿನಿಂದ ಸಂಕಟವಾಗಿ ಅವನನ್ನು ತಬ್ಬಿಕೊಂಡು ಗೋಳಾಡಿ ಅತ್ತಳು. ಅವನು ಮೌನವಾಗಿ ಅವಳ ತಲೆ ನೇವರಿಸಿದ. ಪಲ್ಲವಿ ಅಳುತ್ತ–

'ಹಂಗೆಲ್ಲಾ ಮಾತಾಡಬ್ಯಾಡ್ರಿ... ನೀವು ಹಿಂಗಂದ್ರ ನನ್ನ ಕರಳು ಕಿವುಚಿದಂಗಾಗತೈತಿ... ನೀವಿಲ್ಲದ ಬದುಕು ನನಗಾದ್ರೂ ಯಾಕ್‌ಬೇಕು. ನಾನೂ ನಿಮ್ಮಕೂಡ ಬಂದ್ಬಿಡ್ತಿನಿ' ಅಂದಳು. ಮನೋಹರ ಸ್ಥಿತಪ್ರಜ್ಞನಾಗಿ ಖಾಲಿ ಗೋಡೆಯನ್ನು ನೋಡಿದ.

ಮಾರನೇ ದಿನ ಬೆಳಗ್ಗೆ ಸೂರ್ಯೋದಯವಾಗುವ ಹೊತ್ತಿಗೆ ಮನೋಹರ ತನಗಿಷ್ಟವಾದ ನಿಸರ್ಗದ ಎತ್ತರದ ಸ್ಥಳವೊಂದರಲ್ಲಿ ಬಂದು ಕುಳಿತು. ಸೂರ್ಯೋದಯವನ್ನು ತದೇಕ ಚಿತ್ತದಿಂದ ನೋಡುತ್ತ ಕುಳಿತಿದ್ದ. ಕ್ಷಿತಿಜದಲ್ಲಿ ಕೆಂಡದುಂಡೆಯಂತಿದ್ದ ಸೂರ್ಯ ಕೆಲವು ನಿಮಿಷಗಳ ಬಳಿಕ ಸ್ವಲ್ಪ ಮೇಲಕ್ಕೆ ಬಂದ. ಆಗ ಅವನು ಅಲ್ಲಿಂದ ಎದ್ದು ಏಕಾಂಗಿಯಾಗಿ ಚಿಂತಿಸುತ್ತ ಹೆಜ್ಜೆ ಹಾಕಿದ.

ಇನ್ನೊಂದು ದಿನ ಪಲ್ಲವಿ, ಮನೋಹರ ಮತ್ತು ಮಗಳು ಶ್ರುತಿ ಒಂದು ಏಕಾಂತ ಸ್ಥಳದಲ್ಲಿ ವಿಹಾರಕ್ಕೆ ಬಂದು ಕುಳಿತಿದ್ದರು. ಶ್ರುತಿ ಆಟವಾಡುತ್ತಿದ್ದಳು. ಪಲ್ಲವಿ ಒಂದೆಡೆ ಕುಳಿತು ನಿಸರ್ಗವನ್ನು ನೋಡುತ್ತ ಚಿಂತಿಸುತ್ತಿದ್ದಳು. ಮಗಳು ಆಟವಾಡುವುದನ್ನು ನೋಡುತ್ತ ಕುಳಿತಿದ್ದ ಮನೋಹರ–

'ಶ್ರುತಿ... ಬಾಯಿಲ್ಲೆ...' ಎಂದು ಕರೆದಾಗ, ಅವಳು ಆಟ ಬಿಟ್ಟು ಹತ್ತಿರ ಬಂದು–

'ಏನಪ್ಪಾ?' ಎಂದಳು.

'ಶ್ರುತಿ... ಇನ್ನೂ ಸ್ವಲ್ಪ ದಿನದಾಗ ನಾನು ಕೆಲಸದ ಸಲುವಾಗಿ ಅಮೆರಿಕಾಕ್ಕ ಹೋಗ್ತಿನಿ. ಹೋದಮ್ಯಾಲೆ ವಾಪಸ್ ಬರಾಕ ಒಂದೆರಡು ತಿಂಗಳು ಆಗಬಹುದು. ಅವಾಗ ನಾನಿಲ್ಲಾ ಅಂತ ನೀನೇನು ಬೇಜಾರು ಮಾಡ್ಕೊಬ್ಯಾಡ. ಸಾಲಿಗೆ ಹೋಗು... ಹೊತ್ತು ಹೊತ್ತಿಗೆ ಊಟ–ನಿದ್ದಿ ಮಾಡು. ಅವ್ವನ ಕೂಡ ಆರಾಮಾಗಿ ಇರು. ಆ ಹೊತ್ತಿನ್ಯಾಗ ಅವ್ವ ಏನಾದ್ರೂ ನಾನಿಲ್ಲ ಅಂತ ಬೇಜಾರು ಮಾಡಿಕೊಂಡು ಅತ್ರ 'ಅಪ್ಪಾ ಇನ್ನೇನು ಬಂದುಬಿಡ್ತಾರ' ಅಂತ ಅಕಿಗೆ ನೀನ ಸಮಾಧಾನ ಹೇಳಬೇಕು' ಎಂದಾಗ, ಅವನ ಮಾತು ಕೇಳಿ ಯೋಚಿಸುವ ಶ್ರುತಿ–

'ಅಪ್ಪಾ... ಅವ್ವನ್ನ ಬಿಟ್ಟು ಅಷ್ಟು ದಿನ ನೀನು ಅಲ್ಲೆ ಹೆಂಗಿರತಿ? ಮತ್ತ ಅಷ್ಟು ದಿನ ನೀನು ಇಲ್ಲದ ಇಲ್ಲೆ ನಾನು ಹೆಂಗಿರಲಿ? ಅಮೆರಿಕಾಕ್ಕ ಹೋಗಬ್ಯಾಡಪ್ಪಾ. ಇಲ್ಲೇ ನಮ್ಮಕೂಡ ಇದ್ದು ಏನಾದ್ರೂ ಕೆಲಸ ಮಾಡಲ್ಲ. ಹೋಗೋದನ್ನ ಕ್ಯಾನ್ಸಲ್ ಮಾಡಿಬಿಡು' ಅಂದಳು.

'ಇಲ್ಲವ್ವಾ, ಕೆಲಸದ ವಿಷಯದಾಗ ಹಂಗೆಲ್ಲಾ ಕ್ಯಾನ್ಸಲ್ ಮಾಡಾಕಾಗೋದಿಲ್ಲ. ಹೋಗ್ಬೇಕು ಅಂತ ಒಮ್ಮೆ ನಿರ್ಧಾರ ಮಾಡಿದಮ್ಯಾಲೆ ಆತು ಅದನ್ನ ಕ್ಯಾನ್ಸಲ್ ಮಾಡೋಹಂಗಿಲ್ಲ.'

'ಹಂಗಾದ್ರ ಅಷ್ಟು ದಿನ ನನ್ನ ಸಾಲಿಗೆ ಬಿಟ್ಟು ಬರೋರು ಯಾರು?'

'ನಾನಿಲ್ಲದಿದ್ರ ಏನು ಅಜ್ಜಾ ಇರ್ತಾರ... ಅವ್ವಾ ಇರ್ತಾಳ ಯಾರಾದ್ರೂ ಒಬ್ರು ಸಾಲಿಗೆ ಬಿಟ್ಟು ಬರ್ತಾರ.'

'ಹ್ಞೂಂ... ಅಪ್ಪಾ ಆದ್ರೂ ನೀನಿಲ್ಲದಿದ್ರ ನನಗ ಬೇಜಾರಾಗತೈತಿ. ಅದಕ್ಕ ನಾವೂ ನಿನ್ನ ಕೂಡ ಅಮೆರಿಕಾಕ್ಕ ಬಂದುಬಿಡನೇನು?' ಅಂದಾಗ, ಅವಳ ಮಾತು ಕೇಳಿ ಅವನಿಗೆ ಎದೆಯಲ್ಲಿ ದುಃಖ ಚಿಮ್ಮಿ ಬಂದಿತು. ಪಲ್ಲವಿ ಕೂಡ ಮುಖ ಹೊರಳಿಸಿ ಸದ್ದು ಮಾಡದೇ ಅತ್ತಳು. ಅದನ್ನು ಸೂಕ್ಷ್ಮವಾಗಿ ಗಮನಿಸಿದ ಶೃತಿ–

'ಅಪ್ಪಾ... ಅವ್ವಾ ಯಾಕ ಅಳಾಕತ್ತಿದ್ಲು?' ಎಂದು ಕೇಳಿದಳು.

'ನಾನು ಅಕಿನ್ನ ಬಿಟ್ಟು ಅಮೆರಿಕಾಕ್ಕ ಹೋಗೋದು ಅಕಿಗೂ ಇಷ್ಟ ಇಲ್ಲಂತ. ಅದಕ್ಕ ಹೋಗೋದು ಬ್ಯಾಡ ಅಂತ ಅಳಾಕತ್ತ್ಯಾಳ. ಆದ್ರ ಏನ್ಮಾಡೋದು ಅನಿವಾರ್ಯ, ಒಮ್ಮೆ ನಿರ್ಧಾರ ಆದಮ್ಯಾಲೆ ನಿಮ್ಮನ್ನ ಬಿಟ್ಟು ಹೋಗಾಕಬೇಕು!' ಎಂದು ಮಗಳ ತಲೆ ನೇವರಿಸಿದ.

'ಹ್ಞೂಂ ಅಪ್ಪಾ... ನಾನು ಆಟಾ ಆಡಾಕ ಹೋಗ್ಲಾ' ಎಂದು ಅಲ್ಲಿಂದ ಹೋದಳು.

ಪಲ್ಲವಿ ಮನೋಹರನ ಭುಜದ ಮೇಲೆ ತಲೆ ಇಟ್ಟು ಅತ್ತಳು. ಅವನು ಅವಳ ತಲೆ ನೇವರಿಸಿ ಸಾಂತ್ವನಪಡಿಸಿದ.

ಕೆಲವು ದಿನಗಳ ನಂತರ, ಒಂದು ರಾತ್ರಿ ಮನೋಹರ ನಿದ್ದೆಯಿಂದ ಎಚ್ಚರಗೊಂಡು ಎದ್ದು ಕುಳಿತ. ಕೆಲವು ಕ್ಷಣ ಯೋಚಿಸಿ ಹೆಂಡತಿಯ ಮುಖ ನೋಡಿದಾಗ ಅವಳು ಗಾಢ ನಿದ್ರೆಯಲ್ಲಿದ್ದಳು. ಮಗಳ ಮುಖವನ್ನೊಮ್ಮೆ ನೋಡಿ, ಕೈಯಿಂದ ಮುಖ ಮುಚ್ಚಿಕೊಂಡು ಅದೇ ನೆನಪುಗಳಿಂದ ಯಾತನೆ ಅನುಭವಿಸಿದ. ಏನೋ ಹೊಳೆದಂತಾಗಿ–

'ನನ್ನ ಬದುಕಿನ ಪುಸ್ತಕದ ಕೊನೆ ಅಧ್ಯಾಯ ಹತ್ರ ಬಂತು. ಭವ ಬಂಧನದೊಳಗ ಹಸಿವು, ನಿದ್ದಿ, ಭೋಗ ಅನ್ನೋ ಚಕ್ರದ ಸುಳಿಯಿಂದ

ಮುಕ್ತ ಆಗ್ತಿರೋ ಈ ಜೀವಕ್ಕ ಇನ್ನಮ್ಯಾಲೆ ಅವುಗಳ ಹಂಗು ಬೇಕಾಗಿಲ್ಲ. ಈ ಸುಳಿಯಿಂದ ನನ್ನನ್ನ ನಾನು ಬಿಡಿಸಿಕೊಂಡು ನಿರ್ಲಿಪ್ತ ಆಗಬೇಕು. ಸಾವಿಗೂ ಮುನ್ನ ಈ ಸಂಬಂಧಗಳ ಹಂಗಿನಿಂದ ಮುಕ್ತನಾಗಬೇಕು. ಆಗ ಸಾವು ಸಹಿತ ಸಹ್ಯ ಆಗಬಹುದು. ಯಾಕಂದ್ರ ನನ್ನ ನಂಬಿ ಬದುಕತಿರೋರಿಗೆ ನನ್ನ ಸಾವು ಕೂಡ ನೋವು ಕೊಡಬಾರದು. ನನ್ನ ದೇಹ ಅಳದು ಹೋದ್ರು ಅವ್ರ ಪಾಲಿಗೆ ನಾನು ಯಾವತ್ತೂ ಬದುಕಿರಬೇಕು. ಅದಕ್ಕಾಗಿ ನಾನು ಈಗಲೇ ಈ ಭವ ಬಂಧನವನ್ನ ಬಿಡಿಸಿಕೊಂಡು ಹೊರಡಬೇಕು. ಜೀವನೇ ಬಿಡೋ ಈ ದೇಹಕ್ಕ ನನ್ನವ್ರನ್ನ ಬಿಟ್ಟು ಹೋಗೋ ನೋವು, ಯಾತನೆ ಎಲ್ಲಾ ಶೂನ್ಯ... ಶೂನ್ಯ.' ಹೀಗಂದುಕೊಂಡು ಸ್ವಲ್ಪ ಯೋಚಿಸಿ, ಪಲ್ಲವಿಗೆ ಒಂದು ಪತ್ರ ಬರೆದ.

'ಪ್ರಿಯ ಪಲ್ಲವಿ... ನಿನ್ನ ಜೀವವನ್ನ ತೇಯ್ದು ನನ್ನ ಬದುಕು ಕಟ್ಟಿದವಳು ನೀನು. ನಾನು ಎಷ್ಟೇ ಜನ್ಮ ಎತ್ತಿ ಬಂದ್ರೂ ನಿನ್ನ ಋಣ ತೀರಿಸೋದಕ್ಕಾಗೋದಿಲ್ಲ. ಮಡದಿಯಾಗಿ ಬಂದು ತಾಯಿಯಾಗಿ ಇದ್ದು ಪ್ರೀತಿ, ಮಮಕಾರ ಕೊಟ್ಟವಳು ನೀನು. ನಾವಿಬ್ರೂ ಹಿಂಗಿರುವುದು ವಿಧಿಗೆ ಇಷ್ಟವಾಗಲಿಲ್ಲವೇನೊ. ಸಾವು ನನ್ನ ಬೆನ್ನ ಬಿದ್ದಿದೆ. ನಿನ್ನ ಮಡಿಲಲ್ಲೇ ತಲೆ ಇಟ್ಟು ಕೊನೆ ಉಸಿರು ಬಿಡಬೇಕು ಅನ್ನೋ ಆಸೆ ಇತ್ತು. ಆದ್ರೆ ನನ್ನ ಸಾವನ್ನ ನೋಡುವ ದುಃಖ, ಯಾತನೆಯನ್ನ ನಿನಗೆ ಕೊಡೋದು ಬೇಡ ಅಂತ ನಾನು ಮತ್ತೆ ಮರಳದಿರೋ ದಾರಿಗೆ ಹೋಗ್ತಿದ್ದೀನಿ. ಹುಟ್ಟು ಅಂತ ಇದ್ದಮೇಲೆ ಯಾವತ್ತಿದ್ರೂ ಮನುಷ್ಯ ಸಾವನ್ನ ಒಪ್ಪಲೇ ಬೇಕು. ನೀನು ನನ್ನನ್ನ ನಾನು ನಿನ್ನನ್ನ ಒಂದಿನಾ ಬಿಟ್ಟು ಹೋಗಲೇ ಬೇಕು. ಅದಕ್ಕಾಗಿ ಇವತ್ತೇ ನಾನು ನಿನ್ನ ಬಿಟ್ಟು ಹೋಗ್ತಿದ್ದೀನಿ. ಅದೂ ಕೂಡ ನಿನ್ನ ಮನಸಲ್ಲಿ ಜೀವಂತವಾಗಿ! ನಾನು ಯಾವತ್ತೂ ಹೀಗೇ ನಿನ್ನ ಮನಸಲ್ಲಿ ಜೀವಂತವಾಗಿ ಇರೋದಕ್ಕ ಬಯಸ್ತಿನಿ. ಅಳಬೇಡ, ನನ್ನ ಹುಡುಕೋ ಪ್ರಯತ್ನವನ್ನೂ ಮಾಡಬೇಡ. ನಾನಿಲ್ಲದಿರೋ ಬದುಕನ್ನ ಧೈರ್ಯವಾಗಿ ಎದುರಿಸು. ಮಗಳನ್ನ, ಅಪ್ಪನನ್ನ ಚೆನ್ನಾಗಿ ನೋಡಿಕೊ... ಇಂತಿ ನಿನ್ನ ಮನೋಹರ.'

ಹೀಗೆ ಬರೆದ ಪತ್ರವನ್ನು ಅವಳಿಗ ಕಾಣುವಂತೆ ಇಟ್ಟು, ಒಂದು ಬಗಲ ಚೀಲದಲ್ಲಿ ಒಂದೆರಡು ಪುಸ್ತಕಗಳನ್ನು ಇಟ್ಟುಕೊಂಡು, ಶಾಲು ಹೊದ್ದುಕೊಂಡ. ಕೊನೆಯದಾಗಿ ಎಂಬಂತೆ ಹೆಂಡತಿ, ಮಗಳ ಮುಖ ನೋಡಿ ಹೊರಗೆ ಹೋದ. ಹಾಲ್‌ನಲ್ಲಿ ಮಲಗಿರುವ ಅಪ್ಪನ ಮುಖ ನೋಡಿ ಅವರಿಗೆ ನಮಿಸಿ ನಿಲ್ಲದೇ ಅಲ್ಲಿಂದ ಹೊರಟುಬಿಟ್ಟ. ಮನೆಯಿಂದ ಹೊರಗೆ ಬಂದಾಗ ರಸ್ತೆಯಲ್ಲಿ ಕತ್ತಲು ಆವರಿಸಿತ್ತು. ಆ ಕತ್ತಲಲ್ಲಿ ಸೋತ ಹೆಜ್ಜೆಗಳನ್ನು ಹಾಕುತ್ತ ನಡೆದ. ಮುಖದಲ್ಲಿ ವಿಷಾದ, ನೋವು ಮಡುಗಟ್ಟಿತ್ತು. ಹಾಗೆ ಗುರಿ ಇಲ್ಲದ ಹೆಜ್ಜೆಗಳನ್ನು ಹಾಕುತ್ತ ನಡೆಯುವಾಗ ಸೂರ್ಯೋದಯವಾಗಿ ರಾತ್ರಿ ಕಳೆದು ಬೆಳಗಾಯಿತು.

ಮಾರನೇ ದಿನ ಬೆಳಗ್ಗೆ ಎದ್ದು ಪಲ್ಲವಿ ಪತ್ರ ನೋಡಿ, ಓದಿ ಕರಳು ಕಿತ್ತು ಬರುವಂತೆ ರೋದಿಸಿದಳು. ಸೋಮೇಶ್ವರಗೆ ಪತ್ರ ತೋರಿಸಿ ಹಣೆ ಹಣೆ ಬಡಿದುಕೊಂಡು ಅತ್ತಳು. ಸೋಮೇಶ್ವರ ಆಘಾತಗೊಂಡು ಕುಸಿದು ಕುಳಿತು ರೋದಿಸಿದರು. ಅತ್ತು-ಅತ್ತು ಸ್ವಲ್ಪ ಹೊತ್ತಿನ ಬಳಿಕ ಇಬ್ಬರೂ ಎದೆಯಲ್ಲಿ ನೋವು ತುಂಬಿಕೊಂಡು ಖಿನ್ನರಾಗಿ ಕುಳಿತಿರುವಾಗ, ಮಗಳು ಶೃತಿ ನಿದ್ದೆಯಿಂದ ಎದ್ದು ಬಂದು-

'ಅವ್ವಾ... ಅಪ್ಪಾ ಎಲ್ಲಿದ್ದಾರವ್ವಾ... ರೂಮನ್ಯಾಗ ಇಲ್ಲಾ. ಎಲ್ಲಿಗೆ ಹೋದ್ರು?' ಎಂದು ಕೇಳಿದಳು.

'ಅಪ್ಪ ಅಮೆರಿಕಾಕ್ಕ ಹೋಗ್ತಿನಿ ಅಂದಿದ್ರಲ್ಲಪ್ಪಾ ನಸುಕಿನ್ಯಾಗ ಎದ್ದು ಹೋದ್ರು. ತಿಂಗಳ ನಂತ್ರ ಬರ್ತಾರ ಬಿಡು' ಅಂದಳು ಪಲ್ಲವಿ.

'ನನಗ ಹೇಳದಂಗ ಅಮೆರಿಕಾಕ್ಕ ಹೋಗೇಬಿಟ್ರಾ ಅವ್ವಾ...'

'ಹ್ಞೂಂ... ನೀನು ಮಕ್ಕೊಂಡಿದ್ದೆಲ್ಲಾ ಎಬ್ಬಿಸೋದು ಬ್ಯಾಡ ಅಂತ ಹೇಳಲಿಲ್ಲ ನಿನಗ' ಅಂದಾಗ, ಅವಳ ಮಾತು ಕೇಳಿ ಶೃತಿ ಬೇಸರದಿಂದ ಯೋಚಿಸಿದಳು.

ಮನೆ ತೊರೆದು ಬಂದ ಮನೋಹರ ಎಲ್ಲೆಲ್ಲೋ ಸುತ್ತಿ ದಾಹವಾದಾಗ ನೀರು ಇರುವ ಒಂದು ಜಾಗದಲ್ಲಿ ಮುಖ ತೊಳೆದುಕೊಂಡು ನೀರು ಕುಡಿದ. ಅಲ್ಲಿಂದ ಹೊರಟು ಒಂದು ಎತ್ತರದ ಜಾಗದಲ್ಲಿ ಬಂದು ಕುಳಿತು ಸುಮ್ಮನೇ ಅಂತರ್ಮುಖಿಯಾಗಿ ಊರಿನ ಚಲನೆಯನ್ನು ಗಮನಿಸಿದ. ಮತ್ತೆ ಅಲ್ಲಿಂದ ಹೊರಟು ರಸ್ತೆಯಲ್ಲಿ ನಡೆದುಕೊಂಡು ಹೋಗುತ್ತಿರುವಾಗ, ಒಂದೆಡೆ ರಸ್ತೆ ಪಕ್ಕದಲ್ಲಿ ಆಹಾರ ಮಾರುವ ತಳ್ಳುವ ಗಾಡಿ ಮತ್ತು ಅದರ ಸುತ್ತ ಕೆಲವರು ತಿನ್ನುತ್ತ ನಿಂತಿರುವುದು ಕಂಡಿತು. ಹಸಿವಿನಿಂದ ಹೆಜ್ಜೆ ಮುಂದಿಡಲಾಗದೇ ಅಲ್ಲಿ ಹಣ ಕೊಟ್ಟು ಊಟ ಮಾಡಿದ. ಬಳಿಕ ಅಲ್ಲಿಂದ ನಡೆದುಕೊಂಡು ಹೋಗುತ್ತಿದ್ದಂತೆ ಸಂಜೆಯಾಯಿತು.

ಅನಾಥ ಪ್ರಜ್ಞೆಯಿಂದ ಮನಬಂದಲೆಲ್ಲ ಸುತ್ತಿದ ಬಳಿಕ, ಕಡೆಗೆ ರಸ್ತೆಯಲ್ಲಿ ಹೋಗುವಾಗ ಒಂದು ಬದಿಯಲ್ಲಿ ಸ್ಮಶಾನವೊಂದು ಕಂಡಿತು. ಅಲ್ಲಿಗೆ ಬಂದು ಒಂದು ಜಾಗದಲ್ಲಿ ಕುಳಿತುಕೊಂಡಾಗ, ಅಲ್ಲಿದ್ದ ಗೋರಿಗಳನ್ನು ನೋಡಿ ಬದುಕಿನ ನಶ್ವರತೆಯ ಬಗ್ಗೆ ಯೋಚನೆ ಮೂಡಿತು.

'ಹ್ಞೂಂ... ಇದ ನನಗ ಸರಿಯಾದ ಜಾಗ. ಹೆಂಗಿದ್ರೂ ನಾನು ಬದುಕಿನ ಕೊನೆಯ ಪುಟಗಳನ್ನ ಓದತಿರೋನು. ಇನ್ನೂ ಬದುಕಬೇಕು ಅನ್ನೋ ವ್ಯಾಮೋಹ ಬಿಟ್ಟವನಿಗೆ ಊರು, ಮನೆಯ ಹಂಗು ಯಾಕ ಬೇಕು. ಇಲ್ಲಿ

ಮಲಗಿದವರಿಗೆ ಮಾತ್ರ ಶಾಂತಿ, ನೆಮ್ಮದಿ ಅನ್ನೋದು ಶಾಶ್ವತ. ಎದಿಯೊಳಗ ಉಸಿರಿಲ್ಲ ಅನ್ನೋದೊಂದನ್ನ ಬಿಟ್ರ ಇವ್ರಿಗೆಲ್ಲಾ ಯಾವ ಸಮಸ್ಯೆ, ಸಂಕಷ್ಟಗಳ ಇಲ್ಲ. ನನ್ನಂಗ ಇವ್ರೆಲ್ಲಾ ಭವ ಬಂಧನ ಅನ್ನೋ ಹೊರಲಾಗದ ಭಾರ ಬಿಟ್ಟು ಬಂದವ್ರು. ಆದ್ರ ಇವ್ರು ಆಟ ಮುಗುದಮೇಲೆ ಇಲ್ಲಿ ಬಂದು ನೆಮ್ಮದಿ ಪಡದ್ರು... ಆಟ ಮುಗಿಯೋ ಮೊದಲ ಬಂದಿರೋ ನಾನು ಉಳದಿರೋ ಹೊತ್ತಲ್ಲಿ ನನ್ನ ಗೋರಿಗೆ ನಾನ ಹಳ್ಳ ತೋಡಿಕೊಬೇಕು ಅಷ್ಟ. ವಾಸ್ತವದೊಳಗ ಬದುಕು ಅನ್ನೋದು ಬದುಕ ಅಲ್ಲ... ಸಾವನ್ನೋದು ಸಾವೂ ಅಲ್ಲಾ... ಬದುಕಿದ್ದಾಗಲೇ ಸಾವಿನ ಅನುಭವ ಪಡದವನು ನಿಜವಾಗ್ಯೂ ಬದುಕಬಲ್ಲ! ಸತ್ತಮೇಲೂ ಬದುಕಿದವರ ನಡುವ ಉಳದವನಿಗೆ ಸಾವೇ ಇಲ್ಲಾ!... ಇದ ಅಂತಿಮ ಸತ್ಯ! ಇದು ಅರ್ಥ ಆದಮ್ಯಾಲೆ ಸಾವಿಗಿನ್ನೆಂಥಾ ಭಯಾ ನನಗ... ಸಾಕು... ನಾನು ಬದುಕಬೇಕು ಅಂತ ಮಾಡೋ ವ್ಯರ್ಥ ಹೋರಾಟ ಇನ್ಮೇಲೆ ಸಾಕು...!' ಅಂದುಕೊಂಡ.

ಕೆಲವು ದಿನಗಳು ಕಳೆದ ಬಳಿಕ ಮನಸ್ವಿ ಮನೋಹರನ ಫೋನ್‌ಗೆ ಕರೆ ಮಾಡಿದಾಗ, ಪಲ್ಲವಿ ಅವಳೊಂದಿಗೆ ಮಾತನಾಡಿ ಮನೋಹರನ ವಿಷಯ ತಿಳಿಸಿದಳು. ಅದನ್ನು ಕೇಳಿ ಆಘಾತಗೊಂಡ ಅವಳು, ಬೇಸರದಿಂದ ವಿಷಾದ ವ್ಯಕ್ತಪಡಿಸಿದಳು. ಬಳಿಕ ಪಲ್ಲವಿಗೆ ಸಾಂತ್ವನ ಹೇಳಲು ಮನೆಗೆ ಬಂದಳು.

'ಮನೋಹರ್ ಅವ್ರು ಹಿಂಗ ಮಾಡಬಹುದು ಅಂತ ನಾನೂ ಯಾವತ್ತೂ ಅಂದ್ಕೊಂಡಿರಲಿಲ್ಲ. ತಮ್ಮ ಪರಿಸ್ಥಿತಿ ಬಗ್ಗೆ ನನ್ನಮುಂದ ಯಾವತ್ತೂ ಹೇಳಿಕೊಳ್ಳಲೇ ಇಲ್ಲ. ಅವ್ರ ಆರೋಗ್ಯ ಹಂಗಾಗ್ಯೆತಿ ಅನ್ನೋದು ಸಹಿತ ನೀವು ಹೇಳಿದ ಮೇಲೆನ ನನಗ ತಿಳದಿದ್ದು. ಅದನ್ನ ಈಗಲೂ ನನಗ ನಂಬಕಾಗವಲ್ದು. ದೇವ್ರು ಭಾಳ ಕೆಟ್ಟವ್ನು. ಯಾವಾಗ್ಲೂ ಒಳ್ಳೇವ್ರಿಗೆ ಕಷ್ಟ ಕೊಡತಾನ. ಒಳ್ಳೇತನಕ್ಕ ಬೆಲೆನ ಇಲ್ವೇನೊ ಅನಸ್ತದ ನನಗ!' ಅಂದಳು ಮನಸ್ವಿ.

ಆ ಮಾತು ಕೇಳಿ ಪಲ್ಲವಿ ಮನೋಹರನನ್ನು ನೆನಪಿಸಿಕೊಂಡು ಅತ್ತಳು.

'ಆದದ್ದು ಆಗಿ ಹೋತು. ನೀವು ಹಿಂಗ ಅಳಕೊಂಡು ಕುಂತಿದ್ರ ನಿಮ್ಮ ಮಗಳ ಭವಿಷ್ಯದ ಬಗ್ಗೆ ಯೋಚನೆ ಮಾಡೋರು ಯಾರು. ಸಮಾಧಾನ ಮಾಡ್ಕೊಳ್ರಿ. ಮನೋಹರ ಅವ್ರು ಇಲ್ಲಿಂದ ಹೋದಮೇಲೆ ಎಲ್ಲಿಗೆ ಹೋದ್ರು... ಏನ್ಮಾಡ್ತಿದ್ದಾರ ಅನ್ನೋದರ ಬಗ್ಗೆ ನಾನು ತಿಳಕೊಳ್ಳದಕ್ಕ ಪ್ರಯತ್ನ ಮಾಡ್ತೀನಿ. ನೀವು ಧೈರ್ಯದಿಂದ ಇರ್ರಿ' ಎಂದು ತನ್ನ ಬಳಿಯ ಒಂದಿಷ್ಟು ಹಣ ತಗೆದು– 'ನಾನು ನಿಮ್ಮ ತಂಗಿ ಅಂತ ತಿಳಕೊಂಡು ಇದನ್ನ ಇಟ್ಕೊಳ್ರಿ... ಮನಿ ಖರ್ಚಿಗೆ ಅನುಕೂಲ ಆಗತೈತಿ' ಅಂದಳು.

'ಬ್ಯಾಡ ಮನಸ್ವಿ... ಹಿಂಗೆಲ್ಲಾ ಬೇರೆಯವ್ರಕಡಿಂದ ರೊಕ್ಕಾ ಇಸಗೊಳ್ಳಾಕ ನನ್ನ ಮನಸು ಒಪ್ಪೋದಿಲ್ಲ...'

'ಇವತ್ತಿನಿಂದ ನಾನ್ ನಿಮಗ ಅಕ್ಕಾ ಅಂತೀನಿ. ಅಕ್ಕ ಆದವ್ಳು ತಂಗಿಕಡಿಂದ ರೊಕ್ಕಾ ಇಸಗೊಳ್ಳಾಕ ಸಂಕೋಚ ಮಾಡ್ಕೊಬಾರದು. ಇರ್ಲಿ ತಗೊಳ್ರಿ...'

'ಇಲ್ಲಾ ಬೇರೆಯವ್ರ ರೊಕ್ಕಾ ಮುಟ್ಟಾಕ ನನಗ ಭಯಾ ಆಗತೈತಿ... ಅಲ್ಲೆ ಮಾವಾರ ಕೈಗೆ ಕೊಟ್ಟುಬಿಡ್ರಿ' ಅಂದಾಗ ಮನಸ್ವಿ ಸೋಮೇಶ್ವರ ಅವರ ಬಳಿಗೆ ಬಂದು–

'ನೀವು ಮನೋಹರ ಅವ್ರಿಗೆ ಅಪ್ಪಾ ಅಂದಮೇಲೆ ನನಗೂ ಅಪ್ಪನ ಸಮಾನ. ನನ್ನನ್ನ ನಿಮ್ಮ ಮಗಳು ಅಂತ ತಿಳಕೊಂಡು ಈ ರೊಕ್ಕಾ ತಗೊಳ್ರಿ. ದಯವಿಟ್ಟು ಬ್ಯಾಡ ಅನ್ನಬೇಡ್ರಿ... ಮನೋಹರ ಅವ್ರ ಮೇಲಿನ ಗೌರವ ಅಭಿಮಾನಕ್ಕಾಗಿ ನಾನು ನಿಮ್ಮ ಬಗ್ಗೆ ಈ ಕಾಳಜಿ ತೋರಸ್ತಿದ್ದೀನಿ...' ಅಂದಳು.

ಸೋಮೇಶ್ವರ ದೈನ್ಯದಿಂದ ಅವಳ ಮುಖ ನೋಡಿ ಮೌನವಾಗಿ ಅವಳ ಕೈಯಿಂದ ಹಣ ತೆಗೆದುಕೊಂಡು ಅವಳಿಗೆ ಕೈ ಜೋಡಿಸುವನು. ಅದನ್ನು ನೋಡಿ ಮನಸ್ವಿಗೆ ದುಃಖವಾಗಿ–

'ಹಿರಿಯರು ನೀವು ನನಗ ಕೈ ಜೋಡಸಬಾರ್ದು... ನಿಮ್ಮ ಕಷ್ಟಕ್ಕ ಭಾಗೀದಾರಳಾಗಿ ನಾನಿರ್ತಿನಿ...' ಎಂದು, ಪಲ್ಲವಿಗೆ–'ನಾನು ಬರ್ತಿನಿ ಅಕ್ಕಾ...' ಅಂದಳು. ಅವಳೂ ಮೌನವಾಗಿ ಅವಳಿಗೆ ಕೈ ಜೋಡಿಸಿದಳು. ಮನಸ್ವಿ ಕೂಡ ಅವಳಿಗೆ ಕೈ ಜೋಡಿಸಿ ಅಲ್ಲಿಂದ ನಿರ್ಗಮಿಸಿದಳು.

8

ಮನೋಹರ ಮನೆ ಬಿಟ್ಟು ಬಂದ ಮೇಲೆ ಅಲೆಯುತ್ತ ಬಂದು ಸ್ಮಶಾನದಲ್ಲಿ ವಾಸ್ತವ್ಯ ಹೂಡಿದ್ದನಾದರೂ ಆಗಾಗ ಅಲ್ಲಲ್ಲಿ ಅಲೆಯುತ್ತ ಹೋಗುವುದು, ಕಟ್ಟಡ ಕೆಲಸ ನಡೆಯುತ್ತಿರುವ ಜಾಗವೊಂದರಲ್ಲಿ ಶ್ರಮದ ಕೆಲಸ ಮಾಡಿ, ದಿನದ ಒಂದು ಹೊತ್ತಿನ ಊಟಕ್ಕಾಗಿ ಅವರ ಆಸರೆ ಪಡೆದ. ಹಾಗೆ ಹೋಗಲು ಆಗದಿದ್ದಾಗ ಕೆಲವೊಮ್ಮೆ ಅವನು ಸ್ಮಶಾನದಲ್ಲಿ ಒಂಟಿಯಾಗಿ ಇರುವುದನ್ನು ನೋಡಿದ ಹತ್ತಿರದ ಜನರು ಅವನಿಗೆ ಊಟ ತಂದಿಟ್ಟು ಹೋಗುತ್ತಿದ್ದರು. ಅವನು ಅದನ್ನೇ ಉಂಡು ಬಗಲ ಚೀಲದಲ್ಲಿ ಇಟ್ಟುಕೊಂಡು ತಂದಿದ್ದ ಪುಸ್ತಕ ತೆಗೆದು ಓದುತ್ತ ದಿನ ಕಳೆಯುತ್ತಿದ್ದ. ಹೀಗೆ ಅವನು ಸೂತ್ರ ಹರಿದ ಗಾಳಿಪಟದಂತೆ ಆಗಿ ಕೆಲವು ದಿನಗಳು ಕಳೆದ ಮೇಲೆ ಅವನ ಗಡ್ಡ, ತಲೆಗೂದಲು ಬೆಳೆದು ಮುಖಚರ್ಯೆ ಗುರುತು ಸಿಗದಂತೆ ಬದಲಾಯಿತು.

ಖಿಃ

ಮನೋಹರ ಮನೆ ಬಿಟ್ಟು ಹೋಗಿ ಒಂದು ತಿಂಗಳು ಕಳೆಯುತ್ತಿತ್ತು. ಒಂದು ದಿನ ಪಲ್ಲವಿ ಮನೆಯಲ್ಲಿ ಮೌನವಾಗಿ ಕುಳಿತಿರುವಾಗ, ಆಟವಾಡುತ್ತಿದ್ದ ಮಗಳು ಶ್ರುತಿ ಮನೋಹರನ ಫೋಟೋ ನೋಡಿ, ತಂದೆಯ ನೆನಪು ಬಂದು ಬೇಸರದಿಂದ–

'ಅವ್ವಾ ಅಪ್ಪಾ ಊರಿಗೆ ಹೋಗಿ ತಿಂಗಳಾತು, ಇನ್ನೂ ಬರಲಿಲ್ಲಲ್ಲಾ. ಅಪ್ಪಾ ಯಾವಾಗ ಬರ್ತಾರವ್ವಾ...?' ಎಂದು ಕೇಳಿದಳು. ಪಲ್ಲವಿ ಫೋಟೋದತ್ತ ನೋಡಿ–

'ಬರ್ತಾರವ್ವಾ... ಬರ್ತಿನಿ ಅಂತ ಹೇಳಿ ಹೋದಮ್ಯಾಲೆ ಬಂದ ಬರ್ತಾರ. ಇನ್ನ ಸ್ವಲ್ಪ ದಿನ ಇರು ಬಂದ ಬಿಡ್ತಾರ...' ಅಂದಳು.

'ಅಪ್ಪಾ ಇದ್ದಿದ್ರ ನನ್ನ ಬೆನ್ನಮ್ಯಾಲೆ ಹೊತ್ಕೊಂಡು ಕೂಸುಮರಿ ಆಡಸ್ತಿದ್ರು... ಚಾಕ್ಲೇಟ್ ತಂದು ಕೊಡತಿದ್ರು... ಎಷ್ಟು ದಿನಾತು ಅವ್ರನ್ನ ನೋಡದ... ಹೋದಮ್ಯಾಲೆ ಫೋನ್ ಸಹಿತ ಮಾಡಲಿಲ್ಲ...' ಎಂದು ಶ್ರುತಿ ವಿಷಾದದಿಂದ ಹೇಳಿದಳು.

'ಅಪ್ಪ ಇಲ್ಲದಿದ್ರ ಏನಾತು... ಅಜ್ಜಾ ಅದಾರಲ್ಲ... ಅವ್ರು ಆಡಸ್ತಾರ ಬಿಡು... ಯಾಕ್ ಬೇಜಾರ ಮಾಡ್ಕೊತಿ...'

'ಇಲ್ಲವ್ವಾ ನನಗ ಅಪ್ಪಾ ಬೇಕು... ಅವ್ರ ನನ್ನ ಸಾಲಿಗೆ ಬಿಟ್ಟು ಬರಬೇಕು... ಇಲ್ಲದಿದ್ರ ನಾನು ಸಾಲಿಗೇ ಹೋಗೋದಿಲ್ಲ...' ಅಂದಾಗ, ಅವಳ ಮಾತು ಕೇಳಿ ಪಲ್ಲವಿಗೆ ದುಃಖ ಚಿಮ್ಮಿ ಬಂದು ಮುಖ ಹೊರಳಿಸಿ ಅತ್ತಳು. ಶ್ರುತಿ ಅವಳ ಅಳು ನೋಡುತ್ತ ಅದರ ಹಿಂದಿನ ಸತ್ಯ ಅರ್ಥವಾಗದೇ ಮೌನವಾಗಿ ನಿಂತಳು.

ಮನೋಹರ ಸ್ಮಶಾನದಲ್ಲಿ ಬೇವಿನ ಮರದ ಬೊಡ್ಡೆಗೆ ತಲೆ ತಾಗಿಸಿ ಏಕಾಂಗಿಯಾಗಿ ಕಣ್ಣು ಮುಚ್ಚಿ ಕುಳಿತಿದ್ದ. ಹಾಗೆ ಕಣ್ಣು ಮುಚ್ಚಿ ಕುಳಿತವ ಒಮ್ಮೆಗೇ ಕಣ್ಣುಬಿಟ್ಟು ಗಂಭೀರವಾಗಿ ಯೋಚಿಸಿ–

'ನಾನು ನನ್ನವರನ್ನೆಲ್ಲಾ ಬಿಟ್ಟು ಬಂದು ಇಷ್ಟು ಕಾಲ ಕಳದ್ಹೋತು!... ಇಷ್ಟೊತ್ತಿಗೆ ನನ್ನ ಆರೋಗ್ಯ ಸಮಸ್ಯೆ ಹೆಚ್ಚಾಗಿ ನಾನು ನರಳಿ ನರಳಿ ಸಾಯಬೇಕಾಗಿತ್ತು. ನನ್ನ ಗೋರಿಗೆ ನಾನ ತೋಡಿದ ತೆಗ್ಗಿನೊಳಗ ಬಿದ್ದು ಜೀವ ಬಿಡಬೇಕಿತ್ತು. ಅದನ್ನ ನೋಡಿದವ್ರು ನನ್ನ ಹೆಣದ ಮ್ಯಾಲೆ ಮಣ್ಣು ಎಳೀಬೇಕಾಗಿತ್ತು... ಯಾಕ ಬರಲಿಲ್ಲ ಸಾವು... ಈ ಸಾವು ಇನ್ನೂ ಯಾಕ ನನ್ನ ಆವರಿಸಲಿಲ್ಲ!? ಬದುಕಿನ ಕೊನೆ ಅಧ್ಯಾಯ ಅನ್ಕೊಂಡು ಇಲ್ಲಿಗೆ ಬಂದ್ರ ಇದ ನನ್ನನ್ನ ಬದುಕಿಸೋ ಆಶ್ರಯ ಆಗಿಬಿಟ್ತಲ್ಲ!? ಹಂಗ ನೋಡಿದ್ರ ನಾನೀಗ ಮೊದಲಿಗಿಂತ ಅರಾಮಾಗೇ ಅದೀನಿ ಅನಸ್ತದ... ಆದ್ರ ಅವಳ ಮುಖಾ

ಮಾತ್ರ ಕಣ್ಣ ಪರದೆಯಿಂದ ಅಳಿಸಿ ಹೋಗಲಿಲ್ಲ... ಮಗಳ ಮಾತು ಇನ್ನೂ ಕಿವ್ಯಾಗ ಪ್ರತಿಧ್ವನಿಸಿದಂಗ ಆಗತೈತಿ... ಪಾಪ ಅಪ್ಪನ ದೈನೇಸಿ ಕಣ್ಣುಗಳು ನೆನಪಿನಿಂದ ಮಾಸಿ ಹೋಗಲಿಲ್ಲ... ಅವ್ವ ಹೆಂಗಿದ್ದಾಳೋ ಏನೊ... ನಾನಿಲ್ಲದ ಇಷ್ಟು ದಿನಗಳನ್ನ ಹೆಂಗ ಕಳದ್ಲೋ ಏನೊ. ನಾನಿಲ್ಲದಕ್ಕ ಮಗಳು ಎಷ್ಟು ಬೇಜಾರ ಮಾಡ್ಕೊಂಡಿರಬಹುದೊ ಏನೊ... ಅಪ್ಪಾ ಒಳಗೊಳಗ ಎಷ್ಟು ನೋವು ಅನುಭವಿಸಿರಬಹುದು... ಈ ಕ್ಷಣ ನನಗ ಸಾವು ಬರಬೇಕು, ಇಲ್ಲಾ ನಾನು ಅವ್ರನ್ನ ನೋಡಬೇಕು. ನನ್ನ ನೋಡಿ ಅವ್ವ ಮುಖದಮ್ಯಾಲೆ ಖುಷಿ ಅರಳೋದನ್ನ ನಾನು ನೋಡಬೇಕು... 'ಅಪ್ಪಾ' ಅನ್ನೋ ಮಗಳ ದನಿ ಒಮ್ಮೆ ಕೇಳಿಸ್ಕೊಬೇಕು... ನಾನು ಮತ್ತ ಬಂದ್ನೆಲ್ಲಾ ಅಂತ ಅಪ್ಪ ಖುಷಿ ಪಡೋದನ್ನ ಕಣ್ಣಾರೆ ನೋಡಬೇಕು... ಹೌದು, ಸಾವು ಬರ್ಲಿ... ಸಾವು ಬಂದ್ರೂ ಅವ್ವ ಮಡಿಲಾಗ ತಲಿ ಇಟ್ಟು ನಾನು ಆನಂದದಿಂದ ಜೀವ ಬಿಡ್ತಿನಿ. ಹ್ಞೂಂ... ಈಗಿಂದೀಗ ನಾನು ಹೊರಟುಬಿಡಬೇಕು... ಹೌದು ನಾನು ನನ್ನ ಗೂಡಿಗೆ ಮರಳಬೇಕು...' ಅಂದುಕೊಂಡ.

ಮುಖದಲ್ಲಿ ಆಶಾಭಾವ ತುಂಬಿಕೊಂಡು ಹೆಗಲಿಗೆ ತನ್ನ ಚೀಲ ಹಾಕಿಕೊಂಡು ಅಲ್ಲಿಂದ ಹೊರಟ. ಸ್ವಲ್ಪ ಮುಂದಕ್ಕೆ ಹೋಗುತ್ತಿದ್ದಂತೆ ಮತಿಭ್ರಮಣೀಯ ನಿರ್ಗತಿಕ ವ್ಯಕ್ತಿಯೊಬ್ಬ ಎದುರಿಗೆ ಬಂದು, ಇವನ ಮುಖವನ್ನೇ ಗಂಭೀರವಾಗಿ ನೋಡುತ್ತ ನಿಂತ. ಅವನ ಮುಖ ನೋಡಿ ಮನೋಹರ ಅವನೇಕೆ ತನ್ನನ್ನು ಗಮನಿಸುತ್ತಿದ್ದಾನೆ ಎಂದು ಯೋಚಿಸಿದ. ಆಗ ಆ ವ್ಯಕ್ತಿ ವಿಕಾರವಾಗಿ ನಗುತ್ತ–

'ಯೇ ಹುಚ್ಚಾ... ನಿನಗ ಮನಿ ಇಲ್ಲದಕ್ಕ ಈ ಸ್ಮಶಾನದಾಗ ಬಂದು ಅದೀಯೇನು!... ಇರು ಇರು... ಇಲ್ಲೇ ಒಂದು ಮನಿ ಕಟ್ಟಿಕೊಂಡು ಇರು. ಅಲ್ನೋಡು... ಅಲ್ಲೆ... ಅಲ್ಲೇ ನಂದೂ ಒಂದು ಸೈಟ ಐತಿ. ನಾನೂ ಮನಿ ಕಟ್ಟಬೇಕು ಅನ್ಕೊಂಡೇನಿ...' ಅಂದ.

'ಯಾರಪಾ ನೀನು... ಏನ್‌ನಿನ್ನ ಹೆಸರು?' ಎಂದು ಮನೋಹರ ಕೇಳಿದ.

ಅವನು ನಗುತ್ತ ತಲೆ ಕೆದಕಿಕೊಂಡು–'ಹೆಸರು ಮರ್ತೋತು...' ಎಂದು, ಅವನ ಮುಖವನ್ನೇ ನೋಡಿ ಯೋಚಿಸಿ, 'ನೀನು ನನ್ನ ಮಗಾ ಸುರೇಶಾ ಅಲ್ಲಾ!?... ಯೇ ಇಲ್ಲೇನ್ಮಾಡಾಕತ್ತಿ... ಬಾಪಾ ಬಾ... ಮನೀಗೆ ಹೋಗೂನು ಬಾ...' ಎಂದು ಹತ್ತಿರ ಬಂದ. ಆಗ ಮನೋಹರ ದೂರ ಸರಿದ. ಆ ಹೊತ್ತು ಅವನಿಗೆ ತನ್ನ ತಂದೆಯ ದೈನ್ಯ ಮುಖ ಕಣ್ಣೆದುರು ಬಂದಿತು.

'ನಾನಿನ್ನೂ ಮನಿ ಕಟ್ಟಿಲ್ಲ... ನೀನೇನು ಬೇಜಾರ್ ಮಾಡ್ಕೊಬ್ಯಾಡ... ಅಲ್ಲೇ ಬಾಡಗಿ ಮನ್ಯಾಗ ಇರೂನು. ನಿಮ್ಮವ್ವಾ ಮೊನ್ನೆ ತೀರಿದ್ಲು... ಈಗ ನಾನೊಬ್ಬನ ಅದೀನ ನೋಡು... ಬಾ ಮನೀಗೆ ಹೋಗೂನು' ಎಂದಾಗ–

'ನಾನು ನಿನ್ನ ಮಗಾ ಅಲ್ಲಪಾ... ಮಗಾ ನಿನ್ನ ಬಿಟ್ಟು ಹೋಗ್ಯಾನೇನು?' ಎಂದು ಮನೋಹರ ಕೇಳಿದ.

ಅವನು ಯೋಚಿಸಿ ಏನೋ ಹೊಳೆದಂತಾಗಿ, 'ಮಗಾ ಸುರೇಶಾ... ಬರ್ತಾನ... ಬರ್ತಾನ... ಅಕಿ ನೋಡಿದ್ರ ಹೋಗೇಬಿಟ್ಲು...' ಎನ್ನುತ್ತ ಖುಷಿಯಿಂದ 'ಸುರೇಶಾ ಬರ್ತಾನ... ಮಗಾ ಬರ್ತಾನ...' ಎಂದು ಅಲ್ಲಿಂದ ಓಡಿದ.

ಅವನು ಓಡುವಾಗ ಬಗಲಲ್ಲಿರುವ ಹರಿದ ಜೋಳಿಗೆಯಿಂದ ಬಟ್ಟೆಯ ಗಂಟು ಕಟ್ಟಿದ ವಸ್ತುವೊಂದು ಬಿದ್ದಿತು. ಅದನ್ನು ನೋಡಿ ಮನೋಹರ 'ಯೇ...' ಎಂದು ಕರೆಯುವಷ್ಟರಲ್ಲಿ ಅವನು ಅಲ್ಲಿಂದ ದೂರಕ್ಕೆ ಹೋಗಿದ್ದ. ಅದರಲ್ಲೇನಿರಬಹುದು ಎಂಬುದನ್ನು ತಿಳಿದುಕೊಳ್ಳುವವ ಕುತೂಹಲದಿಂದ ಮನೋಹರ ಅದನ್ನು ಎತ್ತಿಕೊಂಡು ಬಂದು ಕಟ್ಟೆ ಮೇಲೆ ಕುಳಿತು ಕಟ್ಟಿರುವ ಬಟ್ಟೆ ಬಿಚ್ಚಿದ. ಒಳಗೆ ರದ್ದಿ ಕಾಗದಗಳ ದೊಡ್ಡ ಉಂಡೆ ಸಿಕ್ಕಿತು. ಮೇಲಿರುವ ಕಾಗದಗಳ ಸುರುಳಿ ಬಿಚ್ಚುತ್ತ ಹೋದಾಗ ಬರೀ ಕಾಗದಗಳೇ ಸಿಕ್ಕವು. ಏನೂ ಇರಲಿಕ್ಕಿಲ್ಲ ಎಂದುಕೊಂಡು ಅದನ್ನು ಅಲ್ಲಿಯೇ ಬಳಿ ಎಸೆದು, ಸ್ವಲ್ಪ ಮುಂದಕ್ಕೆ ಹೋದ. ಮತ್ತೇನೊ ಅನುಮಾನ ಬಂದು ಹೊರಳಿ ಅದನ್ನು ನೋಡಿ, ಸರಸರನೇ ಹಿಂದಕ್ಕೆ ಬಂದು ಎತ್ತಿಕೊಂಡು ಮೇಲಿರುವ ಹಾಳೆಗಳನ್ನು ಸರಸರನೇ ಹರಿದು ಬಿಸಾಕಿದ. ಹಾಗೇ ಅದನ್ನು ಬಿಚ್ಚುತ್ತ ಹೋದಾಗ ಸುತ್ತಿದ ಹಾಳೆಗಳು ಮುಗಿದು ಐದುನೂರು ರೂಪಾಯಿ ನೋಟಿನ ಕೆಲವು ಕಟ್ಟುಗಳು ಕಂಡವು. ಅದನ್ನು ಕಂಡು ಅಚ್ಚರಿಯಿಂದ ಗಾಬರಿಗೊಂಡ ಮನೋಹರ, ಮರುಕ್ಷಣ ದೃಷ್ಟಿಯನ್ನು ಎಲ್ಲೋ ಕೇಂದ್ರೀಕರಿಸಿ ಖುಷಿಯಿಂದ ಯೋಚಿಸಿದ. ಆಗ ಸಾಲ ಕೊಟ್ಟ ಶಂಕ್ರಪ್ಪ ಮನೆಗೆ ಬಂದು ಆಡಿದ ಮಾತುಗಳು ನೆನಪಿಗೆ ಬಂದವು. ಹೆಂಡತಿ ತಾನು ರೊಟ್ಟಿ ಮಾಡಿ ಹೋಟೆಲ್‌ಗಳಿಗೆ ಕೊಟ್ಟು ಹಣ ಸಂಪಾದಿಸುವ ಕುರಿತು ಆಡಿದ ಮಾತುಗಳು ನೆನಪಿಗೆ ಬಂದವು. ಹಣದ ಕಂತೆಗಳನ್ನು ಬಗಲ ಚೀಲದಲ್ಲಿ ಹಾಕಿಕೊಂಡು ಅಲ್ಲಿಂದ ಹೊರಟ.

ಮನೋಹರ ತನ್ನ ಮನೆ ಹತ್ತಿರಕ್ಕೆ ಬಂದಾಗ ಮನೆ ಅಂಗಳದಲ್ಲಿ ಮಗಳು ಆಟವಾಡುತ್ತಿರುವುದು ಕಂಡು ಮನಸ್ಸು ಹಿಗ್ಗಿ ಕಣ್ಣೀರು ಹಾಕಿದ. ಸ್ವಲ್ಪ ಹೊತ್ತಿನ ಬಳಿಕ ಮೆಲ್ಲಗೇ ಅವಳ ಹತ್ತಿರ ಹೋಗಿ ನಿಂತಾಗ ಅವನನ್ನು ಕಂಡು ಅವಳಿಗೆ ಅಚ್ಚರಿ, ಬೆರಗು ಆಗಿ–

'ಯೇ... ಅಪ್ಪಾ ಬಂದ್ರು ಅಪ್ಪಾ ಬಂದ್ರು' ಎಂದು ಕುಣಿದು ಕುಪ್ಪಳಿಸಿದಳು. ಅದನ್ನು ಕೇಳಿಸಿಕೊಂಡು ಪಲ್ಲವಿ ಅಚ್ಚರಿಯಿಂದ ಹೊರಗೆ ಬಂದು, ಗಡ್ಡ ಮೀಸೆ

ಬೆಳೆದಿರುವ ಮನೋಹರನನ್ನು ಕಂಡು ರೋಮಾಂಚನಗೊಂಡಳು. ಅವಳ ಮುಖ ನೋಡಿ ಅವನು ಆನಂದದಿಂದ ಮುಗುಳ್ನಕ್ಕು ಹತ್ತಿರಕ್ಕೆ ಹೋದ. ಅವಳು ಅಚ್ಚರಿ ಬೆರಗಿನಿಂದ ಭಾವುಕಳಾಗಿ–

'ರೀ ನಿಜವಾಗ್ಲೂ ನೀವು ಬಂದ್ಬಿಟ್ರಾ... ನಾನು ಬೇರೆ ಯಾರೋ ಅನ್ಕೊಂಡೆ' ಅಂದಳು.

'ಮತ್ತೆ ನಿನ್ನ ನೋಡದ ನನ್ನ ಜೀವ ಸಹಿತ ಈ ದೇಹ ಬಿಟ್ಟು ಹೋಗಲಿಲ್ಲ ಪಲ್ಲವಿ. ಅದಕ ಏನಾಗತದೊ ಆಗಲಿ, ನಿನ್ನ ಮಡಿಲೊಳಗ ತಲೆ ಇಟ್ಟು ಜೀವ ಬಿಡಬೇಕು ಅನಿಸ್ತು ಅದಕೆ ಬಂದ್‌ಬಿಟ್ಟೆ... ನನ್ನ ಕ್ಷಮಿಸು ಪಲ್ಲವಿ. ನಿನ್ನ ಬಿಟ್ಟು ಹೋಗಿ ಇಷ್ಟು ದಿನ ನೋವು ಕೊಟ್ಟಿದ್ದಕ್ಕ ನನ್ನ ಕ್ಷಮಿಸಿಬಿಡು' ಎಂದು ಅವಳನ್ನು ತಬ್ಬಿಕೊಂಡ.

'ರೀ ಕ್ಷಮಿಸೋ ಮಾತಿರಲಿ... ಈ ಜನ್ಮದಾಗ ಮತ್ತ ನಿಮ್ಮನ್ನ ನೋಡ್ತಿನೋ ಇಲ್ವೊ ಅನ್ಕೊಂಡಿದ್ದೆ... ನೀವು ಬಂದೀರಿ ಅನ್ನೋದು ಕನಸೇನೋ ಅನಿಸ್ತಿದೆ ರೀ... ಸಾವು ಬರೋದಾದ್ರ ಇಬ್ಬರಿಗೂ ಒಟ್ಟಿಗೇ ಬರಲಿ. ನೀವು ನನ್ನ ಬಿಟ್ಟು ಎಲ್ಲೂ ಹೋಗ್ಬೇಡ್ರಿ... ನನ್ನ ಬಿಟ್ಟು ಹೋಗ್ಬೇಡ್ರಿ' ಎಂದು ಪಲ್ಲವಿ ಅತಿ ಭಾವುಕಳಾಗಿ ಮಾತನಾಡಿದಳು. ಮಗಳು ಮೂಕವಿಸ್ಮಿತಳಾಗಿ ಅವರಿಬ್ಬರನ್ನು ನೋಡಿದಳು. ಸೋಮೇಶ್ವರ ಆ ಹೊತ್ತು ಮನೆಯಲ್ಲಿ ಇರಲಿಲ್ಲ. ಕೆಲವೇ ಕ್ಷಣ ಕಳೆದಾಗ ಪಲ್ಲವಿ ಸ್ತಬ್ಧವಾದಳು. ಅವನು 'ಪಲ್ಲವಿ ಪಲ್ಲವಿ...' ಎಂದು ಅವಳನ್ನು ಹಿಂದಕ್ಕೆ ಸರೆಸಿದಾಗ ಅವಳು ಕೈಯಿಂದ ಕುಸಿದು ಕೆಳಕ್ಕೆ ಬಿದ್ದಳು. ಅವಳನ್ನು ಎಬ್ಬಿಸಲು ಪ್ರಯತ್ನಿಸಿದಾಗ ಅವಳ ದೇಹ ಮಿಸುಕಲಿಲ್ಲ. ಮೂಗಿನ ಬಳಿ ಬೆರಳು ಹಿಡಿದು ನೋಡಿದ. ಹೃದಯಾಘಾತದಿಂದ ಉಸಿರು ನಿಂತಿರುವುದು ತಿಳಿದು ತಲ್ಲಣಗೊಂಡ ಮನೋಹರ ತಬ್ಬಿಕೊಂಡು ಗೋಳಾಡಿ ಅಳತೊಡಗಿದ. ಏನೇನೋ ಕನವರಿಸಿ ಅವಳೊಂದಿಗೆ ಮಾತನಾಡಲು ಪ್ರಯತ್ನಿಸಿದ. ಶೃತಿ ಅಪ್ಪನನ್ನು ಹಿಡಿದುಕೊಂಡು ಅತ್ತಳು.

ಅವಸಾನ

(ಕಾದಂಬರಿ–3)

ಗಂಡನ ಮನೆಯಲ್ಲಿರುವ ಮಗಳ ಭೇಟಿಗೆ ಹೋಗಿದ್ದ ಕುಪ್ಪಣ್ಣ ಭಟ್ಟರು ಮಲೆನಾಡು ಪ್ರದೇಶದಲ್ಲಿರುವ ತಮ್ಮ ಊರು ಚಂದಾಪುರಕ್ಕೆ ಹಿಂದಿರುಗುತ್ತಿದ್ದರು. ಊರು ತಲುಪಲು ನದಿ ದಾಟಬೇಕಿರುವುದರಿಂದ ಎಂದಿನಂತೆ ಪರಿಚಿತ ನಾವಿಕ ರಾಮಣ್ಣನೊಂದಿಗೆ ದೋಣಿಯಲ್ಲಿ ಕುಳಿತು ಹೊರಟಿರುವಾಗ, ರಾಮಣ್ಣ ಎಂದಿನಂತೆ ಸಲುಗೆಯಿಂದ ಮಾತನಾಡುತ್ತಿದ್ದ.

'ಇಷ್ಟೆಲ್ಲಾ ಆಗಿದ್ದಲ್ದೆ ಮತ್ತೆ ಮೂರನೇ ಅಲೆ ಬೇರೆ ಶುರುವಾಗ್ತದಂತೆ ಭಟ್ರೆ! ನಮ್ಮಂಥವ್ರು ಜೀವನ ಮಾಡಿಕೊಂಡು ಬದುಕಿರೋದೇ ಕಷ್ಟ ಆಗಿಬಿಟ್ತು. ಇಂಥಾ ದಿನಗಳೂ ಬರಬಹುದು ಅಂತ ನಾವೆಲ್ಲಾ ಕನಸು–ಮನಸನಲ್ಲೂ ಅಂದ್ಕೊಂಡಿರ್ಲಿಲ್ಲ!' ಎಂದ ರಾಮಣ್ಣ.

'ಈ ಕೊರೊನಾ ಅನ್ನೋ ಹೆಮ್ಮಾರಿ ಬಂದು ಏನೆಲ್ಲಾ ಆಗಬಾರದು ಅಂದುಕೊಳ್ಳತಿದ್ವೋ ಅದೆಲ್ಲಾ ನಮ್ಮ ಕಣ್ಣುಮುಂದೇ ನಡದೋಗ್ತಿದೆ. ಮಾಡಬಾರದ್ದನ್ನೆಲ್ಲಾ ಮಾಡತಾ ಸೃಷ್ಟಿಯೊಳಗೆ ತಾನೇ ಬುದ್ಧಿವಂತ ಅಂತ ಮೆರಿತಿದ್ದ ಮನುಷ್ಯನಿಗೆ ಕೆಟ್ಟ ಕಾಲ ಬಂದ್ಬಿಟ್ತು' ಎಂದು ಕುಪ್ಪಣ್ಣ ಭಟ್ರು ವಿಷಾದದಿಂದ ಹೇಳಿದರು.

'ಮನುಷ್ಯ ಮಾಡಬಾರದ್ದು ಅಂದ್ರೆ ಏನ್ ಭಟ್ರೆ!?' ಎಂದು ರಾಮಣ್ಣ ಆಶ್ಚರ್ಯದಿಂದ ಕೇಳಿದ.

'ಅದನ್ನೆಲ್ಲಾ ಹೇಳೋದಕ್ಕ ಹೋದ್ರೆ ನಿನಗರ್ಥಾ ಆಗಲ್ಲಾ ಬಿಡು' ಎಂದಾಗ, ಅದನ್ನು ಕೇಳಿ ರಾಮಣ್ಣ ಮುಗುಳ್ನಕ್ಕು–

'ಹೇಳಿ ಪರವಾಗಿಲ್ಲಾ ಅರ್ಥಾ ಮಾಡ್ಕೋತಿನಿ' ಅಂದ.

'ನೋಡು, ನಿಸರ್ಗ ಮನುಷ್ಯನಿಗೆ ಏನೆಲ್ಲಾ ಕೊಟ್ಟಿದೆ. ಅದನ್ನ ತನ್ನ ಸ್ವಾರ್ಥಕ್ಕೆ ಬಳಸಿಕೊಂಡು ಮನುಷ್ಯ ಮಾತ್ರ ನಿಸರ್ಗದ ವಿರುದ್ಧ ಹೊರಟಿದ್ದಾನೆ. ಅದರ ಪರಿಣಾಮನೇ ಇದೆಲ್ಲಾ! ಬೀದಿ–ಬೀದಿಲಿ ಹೆಣಾ ಬಿದ್ರೂ ನೋಡಿದವ್ರು ಏನೂ ಮಾಡಕಾಗದ ಕೆಟ್ಟ ಪರಿಸ್ಥಿತಿನ ನಮ್ಮ ಕಾಲದಲ್ಲಿ ನಾವು ಯಾವತ್ತಾದ್ರೂ ನೋಡಿದ್ವಾ? ಛೆ!... ಎಂದು ತಮ್ಮ ಮನೆ ಪರಿಸ್ಥಿತಿ ಸ್ಮರಿಸಿಕೊಂಡು ವಿಷಾದದಿಂದ–'ಆದ್ರೆ ಇಂಥಾ ಕೆಟ್ಟ ಪರಿಸ್ಥಿತಿಯಿಂದ ನಮ್ಮಂಥವ್ರೆಲ್ಲಾ ಒಂದೊತ್ತಿನ ಊಟಕ್ಕೂ ಪರದಾಟೋ ಗತಿ ಬಂದ್ಬಿಟ್ತು. ದೇವಸ್ಥಾನದಲ್ಲಿ ಒಂದು ಮಂಗಳಾರತಿಗೆ ಆರತಿ ತಟ್ಟೇಲಿ ನೂರಿನ್ನೂರು ಹಣ ಸೇರತಿತ್ತು. ವಾರಕ್ಕೊಮ್ಮೆ ಭರಪೂರಾಗಿ ಸೇರತಿದ್ದ ಭಕ್ತರಿಂದ ಸಾಕಾಗುವಷ್ಟು ಕಾಣಿಕೆ ಹಣ ಕೈ ಸೇರತಿತ್ತು. ಭಕ್ತರು ಆಗೊಮ್ಮೆ ಈಗೊಮ್ಮೆನಾದ್ರೂ ಮನೆ–ಮನೆಗೆ ಕರೆಸಿ ಪೂಜೆ ಮಾಡಿಸಿ ತಮ್ಮ ಇಷ್ಟಾರ್ಥ ಸಿದ್ಧಿಗೆ ದಾನ ಅಂತ ಏನಾದ್ರೂ ಕೊಡೋರು. ವರ್ಷದಿಂದ ಅದೆಲ್ಲಾ ಕೈ ತಪ್ಪೋಯ್ತು. ಅಂಗಡಿ, ಮನೆ, ಮಠಾ, ದೇವಸ್ಥಾನ ಎಲ್ಲಾ ಬಾಗಲು ಮುಚ್ಕೊಂಡು ಬಿಡಿಗಾಸೂ ಇಲ್ದೇ ಇನ್ನೊಬ್ಬರ ಮುಂದೆ ಕೈ ಚಾಚೋಹಾಗಿಬಿಟ್ತು. ಇದನ್ನೆಲ್ಲಾ ನೋಡ್ತಿದ್ರೆ ಭಿಕ್ಷೆ ಬೇಡಿ ಬದುಕೋ ಈ ಜೀವನ ಯಾಕಾದ್ರೂ ಬೇಕು ಅನಿಸಿಬಿಡತದೆ. ಆ ಭಗವಂತ ಇನ್ನೂ ಅದೇನೇನ್ ಆಟಾ ಆಡಿಸ್ತಾನೊ ಅವನೇ ಬಲ್ಲ!' ಎಂದು ಭಟ್ಟರು ಹೇಳಿದರು.

'ಬಿಡಿ ಬಿಟ್ರೆ, ಅದ್ಯಾಕ್ ಅಷ್ಟು ಬೇಸರ ಮಾಡಿಕೊಳ್ತಿರಿ. ಸರ್ಕಾರದವ್ರು ಅದೇನೊ ಸಹಾಯಧನ ಅಂತ ಕೊಡ್ತಾರಂತಲ್ಲ. ನೋಡಿದ್ರಾಯ್ತು.'

'ಹೂಂ, ಕೊಡ್ತಾರೆ ಕೊಡ್ತಾರೆ... ಸತ್ತಮೇಲೆ ನಮ್ಮಂಥವ್ರ ಹೆಣದಮೇಲೆ ತಂದು ಸುರಿತಾರೆ. ಅದನ್ನ ಚಿತೆಗೆ ಬಳಸ್ಕೊಬೇಕು ಅಷ್ಟೆ.'

ತಮ್ಮ ಆರ್ಥಿಕ ಸ್ಥಿತಿ ಸರಿ ಇಲ್ಲದಕ್ಕೆ ಕುಪ್ಪಣ್ಣ ಭಟ್ರು ಹೀಗೆ ಉದ್ವೇಗದಿಂದ ಮಾತನಾಡಿದಾಗ, ರಾಮಣ್ಣ ಗೊಂದಲದಿಂದ ಅವರ ಮುಖವನ್ನೇ ಗಮನಿಸಿ– 'ಮಗಳ ಮನೆಗೆ ಹೋಗಿದ್ದೆ ಅಂದ್ರಿ. ಮಗಳು ಹೇಗಿದ್ದಾಳೆ ಭಟ್ರೆ?' ಎಂದು ಕೇಳಿದ.

'ಅವ್ಳು ಚೆನ್ನಾಗಿದ್ದಾಳೆ. ಅವಳನ್ನ ನೋಡಿ ವರ್ಷನೇ ಆಗಿತ್ತು. ಅದಕ್ಕಾಗೇ ಪುರುಸೊತ್ತು ಮಾಡಿಕೊಂಡು ಹೋಗಿಬಂದೆ. ನಾನು ಹ್ಯಾಗಿದ್ರೂ ಅಡ್ಡಿಯಿಲ್ಲ. ದೇವ್ರು ಅವಳನ್ನ ಚೆನ್ನಾಗಿಟ್ಟಿದ್ದಾನೆ, ಅದೇ ಸಂತೋಷ. ಆದ್ರೆ ಅವಳ ಮದುವೆಗೆ

ಅಂತ ಮಾಡಿದ್ದ ಎರಡು ಲಕ್ಷ ಸಾಲವೊಂದು ತೀರಿದ್ರೆ ನನಗೆ ನೆಮ್ಮದಿ. ಇಂಥಾ ಪರಿಸ್ಥಿತೀಲಿ ಆ ಸಾಲಾ ತೀರಿಸೋದು ಹ್ಯಾಗಪ್ಪಾ ಅನ್ನೋದೇ ಚಿಂತೆ ನನಗೆ... ಭಗವಂತಾ ಕಾಪಾಡಪ್ಪಾ...' ಎಂದು ಹೇಳುವಷ್ಟರಲ್ಲಿ ದೋಣಿ ದಡ ಸೇರಿತು. ಭಟ್ಟರು ಕನವರಿಸಿದಂತೆ ಮಾತನಾಡುತ್ತಲೇ ದೋಣಿಯಿಂದ ಇಳಿದರು. ರಾಮಣ್ಣ ದೋಣಿಯನ್ನು ದಡಕ್ಕೆ ನಿಲ್ಲಿಸಿದ.

ಭಟ್ಟರು ನದಿ ದಡದಿಂದ ನಡೆದುಕೊಂಡು ಮನೆಯತ್ತ ಹೊರಟಿರುವಾಗ, ತೋಟದಲ್ಲಿ ಕೆಲಸ ಮಾಡುತ್ತಿದ್ದ ಪರಿಚಿತ ರೈತ ಸೀನಪ್ಪ ಅವರನ್ನು ಕಂಡು– 'ಕುಪ್ಪಣ್ಣಾ... ಯೇ ಕುಪ್ಪಣ್ಣಾ...' ಎಂದು ಕರೆದ. ಹೊರಳಿ ನೋಡಿದಾಗ, 'ಕೂಗಿದ್ರೂ ಕೇಳದಿರೋ ಹಾಗೆ ಹೋಗತಿಯಲ್ಲ ಮಾರಾಯ' ಎಂದ ಸೀನಪ್ಪ.

'ಏನು?' ಎಂದು ಭಟ್ಟರು ಕೇಳಿದಾಗ–

'ಶಂಕ್ರಮ್ಮನಿಗೆ ಮೈಗೆ ಹುಶಾರಿಲ್ಲಂತೆ. ಏನೋ ಖಾಯಿಲೆ ಬಂದಿದೆಯಂತೆ' ಎಂದಾಗ ಭಟ್ಟರು ಅವಳ ಬಗೆಗೆ ಯೋಚಿಸಿ, ಗಂಭೀರವಾಗಿ ಅವನ ಮುಖ ನೋಡಿದರು.

'ನಾನು ಸುಳ್ಳು ಹೇಳ್ತಿಲ್ಲ ಮಾರಾಯ. ನಿನ್ನೆ ತೆಂಗಿನಹಳ್ಳಿ ಮಂಜಪ್ಪ ಸಿಕ್ಕಿದ್ದ. ಅವನು ಊರಿಗೆ ಹೋಗಿದ್ನಂತೆ. ಶಂಕ್ರಮ್ಮ ಸ್ಥಿತಿ ಕಂಡು ಕಣ್ಣಲ್ಲಿ ನೀರು ಬಂತು ಸೀನಾ ಅಂದ. ಖಾಯಿಲೆಯಿಂದ ಸೊರಗಿಹೋಗಿದಾಳಂತೆ. ಪಾಪಾ ನಿನ್ನನ್ನ ಅಷ್ಟೊಂದು ಹಚ್ಕೊಂಡಿದ್ದ ಜೀವ ಅದು. ಒಂದ್ಸಾರಿ ಹೋಗಿ ನೋಡಿಕೊಂಡು ಬರಬಹುದಲ್ವಾ?' ಅಂದಾಗ ಕುಪ್ಪಣ್ಣ ಭಟ್ರು ಒಳ ಒಳಗೇ ಯಾತನೆ ಅನುಭವಿಸಿ, 'ಇಲ್ಲ' ಎನ್ನುವಂತೆ ತಲೆ ಅಲ್ಲಾಡಿಸಿದರು.

'ನಾನು ಹೀಗಂತೀನಿ ಅಂತ ಬೇಸರ ಮಾಡಿಕೊಬೇಡ. ಅವ್ಳು ನಿನ್ನ ಬಯಸಿ ಬಂದವ್ಳು. ಅವಳನ್ನ ಹೀಗೆ ತಿರಸ್ಕಾರ ಮಾಡಿ ಸುಮ್ಮನಿರೋದು ಸರಿಯಲ್ಲ ಕುಪ್ಪಣ್ಣಾ...' ಅಂದಾಗ, ಆ ಮಾತಿನಿಂದ ಕುಪಿತರಾದ ಭಟ್ಟರು–

'ಸೀನಾ...! ಸುಮ್ನೆ ಹಳೇದನ್ನ ಕೆದಕಿ ತಲೆ ಕೆಡಸ್ಬೇಡ?' ಎಂದರು.

'ಸ್ನೇಹಿತ ಅಂತ ಹೇಳಿದ್ರೆ... ಅದ್ಯಾಕೆ ಹಂಗ ಸಿಟ್ಟಿಗೆ ಬರ್‍ತಿಯ... ಕಡೆಗಾಲದಲ್ಲಾದ್ರೂ ಅವಳು ಕಣ್ಣು ಮುಚ್ಚೊ ಮೊದಲು ಒಂದ್ಸಾರಿ ಮುಖಾ ತೋರಿಸಿ ಪುಣ್ಯ ಕಟ್ಕೋ... ಮಡಿವಂತಿಕೆ ಅಂತ ಅವಳಿಗೆ ನೋವು ಕೊಟ್ಟಿದ್ದು ಸಾಕು...' ಅಂದ ಸೀನಪ್ಪ.

ಗಂಭೀರವಾಗಿ ಅವನ ಮುಖವನ್ನೇ ನೋಡಿದ ಕುಪ್ಪಣ್ಣ ಭಟ್ರು ಮಾತನಾಡದೇ ಅಲ್ಲಿಂದ ಹೊರಟು ಹೋದರು. ಸೀನಪ್ಪ ಅಚ್ಚರಿಯಿಂದ ಅವನ ನಡಿಗೆಯನ್ನೇ ನೋಡುತ್ತ ನಿಂತ.

ಚಂದಾಪುರ ಮಲೆನಾಡಿನ ಹಸಿರು ಪರಿಸರದ ನಡುವೆ ಇರುವ ಸಣ್ಣ ಊರು. ಊರ ಅಂಚಿಗಿರುವ ಒಂಟಿ ಮನೆಯೇ ಕುಪ್ಪಣ್ಣ ಭಟ್ಟರದು. ಬೆಳಗಿನ ಹೊತ್ತು ಮರ, ಬಳ್ಳಿ ಹೂವುಗಳ ನಡುವೆ ಆಕರ್ಷಕವಾಗಿ ಕಾಣುವ ಮನೆಯ ಮೇಲೆ, ಸ್ನಾನಕ್ಕೆ ನೀರು ಕಾಯಿಸಲು ಹೊತ್ತಿಸಿರುವ ಒಲೆಯ ಹೊಗೆ ಮಂಜಿನಂತೆ ಹರಡಿತ್ತು. ಕುಪ್ಪಣ್ಣ ಭಟ್ಟರ ಮಗ ಆನಂದ ಸ್ನಾನ ಮಾಡುತ್ತಲಿದ್ದ. ಅವನ ಹೆಂಡತಿ ಪದ್ಮಾ ಮನೆಯ ಹಿತ್ತಲಲ್ಲಿ ಪಾತ್ರೆ ತೊಳೆಯುತ್ತಲಿದ್ದಾಗ–

'ಪದ್ದು... ಯೇ ಪದ್ದು... ಬಾಯಿಲ್ಲಿ ಸ್ವಲ್ಪ ಬೆನ್ನು ಉಜ್ಜು ಬಾ...' ಎಂದು ಆನಂದ ಅವಳನ್ನು ಕರೆದ.

ಅವನ ಧ್ವನಿ ಕೇಳಿಸಿಕೊಂಡ ಪದ್ಮಾ 'ಬಂದೆ ರೀ... ಸ್ವಲ್ಪ ಇರಿ ಬಂದೆ...' ಎಂದಳು.

ಕೆಲವು ಕ್ಷಣ ಕಾಯ್ದು ಆನಂದ 'ಲೇ ಪದ್ದಿ... ಕರದ ತಕ್ಷಣ ಬರಕಾಗಲ್ವೇನೆ... ಎಷ್ಟೊತ್ತು ಕಾಯಬೇಕು ನಿನಗೆ? ಕಟ್ಕೊಂಡ ಗಂಡನ ಸೇವೆ ಹ್ಯಾಗ್ ಮಾಡಬೇಕು ಅನ್ನೋದನ್ನ ನಿನ್ನಪ್ಪಾ ಅಮ್ಮಾ ಒಂಚೂರೂ ಕಲಿಸಿಲ್ಲ ನೋಡು ನಿನಗೆ. ಬರೀ ಮುಸುರೆ ತಿಕ್ಕೋದು... ಬಟ್ಟೆ ಒಗೆಯೋದು ಬಿಟ್ರೆ ಬೇರೇನೂ ಗೊತ್ತಿಲ್ಲಾ ನಿನಗೆ...' ಎಂದು ಅಸಮಾಧಾನದಿಂದ ಕೂಗಿದ.

ಪದ್ಮಾ ಮುಖ ಸಿಂಡರಿಸಿಕೊಂಡು, ಕೈಯಲ್ಲಿ ಹಿಡಿದಿದ್ದ ಪಾತ್ರೆ ಒಗೆದು ಗಂಡನ ಬಳಿ ಹೋಗಿ–'ಬೆಳಬೆಳಗ್ಗೆ ನಿಮ್ಮ ಸೇವೆ ಮಾಡತಾ ಕೂತ್ಕೊಳ್ಳೊದಕ್ಕೆ ನೀವೇನು ಕೃಷ್ಣ ಪರಮಾತ್ಮನಾ? ರಾತ್ರಿಯಾದರೆ ಅದಕ್ಕೆ... ಬೆಳಗಾದ್ರೆ ಇದಕ್ಕೆ ಮಾತ್ರ ಹೆಂಡ್ತಿ ನೆನಪಾಗೋದು. ಅಡುಗೆ ಮನೇಲಿ ಅಕ್ಕಿ ಬೇಳೆ ತೀರಿ ಒಲೆಯೊಳಗೆ ಬೆಕ್ಕು ಮಕ್ಕೊಂಡಿದ್ದು ಯಾರಿಗೂ ಕಾಣ್ತಿಲ್ಲ. ಅದನ್ನೂ ನಾನೀಗ ಅಪ್ಪನ ಮನೆಯಿಂದನೇ ತರಬೇಕಾಗಿದೆ' ಎಂದು ಅವನ ಮೇಲೆ ರೇಗಿದಳು.

'ಓಹೋಹೋ... ಏನು ಅಪ್ಪನ ಮನೆಯಿಂದ ಜೀವನ ಪೂರ್ತಿ ಕೂತು ತಿನ್ನೊವಷ್ಟು ತಂದಿರೋಳ ತರಾ ಮಾತಾಡ್ತಿಯ. ಮದುವೇಲಿ ಕೊಡಬೇಕಾಗಿದ್ದನ್ನೆ ಇನ್ನೂ ಸರಿಯಾಗಿ ಕೊಟ್ಟಿಲ್ಲ ನಿಮ್ಮಪ್ಪಾ. ನಿಮ್ಮದೇನು ಕುಚೇಲನ ವಂಶ ನೋಡು... ಅಲ್ಲೂ ಅಷ್ಟೇ ಒಂದೊತ್ತು ತಿಂದ್ರೆ ಇನ್ನೊಂದು ಹೊತ್ತು ಉಪಾಸ.'

'ನನ್ನ ತವ್ರ ಮನೆ ಬಗ್ಗೆ ಇನ್ನೊಂದು ಮಾತು ಮಾತಾಡಬೇಡಿ ನೀವು... ವಯಸ್ಸಿಗೆ ಬಂದಕೂಡಲೇ ಹೆಣ್ಣು ಸಿಕ್ಕು ಅಂತ ಸುಮ್ನೆ ಮದುವೆ ಮಾಡಿಕೊಂಡು ಬಂಧ್ಬಿಡೋದಲ್ಲ. ಕಟ್ಕೊಂಡಮೇಲೆ ದುಡುದು ಹೊಟ್ಟೆ ಬಟ್ಟೆಗೆ ಸರಿಯಾಗಿ ನೋಡ್ಕೊಬೇಕು. ಅಪ್ಪ ದುಡದಿದ್ರಲ್ಲಿ ಉಂಡು ಊರು ಸುತ್ಕೊಂಡು ಇರೋನಿಗೆ ಮದುವೆ ಯಾಕ್ ಬೇಕಿತ್ತೊ?' ಎಂದು ಮುಂಗೋಪದಿಂದ ಅಂದಳು.

'ನಿಂದು ಬರೀ ಇದೇ ಆತು... ನಿನ್ನನ್ನ ಕರದಿದ್ದೇ ನನ್ನ ತಪ್ಪಾತು. ನೀನು ಮುಸುರೆ ತಿಕ್ಕೋದಕ್ಕೇ ಯೋಗ್ಯ... ಹೋಗು' ಎಂದು ಆನಂದ ಮುನಿಸಿನಿಂದ ಅವಳ ಕೈ ಬಿಡಿಸಿದಾಗ, ಅವಳು ಕೈಯಲ್ಲಿದ್ದ ಉಜ್ಜುವ ನಾರು ಬಿಸಾಕಿ ಬಿರಬಿರನೇ ಹೊರಗೆ ಹೋದಳು.

ಸ್ವಲ್ಪ ಹೊತ್ತಿನ ನಂತರ ಆನಂದ ಸ್ನಾನ ಮುಗಿಸಿಕೊಂಡು ತಲೆ ಒರೆಸಿಕೊಳ್ಳುತ್ತ ಹೊರಗೆ ಬಂದಾಗ, ಪದ್ಮಾ ಇನ್ನೂ ಪಾತ್ರೆ ತೊಳೆಯುತ್ತಲೇ ಇದ್ದಳು. ಅವಳನ್ನು ನೋಡಿ ಆನಂದ–

'ಮದುವೆ ಆಗಿ ಇಷ್ಟು ಇರ್ಷ ಆಯ್ತು. ನನ್ನ ಹಣೇಬರಕ್ಕೆ ನನಗೆ ಒಂದು ಮಗು ಅಂತ ಆಗಲಿಲ್ಲ. ಅಪ್ಪಾ ಹೋಗಿ ಹೋಗಿ ನಿನ್ನಂಥವಳನ್ನ ಹುಡುಕ್ಕೊಂಡು ತಂದು ನನಗೆ ಕಟ್ಟಿಬಿಟ್ಟ. ಯಾವ ಹೆಣ್ಣಾದ್ರೂ ಅಷ್ಟೇ ಮಕ್ಕಳನ್ನ ಹೆರಕಾಗದಿರೋಳು ಬಂಜೆನೆ?... ಎಲ್ಲ ನನ್ನ ಹಣೇಬರಕ್ಕೇ ಬರಬೇಕಿತ್ತಾ!' ಅಂದ.

'ಬೆಳಬೆಳಗ್ಗೆ ಬಾಯಿಗೆ ಬಂದಾಗೆಲ್ಲಾ ಮಾತಾಡಿ ನನ್ನ ಮನಸು ನೋಯಿಸಬೇಡಿ. ಹೆಣ್ಣಮಕ್ಕಳ ನೋವು ನಿಮ್ಮಂಥವ್ರಿಗೆ ಹ್ಯಾಗ್ ಅರ್ಥ ಆಗಬೇಕು...' ಎಂದು ಬೇಸರದಿಂದ ಅಂದುಕೊಂಡಳು.

'ಮದುವೆಯಾಗಿ ಮೂರು ವರ್ಷ ಆಯ್ತು, ಇನ್ನೂ ಮಕ್ಕಳೇ ಆಗಲಿಲ್ಲಲ್ವೋ? ಅಂತ ನನ್ನ ಫ್ರೆಂಡ್ಸ್ ಕೇಳ್ತಾರೆ. ಅವ್ರಿಗೆ ಏನಂತ ಹೇಳಲಿ? ನನ್ನ ಹೆಂಡ್ತಿಗೆ ಮಕ್ಕಳಾಗದಿರೋ ಸಮಸ್ಯೆ ಇದೆ. ಅದಕೆ ಇನ್ನೊಂದು ಮದುವೆ ಮಾಡ್ಕೊಬೇಕು ಅಂತ ಹೇಳಬೇಕಾ?' ಅಂದಾಗ ಈ ಮಾತಿನಿಂದ ಕುಪಿತಳಾಗುವ ಪದ್ಮ–

'ಇರೋ ಒಬ್ಬಳಿಗೇ ಹೊಟ್ಟೆ ಬಟ್ಟೆಗಿಲ್ಲಾ... ಇನ್ನೊಬ್ಬಳನ್ನ ಕಟಗೊಳ್ಳೊ ಆಸೆ ಅಲ್ವಾ ನಿಮಗೆ? ಇಬ್ರೂ ಆಸ್ಪತ್ರೆಗೆ ಹೋಗಿ ಪರೀಕ್ಷೆ ಮಾಡಿಸ್ಕೊಳ್ಳೊಣ ಅಂದ್ರೆ, ನನ್ನಲ್ಲೇನೂ ಕೊರತೆ ಇಲ್ಲ ನೀನೇ ಹೋಗಿ ಪರೀಕ್ಷೆ ಮಾಡಿಸಿಕೊಂಡು ಬಾ ಅಂತೀರಲ್ಲ. ಅಲ್ಲಿಗೆ ಹೋಗಿ ತೋರಿಸ್ಕೊಂಡ್ರೆ ಗೊತ್ತಾಗತದೆ ಯಾರಲ್ಲಿ ಸಮಸ್ಯೆ ಇದೆ ಅಂತ. ಸುಮ್ನೆ ನನಗೆ ಚುಚ್ಚಿ ಮಾತಾಡಿದ್ರೆ ಅದೇನು ಸಂತೋಷ ಸಿಗತದೋ ನಿಮಗೆ' ಎಂದು ಅಳುವ ದನಿಯಲ್ಲಿ–'ಊರು ಮಂದಿಯೆಲ್ಲಾ ಬಂಜೆ ಅಂದಿದ್ದು ಆಯ್ತು, ನೀವು ಕೂಡ ಅದನ್ನೇ ಚುಚ್ಚಿ ಚುಚ್ಚಿ ಹೇಳ್ತಿರಲ್ಲ. ನನ್ನ ನೋವು ಅರ್ಥ ಮಾಡಿಕೊಳ್ಳಲ್ಯಾರು. ಇಂಥ ಮಾತು ಕೇಳಿಕೊಂಡು ಯಾವ ಸುಖಕ್ಕೆ ನಾನು ಬದುಕಲಿ...' ಎಂದು ಪದ್ಮಾ ದುಃಖಿಸಿದಾಗ, ಅದಕ್ಕೆ ತನ್ನಲ್ಲಿ ಉತ್ತರ ಇಲ್ಲ ಎಂಬಂತೆ ಆನಂದ ಅಲ್ಲಿಂದ ಹೊರಟುಹೋದ.

ಏನೋ ಯೋಚಿಸುತ್ತ ನಿಂತಿದ್ದ ಆನಂದ ತನ್ನ ಜೇಬಿನಲ್ಲಿ ಹಣ ಇಲ್ಲದ್ದನ್ನು ಗಮನಿಸಿ, ಹಣಕ್ಕಾಗಿ ಮನೆಯಲ್ಲಿ ಎಲ್ಲ ಕಡೆ ಹುಡುಕಿದ. ಎಷ್ಟು ಹುಡುಕಿದರೂ ಎಲ್ಲೂ ಸಿಗದಿದ್ದಾಗ ಕೊನೆಗೆ ಅಪ್ಪನ ಟ್ರಂಕ್ ಗಮನಿಸಿ ಅದರ ಬೀಗ ತೆಗೆಯಲು ಪ್ರಯತ್ನಿಸಿದ. ಅದೇ ಹೊತ್ತಿನಲ್ಲಿ ಹೆಂಡತಿ ಪದ್ಮಾ ಒಳಗೆ ಬಂದ ಸದ್ದು ಕೇಳಿಸಿದಾಗ ಮರೆಯಾಗಿ ನಿಂತ. ನಂತರ ಏನೂ ಹೊಳೆಯದೇ ಮನೆಯಲ್ಲಿದ್ದ ಹಿತ್ತಾಳೆಯ ದೊಡ್ಡ ತಂಬಿಗೆಯನ್ನು ಎತ್ತಿಕೊಂಡು ಹಿಂದಿನ ಬಾಗಿಲಿನ ಮೂಲಕ ಕಳ್ಳನಂತೆ ಅಲ್ಲಿಂದ ಹೋದ.

ಸೀನಪ್ಪನ ಅಳಿಯ ಗಿರೀಶ ಒಂದು ಏಕಾಂತದ ಸ್ಥಳದಲ್ಲಿ ಮೊಬೈಲ್ ಮೂಲಕ ಆನ್‌ಲೈನ್‌ನಲ್ಲಿ ಯಕ್ಷಗಾನ ಪಾಠ ಹೇಳಿಕೊಡುತ್ತ, ಅಂಗಾಭಿನಯ ಮತ್ತು ಹಸ್ತ ಮುದ್ರೆಗಳನ್ನು ಒಂದೊಂದಾಗಿ ಮಾಡಿ ತೋರಿಸುತ್ತಿದ್ದ. ಕಡೆಗೆ ರಾಕ್ಷಸ ಪಾತ್ರವೊಂದರ ಅಭಿನಯವನ್ನು ಭಾವಾವೇಶದಿಂದ ಮಾಡಿ ತೋರಿಸುವಾಗ, ಅಲ್ಲಿಗೆ ಬಂದ ಕುಪ್ಪಣ್ಣ ಭಟ್ಟರು ಅವನನ್ನು ಕುತೂಹಲದಿಂದ ಗಮನಿಸಿದರು. ಹಾಗೆ ನೋಡುತ್ತ ನಿಂತ ಭಟ್ಟರನ್ನು ನೋಡಿದ ಗಿರೀಶ–

'ನಮಸ್ಕಾರ... ತಾವು ಯಾರಂತ ಗೊತ್ತಾಗಲಿಲ್ಲ' ಅಂದ.

'ಕುಪ್ಪಣ್ಣ ಭಟ್ಟ ಅಂತ ನನ್ನ ಹೆಸರು. ದೊಡ್ಡ ಗಣಪತಿ ದೇವಸ್ಥಾನದ ಅರ್ಚಕ.'

'ಓ... ನೀವು ಅರ್ಚಕರಾ? ಕ್ಷಮಿಸಿ ಗೊತ್ತಾಗಲಿಲ್ಲ.'

'ಪರವಾಗಿಲ್ಲಪ್ಪ... ನೀನು ಈ ಊರಿಗೆ ಹೊಸಬ ಅಂತ ಕಾಣತ್ತೆ ಅಲ್ವಾ? ಇಲ್ಲೇನು ಯಕ್ಷಗಾನದ ತಾಲೀಮು ಮಾಡತಿರೊ ಹಾಗಿದೆ ನೀನು?'

'ಹೌದು ಭಟ್ರೆ... ಈ ಊರಿಗೆ ನಾನು ಹೊಸಬನೆ. ಸೀನಪ್ಪ ಹೆಗಡೆ ಅವ್ರ ಅಳಿಯ ನಾನು. ಸ್ವಲ್ಪ ದಿನಕ್ಕಂತ ಇಲ್ಲಿಗೆ ಬಂದಿದ್ದೆ. ಆನ್‌ಲೈನ್ ಮೂಲಕ ಬೇರೆಯವರಿಗೆ ಯಕ್ಷಗಾನದ ಪಾಠ ಹೇಳಿಕೊಡ್ತಿದ್ದೆ.'

'ಹೌದಾ? ಯಕ್ಷಗಾನ ಕೂಡ ಆನ್‌ಲೈನ್‌ನಲ್ಲಿ ಹೇಳಿಕೊಡಬಹುದಾ ಹಾಗಾದ್ರೆ?'

'ಹೌದು ಭಟ್ರೆ... ಈ ಲಾಕ್‌ಡೌನ್ ಪರಿಣಾಮದಿಂದಾ ಇದೆಲ್ಲಾ ಅನಿವಾರ್ಯನೆ. ಈಗ ಎಲ್ಲ ವರ್ಕ್ ಫ್ರಮ್ ಹೋಮ್ ಆಗಿದೆಯಲ್ವಾ, ಹಾಗೇ ಇದೂ ಕೂಡ. ಈ ಮೊಬೈಲ್‌ವೊಂದಿಲ್ಲದಿದ್ರೆ ಏನೂ ಮಾಡಕಾಗತಿರಲಿಲ್ಲ.'

'ನಿಜಾನಪ್ಪ... ಭಕ್ತರು ಪೂಜೆನೂ ಹೀಗೇ ಆನ್‌ಲೈನ್‌ನಲ್ಲಿ ಮಾಡಿ, ಕಾಣಿಕೆ ದುಡ್ಡು ಕಳಿಸೋ ಪದ್ಧತಿ ಬಂದ್ರೆ ನಮ್ಮ ಸಮಸ್ಯೆಗೂ ಒಂದಿಷ್ಟು ಪರಿಹಾರ ಸಿಕ್ಕಿರೋದು' ಎಂದಾಗ, ಅವರ ಮಾತು ಕೇಳಿ ಗಿರೀಶ ಮುಗುಳ್ನಕ್ಕ.

'ಸರಿನಪ್ಪಾ ನಾನು ಹೊರಡತಿನಿ' ಎಂದು ಕುಪ್ಪಣ್ಣ ಭಟ್ರು ಅಲ್ಲಿಂದ ನಿರ್ಗಮಿಸಿದ ಬಳಿಕ, ಗಿರೀಶ ಮತ್ತೆ ತನ್ನ ಪಾಠವನ್ನು ಮುಂದುವರಿಸಿದ.

ಊರಲ್ಲಿ ಕಾರಣವಿಲ್ಲದೇ ಅಲೆಯುತ್ತ ಕಂಡವರ ಮೇಲೆ ಕಣ್ಣು ಹಾಕಿ ಹೆಣ್ಣುಮಕ್ಕಳನ್ನು ಬುಟ್ಟಿಗೆ ಹಾಕಿಕೊಳ್ಳಲು ಹೊಂಚು ಹಾಕುವ ಕೃಷ್ಣ, ಕುಪ್ಪಣ್ಣ ಭಟ್ಟರ ಮನೆಯಲ್ಲಿ ಪದ್ಮಾ ಒಬ್ಬಳೇ ಇರುವುದನ್ನು ದೂರದಿಂದಲೇ ಗಮನಿಸಿ, ಅವಳ ಮನೆ ಎದುರಿಗೇ ಅತ್ತಿಂದ ಇತ್ತ-ಇತ್ತಿಂದ ಅತ್ತ ನರಿಯಂತೆ ಸುತ್ತು ಹಾಕಿದ. ಮನೆಯೊಳಗಿದ್ದ ಪದ್ಮಾ ಅವನನ್ನು ಒಮ್ಮೆ ಸೂಕ್ಷ್ಮವಾಗಿಯೇ ಗಮನಿಸಿ, ಮುಂದಕ್ಕೆ ಬಂದು ಬಾಗಿಲಿನ ಒಳಗೇ ನಿಂತು ವಾರೆನೋಟದಿಂದ ನೋಡಿದಳು. ಆ ಹೊತ್ತಿಗೆ ಒಂದು ಬದಿ ನಿಂತಿದ್ದ ಕೃಷ್ಣ ಅವಳ ನೋಟಕ್ಕೆ ನೋಟ ಬೆರೆಸಿ ನೋಡಿ ಮುಂದಕ್ಕೆ ಬಂದ. ಅವಳು ಇನ್ನೇನು ಒಳಕ್ಕೆ ಹೋಗಬೇಕೆನ್ನುವಷ್ಟರಲ್ಲಿ-
'ಕುಡಿಯೋಕ್ ಸ್ವಲ್ಪ ನೀರ್ ಬೇಕಾಗಿತ್ತು... ಕೊಡ್ತಿರಾ?' ಎಂದು ಕೇಳಿದ.

ಅವಳು ಹೊರಳಿ ನೋಡಿ, 'ನೀರು ತಾನೆ ತರ್ತಿನಿ ಇರಿ' ಎಂದು ಒಳಗೆ ಹೋದಳು.

ಕೃಷ್ಣ ತನ್ನನ್ನು ಯಾರಾದರೂ ಗಮನಿಸುತ್ತಿದ್ದಾರಾ ಎನ್ನುವ ಅನುಮಾನದಿಂದ ಸುತ್ತಲೂ ಕಣ್ಣು ಹಾಯಿಸಿದ. ಅಲ್ಲಿ ಯಾರೂ ಇರಲಿಲ್ಲ. ಕೆಲವು ಕ್ಷಣಗಳಲ್ಲಿ ಪದ್ಮ ನೀರಿನ ಚೆಂಬಿನೊಂದಿಗೆ ಬಂದಳು. ಕೃಷ್ಣ ಆಸೆಯಿಂದ ಅವಳ ತುಂಬಿದ ಎದೆಯನ್ನೇ ಗಮನಿಸಿದ. ಅವನ ನೋಟದಲ್ಲಿರುವ ಉದ್ದೇಶ ಅವಳಿಗೆ ಅರ್ಥವಾಗಿ, ಅವನನ್ನು ಆಹ್ವಾನಿಸುವ ಭಾವದಲ್ಲಿ ಮುಖವನ್ನೇ ನೋಡಿದಳು. ಬಳಿಕ ಅವನು ಅವಳಿಂದ ಚೆಂಬು ತೆಗೆದುಕೊಂಡು ನೀರು ಕುಡಿದ. ಅವಳು ನೆಲ ನೋಡುತ್ತ ನಿಂತಳು. ನೀರು ಕುಡಿದು ದಾಹ ಇಂಗಿದ ಬಳಿಕ ಅವನು ಮತ್ತೆ ಅವಳನ್ನು ತಲೆಯಿಂದ ಕಾಲುವರೆಗೆ ನೋಡಿದ. ಅವಳು ಒಮ್ಮೆ ಅವನ ಕಣ್ಣುಗಳನ್ನು ಇನ್ನೊಮ್ಮೆ ನೆಲವನ್ನು ನೋಡಿ, ಎದೆಯ ಮೇಲೆ ಸೆರಗು ಹೊದ್ದುಕೊಂಡಳು. ಅವನು ಅವಳಿಗೆ ಚೆಂಬು ಕೊಟ್ಟು-

'ನೀರು ತಂಪಾಗಿ ತುಂಬಾ ಚೆನ್ನಾಗಿತ್ತು... ಕುಡಿದಷ್ಟೂ ಇನ್ನೂ ಕುಡಿಬೇಕು ಅನ್ನೋ ಆಸೆ ಆಗತಿದೆ...' ಅಂದ.

ಅವಳು ಅದರ ಅರ್ಥ ತಿಳಿದುಕೊಂಡು ನೆಲ ನೋಡಿದಳು. ಅವನು-

'ಬರ್ತಿನಿ...' ಎಂದು ಅಲ್ಲಿಂದ ಸ್ವಲ್ಪ ಮುಂದಕ್ಕೆ ಹೋಗಿ, ಮತ್ತೆ ಹೊರಳಿ ಅವಳನ್ನು ವಾರೆಗಣ್ಣಿನಿಂದ ನೋಡಿದ. ಅವಳೂ ಕೂಡ ಬಾಗಿಲಿನಿಂದ ಸ್ವಲ್ಪ ಹಿಂದಕ್ಕೆ ಸರಿದು ನಿಂತು ಅವನನ್ನು ವಾರೆಗಣ್ಣಿನಿಂದ ಮತ್ತೆ ನೋಡಿದಳು.

ಮನೆಯಿಂದ ಕದ್ದು ತಂದಿದ್ದ ಹಿತ್ತಾಳೆಯ ದೊಡ್ಡ ತಂಬಿಗೆಯೊಂದಿಗೆ ತನ್ನ ತಂದೆಯ ಗೆಳೆಯ ಶ್ರೀಪತಿಯ ಬಳಿಗೆ ಬಂದಿರುವ ಆನಂದ, ತನ್ನ ಮೇಲೆ ಅನುಕಂಪ ಬರುವ ಹಾಗೆ ಅದನ್ನು ಅವನ ಕೈಗೆ ಕೊಡುತ್ತ–'ನನಗೆ ಅರ್ಜಂಟಾಗಿ ಒಂದಿಷ್ಟು ದುಡ್ಡು ಬೇಕಾಗಿತ್ತು. ಇದನ್ನ ಇಟ್ಕೊಂಡು ಒಂದಿಷ್ಟು ದುಡ್ಡು ಕೊಡ್ತಿರಾ? ಬೇಕಿದ್ರೆ ಅನುಕೂಲ ಆದಾಗ ಹಣ ವಾಪಸ್ ಕೊಟ್ಟು ಇದನ್ನ ತೊಗೊಂಡು ಹೋಗ್ತಿನಿ' ಅಂದಾಗ–

'ಇದೇನು ಚಿನ್ನದ ತಂಬಿಗೆಯೇನೊ ಇದನ್ನ ಅಡಾ ಇಟ್ಕೊಂಡು ಹಣ ಕೊಡೋದಕ್ಕೆ. ಇದಕ್ಕೇ ಏನ್ ಬರತದೆ? ಹೋಗಿ ಚಿನ್ನ ಒಡವೆ ಏನಾದ್ರೂ ಇದ್ರೆ ತಗೊಂಡು ಬಾ... ಹಣಾ ಕೊಡ್ತೀನಿ' ಎಂದ ಶ್ರೀಪತಿ.

'ಇದನ್ನ ಅಡ ಇಟ್ಕೊಳ್ಳಿ ಅಂತ ಹೇಳ್ಲಿಲ್ಲ. ಹಳೇ ಕಾಲದ ಹಿತ್ತಾಳೆ ಇದು. ಬೇಕಿದ್ರೆ ಮಾರಿಬಿಡಿ. ಪೇಟೆಗೆ ಹೋಗಿ ಮಾರಿದ್ರೆ ನಿಮಗೆ ಜಾಸ್ತಿ ದುಡ್ಡು ಸಿಗಬಹುದು. ಎಷ್ಟು ಬಂದ್ರೂ ನೀವೇ ಇಟ್ಕೊಳ್ಳಿ. ಈಗ ನನಗೆ ಅರ್ಜಂಟಾಗಿ ಒಂದಿಷ್ಟು ಕೊಡಿ.'

'ಹೂಂ, ಏನೋ ನನ್ನ ಸ್ನೇಹಿತನ ಮಗಾ ಅಂತ ಕೊಡ್ತೀನಿ. ಈ ವಿಷಯ ನಿನ್ನಪ್ಪನಿಗೇನಾದ್ರೂ ಗೊತ್ತಾದ್ರೆ ಮುಗೀತು ಕತೆ.'

'ಅಪ್ಪನಿಗೆಲ್ಲ ಗೊತ್ತಾಗಲ್ಲ. ಗೊತ್ತಾದ್ರೂ ಏನಾಗತದೆ ಬಿಡಿ. ಮನೇಲಿ ಕೆಲಸಕ್ಕೆ ಬಾರದೇ ಮೂಲೇಲಿ ಬಿದ್ದಿರೋ ವಸ್ತು ಇದು. ಇದನ್ನ ಇಟ್ಕೊಂಡಾದ್ರೂ ಏನ್ಮಾಡೋದು.'

'ಕುಪ್ಪಣ್ಣ ಭಟ್ಟನಿಗೆ ಮಗಾ ಅಂದ್ರೆ ನೀನೇ ಬಿಡು!... ನಿನ್ನಂಥಾ ನಾಲ್ಕುಜನಾ ಹುಟ್ಟಿಬಿಟ್ರೆ ಮುಗೀತು. ಮನೆ ಉದ್ಧಾರ ಆದಂಗೆ.'

'ಈಗೇನು ದುಡ್ಡು ಕೊಡ್ತೀರೊ ಹೀಗೆ ಮಾತಾಡ್ತಾ ಇರ್ತೀರೊ.'

'ಇರಪ್ಪಾ ಅದೇನು ಅಷ್ಟು ಅವಸರ ನಿಂದು. ಬಂದಿರೋದು ಚೆಂಬು ಮಾರೋದಕ್ಕೆ. ಆದ್ರೂ ಎಷ್ಟು ಪೊಗುರು ಇವ್ನಿಗೆ' ಎಂದು ಗೊಣಗುತ್ತಲೇ ನೂರರ ಎರಡು ನೋಟುಗಳನ್ನು ಅವನಿಗೆ ಕೊಟ್ಟ.

'ಕೊಡೊ ಎರಡುನೂರಕ್ಕೆ ಎಷ್ಟೆಲ್ಲಾ ಮಾತಾಡ್ತನೆ ದರಿದ್ರದವ್ನು' ಎಂದು ಗೊಣಗುತ್ತ ಹಣ ತೆಗೆದುಕೊಂಡು ಆನಂದ ಅಲ್ಲಿಂದ ಹೊರಟ. ಶ್ರೀಪತಿ ಆ ತಂಬಿಗೆಯನ್ನು ಎತ್ತಿಕೊಂಡು ಹೊರಳಿಸಿ ಹೊರಳಿಸಿ ನೋಡಿದ.

2

ದೇವಸ್ಥಾನದಿಂದ ಮನೆಗೆ ಬಂದ ಕುಪ್ಪಣ್ಣ ಭಟ್ರು ಅಂಗಳದಲ್ಲಿಯೇ ಕಾಲಿಗೆ ನೀರು ಹಾಕಿಕೊಂಡು ಒಳಗೆ ಬಂದರು. ಅಭ್ಯಾಸದಂತೆ ತಮ್ಮ ಹೆಗಲಿನ

ಚೀಲವನ್ನು ಗೂಟಕ್ಕೆ ನೇತು ಹಾಕಿ, ಇನ್ನೊಂದು ಸಣ್ಣ ಪ್ಲಾಸ್ಟೀಕ್ ಚೀಲದಲ್ಲಿ ತುಂಬಿಕೊಂಡು ತಂದಿದ್ದ ಹಣ್ಣು ಕಾಯಿಗಳನ್ನು ಒಂದೆಡೆ ಇಟ್ಟರು.

ಅದೇ ಹೊತ್ತಿಗೆ ಸರಿಯಾಗಿ ಸಾಲ ಕೊಟ್ಟ ಪರಮೇಶಿ ಇಬ್ಬರು ಹಿಂಬಾಲಕರೊಂದಿಗೆ ಅಲ್ಲಿಗೆ ಬಂದ. ಅದನ್ನು ನಿರೀಕ್ಷಿಸದಿರುವ ಕುಪ್ಪಣ್ಣ ಭಟ್ಟರಿಗೆ ಅದನ್ನು ಕಂಡು ಆತಂಕವಾಯಿತು. ಒಳಗೇ ಬಂದ ಪರಮೇಶಿ–

'ಭಟ್ರೆ ಹಣದ ವ್ಯವಸ್ಥೆ ಮಾಡಿದ್ರಾ. ನಿಮ್ಮ ಗೋಳು ಕೇಳಿ ಕೇಳಿ ನಾನೂ ಸುಮ್ಮನಿದ್ದೆ. ವಾರ ಕಳದ್ವು, ತಿಂಗಳು ಕಳದ್ವು... ಈಗ ವರ್ಷನೇ ಕಳೀತು. ಅಸಲು ಇರಲಿ, ಬಡ್ಡಿ ಹಣನ ಒಂದು ಪೈಸೆನೂ ಕೊಡಲಿಲ್ಲ ನೀವು. ಹಿಂಗಾದ್ರೆ ನಮ್ಮ ವ್ಯವಹಾರ ನಡಿಯೋದು ಹೇಗೆ?' ಎಂದು ಜೋರು ಮಾಡಿ ಕೇಳಿದ.

'ಇನ್ನೊಂದು ಸ್ವಲ್ಪ ಟೈಮ್ ಕೊಡಪ್ಪಾ ನನಗೆ. ನಿನ್ನ ಹಣನ ಬಡ್ಡಿ ಸಮೇತ ವಾಪಸ್ ಕೊಟ್ಟುಬಿಡ್ತೀನಿ. ನನಗೂ ನಿನ್ನ ಮಾತು ಕೇಳಿ ಕೇಳಿ ಸಾಕಾಗಿಬಿಟ್ಟಿದೆ. ಹಾಳಾದ್ ಈ ಕೊರೊನಾ ಅಂತ ಬಂದು ಎಲ್ಲಾ ಆದಾಯನೂ ನಿಂತಬಿಟ್ಟು. ಪೂಜೆ–ಪುನಸ್ಕಾರ, ಭಕ್ತರ ಸೇವೆ ಅಂತ ಯಾವುದೂ ನಡೀದೆ ಜೀವನೇ ನೀತುಬಿಟ್ಟದೆ. ಮನೆ ನಡಿಯೋದೇ ಕಷ್ಟ ಆಗಿರೋವಾಗ, ಇನ್ನ ಬಡ್ಡಿ ಹಣ ಎಲ್ಲಿಂದ ಕೊಡಲಿ' ಎಂದರು ಭಟ್ಟರು.

'ಹ್ಹೇ... ನಿಮ್ಮದು ಬರೀ ಇದೇ ಕತೆ ಆಯ್ತು. ಕೊರೊನಾ ಬಂದಿರೋದು ನಿಮಗ ಮಾತ್ರ ಅಲ್ಲ. ಲಾಕ್‌ಡೌನ್ ಆಗಿರೋದು ನಿಮ್ಮನೆಗೆ ಮಾತ್ರ ಅಲ್ಲ. ನಮಗೂ ಆಗಿದೆ. ಬಡ್ಡಿ ಕೊಡದಿದ್ರೆ ನಮ್ಮ ಬದುಕು ಹ್ಯಾಗ್ ನಡೀಬೇಕು. ಸಮಸ್ಯೆ ಜಗತ್ತಿಗೇ ಸುತ್ತಿಕೊಂಡಿದೆ. ಹಾಗಂತ ನಿಮ್ಮ ಗೋಳು ಕೇಳಿಕೊಂಡು ನಾವು ಸುಮ್ಮನಿರಬೇಕಾ?' ಎಂದು ಗದರಿಸಿದ ಪರಮೇಶಿ.

'ಹಾಗಲ್ಲಪ್ಪಾ ನನ್ನ ಮಾತು ಕೇಳು...'

'ನಿಮ್ಮ ಮಾತು ಕೇಳಿದ್ದಾಯ್ತು... ಇಲ್ಲಿ ಹಣಾ ಇಟ್ಟು ಮಾತಾಡ್ರಿ... ಇಲ್ಲದಿದ್ರೆ ಮುಂದಿನ ಸಾರಿ ಬಂದಾಗ ಹೀಗೇ ಆದ್ರೆ ನಿಮ್ಮ ಮನೆನ ನನ್ನ ಹೆಸರಿಗೆ ಬರದುಕೊಡಬೇಕಾಗ್ತದೆ ಎಚ್ಚರಿಕೆ ಇರಲಿ. ತೀರಿಸೋದಕ್ಕಾಗದಿದ್ರೆ ದೊಡ್ಡಸ್ತಿಕೆ ಮಾಡೋದಕ್ಕೆ ಸಾಲ ಯಾಕ್ ಮಾಡ್ಬೇಕು. ಇದ್ದಿದ್ರಲ್ಲೇ ಮುಚ್ಕೊಂಡು ಇರಬೇಕು. ಇದೇ ಕೊನೆ ಸಾರಿ. ಮುಂದಿನ ಸಾರಿಗೆ ಅಸಲು, ಬಡ್ಡಿ ಹೊಂದಿಸದಿದ್ರೆ ಇರೋದಕ್ಕೆ ಈ ಮನೇನು ಇರೋದಿಲ್ಲ ನಿಮಗೆ.'

ಪರಮೇಶಿ ಹೀಗೆ ಗದರಿಸಿ ಗತ್ತಿನಲ್ಲೇ ಅಲ್ಲಿಂದ ಹೋದ. ಕುಪ್ಪಣ್ಣ ಭಟ್ರು ಅವನ ಮಾತುಗಳಿಂದ ಜರ್ಜರಿತಗೊಂಡು ಆತಂಕದಿಂದ ಹಣೆಗೆ ಕೈ ಹಚ್ಚಿಕೊಂಡು ಚಿಂತೆಯಲ್ಲಿ ಮುಳುಗಿದರು. ಇದನ್ನೆಲ್ಲ ಒಳಗಿನಿಂದಲೇ ಗಮನಿಸುತ್ತಿದ್ದ ಸೊಸೆ ಪದ್ಮಾ ಮೆಲ್ಲಗೇ ಹೊರಗೆ ಬಂದು–

'ಅವ್ರು ಹಾಗಂದ್ರು ಅಂತ ಅದನ್ನೇ ಮನಸಿಗೆ ಹಚ್ಕೊಬೇಡಿ ಮಾವಾ. ಹಣ ಕೊಟ್ಟಿರೋರು ಅಂದ್ಮೇಲೆ ಒಂದು ಮಾತು ಆಡ್ತಾರೆ. ಹಾಗಂತ ಅದನ್ನೇ ಚಿಂತೆ ಮಾಡತಾ ಕೂತ್ರೆ ನಿಮ್ಮ ಆರೋಗ್ಯಕ್ಕೆ ಒಳ್ಳೇದಲ್ಲ. ಇದಕ್ಕೆ ಏನಾದ್ರೂ ದಾರಿ ಕಂಡುಕೊಳ್ಳೋಣ' ಎಂದಳು.

'ಜೀವನದಲ್ಲಿ ಇದೇ ಮೊದಲನೇ ಸಾರಿ ನಾನು ಎರಡು ಲಕ್ಷ ಸಾಲ ಮಾಡಿದ್ದು. ಹೇಗೋ ಬರೋ ಆದಾಯದಲ್ಲಿ ಸಾಲ ತೀರಿಸಬಹುದು ಅಂತ ಧೈರ್ಯ ಮಾಡಿ ಮಗಳ ಮದುವೆಗೆ ಸಾಲ ಮಾಡಿಬಿಟ್ಟೆ. ಇದೇ ಹೊತ್ತನಲ್ಲಿ ಹಾಳಾದ್ದು ಲಾಕ್‌ಡೌನ್ ಅಂತ ಆಗಬೇಕಾ? ಹೀಗಾಗತದೆ ಅಂತ ಗೊತ್ತಾಗಿದ್ದಿದ್ರೆ ನಾನು ಸಾಲನೇ ಮಾಡ್ತಿರಲಿಲ್ಲ. ಇದ್ದಿದ್ದರಲ್ಲೇ ಮಗಳನ್ನ ಗಂಡನ ಮನೆಗೆ ಕಳಿಸಿ ನಾನು ಗಂಜಿನೊ ನೀರೋ ಕುಡುಕೊಂಡು ಮನೇಲಿರತಿದ್ದೆ. ನಿನ್ನ ಗಂಡ ಬೇರೆ ಇದನ್ನ ಯಾವುದನ್ನೂ ತಲೆಮೇಲೆ ತಗೊಳ್ತಿಲ್ಲ. ಹಾಳಾದವ್ನು ಅವ್ನಿಗೆ ಒಂಚೂರೂ ಜವಾಬ್ದಾರಿ ಅನ್ನೋದಿಲ್ಲ. ಇಂಥವ್ನು ನನಗೇ ಹುಟ್ಟಬೇಕಿತ್ತಾ? ಭಗವಂತಾ ಏನಪ್ಪಾ ನಿನ್ನ ಆಟ!' ಎಂದು ಭಟ್ಟರು ಸೊಸೆಯ ಮುಂದೆ ತಮ್ಮ ನೋವು ತೋಡಿಕೊಂಡರು.

'ಮಾವಾ ನೀವು ಹೀಗೆಲ್ಲಾ ಹಿಂಸೆ ಮಾಡಿಕೊಂಡ್ರೆ ಬಿಪಿ ಜಾಸ್ತಿಯಾಗ್ತದೆ. ಸಮಾಧಾನದಿಂದ ಇರಿ. ಬಂದಿದ್ದು ಎದುರಿಸೋಣ. ನಿಮ್ಮ ಮಗನನ್ನ ನಾನು ದಾರಿಗೆ ತರತೀನಿ. ಅವ್ರೂ ಏನಾದ್ರೂ ದುಡುದು ಹಣ ತಂದ್ರೆ ಆ ಸಾಲ ತೀರಿಸಿಬಿಡಬಹುದು' ಎಂದು ಪದ್ಮಾ ಅಂದಾಗ–

'ಹೌದವ್ವಾ... ಅದೆಲ್ಲಾ ಅಸಾಧ್ಯದ ಮಾತು... ನಾನ್ಯಾವತ್ತೂ ಇಷ್ಟು ಸಾಲ ಮಾಡಿದವನಲ್ಲ. ಕೊಟ್ಟವರಿಂದ ಒಂದು ಮಾತು ಕೇಳಿದವನಲ್ಲ. ದೇವರ ಸೇವೆ ಮಾಡಿಕೊಂಡು ಊರು ಜನರ ಮುಂದೆ ಗೌರವದಿಂದ ಬಾಳ್ವೆ ಮಾಡಿದವನು. ಜೀವನ ಪೂರ್ತಿ ಕೂಡಿಟ್ಟಿದ್ದ ಹಣ ನನ್ನ ಹೆಂಡ್ತಿ ಆಸ್ಪತ್ರೆ ಖರ್ಚಿಗೇ ಕರಗೋಯ್ತು. ಕ್ಯಾನ್ಸರ್ ಅಂತ ಅಂಟಿಕೊಂಡು ಎಷ್ಟು ಹಣ ಹಾಕಿದ್ರೂ ಅವಳನ್ನ ಉಳಿಸಿಕೊಳ್ಳಕ್ಕಾಗಲಿಲ್ಲ. ಹಣನೂ ಹೋಯ್ತು ಅವಳೂ ನನ್ನ ಬಿಟ್ಟು ಹೋದ್ಲು. ಅದರಿಂದಲೇ ಮಗಳ ಮದುವೆಗೆ ಸಾಲ ಮಾಡಲೇಬೇಕಾತು. ಎರಡು ವರ್ಷ ಕಳದೋಯ್ತು. ಈಗ ನನ್ನ ಹಣೇಬರಕ್ಕೆ ಕೊರೊನಾ ಅಂತ ಬಂದು ಪರಿಸ್ಥಿತಿ ಹೀಗಾಗಿಬಿಟ್ತು. ಪೌರೋಹಿತ್ಯ ಬಿಟ್ಟು ನಮಗೆ ಬೇರೇನೂ ಬರೋದಿಲ್ಲ... ಅದನ್ನೇ ನಂಬಿಕೊಂಡು ನಾವೆಲ್ಲಾ ಬದುಕು ನಡಿಸಿದವ್ರು. ಇನ್ನು ನಮ್ಮನ್ನ ಆ ದೇವ್ರೇ ಕಾಪಾಡಬೇಕು' ಎಂದರು ಭಟ್ಟರು.

'ಸಮಸ್ಯೆ ಜಗತ್ತಿನ ಜನರಿಗೆಲ್ಲಾ ಬಂದಿದೆ. ಅದರಲ್ಲಿ ನಾವೂ ಒಬ್ರು... ಇಷ್ಟು ವರ್ಷದಿಂದ ದೇವರ ಸೇವೆ ಮಾಡಿಕೊಂಡು ಬಂದವ್ರು ನೀವು... ಅದೇ

ಭಗವಂತ ಏನಾದ್ರೂ ದಾರಿ ತೋರಿಸ್ತಾನೆ ಮಾವಾ ಚಿಂತೆ ಮಾಡ್ಬೇಡಿ' ಎಂದು ಪದ್ಮಾ ಹೇಳುವಾಗ ಅದೇ ಹೊತ್ತಿಗೆ ಆನಂದ ಅಲ್ಲಿಗೆ ಬಂದು, ಅಪ್ಪನ ಮುಖ ಹೆಂಡತಿಯ ಮುಖ ನೋಡಿ–

'ಏನಾಯ್ತಪ್ಪಾ ಯಾಕೆ ಇಬ್ರೂ ಹೀಗೆ ಕೂತೀರಿ?' ಎಂದು ಕೇಳಿದ.

'ನಾನಿನ್ನೂ ಜೀವಂತವಾಗಿದ್ದೀನಿ ಅನ್ನೋದೇ ಹೆಚ್ಚು. ನೇಣು ಹಾಕ್ಕೊಂಡು ಸಾಯಬೇಕು ಅನ್ನಿಸ್ತಿದೆ ನನಗೆ. ನಿನ್ನಂಥ ಮಗನ್ನ ಹುಟ್ಟಿಸಿದ್ದಕ್ಕೆ ಇನ್ನೇನು ಮಾಡಕಾಗ್ತದೆ ಹೇಳು?' ಎಂದರು ಭಟ್ಟರು.

'ಏನಾಯ್ತು ಪದ್ಮಾ?' ಎಂದು ಆನಂದ ಕೇಳಿದಾಗ–

'ಸಾಲ ಕೊಟ್ಟಿರೋ ಪರಮೇಶಿ ಬಂದಿದ್ದ. ಮುಂದಿನ ಸಾರಿ ಬರೋದರೊಳಗೆ ಹಣ ಹೊಂದಿಸದಿದ್ರೆ ಈ ಮನೇನಾ ತನ್ನ ಹೆಸರಿಗೆ ಬರಸ್ಕೊತಿನಿ ಅಂತ ಬಾಯಿಗೆ ಬಂದಂಗೆ ಮಾತಾಡಿದ. ನಿಮಗೆ ಇದರ ಬಗ್ಗೆ ಒಂಚೂರೂ ಗಮನ ಇಲ್ಲ. ಇನ್ನಮೇಲಾದ್ರೂ ನೀವು ಯಾವುದಾದ್ರೂ ಕೆಲಸ ಅಂತ ಮಾಡೋದು ಕಲೀರಿ' ಎಂದು ಪದ್ಮಾ ಬುದ್ಧಿವಾದ ಹೇಳಿದಳು.

'ಕೆಲಸ ಮಾಡಬೇಕು ಅಂತ ನಾನೂ ನಿರ್ಧಾರ ಮಾಡಿದ್ದೆ. ಆದ್ರೆ ಇಂಥಾ ಲಾಕ್‌ಡೌನ್ ಟೈಮ್‌ನಲ್ಲಿ ನನಗೆ ಯಾರು ಯಾವ ಕೆಲಸ ಕೊಡೋದಕ್ಕೆ ಸಾಧ್ಯ? ಇರೋ ಕೆಲಸಗಾರರನ್ನೇ ತೆಗದು ಮನೆಗೆ ಕಳಸ್ತಿದ್ದಾರೆ' ಎಂದು ಆನಂದ ಸಬೂಬು ಹೇಳಿದ.

'ಆನಂದಾ... ಕಾಲ ಮೊದಲಿನಹಾಗೆ ಇಲ್ಲಪ್ಪಾ. ಇನ್ನುಮುಂದೆನೂ ನಾನೊಬ್ನೇ ದುಡಿದ್ರೆ ಸಂಸಾರ ನಿಭಾಯಿಸಿಕೊಂಡು ಹೋಗೋದು ಭಾಳ ಕಷ್ಟ ಆಗತದೆ. ನನ್ನ ಕಷ್ಟ ಅರ್ಥ ಮಾಡಿಕೊಂಡು ನೀನೂ ಜವಾಬ್ದಾರಿ ವಹಿಸಿಕೊ. ಬೇರೇನೂ ಕೆಲಸ ಮಾಡಕಾಗದಿದ್ರೂ ನಮ್ಮ ಕುಲಕಸುಬು ಪೌರೋಹಿತ್ಯನಾದ್ರೂ ಕಲಿ. ನನ್ನ ಪರಂಪರೆಯನ್ನ ಮುಂದುವರಿಸಿಕೊಂಡು ಹೋಗು. ಎಂಥ ಕಾಲ ಬಂದ್ರೂ ನಾವು ನಂಬಿದ ದೇವ್ರು ನಮ್ಮನ್ನ ಕೈ ಬೀಡೋದಿಲ್ಲ' ಎಂದು ಕುಪ್ಪಣ್ಣ ಭಟ್ಟರು ಸಮಾಧಾನದಿಂದ ಹೇಳಿದರು.

'ಹೌದ್ರಿ... ಮಾವ ಹೇಳಿದ್ದನ್ನ ಇನ್ನಾದ್ರೂ ಕೇಳಿಕೊಂಡು, ಸಾಲ ತೀರಿಸೋದರ ಬಗ್ಗೆ ಯೋಚನೆ ಮಾಡಿ. ನಾವು ಹೇಗೋ ಉಪವಾಸ ಇದ್ರೂ ಆಯ್ತು. ಆದ್ರೆ ಊರಲ್ಲಿರೋ ಪುರೋಹಿತರ ಮನೆ ಗೌರವ ಬೀದಿಪಾಲಾಗಬಾರದು' ಅಂದಾಗ ಆನಂದ ಅವರ ಮಾತು ಕೇಳಿಸಿಕೊಂಡು ಗಂಭೀರನಾದವನಂತೆ ನಟಿಸಿದ.

'ನಾನು ತೀರಿಹೋದ ಮೇಲೆ ನನ್ನ ಮನೆತನದ ಗೌರವ ಉಳಸಿಕೊಂಡು ಹೋಗಬೇಕು ನೀನು. ಯಾಕಂದ್ರೆ ನಾವು ತಲೆತಲಾಂತರದಿಂದ ಪೌರೋಹಿತ್ಯ

ಮಾಡಿಕೊಂಡು ಬಂದಿರೋರು. ಅದು ನಮಗೆ ದೇವರೇ ಕೊಟ್ಟಿರೋ ಕುಲಕಸುಬು. ಅದರಿಂದ ನಾವು ಬೇರೆ-ಬೇರೆ ದಾರೀಲಿ ಹೋಗಬಾರದು' ಎಂದು ಭಟ್ಟರು ಅಲ್ಲಿಂದ ಎದ್ದು ಹೊರಗೆ ಹೋದರು.

ಅದನ್ನೆಲ್ಲಾ ಕೇಳಿ ತಲೆ ಕೆರೆದುಕೊಳ್ಳುವ ಆನಂದ ಹಿತ್ತಲ ಬಳಿ ಬಂದು, ಜೇಬಿನಿಂದ ಸಿಗರೇಟು ತೆಗೆದು ಬಾಯಿಗಿಟ್ಟುಕೊಂಡು, ಲೈಟರ್‌ನಿಂದ ಹೊತ್ತಿಸಿಕೊಂಡ. ಅದೇ ಹೊತ್ತಿಗೆ ಅವನ ಮೊಬೈಲ್ ಫೋನ್ ರಿಂಗಣಿಸಿತು. ಕರೆ ಸ್ವೀಕರಿಸಿ ಮಾತನಾಡಿದ.

'ಲೋ... ಆನಂದಾ, ಸಂಜೆ ಕುಡಿಯೋಕ್ ಬರ್ತಿನಿ ಅಂದೋನು ಎಲ್ಲೋ ನಾಪತ್ತೆಯಾಗಿದ್ದೀಯಾ. ನಾನು ನಿನ್ನ ನಂಬಿಕೊಂಡು ಇಲ್ಲಿ ಸಾಲ ಮಾಡಿ ಕುಡದಿದ್ದೀನಿ... ಬೇಗ ಬರ್ತಿಯಾ...?' ಎಂಬ ಧ್ವನಿ ಅತ್ತಿಂದ.

'ಮಗನೆ, ಸಾಲಾ ಮಾಡಿ ಕುಡಿ ಅಂದವ್ನು ಯಾವನು ನಿನಗೆ. ನಾನು ಬರೋತನಕಾ ಕಾಯಿ...' ಎಂದು ಇವನು ಕರೆ ಬಂದ್ ಮಾಡಿದ.

ಕುಪ್ಪಣ್ಣ ಭಟ್ರು ತಮ್ಮ ಸ್ನೇಹಿತ ಗೂಳಪ್ಪನ ಮನೆಗೆ ಬಂದಾಗ, ಬಾಗಿಲ ಬಳಿ ಅವರ ಅನಿರೀಕ್ಷಿತ ಆಗಮನ ಕಂಡು ಗೂಳಪ್ಪ-

'ಓ... ಭಟ್ರೆ ಬನ್ನಿ ಬನ್ನಿ... ಏನು ಫೋನ್ ಕೂಡ ಮಾಡದೇ ದಿಢೀರಂತ ಬಂದ್ಬಿಟ್ರಲ್ಲ. ಏನ್ ವಿಷಯ?' ಎಂದು ಕೇಳಿದ.

'ಯಾಕಪ್ಪಾ ಹೇಳದೇ ಕೇಳದೆ ಬಂದೆ ಅಂತ ಬೇಜಾರಾಯ್ತಾ ನಿನಗೆ?' ಎಂದರು ಭಟ್ಟರು.

'ಅಯ್ಯೋ ಹಾಗೇನಿಲ್ಲ. ಏನಾದ್ರೂ ಇದ್ರೆ ಫೋನ್ ಮಾಡಿ ಹೇಳ್ತಿದ್ರಿ ನೀವು. ಅನಿರೀಕ್ಷಿತವಾಗಿ ಬಂದ್ರಿ ಅಂತ ಹಾಗಂದೆ. ನೀವು ಬಂದ್ರೆ ನನಗೆಂತಾ ಬೇಜಾರು.'

'ಏನಿಲ್ಲಪ್ಪಾ ಮೊದಲಿನ ಹಾಗೆ ಈಗ ದಿನಾ ಬೆಳಬೆಳಿಗ್ಗೆ ದೇವಸ್ಥಾನಕ್ಕೆ ಹೋಗಬೇಕು ಅನ್ನೋ ಅವಸರ ಇಲ್ಲ. ಆ ಸೇವೆ ಈ ಸೇವೆ ಅಂತ ತಯಾರಿ ಮಾಡಿಕೊಳ್ಳೋ ಧಾವಂತ ಇಲ್ಲ. ಸುಮ್ಮನೇ ಮನೇಲಿ ಇರೋದೇ ಒಂದು ಕೆಲಸ ಆಗಿದೆ. ಅದಕ್ಕೆ ನಿನ್ನ ಭೇಟಿ ಮಾಡಣ ಅಂತ ಬಂದೆ.'

'ಒಳ್ಳೆದು ಭಟ್ರೆ... ಮತ್ತೆ ಏನು ವಿಶೇಷ? ಮಗ, ಸೊಸೆ ಹೇಗಿದ್ದಾರೆ. ಸೊಸೆ ಚೆನ್ನಾಗಿ ನೊಡ್ಕೊತಾಳಾ ನಿಮ್ಮನ್ನ. ಮಗ ಏನ್ಮಾಡ್ತಿದ್ದಾನೆ?'

'ಸೊಸೆಯೇನೂ ಚೆನ್ನಾಗಿದ್ದಾಳೆ. ಚೆನ್ನಾಗಿ ನೋಡ್ಕೊತಾಳೆ. ಮಗಾ ಅವನ ಪಾಡಿಗೆ ಅವನಿದ್ದಾನೆ' ಎಂದು ಉದಾಸೀನದಿಂದ ಹೇಳಿ-'ಅವ್ರ ಕತೆ ಇರ್ಲಿ, ನಿನ್ನ ಅಡಿಕೆ ವ್ಯವಹಾರ ಹ್ಯಾಗ್ ನಡದಿದೆ?' ಎಂದು ಕೇಳಿದರು.

'ಏನಂತ ಹೇಳ್ಲಿ ಭಟ್ರೆ. ಆರು ತಿಂಗಳಿಂದ ಎಲ್ಲ ವ್ಯವಹಾರ ನಿಂತೋಗಿದೆ. ಮೊದಲು ಮಾರ್ಕೆಟ್‌ನಲ್ಲಿ ಖರೀದಿಗೆ ಅಂತ ದುಡ್ಡು ಹಿಡಕೊಂಡು ಬಂದ್ರೂ ಬೇಕಾಗಿರೋ ಮಾಲ್ ಸಿಗತಿರಲಿಲ್ಲ. ಈಗ ಕ್ವಿಂಟಲ್‌ಗಟ್ಲೆ ಬಿದ್ದಿದೆ. ತೊಗೊಳ್ಳಕೆ ಯಾರೂ ಇಲ್ಲ. ಇವತ್ತಿರೋ ರೇಟು ನಾಳೆ ಇರಲ್ಲ, ನಾಳೆ ರೇಟು ನಾಡಿದ್ದು ಇರಲ್ಲ. ಈ ಕೊರೊನಾದಿಂದ ವ್ಯಾಪಾರದಲ್ಲಿ ಏರಿಳಿತ ಆಗ್ತಿರೋದರಿಂದ ಎಲ್ರೂ ದುಡ್ಡು ಹೂಡೋದಕ್ಕೆ ಹೆದರ್ತಾರೆ. ಹಾಗಾಗಿ ಮೂರು ತಿಂಗಳಿಂದ ಕೆಲಸಗಾರರಿಗೆ ಕೂಲಿ ಕೊಡೋದಕ್ಕೂ ಕಷ್ಟ ಆಗ್ತಿದೆ ಭಟ್ರೆ, ಏನ್ ಹೇಳೋದು' ಅಂದ ಗೂಳಪ್ಪ.

'ಭಗವಂತಾ... ಎಲ್ರದ್ದೂ ಇದೇ ಗೋಳು... ಹೋಗ್ಲಿ ಬಿಡು ಗೂಳಪ್ಪಾ. ಇವತ್ತೋ ನಾಳೆನೋ ಪರಿಸ್ಥಿತಿ ಸುಧಾರಿಸ್ತದೆ... ಅಲ್ಲಾ ನಿಮ್ಮನೇಲಿ ವರ್ಷ-ವರ್ಷ ಸತ್ಯನಾರಾಯಣನ ಪೂಜೆ ಮಾಡಿಸ್ತಿದ್ರಲ್ಲ. ಈ ವರ್ಷ ಮಾಡೋದಾದ್ರೆ ಈ ವಾರದಲ್ಲಿ ದಿನಗಳು ಚೆನ್ನಾಗಿವೆ. ಧಾರಾಳವಾಗಿ ಪೂಜೆ ಮಾಡಿಸಬಹುದು. ನೀನು ಯಾವಾಗ ಹೇಳಿದ್ರೂ ನಾನೂ ಬರೋದಕ್ಕೆ ಸಿದ್ಧವಾಗಿದ್ದೀನಿ. ಬೇಕಿದ್ರೆ ಪೂಜೆಗೆ ಬೇಕಾಗೋ ಎಲ್ಲ ಸಾಮಗ್ರಿಗಳನ್ನ ನಾನೇ ತಂದುಕೊಡ್ತೀನಿ...' ಎಂದು ಭಟ್ಟರು ಅಂದಾಗ-

'ಅಲ್ಲ ಭಟ್ರೆ ಅದು... ಈಗೆಲ್ಲಾ ಜನ ಒಂದುಕಡೆ ಗುಂಪು ಸೇರೋಹಾಗಿಲ್ಲವಲ್ಲ. ಹಾಗಿದ್ದಮೇಲೆ ನಾವ್‌ನಾವೇ ಸೇರಿ ಪೂಜೆ ಮಾಡೋದಾದ್ರೆ ಸುಮ್ಮನೆ ಯಾಕ್ ಮಾಡೋದು ಅಂತ. ನಮ್ಮ-ನಮ್ಮ ಜನಾನೇ ಮನೆಗೆ ಬರದಿರೋವಾಗ ಸುಮ್ನೆ ಯಾಕೆ ದುಡ್ ಖರ್ಚು ಮಾಡೋದು. ಮುಂದಿನ ವರ್ಷ ಮಾಡಿದ್ರಾಯ್ತು' ಎಂದ ಗೂಳಪ್ಪನ ಮಾತು ಕೇಳಿ ನಿರಾಶೆಯಿಂದ ಭಟ್ಟರ ಮುಖ ಬಾಡಿತು.

'ಕೂತಿರಿ ಭಟ್ರೆ... ಒಂದಿಷ್ಟು ಕಷಾಯ ಮಾಡಿಸಿ ತರತೀನಿ' ಎಂದು ಗೂಳಪ್ಪ ಎದ್ದು ಒಳಗೆ ಹೋದ. ಕೆಲವು ಕ್ಷಣ ನಿರಾಶೆಯಿಂದ ಯೋಚಿಸಿ ಭಟ್ಟರು ಅವನಿಗೆ ಹೇಳದೇ ಅಲ್ಲಿಂದ ಎದ್ದು ಹೊರಟರು.

ಕುಪ್ಪಣ್ಣ ಭಟ್ಟರು ರಸ್ತೆಯಲ್ಲಿ ನಡೆದುಕೊಂಡು ಹೋಗುತ್ತಿರುವಾಗ ಅವರಿಗೆ ಪರಿಚಿತ ವ್ಯಕ್ತಿ ನಾಗರಾಜು ತನ್ನ ಮನೆ ಎದುರು ಮಗುವನ್ನು ಎತ್ತಿಕೊಂಡು ಮಾತನಾಡಿಸುತ್ತ ಆಡಿಸುತ್ತಿದ್ದ. ಅವನನ್ನು ನೋಡಿ ಹತ್ತಿರಕ್ಕೆ ಬಂದ ಭಟ್ಟರು-

'ಏನಪ್ಪಾ ನಾಗರಾಜು ಮಗುಗೆ ನಾಮಕರಣ ಮಾಡೋದಿದ್ರೆ ನಾಳೆನೊ ನಾಡಿದ್ದೋ ಮಾಡಿಸಿಬಿಡಿ. ಈಗ್ಲೇ ಒಳ್ಳೆ ದಿನಗಳು ಇರೋದು. ಇಲ್ಲದಿದ್ರೆ ಆಮೇಲೆ ತಿಂಗಳುಗಟ್ಟಲೇ ಕಾಯಬೇಕಾಗತದೆ' ಎಂದರು.

'ನಾಮಕರಣಕ್ಕೆ ಈಗ ಒಳ್ಳೆದಿನಗಳಿದಾವ ಭಟ್ರೆ? ಈಗ ಶುಭಕಾರ್ಯ ಮಾಡಬಹುದು ಅಂತೀರಾ?' ಎಂದು ಕೇಳಿದ ನಾಗರಾಜು.

'ಹೂನಪ್ಪಾ... ಇನ್ನೊಂದು ನಾಲ್ಕು ದಿನ ಕಳದ್ರೆ ಗುರು ಅಸ್ತ ಆಗ್ತಾನೆ. ಅದಕ್ಕೇ ಹೇಳಿದ್ದು.'

'ಆದ್ರೆ ಭಟ್ರೆ... ಇಂಥಾ ಕೊರೊನಾ ಟೈಮ್‌ನಲ್ಲಿ ಮನೇಲಿ ಜನರನ್ನ ಸೇರಿಸಿ ನಾಮಕರಣ ಕಾರ್ಯಕ್ರಮ ಎಲ್ಲಾ ಮಾಡೋದ್ಯಾಕೆ ಅಂತ, ನಾವ್‌ನಾವೇ ಸೇರಿ ಮಗುಗೆ ಈಗಾಗಲೆ ಹೆಸರಿಟ್ಟೀದ್ದಿವಿ. ಹಂಗಾಗಿ ಮತ್ತೆ ಕಾರ್ಯಕ್ರಮ ಮಾಡೋ ಅಗತ್ಯ ಏನೂ ಇಲ್ಲ ಅನಿಸ್ತದೆ' ಅಂದಾಗ–

'ಸರಿ, ನಿಮ್ಮಿಚ್ಛೆನಪ್ಪಾ... ಬರ್ತೀನಿ' ಎಂದು ಕುಪ್ಪಣ್ಣ ಭಟ್ರು ನಿರಾಸೆಯಿಂದ ಹೇಳಿದರು.

'ಭಟ್ರೆ ಒಳಗ ಬನ್ನಿ, ಕಷಾಯ ಕುಡುಕೊಂಡು ಹೋಗಿರಂತೆ' ಅಂದರೂ–

'ಬೇಡಪ್ಪಾ ಈಗಾಗಲೇ ಇನ್ನೊಂದು ಮನೇಲಿ ಕುಡುಕೊಂಡು ಬಂದಿದ್ದೀನಿ' ಎಂದು ಕುಪ್ಪಣ್ಣ ಭಟ್ರು ಅಲ್ಲಿಂದ ಹೊರಟು ಹೋದರು. ನಾಗರಾಜು ಮಗುವಿನೊಂದಿಗೆ ಮಾತನಾಡುತ್ತ ನಿಂತ.

ಮಲಗುವ ಕೊಠಡಿಯಲ್ಲಿ ಆನಂದ ಒಂದು ಬದಿ ಹೊರಳಿಕೊಂಡು ಮಲಗಿದ್ದ. ಪದ್ಮಾ ಕೊಠಡಿಯ ಬಾಗಿಲು ತೆಗೆದು ಒಳಗೆ ಬಂದು ಅವನ ಹತ್ತಿರ ಕುಳಿತು–'ಒಳಗ ಬಂದು ಏನೋ ಮಾಡ್ತಿದ್ದೀರಿ ಅನ್ಕೊಂಡ್ರೆ ಇಷ್ಟುಬೇಗ ಮಲಕ್ಕೊಂಡುಬಿಟ್ರಾ? ಇವತ್ತು ನಿಮ್ಮಪ್ಪ ಹೇಳಿದ್ದು ನೆನಪಿದೆ ತಾನೆ. ಈ ವಯಸ್ಸನಲ್ಲೂ ಅವರೊಬ್ರೆ ದುಡಿದು ಹಾಕೋದಕ್ಕಾಗ್ತದಾ? ಕೆಲಸಕ್ಕೆ ಬಾರದವ್ರ ಜೊತೆಗೆ ಖಾಲಿ ಅಲಿಯೋದು ಬಿಟ್ಟು ಇಲ್ಮೇಲೆ ಮಂತ್ರ-ಸ್ತೋತ್ರಗಳನ್ನ ಕಲಿತು, ಪೌರೋಹಿತ್ಯ ಮಾಡೋದು ಕಲೀರಿ. ಹೆಂಡ್ತಿಗೂ ಆಸೆ-ಆಕಾಂಕ್ಷೆಗಳಿರತವೆ. ದುಡಿದ ಹಣದಲ್ಲಿ ಅವಳಿಗೂ ಏನಾದ್ರೂ ಮಾಡ್ಬೇಕು ಅನ್ನೋದನ್ನ ಯೋಚನೆ ಮಾಡಿ... ಅರ್ಥ ಆಯ್ತಾ...' ಎಂದು ಅವನ ಭುಜ ಹಿಡಿದು ಪಕ್ಕಕ್ಕೆ ಸರಿಸಿದಳು. ಅವನು ಅದಾಗಲೇ ನಿದ್ರೆಗೆ ಜಾರಿ ಗೊರಕೆ ಹೊಡೆಯುತ್ತಿದ್ದ. ಅವನನ್ನು ನೋಡಿ ಪದ್ಮಾ 'ನನ್ನ ಕರ್ಮ' ಎಂದುಕೊಂಡು ಹಣೆ ಹಿಡಿದುಕೊಂಡಳು.

ಬೆಳಗಿನ ಹೊತ್ತು ಕುಪ್ಪಣ್ಣ ಭಟ್ರು ದೇವಸ್ಥಾನದಲ್ಲಿ ಪೂಜೆ ಮುಗಿಸಿ, ಮಂಗಳಾರತಿ ಮಾಡಿ ಹೊರಗೆ ತೆಗೆದುಕೊಂಡು ಬಂದಾಗ ಅಲ್ಲಿ ಭಕ್ತರು ಯಾರೂ ಕಾಣಲಿಲ್ಲ. 'ಭಕ್ತರಿಲ್ಲದೇ ಮಂಗಳಾರತಿ ವ್ಯರ್ಥವಾಯಿತಲ್ಲ' ಎಂದುಕೊಂಡು ಹಳಹಳಿಕೆಯಾಗಿ–'ಹೊರಗೆ ಯಾರಾದರೂ ಕಂಡರೆ ಪ್ರಸಾದವನ್ನಾದರೂ ಕೊಡೋಣ' ಎಂದುಕೊಂಡು ಪ್ರಸಾದದ ತಟ್ಟೆಯೊಂದಿಗೆ ಬಂದರು. ಅತ್ತಿತ್ತ ನೋಡಿದರೆ ಅಲ್ಲಿ ಯಾರೂ ಕಾಣಲಿಲ್ಲ. ಕಡೆಗೆ ಪಕ್ಷಿಗಳಾದರೂ ತಿನ್ನಲಿ ಎಂದುಕೊಂಡು ಒಂದೆಡೆ ಒಂದಿಷ್ಟು ಪ್ರಸಾದ ಇಟ್ಟು ನಿಂತರು. ಅಲ್ಲೇ ಹಾರಾಡುತ್ತಿದ್ದ ಕಾಗೆಗಳೂ ಸಹಿತ ಅತ್ತ ಬರದಾದಾಗ ಭಟ್ಟರು ಖಾಲಿತನದಿಂದ ಖಿನ್ನತೆ ಅನುಭವಿಸಿದರು.

ಪದ್ಮಾ ಹೊಲದಲ್ಲಿ ಸೊಪ್ಪು ಕೀಳುತ್ತಿದ್ದಳು. ಅಲ್ಲಿಗೆ ಬಂದಿರುವ ಕೃಷ್ಣ ಒಂದೆಡೆ ನಿಂತು ಕಳ್ಳ ನೋಟದಿಂದ ಅವಳನ್ನೇ ನೋಡುತ್ತಿದ್ದ. ಹೊಲದಲ್ಲಿ ಅವಳು ಸೊಪ್ಪು ಕೀಳಲು ಕುಳಿತಿರುವ ರೀತಿಗೆ ಕಾಣುತ್ತಿರುವ ಅವಳ ದೇಹದ ಅವಯವಗಳನ್ನು ನುಂಗುವಂತೆ ನೋಡಿ, ಅವನು ನಿಂತಲ್ಲೇ ಉದ್ರೇಕಿತನಾದ. ಅನಿರೀಕ್ಷಿತವಾಗಿ ಅವಳು ಹೊರಳಿ ಅವನನ್ನು ನೋಡಿದಾಗ ಅವನು ಎಚ್ಚರಗೊಂಡು ಕಣ್ಣಲ್ಲೇ ಅವಳಿಗೆ ತನ್ನ ಬಯಕೆ ತಿಳಿಸಿ, ಕೈಯನ್ನು ಅದುಮಿಕೊಂಡ. ಬಳಿಕ ಜೇಬಿನಿಂದ ಮೊಬೈಲ್ ಫೋನ್ ತೆಗೆದು ಯಾರಿಗೋ ಕರೆ ಮಾಡಿದಂತೆ ನಟಿಸಿ–

'ಹೂಂ... ಮಾರಾಯ... ಸೊಪ್ಪು ಭಾಳ ಚೆನ್ನಾಗಿದೆ. ನೋಡ್ತಿದ್ರೆ ಹಾಗೇ ನೋಡ್ತಾನೇ ಇರಬೇಕು ಅನಿಸ್ತಿದೆ. ಕಿತ್ಕೊಂಡು ಹಸಿಹಸಿಯಾಗಿರೋದನ್ನೇ ತಿನ್ನಬೇಕು ಅನ್ನಿಸ್ತಿದೆ. ಸಿಕ್ರೆ ನಾನ್ ಬಿಡ್ತಿನಾ... ಸಾರಾದ್ರೂ ಮಾಡ್ಲಿ, ಪಲ್ಯನಾದ್ರೂ ಮಾಡ್ಲಿ ಹೊಟ್ಟೆ ತುಂಬಾ ತಿನ್ನತಾ ಇರೋದೇ...' ಎಂದ.

ಅವನ ಮಾತು ಕೇಳಿಸಿಕೊಂಡು ಅವಳು ಸೊಪ್ಪು ಕೀಳುತ್ತಲೇ ಒಂದು ಸಣ್ಣ ಮುಗುಳ್ನಗೆ ವ್ಯಕ್ತಪಡಿಸಿದಳು. ಅದನ್ನು ಕಂಡು ಕೃಷ್ಣ ಅವಳಿಗೆ ತನ್ನ ಸಖ್ಯ ಇಷ್ಟವಿದೆ ಎಂಬುದು ಅರ್ಥವಾಗಿ ಖುಷಿಯಿಂದ ಅವಳನ್ನು ಸಂತೋಷ ಪಡಿಸುವಂತೆ ಸನ್ನೆಗಳನ್ನು ಮಾಡಲಾರಂಭಿಸಿದ. ಪದ್ಮಾ ಅವನ ಬಗ್ಗೆ ಆಸಕ್ತಿ ತೋರುವವಳಂತೆ ಒಂದೆರಡು ಬಾರಿ ವಾರೆನೋಟದಿಂದ ಅವನತ್ತ ನೋಡಿ ಸುಮ್ಮನಾದಳು.

3

ಎಲೆ ಅಡಿಕೆ, ತಂಬಾಕು ಮೆಲುಕು ಹಾಕಿ ಉಗುಳುತ್ತ ನಿಂತಿದ್ದ ಸ್ನೇಹಿತ ನರಸಿಂಹನ ಕಡೆಗೆ ಬಂದ ಆನಂದನನ್ನು ಕಂಡು–

'ಏನೋ ಆನಂದಾ, ಮೊನ್ನೆ ಸಂಜೆ ಮಂಜುನಾಥ ಬಾರ್‌ನಲ್ಲಿ ಪಾರ್ಟಿ ಮಾಡಣ ಅಂತ ಹೇಳಿ ತಲೆ ಮರಸ್ಕೊಂಡುಬಿಟ್ಟೆಲ್ಲ. ಇದ್ದಕ್ಕಿದ್ದಾಗೆ ಏನಾಗಿತ್ತು ಅವತ್ತು ನಿನಗೆ ಆಂ?' ಎಂದು ಕೇಳಿದ ನರಸಿಂಹ.

'ಮನೇಲಿ ಸ್ವಲ್ಪ ಮಾತಾಯ್ತು. ಹಾಗಾಗಿ ಅವತ್ತು ನಮ್ಮಪ್ಪ ನನ್ನ ಹೊರಗ ಹೋಗೋಕೆ ಬಿಡ್ಲಿಲ್ಲ. ನನ್ನ ಹೆಂಡ್ತಿಗೆ ವಿಷಯ ಗೊತ್ತಾದ್ರೆ ಸರಿ ಇರಲ್ಲ ಅಂತ ನಾನೇ ಸುಮನಿದ್ದೆ' ಎಂದ ಆನಂದ.

'ಪಾರ್ಟಿ ಕೊಡ್ತಿನಿ ಅಂತ ಹೇಳಿ ಹಂಗೆ ಕೈ ಕೊಟ್ಟಬಿಟ್ರೆ ನಮಗೆಲ್ಲಾ ಹೆಂಗಾಗಬಾರದು? ಬಾರಲ್ಲಿ ಹೋಗಿ ಕುತ್ಕೊಂಡಿದ್ದೆ. ಕುಡಿಯಣ ಅಂದ್ರೆ ಜೇಬಲ್ಲಿ ದುಡ್ಡೂ ಇರಲಿಲ್ಲ. ನೀನ್ ಬೇರೆ ಬರ್ತಿನಿ ಅಂದೋನು ಬರಲೇ ಇಲ್ಲ.'

'ಅದು ಹೋಗ್ಲಿ ಬಿಡು ಈಗ, ನಾನು ಚಿಕನ್ ತಿನ್ನದೇ ಭಾಳ ದಿನ ಆಗೋಯ್ತು. ಅದು ನೆನಪಾಗಿ ನಾಲಿಕೆ ಚಟಚಟಾ ಅಂತಿದೆ. ಅದೇನ್ ಆಗ್ತದೋ ಆಗಲಿ, ಇವತ್ತು ನಾನು ತಿನ್ನಲೇಬೇಕು' ಎಂದಾಗ–

'ಅಲ್ಲೋ ಮಗನೆ, ಅಂಗಿಯೊಳಗೆ ಜನಿವಾರ ಹಕ್ಕೊಂಡು, ಹಣೆ ಮೇಲೆ ನಾಮ ಹಚ್ಕೊಂಡು ಮಂತ್ರ ಉದುರಿಸೊ ವಂಶದವ್ರ ಬಾಯಿ ನಿಂದು. ಅಂಥಾ ಬಾಯಲ್ಲಿ ಚಿಕನ್ ಪೀಸ್ ಹ್ಯಾಗ್ ಹಾಕ್ಕೋತಿಯೋ ನೀನು. ನಿನಗ್ಯಾಕ್ ಬೇಕು ಈ ಚಿಕನ್–ಮಟನ್ ಸಹವಾಸ' ಎಂದು ವ್ಯಂಗ್ಯದಿಂದ ಹೇಳಿದ ನರಸಿಂಹ.

'ಅದೆಲ್ಲಾ ನಮ್ಮಪ್ಪನಿಗೆ ಮಾತ್ರ ಸೀಮಿತ. ನಾನು ಜನಿವಾರ ತಗದು ಬಿಸಾಕಿ ಎಷ್ಟೋ ವರ್ಷ ಆಯ್ತು. ಇನ್ನು ನನ್ನ ಬಾಯಲ್ಲಿ ಮಂತ್ರ ಬರೋದಂದ್ರೆ ಅದು ಒಂದು ಕ್ವಾಟರ್ ವಿಸ್ಕಿ ಹೊಟ್ಟೆಗೆ ಹೋದಾಗ್ಲೆ! ಹೊಟ್ಟೆಯೊಳಗೆ ವಿಸ್ಕಿ ಹೊಕ್ಕಾಗಲೇ ನಮ್ಮೊಳಗಿನ ಭಗವಂತ ಜಾಗೃತ ಆಗೋದು... ಇನ್ನ ಚಿಕನ್ ಪೀಸ್ ಚಪ್ಪರಿಸಿ ತಿಂತಿದ್ರೆ ಆ ಭಗವಂತ ನಮ್ಮ ನಾಲ್ಗೆಗೆ ಕೊಟ್ಟಿರೋ ಶಕ್ತಿ ಎಂಥದ್ದು ಅಂತ ಗೊತ್ತಾಗತದೆ...' ಎಂದು ಜೋರಾಗಿ ನಕ್ಕಾಗ, ನರಸಿಂಹನೂ ನಕ್ಕು–

'ಪರ್ವಾಗಿಲ್ಲ ಬಿಡು... ಮೂರೂ ಬಿಟ್ಟು ಈ ಊರಿಗೆ ನಾನೊಬ್ಬನೇ ಹಾಳಾದವ್ನು ಅನ್ಕೊಂಡಿದ್ದೆ. ನೀನು ಬೆಂಕಿ ನನ್ನ ಮಗಾ... ದೇಶನೇ ಹಾಳ್‌ಮಾಡೋನು' ಎಂದುಕೊಂಡು ಇಬ್ಬರೂ ನಕ್ಕರು.

'ನರಸಿಂಹ ಇವತ್ತು ಹೆಂಗಾದ್ರೂ ಮಾಡಿ ನಿಮ್ಮನೇಲಿ ಚಿಕನ್ ಫ್ರೈ ಮಾಡಿ ತಂದುಕೊಡೊ. ಬೇಕಿದ್ರೆ ಚಿಕನ್ ನಾನೇ ಕೊಡಿಸ್ತಿನಿ.'

'ಸಾರಿ ಆನಂದ... ನನ್ನ ಹೆಂಡ್ತಿಗೆ ಮೈಗೆ ಹುಶಾರಿಲ್ಲ. ನೆಗಡಿ ಮೈ ಕೈ ನೋವು ಅಂತ ಮಲಗಿದ್ದಾಳೆ. ಕೊರೊನಾ ಏನಾದ್ರು ಬಂದ್ರೆ ಕಷ್ಟಾ. ಅದಕ್ಕೇ ವಿಕ್ರಮನ್ನ ಕೇಳು. ಅವ್ರ ಮನೇಲಿ ವಾರದಲ್ಲಿ ನಾಲ್ಕು ಸಾರಿ ಮಾಡ್ತರೆ. ಮಾಡ್ಕೊಂಡು ತಂದುಕೊಡ್ತಾನೆ' ಎಂದಾಗ–

'ಸರಿ, ಆಯ್ತು ಬಿಡು ಅವನ್ನೇ ಕೇಳ್ತಿನಿ...' ಎಂದು ಆನಂದ ಅಲ್ಲಿಂದ ಹೊರಟ.

ಕೃಷ್ಣ ಮತ್ತು ಪದ್ಮಾ ಸಂಬಂಧಕ್ಕೆ ರಾಜಿಯಾಗಿ ಹೊಲದಲ್ಲಿ ಸೇರಿ ಅಕ್ಕಪಕ್ಕ ಕುಳಿತಿದ್ದರು. ಪದ್ಮಾ ಭಾವುಕಳಾಗಿ ಸಣ್ಣಗೇ ದನಿ ತೆಗೆದು ಅಳುತ್ತಲಿರುವುದನ್ನು ಆತಂಕದಿಂದ ನೋಡಿದ ಕೃಷ್ಣ–'ಅದ್ಯಾಕೆ ಹಂಗೆ ಅಳ್ತಿದ್ದೀರಿ, ವಿಷಯ ಏನಂತ ಹೇಳಾದ್ರೂ ಹೇಳಿ' ಎಂದು ಅನುಕಂಪದಿಂದ ಅವಳ ಮುಖವನ್ನೇ ನೋಡಿದ. ಅವಳು ಕಾರಣ ಹೇಳದೇ ಸ್ವಲ್ಪ ಹೊತ್ತು ಅಳುತ್ತಲೇ ಇದ್ದಳು. ಕೆಲವು ಕ್ಷಣಗಳ ಬಳಿಕ ತನಗೆ ತಾನೇ ಸಮಾಧಾನ ಮಾಡಿಕೊಂಡು–

'ಮದುವೆ ಆಗಿ ಮೂರು ವರ್ಷ ಆಯ್ತು. ಮಗುವಿನ ಮುಖ ನೋಡಬೇಕು ಅನ್ನೋ ಹಂಬಲ ನನಗೆ. ದೇವ್ರು ಇನ್ನೂ ನನಗೆ ಆ ಭಾಗ್ಯ ಕೊಡಲಿಲ್ಲ. ಬಂಜೆ ಅನ್ನೋ ಶಬ್ದ ಕೇಳಿದಾಗೆಲ್ಲ ಎದೇಲಿ ಸಂಕಟ ಆಗತದೆ. ಒಂದು ಹೆಣ್ಣು ಮಗುವನ್ನ ಹೆತ್ರೆನೇ ಹೆಣ್ಣು ಅನ್ನೋ ಪದಕ್ಕೆ ಗೌರವ. ಇಲ್ಲದಿದ್ರೆ ಅವಳಿಗೆ ಬೆಲೆನೇ ಇಲ್ಲ. ಅದಕೆ ಬದುಕಿದ್ರೆ ನಾನೊಂದು ಮಗು ಜೊತೆನೇ ಬದುಕ್ತಿನಿ. ಅದೇ ಕಾರಣಕ್ಕೆ ನಾನು ನಿಮಗೆ ಸೋತಿದ್ದು. ನಿಮ್ಮಿಂದನಾದ್ರೂ ಮಗು ಪಡೀಬೇಕು ಅಂತ ನಿರ್ಧಾರ ಮಾಡಿದ್ದೀನಿ' ಎಂದಳು.

'ಆಯ್ತು ಪದ್ಮಾ ಅವ್ರೆ... ಈಗ ನಾನ್ ಸಿಕ್ಕೀದ್ದಿನಲ್ಲ ಎಲ್ಲಾ ಸರಿ ಮಾಡ್ತಿನಿ ಬಿಡಿ. ಅದ್ಯಾಕ್ ಅಳತೀರಾ' ಎಂದು ಕೃಷ್ಣ ಅಂದಾಗ–

'ಆದ್ರೆ ಒಂದು ಕಂಡಿಷನ್ನು...'

'ಏನ್ ಹೇಳಿ.'

'ನಾನು ನಿಮ್ಮ ಜೊತೆ ಇರೋದು ಯಾರಿಗೂ ಗೊತ್ತಾಗಬಾರದು. ಹಾಗಂತ ಭಾಷೆ ಕೊಡಿ. ಹಾಗೇನಾದ್ರೂ ಆಗಿದ್ದಾದ್ರೆ ನಾನು ಕೆರೆನೊ, ಬಾವಿನೊ ನೋಡ್ಕೊಬೇಕಾಗತದೆ.'

ಅವಳ ಕೈ ಹಿಡಿದು–'ಅಯ್ಯೋ ಹಾಗೆಲ್ಲಾ ಏನೂ ಆಗಲ್ಲ. ನಿಮ್ಮನ್ನ ಸಾಯೋದಕ್ಕ ಬಿಟ್ಟು ನಾನು ಬದುಕಿರ್ತಿನಾ. ನಿಮ್ಮ ಜೊತೆ ನಾನೂ ಬರ್ತಿನಿ. ನೀವಿಲ್ಲದ ಬದುಕು ನನಗ್ಯಾಕೆ ಬೇಕು...'

'ಮಗು ಇಲ್ಲದೇ ನನ್ನ ಬದುಕು ಸೋತು ಹೋಗಿದೆ. ಪ್ರೀತಿ ಇಲ್ಲದೇ ನನ್ನ ಮನಸು ಬಾಡೋಗಿದೆ. ಇವೆರಡೂ ನಿಮ್ಮಿಂದ ಸಿಗಬಹುದು ಅನ್ನಕೊಂಡಿದ್ದೀನಿ.'

'ನಿಮ್ಮ ನಂಬಿಕೆ, ನಿರೀಕ್ಷೆಯನ್ನ ಈಡೇರಿಸ್ತಿನಿ... ನೀವು ಖುಷಿಯಾಗಿರಿ' ಎಂದು ಕೃಷ್ಣ ಅಂದಾಗ ಅವಳ ಮುಖದಲ್ಲಿ ಮಂದಹಾಸ ಮೂಡಿತು. ಅವಳ ಮುಖ ನೋಡಿ ಅವನೂ ಮುಗುಳ್ನಕ್ಕ.

ನರಸಿಂಹನ ಕಡೆಗಿಂದ ವಿಕ್ರಮನಿರುವಲ್ಲಿಗೆ ಬಂದ ಆನಂದ ಹೇಗಾದರೂ ಮಾಡಿ ಅವನಿಂದ ಚಿಕನ್ ಫ್ರೈ ತರಿಸಿಕೊಳ್ಳುವ ಯೋಚನೆಯಲ್ಲಿದ್ದ. ಅನಿರೀಕ್ಷಿತವಾಗಿ ಅವನಲ್ಲಿಗೆ ಬಂದ ಆನಂದನನ್ನು ಕಂಡ ವಿಕ್ರಮ–

'ಬಾರೋ ಆನಂದಾ, ಏನಿವತ್ತು ಒಂದು ಫೋನೂ ಮಾಡದೇ ಹಾಜರಾಗಿದ್ದೀಯಾ! ಏನ್ ವಿಶೇಷಾ?' ಎಂದು ಮಾತನಾಡಿಸಿದ.

'ವಿಶೇಷಾ ಇದೆ. ಅದಕ್ಕಾಗೇ ನಿನ್ನ ಹುಡುಕ್ಕೊಂಡು ಬಂದಿದ್ದು' ಅಂದ ಆನಂದ.

'ಏನೋ ಅದು, ಏನೋ ಸಿಕ್ರೇಟಾಗಿ ಮಾತಾಡ್ತಿದ್ದೀಯ?'

'ಕಳದ ಸಾರಿ ನಾನು, ನರಸಿಂಹ ಸೇರಿ ಎಣ್ಣೆ ಹೊಡೆಯೋಕ್ ಹೋದಾಗ ನರಸಿಂಹ ಚಿಕನ್ ಫ್ರೈ ಮಾಡಿಸಿಕೊಂಡು ತಂದಿದ್ದ. ಅದೇನ್ ಸಖತ್ತಾಗಿತ್ತು ಗೊತ್ತಾ. ನೆನೆಸಿಕೊಂಡ್ರೇನೇ ಬಾಯಲ್ಲಿ ನೀರ್ ನೀರು ಬರತ್ತೆ. ಅದನ್ನ ತಿಂದಮೇಲೆ ಬೇರೆ ಏನೂ ರುಚಿನೇ ಬರ್ತಾ ಇಲ್ಲಾ. ತಿಂದು ಒಂದು ವಾರ ಕಳದೊಯ್ತು. ಇವತ್ತು ಅದು ಬೇಕು ಅನ್ನಿಸ್ತಿದೆ. ತಿನ್ನಬೇಕು ಅಂತ ಆಸೆ ಆಗ್ತಿದೆ.'

'ಅಯ್ಯೋ ಅದ್ಯಾಕ್ ಅಷ್ಟು ತಳಮಳಸ್ತಿಯ. ಬೀರಣ್ಣನ ಬಾರ್ ಅಂಗಡೀಗೆ ಹೋದ್ರೆ ಅಲ್ಲೇ ಸಿಗುತ್ತಲ್ಲಾ ಚಿಕನ್ ಫ್ರೈ ಕಬಾಬ್ ಕೂಡ ಸಿಗತ್ತೆ ಅಲ್ಲಿ. ಬೇಕಾದಷ್ಟು ತಿನ್ನು...'

'ವಿಕ್ರಮ ಅದು ಹಾಗಲ್ಲೋ... ಅಲ್ಲಿಗೆ ಹೋಗಿ ನಾನು ಚಿಕನ್ ತಿನ್ನೋದನ್ನ ಯಾರಾದ್ರೂ ನೋಡಿ ನಮ್ಮಪ್ಪನಿಗೆ ಹೇಳಿದ್ರೆ ನನ್ನ ಗತಿ ಏನಾಗತ್ತೆ ಗೊತ್ತಾ ಅಷ್ಟೇ?'

'ಹಂಗಾದ್ರೆ ನರಸಿಂಹಂಗೆ ಹೇಳು, ಮತ್ತೊಮ್ಮೆ ಮಾಡಿಸಿಕೊಂಡು ತಂದು ಕೊಡು ಅಂತ.'

'ಅವ್ನಿಗೇ ಕೇಳಿದೆ ಆಗ್ಲೇ. ಅವ್ನ ಹೆಂಡ್ತಿಗೆ ಮೈಗೆ ಹುಶಾರಿಲ್ಲಂತೆ. ಇವತ್ತಾಗಲ್ಲಾ ಅಂದ.'

'ಅದಕ್ಕೆ ಏನೀಗ?'

‘ಅದಕ್ಕೇ ನೀನಾದ್ರೂ ನಿಮ್ಮನೇಲಿ ಮಾಡಿಸ್ಕೊಂಡು ಬಾರೋ... ಚಿಕನ್ ತೊಗೊಳೊದಕ್ಕೇ ನಾನೇ ದುಡ್ಡು ಕೊಡ್ತೀನಿ. ಎಣ್ಣೆ ತಗೊಂಡು ಎಲ್ಲಾದ್ರೂ ಒಳ್ಳೇ ಜಾಗಕ್ಕೆ ಹೋಗಣ ಇಬ್ರೂ.’

‘ಮನೇಲಿ ಮಾಡಿಸಿದ್ರೂ, ಅದನ್ನ ಹಾಗೆಲ್ಲಾ ಹೊರಗೆ ತೊಗೊಂಡು ಬರಬೇಕಂದ್ರೆ ಯಾರಿಗೆ, ಎಲ್ಲಿಗೆ, ಯಾಕೆ, ಏನು? ಅಂತ ಮನೇಲಿ ಪ್ರಶ್ನೆ ಮಾಡ್ತಾರೆ. ಸುಳ್ಳು ಹೇಳಿದ್ರೆ ಅನುಮಾನ ಪಟ್ಟು ಹಿಂದೆನೇ ಬರ್ತಾರೆ... ಅದೆಲ್ಲಾ ಆಗದಿರೋ ವಿಷಯ ಬಿಡು.’

‘ಮತ್ತೆ ಏನ್ ಮಾಡೋದು ಈಗ?’ ಎಂದಾಗ–

‘ಬಾಯಿಲ್ಲಿ...’ ಎಂದು ಅವನನ್ನು ಹತ್ತಿರ ಕರೆದು ಅವನ ಕಿವಿಯಲ್ಲಿ ಆಪ್ತ ಸಲಹೆ ನೀಡುವ ಮಾತು ಹೇಳುವನು. ಅದಕ್ಕೇ ಆನಂದ ತಲೆ ಆಡಿಸಿ ಅಲ್ಲಿಂದ ಹೊರಟ.

ಆನಂದ ಬ್ರಾಯ್ಲರ್ ಕೋಳಿ ಮಾಂಸದ ಅಂಗಡಿಗೆ ಬಂದು ನಿಂತಾಗ, ಅಂಗಡಿಯಾತ ಅವನ ಮುಖ ನೋಡಿ–

‘ಏನ್ ಬೇಕಿತ್ತು?’ ಎಂದು ಕೇಳಿದ.

‘ಚಿಕನ್ ಬೇಕಿತ್ತು’ ಅಂದ ಆನಂದ.

‘ಎಷ್ಟು ಕೊಡ್ಲಿ?’

‘ಅರ್ಧ ಕೆಜಿ ಸಾಕು... ಹಾಗೇ ಒಂದು ಚಿಕನ್ ಮಸಾಲ ಪೌಚ್...’ ಎಂದಾಗ–

ಅಂಗಡಿಯಾತ ಸಿದ್ಧಪಡಿಸಿ ಇಟ್ಟ ಒಂದು ಕೋಳಿಯನ್ನು ಟ್ರೇದಿಂದ ಎತ್ತಿಕೊಂಡು ಅದನ್ನು ನಡು ಭಾಗಕ್ಕೆ ಸೀಳಿ ಕತ್ತರಿಸಿ, ತೂಕಕ್ಕೆ ಹಚ್ಚಿದ. ತೂಕ ಸರಿಯಾದ ಮೇಲೆ ಮಾಂಸವನ್ನು ಸಣ್ಣಗೇ ಕತ್ತರಿಸಿ ಒಂದು ಕರೀ ಪ್ಲಾಸ್ಟಿಕ್ ಕವರ್‌ಗೆ ಹಾಕಿ ಕೊಟ್ಟ. ಆನಂದ ಅವನಿಗೆ ಒಂದು ನೂರರ ನೋಟು ಕೊಟ್ಟು ಮಾಂಸದ ಕವರ್ ತೆಗೆದುಕೊಂಡು ಅಲ್ಲಿಂದ ಹೊರಟ. ಅಂಗಡಿಯಿಂದ ಹೊರಗೆ ಬರುವಾಗ ತನ್ನನ್ನು ಯಾರಾದರೂ ಗಮನಿಸಬಹುದೇ ಎಂದು ಅತ್ತಿತ್ತ ಕಣ್ಣು ಹಾಯಿಸಿ ಕಳ್ಳನಂತೆ ಹೆಜ್ಜೆ ಹಾಕಿದ.

ದಾರಿಯಲ್ಲಿ ಹೋಗುತ್ತಿರುವಾಗ ಪರಿಚಿತ ವ್ಯಕ್ತಿ ನಾಗಪ್ಪ ಎದುರು ಬರುತ್ತಿರುವುನ್ನು ದೂರದಿಂದಲೇ ಗಮನಿಸಿದ ಆನಂದ ಆತಂಕದಿಂದ ಅವನಿಂದ ಹೇಗೆ ತಪ್ಪಿಸಿಕೊಳ್ಳುವುದು ಎಂದು ಯೋಚಿಸುತ್ತ ಹೆಜ್ಜೆಯ ವೇಗ ಕಡಿಮೆ ಮಾಡಿ, ರಸ್ತೆಯ ಇನ್ನೊಂದು ಬದಿಗೆ ಸರಿದುಕೊಂಡ. ಆ ಹೊತ್ತಿಗೆ ಹತ್ತಿರಕ್ಕೇ ಬಂದ ಆ ನಾಗಪ್ಪ–

'ಯಾಕಪ್ಪಾ ಆನಂದ ಚೆನ್ನಾಗಿದೀಯಾ? ಯಾಕೋ ಒಂಥರಾ ಅದೀಯಲ್ಲ. ಮೈ ಹುಶಾರಿಲ್ವಾ?' ಎಂದು ಕೇಳಿದ.

'ಯೇ... ಏನಿಲ್ಲಾ ಏನಿಲ್ಲಾ ನನಗೇನಾಗಿದೆ... ಹುಶಾರಾಗೇ ಇದ್ದೀನಲ್ಲ' ಎಂದ ಆನಂದ.

'ಏನದು ಕವರ್‌ನಲ್ಲಿ ಪೂಜಾ ಸಾಮಗ್ರಿ ಏನಾದ್ರೂ ತಂದ್ಯಾ?'

ಆನಂದ ಸುಧಾರಿಸಿಕೊಂಡು, 'ಇಲ್ಲಾ... ಇವತ್ತು ಮನೇಲಿ ಶಾವಿಗೆ ಪಾಯಸ ಮಾಡಣ ಅನಿಸ್ತು ಅದಕ್ಕೇ ಶಾವಿಗೆ ತರೋದಕ್ಕ ಹೋಗಿದ್ದೆ' ಅಂದ.

'ಓಹ್!... ಹೌದಾ... ಶಾವಿಗೆನಾ ಒಳ್ಳೇ ಮಾಂಸ ತಗೊಂಡು ಹೋಗೋ ಥರಾ ಕರಿ ಕವರ್‌ನಲ್ಲಿ ತೊಗೊಂಡು ಹೋಗ್ತಿದ್ದಿಯಲ್ಲೋ...' ಅಂದಾಗ, ಅವನ ಮಾತು ಕೇಳಿ ಭಯದಿಂದ ಬೆವರಿದ ಆನಂದ ಒಮ್ಮೆ ತನ್ನ ಕೈಯಲ್ಲಿನ ಕವರನ್ನು ಇನ್ನೊಮ್ಮೆ ಅವನ ಮುಖವನ್ನು ನೋಡಿ, ಎಂಜಲು ನುಂಗಿದ. ಬಳಿಕ ಧೈರ್ಯ ತಂದುಕೊಂಡು–

'ಹೇ... ಬಿಟ್ಟು ಅನ್ನಿ... ಅರ್ಚಕರ ಮನೆ ಮಗ ನಾನು... ಎಲ್ಲಿ ಮಾಂಸ ಎಲ್ಲಿ ನಾನು!? ಹಾಗೆಲ್ಲಾ ಮಾತಾಡಬಾರದು' ಅಂದ.

'ಅಲ್ವೋ ಆನಂದ ಮಾಂಸ ತಿನ್ನೋದೇನು ಅಪರಾಧನಾ... ಎಲ್ರೂ ತಿಂತಾರೆ ಈಗ! ಅದರಿಂದ್ಲೇ ಕುರಿ ಮಾಂಸ ಕೆಜಿಗೆ ಏಳ್‌ನೂರು, ಕೋಳಿ ಮಾಂಸ ಕೆಜಿಗೆ ಮುನ್ನೂರು ಆಗಿರೋದು. ಸುಮ್ನೆ ತಮಾಷೆಗೆ ಕೇಳಿದೆ' ಅಂದಾಗ–

'ತಮಾಷೆ ಮಾಡೋಕೂ ಒಂದು ಇತಿಮಿತಿ ಇರಬೇಕು...' ಎಂದು ಆನಂದ ಅಲ್ಲಿಂದ ಜಾರಿಕೊಂಡ. ನಾಗಪ್ಪ ಮುಗುಳ್ನಗುತ್ತ ಮುಂದೆ ಹೋದ.

ಕುಪ್ಪಣ್ಣ ಭಟ್ರು ಮನೆಯಲ್ಲಿ ಹೆಣ್ಣು–ಗಂಡಿನ ಎರಡು ಜಾತಕಗಳನ್ನು ಮುಂದಿಟ್ಟುಕೊಂಡು, ಪಂಚಾಂಗ ಹರವಿಕೊಂಡು ಅದರಲ್ಲಿ ಅಂಕಿ ಸಂಖ್ಯೆಗಳನ್ನು ಹುಡುಕಿ, ಬೆರಳು ಎಣಿಸಿ ಲೆಕ್ಕ ಹಾಕುತ್ತಿದ್ದರು. ಅತ್ತ ಮಾಂಸದ ಚೀಲದೊಂದಿಗೆ ಮನೆಯ ಹತ್ತಿರಕ್ಕೆ ಬಂದ ಆನಂದ ಮನೆಯಲ್ಲಿ ಅಪ್ಪ ಇರಬಹುದೆಂಬ ಅನುಮಾನದಿಂದ, ಮೆಲ್ಲಗೇ ಅತ್ತಿತ್ತ ಹುಡುಕಾಡಿ ಒಂದು ಸುರಕ್ಷಿತ ಜಾಗ ನೋಡಿ ಮಾಂಸದ ಚೀಲವನ್ನು ಮುಚ್ಚಿಟ್ಟ. ಅವನು ಅಲ್ಲಿಂದ ಮುಂದಕ್ಕೆ ಹೋದ ಮೇಲೆ ಹತ್ತಿರದಲ್ಲೇ ಒಂದು ನಾಯಿ ಮಲಗಿರುವುದು ಕಂಡು ಅವನಿಗೆ ಅಸಮಾಧಾನವಾಯಿತು. ಆ ನಾಯಿ ಎಲ್ಲಿ ಮಾಂಸದ

ಚೀಲ ಹುಡುಕಿ ತಿಂದುಬಿಡುತ್ತದೋ ಎಂಬ ಆತಂಕದಲ್ಲಿ ಹಿಂದಕ್ಕೆ ಹೊರಳಿ ನೋಡುತ್ತಲೇ ಮನೆಯೊಳಗೆ ಹೋದ.

ಮೆಲ್ಲಗೇ ಹೆಜ್ಜೆ ಹಾಕಿ ಮನೆಯೊಳಗೆ ಬರುತ್ತಿದ್ದ ಆನಂದನನ್ನು ಕಂಡ ಕುಪ್ಪಣ್ಣ ಭಟ್ರು ಅವನ ಮುಖ ನೋಡಿ 'ಎಲ್ಲಿಗೆ ಹೋಗಿದ್ದೋ... ಸದ್ದು ಮಾಡದೇ ಒಳ್ಳೆ ಕಳ್ಳನತರಾ ಬರ್ತಿದ್ದೀಯಲ್ಲ, ಏನಾಯ್ತು?' ಎಂದು ಕೇಳಿದರು.

'ವೆಂಕಣ್ಣ ಗೌಡ್ರ ಹತ್ರ ಹೋಗಿದ್ದೆ ಅಪ್ಪಾ... ಅವ್ರ ತೋಟದಲ್ಲಿ ಅದೇನೋ ಬೆಳೆ ಕುಯ್ಲು ಮಾಡೋದಿದೆಯಂತೆ. ಅದನ್ನ ನೋಡ್ಕಳಕೆ ಒಬ್ರು ಬೇಕು ಅಂದಿದ್ರು. ನನಗೇನಾದ್ರೂ ಉಸ್ತುವಾರಿ ಕೆಲಸ ಸಿಗಬಹುದೇನೊ ಅಂತ ಕೇಳೋದಕ್ಕೆ ಹೋಗಿದ್ದೆ' ಎಂದಾಗ–

ಕುಪ್ಪಣ್ಣ ಭಟ್ರು ಆಶಾಭಾವದಿಂದ 'ಹೌದೇನೋ?' ಎಂದು ಕೇಳಿದರು.

'ಹೂನಪ್ಪಾ...'

'ದಿನಕ್ಕೆ ಐನೂರು ಸಿಕ್ರೂ ಪರ್ವಾಗಿಲ್ಲ... ಬಿಡಬೇಡ. ನಾಳೆಯಿಂದನೇ ಹೊರಟುಬಿಡು. ಇಂಥಾ ದಿನಗಳಲ್ಲಿ ಸಿಕ್ಕಷ್ಟು ಸಂಬಳಕ್ಕೇ ಕೆಲಸ ಮಾಡೋದು ಅನಿವಾರ್ಯ. ಒಂದು ಐದುಸಾವ್ರನಾದ್ರೂ ತಂದ್ರೆ ಅದೇ ಸಾಲದ ಬಡ್ಡಿಗಾದ್ರೂ ಆಗತದೆ...'

'ಪ್ರಯತ್ನ ಮಾಡ್ತಿನಪ್ಪ... ಆದ್ರೆ ಇನ್ನೂ ಯಾವುದೂ ಖಚಿತ ಆಗಿಲ್ಲ.'

'ಇಷ್ಟು ದಿನ ನೀನು ನನ್ನಿಂದ ಪೌರೋಹಿತ್ಯ ಏನೂ ಕಲೀಲಿಲ್ಲ. ಇಷ್ಟು ವರ್ಷ ಆದ್ರೂ ನಿನಗೆ ಒಂದೂ ಮಂತ್ರ, ಸ್ತೋತ್ರನೇ ಬರೋದಿಲ್ಲ. ಮುಂದೆ ಹ್ಯಾಗೆ ಅಂತ?'

'ಇನ್ನಮೇಲೆ ಅದನ್ನೂ ಪ್ರಯತ್ನ ಮಾಡ್ತಿನಿ ಬಿಡಪ್ಪ... ಯೋಚನೆ ಮಾಡಬೇಡ.'

'ಸರಿಬಿಡು, ಇನ್ಮೇಲಾದ್ರೂ ಕಲಿಯೋದಕ್ಕೆ ಪ್ರಯತ್ನ ಮಾಡು' ಅಂದಾಗ–

'ಹೂಂ' ಎಂದು, ಅಲ್ಲಿಂದ ಒಳಗೆ ಬಂದ ಮೇಲೆ ಸ್ವಲ್ಪ ಹೊತ್ತು ಒಳಗೆ ಹೊರಗೆ ಓಡಾಡಿದ. ಅವನ ಚಿತ್ತವೆಲ್ಲ ಮಾಂಸದ ಚೀಲದತ್ತಲೇ ಇತ್ತು. 'ಇಷ್ಟೊತ್ತಾದ್ರೂ ಅಪ್ಪ ಎಲ್ಲಿಗೂ ಹೋಗಲೇ ಇಲ್ವಲ್ಲ' ಅಂದುಕೊಂಡು, ತಡೆದು ತಡೆದು ಕೊನೆಗೆ–

'ಅಪ್ಪಾ ಇವತ್ತು ನೀನು ಹೊರಗೆಲ್ಲೂ ಹೋಗೋದಿಲ್ವಾ?' ಎಂದು ಕೇಳಿಯೇಬಿಟ್ಟ.

'ಇವತ್ತು ಹೊರಗೇನೂ ಕೆಲಸ ಇಲ್ಲ ಬಿಡು, ಎಲ್ಲೂ ಹೋಗಲ್ಲ. ಯಾಕೆ ಏನಾಯ್ತು?' ಎಂದಾಗ–

'ಏನಿಲ್ಲಪ್ಪಾ ಸುಮ್ನೆ ಕೇಳಿದೆ' ಅಂದ. ಅಪ್ಪ ಹೇಳಿದ್ದು ಕೇಳಿ ಆನಂದನಿಗೆ ಇನ್ನೂ ಒತ್ತಡ ಶುರುವಾಯಿತು. ಕೆಲವು ಕ್ಷಣಗಳ ಬಳಿಕ ಕುಪ್ಪಣ್ಣ ಭಟ್ರು ಯೋಚನೆ ಮಾಡಿ, ಏನೋ ಮರೆತದ್ದು ಜ್ಞಾಪಕವಾಗಿ–

'ಆನಂದಾ ನೀನು ಕೇಳಿದ್ದು ಒಳ್ಳೇದೇ ಆಯ್ತು ನೋಡು. ಮರೆತೇಬಿಟ್ಟಿದ್ದೆ. ಬೆಳಗ್ಗೆ ಸುಬ್ಬಣ್ಣ ಫೋನ್ ಮಾಡಿದ್ದ. ಅವನನ್ನ ನೋಡೋದಕ್ಕೆ ಬರ್ತಿನಿ ಅಂದಿದ್ದೆ. ಹೋಗಿ ಬರ್ತೀನಿ ಇರು' ಅಂದರು.

'ಆಯ್ತಪ್ಪ' ಅಂದಾಗ, ಕುಪ್ಪಣ್ಣ ಭಟ್ರು ಹೊರಡುವ ಸಿದ್ಧತೆ ಮಾಡಿಕೊಂಡು ಅಲ್ಲಿಂದ ಹೋದರು. ಅಪ್ಪ ಹೋದ ಮೇಲೆ ಆನಂದನಿಗೆ ಸ್ವಲ್ಪ ಸಮಾಧಾನ ಅನಿಸಿ, ಹೆಂಡತಿಗೆ ಫೋನ್ ಮಾಡುತ್ತಾನೆ. ಕೃಷ್ಣನೊಂದಿಗೆ ಕುಳಿತಿದ್ದ ಪದ್ಮಾ ಗಂಡನಿಂದ ಕರೆ ಬಂದಿದ್ದನ್ನು ಗಮನಿಸಿ–

'ಹಲೋ...' ಎಂದಳು.

'ಪದ್ದು ಈಗ ನೀನೆಲ್ಲಿದ್ದಿಯೋ ಅಲ್ಲೇ ಇರು. ಆಮೇಲೆ ಮತ್ತೆ ಫೋನ್ ಮಾಡಿ ನಾನೇ ನಿನ್ನ ಕರ್ಕೊಂಡು ಬರ್ತೀನಿ' ಎಂದು ಹೇಳಿದಾಗ–

'ಯಾಕ್ರಿ, ಏನಾಯ್ತು?' ಎಂದು ಅವಳು ಆತಂಕ ವ್ಯಕ್ತಪಡಿಸಿದಳು.

'ಏನಿಲ್ಲಾ... ಬಂದಮೇಲೇ ಹೇಳ್ತಿನಿ' ಅಂದಾಗ ಅವಳು ಭಯ, ಆತಂಕದಿಂದ 'ಹೂಂ, ಆಯ್ತು' ಅಂದಳು. ಕರೆ ಬಂದ್ ಮಾಡಿ, ಆತಂಕದಿಂದ ಕೃಷ್ಣನ ಮುಖ ನೋಡಿದಾಗ–

'ಯಾರದು, ಏನಂದ್ರು?' ಎಂದು ಕೇಳಿದ.

'ನನ್ನ ಗಂಡಾ, ನಾನು ನಿಮ್ಮ ಜೊತೆ ಇರೋದನ್ನ ನೋಡಿದಾನೋ ಏನೊ' ಅಂದು ಅವಸರದಿಂದ ಅಲ್ಲಿಂದ ಎದ್ದಳು.

'ನಾನಿನ್ನ ಹೊರಡ್ತಿನಿ. ನೀವು ಹುಶಾರು' ಎಂದು ಅಲ್ಲಿಂದ ಸರಸರನೇ ನಡೆದು ಹೋದಾಗ, ಕೃಷ್ಣ ಗೊಂದಲದಿಂದ ಅವಳು ಹೋಗುವುದನ್ನೇ ನೋಡಿದ.

ಮನೆಯಲ್ಲಿ ಆನಂದ ಮಾಂಸವನ್ನು ಚೀಲದಿಂದ ತೆಗೆದು, ಒಂದು ತಟ್ಟೆಯಲ್ಲಿ ಹಾಕಿ ತೊಳೆಯುತ್ತಾನೆ. ಬಳಿಕ ಅವಸರದಿಂದ ಒಲೆ ಹೊತ್ತಿಸಿ ಒಂದು ಬಾಂಡ್ಲಿಯಲ್ಲಿ ಎಣ್ಣೆ ಸುರಿದು, ಕಾದ ಎಣ್ಣೆಯಲ್ಲಿ ಮಾಂಸವನ್ನು ಸುರಿಯುತ್ತಾನೆ. ಅದಕ್ಕೊಂದಿಷ್ಟು ಉಪ್ಪು–ಖಾರ ಹಾಕಿ, ಜೊತೆಯಲ್ಲೇ ತಂದಿದ್ದ ಚಿಕನ್ ಮಸಾಲೆಯ ಪುಡಿ ಸುರಿಯುತ್ತಾನೆ. ಬಳಿಕ ಮಾಂಸದ ತುಂಡುಗಳನ್ನು ಸೌಟಿನಿಂದ ಮೇಲೆ ಕೆಳಗೆ ಮಾಡಿದಾಗ 'ಘಂ' ಎನ್ನುವ ವಾಸನೆ ಹೀರಿ ಅವನು ಒಂಥರಾ ರೋಮಾಂಚನ ಅನುಭವಿಸಿದ.

ನಂತರ ಅಲ್ಲೇ ಇದ್ದ ಒಂದು ಬಾಳೆ ಎಲೆಯನ್ನು ತೆಗೆದುಕೊಂಡು, ಹುರಿದ ಮಾಂಸವನ್ನೆಲ್ಲ ಅದರಲ್ಲಿ ಹಾಕಿಕೊಂಡು ಒಂದೊಂದಾಗಿ ತುಂಡು ಚಪ್ಪರಿಸಿ ತಿನ್ನತೊಡಗುತ್ತಾನೆ. ಅದರ ರುಚಿಗೆ ಮರುಳಾದಂತೆ ಮುಖಭಾವ ವ್ಯಕ್ತಪಡಿಸಿ,

ಇನ್ನೂ ಅವಸರದಿಂದ ತಿನ್ನುತ್ತಿರುವಾಗ, ಬಾಗಿಲ ಕಡೆ ಸದ್ದು ಬಂದಂತಾಗಿ ಅತ್ತ ಹೊರಳಿ ನೋಡಿದ. ಅದಾಗಲೇ ಅಲ್ಲಿ ಅಪ್ಪ ಬಂದು ನಿಂತಿದ್ದ. ಇವನನ್ನು ಕೆಕ್ಕರಿಸಿ ನೋಡಿ, ಕೆಂಡದಂತಾದ. ಅದನ್ನು ನಿರೀಕ್ಷಿಸಿರದ ಆನಂದ ಆ ಹೊತ್ತು ಏನೋ ನಡೆಯಬಾರದ್ದು ನಡೆಯಬಹುದೆಂಬ ಗಾಬರಿಯಿಂದ ಏನೂ ತಿಳಿಯದವನಂತೆ ಅಪ್ಪನನ್ನೇ ನೋಡಿದ. ಅದೇ ಹೊತ್ತಿಗೆ ಹೆಂಡತಿ ಪದ್ಮಾ ಕೂಡ ಅಲ್ಲಿಗೆ ಬಂದಳು. ಅದೂ ಕೂಡ ಅವನಿಗೆ ನುಂಗಲಾರದ ತುತ್ತಾಗಿ ಪರಿಣಮಿಸಿ ಮುಖದಲ್ಲಿ ಬೆವರೊಡೆಯಿತು. ಅದನ್ನೆಲ್ಲ ನೋಡಿ ಭಾವೋದ್ವೇಗಕ್ಕೊಳಗಾದ ಕುಪ್ಪಣ್ಣ ಭಟ್ರು–

'ನೀ ನನ್ನ ಸಮಾಧಿ ಮಾಡೊಕ್ ಹುಟ್ಟಿದಿಯೇನೋ ಮುಠ್ಠಾಳಾ... ಅದನ್ನ ತಿನ್ನೋ ಬದಲು ಸಗಣಿನಾದ್ರೂ ತಿನ್ನು... ನಿನ್ನ ಸಿಗದು ಬಿಸಾಕ್ತಿನಿ ಇವತ್ತು...' ಎಂದು ಕೂಗಿ ಅಲ್ಲೇ ಇದ್ದ ಕೈಗೆ ಸಿಕ್ಕ ವಸ್ತುವೊಂದನ್ನು ಹಿಡಿದುಕೊಂಡು ಅವನನ್ನು ಹೊಡೆಯಲು ಹೋದರು. ಆನಂದ ತಪ್ಪಿಸಿಕೊಂಡು ಓಡಲೆತ್ನಿಸುವ ಮುನ್ನ ಮಾಂಸವಿರುವ ಬಾಳೆ ಎಲೆಯನ್ನು ಅವಸರದಿಂದ ಎತ್ತಿಕೊಂಡ. ಎಲೆ ಸ್ವಲ್ಪ ಹರಿದು ಒಂದೆರಡು ಮಾಂಸದ ತುಂಡುಗಳು ಕೆಳಗೆ ಬಿದ್ದವು. ಹಾಗೇ ಎಲೆ ಹಿಡಿದುಕೊಂಡೇ ಓಡಿದ. ಮನೆಯಿಂದ ಸ್ವಲ್ಪ ದೂರ ಹೋಗಿ ಒಂದು ಮರದ ಹಿಂದೆ ನಿಂತು, ಮನೆಯತ್ತ ನೋಡುತ್ತ ಸುಧಾರಿಸಿಕೊಂಡ. ಅವನು ಓಡಿ ಬಂದ ದಾರಿಯಲ್ಲಿ ಬಿದ್ದ ಮಾಂಸದ ತುಂಡುಗಳನ್ನು ನಾಯಿಯೊಂದು ತಿಂದಿತು.

ಮನೆಯಲ್ಲಿ ಬಿದ್ದ ಮಾಂಸದ ತುಂಡುಗಳನ್ನು ಭಟ್ಟರು ಆಕ್ರೋಶ, ವಿಷಾದದಿಂದ ನೋಡುತ್ತ ಕುಸಿದು ನೆಲದ ಮೇಲೆ ಕುಳಿತುಕೊಂಡರು. ಪದ್ಮಾ ಕೂಡ ಸ್ವಲ್ಪ ಹತ್ತಿರಕ್ಕೆ ಬಂದು ಮಾಂಸದ ತುಂಡುಗಳನ್ನು ಗಮನಿಸಿ ಅಚ್ಚರಿ ಬೆರಗು ವ್ಯಕ್ತಪಡಿಸಿ, ಭಟ್ಟರ ಮುಖ ನೋಡಿದಳು. ತಮ್ಮ ಮಡಿವಂತಿಕೆ ಮೈಲಿಗೆಯಾಯಿತೆಂಬ ಕೊರಗಿನಿಂದ ಭಟ್ಟರು ಹಣೆಗೆ ಕೈ ಹಚ್ಚಿಕೊಂಡು ಸಣ್ಣಗೇ ದುಃಖಿಸಿ ಕೊರಗಿದರು. ಬಳಿಕ ಪದ್ಮಾ ಮಾಂಸದ ತುಂಡುಗಳನ್ನು ಪೊರಕೆಯಿಂದ ಗುಡಿಸಿ ಹೊರಗೆ ಬಿಸಾಕಿದಳು.

ಮನೆಯಿಂದ ಹೊರಗೆ ಬಂದಿದ್ದ ಆನಂದನಿಗೆ ಏನು ಮಾಡಬೇಕೆಂಬುದು ತಿಳಿಯದೇ ಸ್ನೇಹಿತ ನರಸಿಂಹನಿಗೆ ಫೋನ್ ಮಾಡಿದ.

'ಹಲೋ... ನರಸಿಂಹ ಮನೇಲಿ ಇವತ್ತು ಎಡವಟ್ಟಾಗಿಬಿಟ್ಟಿದೆ ಮಾರಾಯಾ' ಎಂದು ಹೇಳಿದಾಗ–

'ಏನಾಯ್ತೋ?' ಎಂದು ಕೇಳಿದ ನರಸಿಂಹ.

'ನೀನೇನಾದ್ರೂ ಚಿಕನ್ ಮಾಡಿಸಿಕೊಂಡು ತಂದಿದ್ರೆ ಹೀಗೆಲ್ಲಾ ಆಗ್ತಿರಲಿಲ್ಲ.'

'ಅಂಥದ್ದೇನಾಯ್ತೋ ಈಗ?'

'ಅಂಗಡೀಲಿ ಚಿಕನ್ ತಗೊಂಡು ಹೋಗಿ ಮನೇಲೇ ಮಾಡಿ ತಿನ್ನಬೇಕು' ಅಂತ ವಿಕ್ರಮ ಹೇಳಿಕೊಟ್ಟಿದ್ದು, ತಾನು ಅಂಗಡಿಯಿಂದ ಚಿಕನ್ ತಂದು ಮಾಡಿ ತಿನ್ನುವಾಗ ಮನೆಯಲ್ಲಿ ನಡೆದ ಘಟನೆಯನ್ನು ವಿವರಿಸಿ ಅವನಿಗೆ ಹೇಳಿದ. ಅದನ್ನೆಲ್ಲ ಕೇಳಿ ನರಸಿಂಹ–

'ನಿನಗೆ ಅಂಥ ಅರ್ಜಂಟ್ ಏನಾಗಿತ್ತೋ. ಇನ್ನೊಂದು ಎರಡು ದಿನ ಬಿಟ್ಟು ನಾನೇ ತಗೊಂಡು ಬರ್ತಿದ್ದೆ. ಇದೆಲ್ಲಾ ಬೇಕಿತ್ತಾ ನಿನಗೆ. ಪುರೋಹಿತರ ಮನೇಲಿ ಹುಟ್ಟೋದಕ್ಕೆ ನಾಲಾಯ್ಕು ನೀನು. ಯಾರಿಗಾದ್ರೂ ಗೊತ್ತಾದ್ರೆ ನಿನಗೇನೂ ಆಗಲಿಕ್ಕಿಲ್ಲ, ನಿಮ್ಮಪ್ಪನ ಮಾನ ಮರ್ಯಾದೆ ಬೀದಿಗೆ ಬರ್ತದೆ ಅಷ್ಟೆ' ಅಂದ.

'ಆಯ್ತು ಬಿಡು ಮತ್ತೆ ಸಿಗ್ತಿನಿ' ಎಂದು ಆನಂದ ಅಸಮಾಧಾನದಿಂದ ಫೋನ್ ಬಂದ್ ಮಾಡಿದ. ನಂತರ ಮನೆಯ ಹಿಂಬಾಗಿಲಿನ ಕಡೆಗೆ ಬಂದು ಕಳ್ಳನಂತೆ ಅತ್ತಿತ್ತ ನೋಡಿ ಮನೆಯೊಳಗೆ ಹೋಗುವುದು ಹೇಗೆ ಎಂದು ಯೋಚಿಸಿದ. ಅದೇ ಸಮಯದಲ್ಲಿ ಕಸ ಬಿಸಾಡಲು ಹಿತ್ತಲ ಬಳಿ ಬಂದ ಹೆಂಡತಿಯನ್ನು ನೋಡಿ–

'ಪದ್ದು... ಯೇ ಪದ್ದು... ಇದೊಂದ್ಸಾರಿ ನನ್ನ ಕ್ಷಮಿಸು. ನಾನೇನು ಬೇಕು ಅಂತ ಹೀಗ್ ಮಾಡ್ಲಿಲ್ಲ. ಸುಮ್ನೆ ಕುತೂಹಲಕ್ಕೆ ನೋಡೋಣ ಅನಿಸ್ತು... ಅದಕ್ಕೇ... ಗಂಡ ಏನೇ ತಪ್ಪು ಮಾಡಿದ್ರೂ ಹೆಂಡ್ತಿ ಅನುಸರಿಸಿಕೊಬೇಕಲ್ವಾ... ಅದಕ್ಕೇ ಅಪ್ಪನಿಗೆ ನೀನೇ ಹೇಳು. ಇದೊಂದ್ಸಾರಿ ಕ್ಷಮಿಸೋದಕ್ಕೆ ಹೇಳು. ಈಗ ಅಪ್ಪ ನೀನು ಹೇಳಿದ್ರೆ ಮಾತ್ರ ಕೇಳೋದು... ಪದ್ದು ಮಾತಡಲ್ವಾ...' ಅಂದ.

ಪದ್ಮಾ ಅವನ ಮಾತುಗಳನ್ನು ಕೇಳಿಸಿಕೊಳ್ಳದವಳಂತೆ, ಅವನತ್ತ ಹೊರಳಿಯೂ ನೋಡದೇ ಒಳಗೆ ಹೋದಳು. ಅವನು 'ಛೆ' ಎಂದು ಕೈ ಅದುಮಿಕೊಂಡ.

ಕುಪ್ಪಣ್ಣ ಭಟ್ರು ಮನೆಯ ಒಂದು ಮೂಲೆಯಲ್ಲಿ ಕುಳಿತು ತಲೆಗೆ ಕೈ ಹಚ್ಚಿಕೊಂಡು ಗಂಭೀರವಾಗಿ ಯೋಚಿಸುತ್ತಿದ್ದರು. ಕಣ್ಣಲ್ಲಿ ತನ್ನಿಂದತಾನೇ ನೀರು ಹನಿಸುತ್ತಿದ್ದವು. ಮಗ ಮಾಂಸದ ತುಂಡುಗಳನ್ನು ಎಲೆಯಲ್ಲಿ ಸುತ್ತಿಕೊಂಡು ಓಡಿದ ದೃಶ್ಯ ಸ್ಮೃತಿಯಲ್ಲಿ ಪುನರಾವರ್ತನೆ ಆಯಿತು. ದುಃಖ ತಡೆದುಕೊಳ್ಳಲಾಗದೇ ಬಿಕ್ಕಳಿಸಿ ಅಳಲು ಶುರು ಮಾಡಿದಾಗ, ಸೊಸೆ ಪದ್ಮಾ ಬಂದು–

'ಅವ್ರು ಮಾಡೋ ಪಾಪ ಕಾರ್ಯಕ್ಕೆ ನೀವ್ಯಾಕೆ ಪಶ್ಚಾತ್ತಾಪ ಪಡತಿದ್ದೀರಿ ಮಾವಾ... ನೀವು ಹೀಗೆ ಅಳತಾ ಕೂತು, ನಿಮಗೇನಾದ್ರೂ ಆದ್ರೆ ನಿಮ್ಮ ಮಗಳಹಾಗೆ ಇರೋ ನನ್ನ ನೋಡಿಕೊಳ್ಳೋರ್‍ಯಾರು?... ಸಮಾಧಾನ ಮಾಡ್ಕೊಳ್ಳಿ...' ಅಂದಳು.

'ಹೇಗೆ ಸಮಾಧಾನ ಮಾಡ್ಕೊಳ್ಳಮ್ಮಾ... ಹಸುವಿನ ಹೊಟ್ಟೇಲೆ ಹಾವು ಹುಟ್ಟಿದ ಹಾಗೆ ಹುಟ್ಟಿಬಿಟ್ಟ ನನಗೆ ಆ ಮುಠ್ಠಾಳ ಮಗ. ಜೀವನಪೂರ್ತಿ ಭಗವಂತನ ಸೇವೆ ಮಾಡಿ ಜನ್ಮ ಸಾರ್ಥಕ ಮಾಡಿಕೊಳ್ಳೋಣ ಅಂದ್ರೆ... ಹುಟ್ಟಿದಾಗಿಂದ ನಾನು ಉಳಿಸಿಕೊಂಡು ಬಂದಿದ್ದ ಮಡಿಯನ್ನ ಮಾಂಸ ತಂದು ಈ ಮನೆ ಮೈಲಿಗೆ ಮಾಡಿಬಿಟ್ಟ. ಮದ್ಯ-ಮಾಂಸ ಅಂತ ಚಟಕ್ಕೆ ಬಿದ್ದು ನಮ್ಮ ಕುಲದ ಗೌರವ ಬೀದಿಗೆ ತಂದುಬಿಟ್ಟ...' ಎಂದು ದುಃಖಿಸಿ ಅತ್ತರು.

'ನೀವು ಹೀಗೆ ದುಃಖ ಪಡೋದನ್ನ ನನ್ನಿಂದ ನೋಡಕಾಗತಿಲ್ಲ. ಹ್ಯಾಗಾದ್ರೂ ಮಾಡಿ ಅವ್ರನ್ನ ನಾನು ದಾರಿಗೆ ತರತೀನಿ. ನೀವು ನಿಶ್ಚಿಂತೆಯಿಂದಿರಿ...' ಅಂದಳು ಪದ್ಮಾ. ಭಟ್ಟರು ಮಾತನಾಡದೇ ಮೌನದಲ್ಲಿ ಗಂಭೀರವಾಗಿ ಒಂದೇ ಕಡೆಗೆ ನೋಡಿದರು.

ಖಿಂ

ರಾತ್ರಿ ಆನಂದ ಮೆಲ್ಲಗೇ ನುಸುಳಿಕೊಂಡಂತೆ ಮನೆಯೊಳಗೆ ಬಂದು ಸೇರಿಕೊಂಡ. ಅವನು ಬಂದಿದ್ದು ಭಟ್ಟರಿಗೆ ಗೊತ್ತಾದರೂ ತಿರಸ್ಕಾರದಿಂದ ಏನೂ ಪ್ರತಿಕ್ರಿಯಿಸದೇ ತಮಗೆ ತಾವೇ ವ್ಯಥೆ ಪಟ್ಟು ಸುಮ್ಮನಾದರು. ಸ್ವಲ್ಪ ಹೊತ್ತಿನ ಬಳಿಕ ಪದ್ಮಾ-

'ಮಾವಾ... ಮಾವಾ... ಊಟಕ್ ಬನ್ನಿ' ಎಂದು ಕರೆದಳು.

ಭಟ್ಟರು ಊಟ ಮಾಡದಿರುವ ಹಠದಿಂದ ಕೇಳಿಸಿಕೊಂಡರೂ ಕೇಳದಂತೆ ಗಂಭೀರವಾಗಿ ಮೌನದಲ್ಲಿದ್ದರು.

'ನೋಡಿ, ಎಷ್ಟು ಸಾರಿ ಕರೆದ್ರೂ ಮಾವ ಊಟಕ್ಕೇ ಬರ್ತಿಲ್ಲ. ಅವ್ರ ಮನಸು ನೋಯಿಸಿ ನೀವು ಅದ್ಯಾವ ಪಾಪದ ಕೂಪಕ್ಕೆ ಹೋಗ್ತಿರೊ. ಅಪ್ಪ ಅನ್ನೋ ಕಿಂಚಿತ್ತೂ ಗೌರವ ಇಲ್ಲ ನಿಮ್ಮಲ್ಲಿ...' ಎಂದಳು ಪದ್ಮಾ.

ಅವಳ ಮಾತಿಗೆ ಪ್ರತಿ ವಾದ ಮಾಡದೇ ಮುಖ ಸೊಟ್ಟ ಮಾಡಿಕೊಂಡು ಆನಂದ ಎಲ್ಲೋ ನೋಡಿದ.

'ಹೋಗಿ... ಈಗಲಾದ್ರೂ ಹೋಗಿ ಅವ್ರ ಕಾಲು ಹಿಡದು ಕ್ಷಮೆ ಕೇಳಿ... ಅವ್ರನ್ನ ಊಟಕ್ಕೆ ಕರಕೊಂಡು ಬನ್ನಿ. ಇಲ್ಲದಿದ್ರೆ ಅವ್ರು ಊಟ ಮಾಡದೇ ರಾತ್ರಿಯೆಲ್ಲಾ ಚಿಂತೆ ಮಾಡಿ ಕೊರಗತಾರೆ...' ಅಂದಾಗ, ಆನಂದ ಅವಳ ಮಾತು ಕೇಳಿಯೂ ಸುಮ್ಮನೇ ನಿಂತ.

'ಈಗೇನು ಹೋಗ್ತಿರೊ ಇಲ್ವೊ?' ಎಂದು ಪದ್ಮಾ ಗದರಿಸಿದಾಗ, ಜೋರಾಗಿ ಉಸಿರು ಎಳೆದುಕೊಂಡು ಮಾನಸಿಕವಾಗಿ ಸಿದ್ಧವಾಗಿ ಆನಂದ ಅಪ್ಪನಿರುವಲ್ಲಿಗೆ ಬಂದ. ತಲೆ ತಗ್ಗಿಸಿ ದೂರದಲ್ಲೇ ನಿಂತು–

'ಅಪ್ಪಾ... ಪದ್ಮಾ ಊಟಕ್ಕೆ ಕರೀತಿದ್ದಾಳೆ. ಊಟ ಮಾಡಣ ಬಾ...' ಅಂದಾಗ, ಭಟ್ಟರು ಅವನ ಮಾತಿಗೆ ಪ್ರತಿಕ್ರಿಯಿಸದೇ ಮೌನವಾಗಿ ಹೊರಳಿ ಮಲಗಿದರು. ಕೆಲವು ಕ್ಷಣಗಳ ಬಳಿಕ ಆನಂದನಿಗೆ ಏನೂ ಹೊಳೆಯದೇ ಹತ್ತಿರ ಹೋಗಿ ಅವರ ಕಾಲುಗಳನ್ನು ಗಟ್ಟಿಯಾಗಿ ಹಿಡಿದುಕೊಂಡು–

'ಅಪ್ಪಾ... ತಿಳೀದೆ ದೊಡ್ಡ ತಪ್ಪು ಮಾಡಿಬಿಟ್ಟೆ. ಇಷ್ಟೆಲ್ಲಾ ಆದಮೇಲೆ ಗೊತ್ತಾಗತಿದೆ ನಾನ್ ಮಾಡಿದ್ದು ಎಂಥಾ ಕೀಳು ಕೆಲಸ ಅಂತ...' ಎಂದು ಅಳುವ ಧ್ವನಿ ತಗೆದು–'ನಿಜ ಹೇಳ್ಬೇಕಂದ್ರೆ ನನ್ನಂಥ ನೀಚ ಮಗ ನಿನ್ನಂಥವನ ಹೊಟ್ಟೇಲಿ ಹುಟ್ಟಲೇಬಾರದಾಗಿತ್ತು... ಹುಟ್ಟಲೇಬಾರದಾಗಿತ್ತು... ನನ್ನ ಕ್ಷಮಿಸು ಅಪ್ಪಾ... ನನ್ನ ಕ್ಷಮಿಸು...' ಎಂದು ಎರಡೂ ಕೈಯಿಂದ ಎದೆ-ಎದೆ, ತಲೆ-ತಲೆ ಬಡಿದುಕೊಂಡು ಪಶ್ಚಾತ್ತಾಪ ಪಡುವವನಂತೆ ಅಗತ್ಯಕ್ಕಿಂತ ಹೆಚ್ಚೇ ನಟನೆ ಮಾಡಿದ.

ಅವನ ಭಾವುಕತನದ ಅಭಿನಯ ಕಂಡು ಕರಗಿದ ಭಟ್ಟರು ಎದ್ದು ಕುಳಿತುಕೊಂಡರು. ಹಾಗೇ ದುಃಖಿಸುತ್ತಲೇ ಆನಂದ ಅಲ್ಲಿಂದ ಹೆಂಡತಿ ಬಳಿಗೆ ಬಂದು ಪಿಸುಧ್ವನಿಯಲ್ಲಿ–

'ನೋಡೇ, ನಿನ್ನಿಂದ ಆಗದಿರೋದನ್ನ ನಾನು ಹ್ಯಾಗ್ ಮಾಡಿ ತೋರಿಸಿದೆ. ಅಪ್ಪನ ಮನಸು ಬದಲಾಯಿಸಿಬಿಟ್ಟೆ... ಹೆಂಗೆ ನನ್ನ 'ಆಕ್ಟಿಂಗು' ಎಂದು ಹಿಯ್ಯಾಳಿಸಿದಾಗ ಪದ್ಮಾ ಹಲ್ಲು ಕಡೆದು ಅವನಿಗೆ ಕಣ್ಣು ಕಿಸಿದಳು. ನಂತರ ಭಟ್ಟರು ಬಂದಾಗ ಇಬ್ಬರಿಗೂ ಊಟ ಬಡಿಸಿದಳು.

ಕೊಠಡಿಯಲ್ಲಿ ಆನಂದ, ಪದ್ಮಾ ಮಲಗಿದ್ದಾಗ ಗಂಡನ ನಡವಳಿಕೆ ನೆನೆದು ಪದ್ಮಾ ಅಳುತ್ತ–

'ಈ ಜನ್ಮದಲ್ಲಿ ಬದ್ಲಾಗಲ್ಲ ನೀವು. ಒಂದು ಕಲ್ಲನ್ನ ತಿದ್ದಿ ಮೂರ್ತಿ ಮಾಡಬಹುದು. ಆದ್ರೆ ನೀವು ಜೀವ ಇಲ್ಲದಿರೋ ಆ ಕಲ್ಲಿಗಿಂತಲೂ ಕಡೆ... ನಿಮ್ಮಂಥವ್ರಿಗೆ ಮನೆ, ಸಂಸಾರ ಎಲ್ಲಾ ಯಾಕ ಬೇಕು...' ಎಂದಳು.

'ರಾತ್ರಿಯಾದ್ರೂ ಏನೇ ನಿನ್ನ ಗೋಳು... ಸುಮ್ಮನೇ ಮಲಗು...' ಎಂದು ಆನಂದ ಹೊರಳಿ ಮಲಗಿದ.

ಬೆಳಗ್ಗೆ ಕುಪ್ಪಣ್ಣ ಭಟ್ಟರು ಹೇಳಿದಂತೆ ಪದ್ಮಾ ಆನಂದನಿಗೆ ಮೈಯೆಲ್ಲಾ ಎಣ್ಣೆ ಹಚ್ಚಿ ಉಜ್ಜಿ, ಸ್ವಲ್ಪ ಹೊತ್ತಿನ ನಂತರ ಸ್ನಾನದ ಬಿಸಿ ನೀರಿನಲ್ಲಿ ಒಂದಿಷ್ಟು

ಗೋಮೂತ್ರ ಬೆರೆಸಿ ತಲೆಸ್ನಾನ ಮಾಡಿಸಿದಳು. ಭಟ್ಟರು ಶುದ್ಧೀಕರಣ ಮಂತ್ರವೊಂದನ್ನು ಹೇಳುತ್ತ ಮನೆಯೆಲ್ಲಾ ಗೋಮೂತ್ರ ಸಿಂಪಡಿಸಿ, ಬಳಿಕ ದೇವರ ಪೂಜೆ ಮಾಡಿದರು. ಜಗುಲಿ ಮೇಲಿಟ್ಟಿದ್ದ ಹೊಸ ಜನಿವಾರವೊಂದನ್ನು ತೆಗೆದುಕೊಂಡು, ಆನಂದನನ್ನು ಕರೆದು ಅದನ್ನು ಧರಿಸಲು ಅವನಿಗೆ ಕೊಟ್ಟರು. ಅವನು ಜನಿವಾರ ಧರಿಸಿದ ಮೇಲೆ ದೇವರ ಜಗುಲಿ ಬಳಿ ತಮ್ಮೆದುರಿಗೆ ಕುಳ್ಳಿರಿಸಿ, ಅವನಿಗೆ 'ಸಂಧ್ಯಾವಂದನೆ' ಹೇಳಿಕೊಟ್ಟರು. ಆನಂದ ಅದನ್ನು ಅನುಕರಿಸಿದ. ಅದೆಲ್ಲ ಹಿಂಸೆ ಅನಿಸಿದರೂ ತಾನು ನಿನ್ನೆ ಮಾಡಿದ ತಪ್ಪು ತಿದ್ದಿಕೊಂಡಿದ್ದೇನೆ ಎಂಬುದನ್ನು ತೋರಿಸಲು ಸುಮ್ಮನೇ ಹೇಳಿದಂತೆ ಮಾಡಿದ. ಅದೆಲ್ಲ ಮುಗಿದ ಮೇಲೆ ಭಟ್ಟರು–

'ಆನಂದಾ... ನಾನು ಕಣ್ಣಿಂದ ನೋಡಬಾರದ್ದನ್ನೆಲ್ಲಾ ಮಾಡಿ ಯಾವತ್ತೂ ನನಗೆ ಬೇಸರ ಆಗೋ ಹಾಗೆ ಮಾಡಬೇಡ. ಇರೋತನಕ ನಾನಿನ್ನೂ ಅದೇನೇನು ನೋವು ಅನುಭವಿಸೋದಿದೆಯೋ ಆ ದೇವರಿಗೇ ಗೊತ್ತು. ನಾನು ತೀರಿದ ಮೇಲೆ ಮಗ ಅಂತ ಇರೋ ನೀನು ಮಾತ್ರನೇ ನಮ್ಮ ಪೌರೋಹಿತ್ಯ ಪರಂಪರೆಯನ್ನ ಮುಂದುವರಿಸಿಕೊಂಡು ಹೋಗಬೇಕು. ಹಾಗೆ ಮಾಡಿ ಆ ದೇವಸ್ಥಾನದ ಅರ್ಚಕ ಸ್ಥಾನದ ಉತ್ತರಾಧಿಕಾರಿಯಾಗಿ ನೀನೇ ಮುಂದುವರಿದು ನಮ್ಮ ಮನೆತನದ ಗೌರವ ಉಳಿಸು. ಅದೇ ನನ್ನ ಆಸೆ' ಅಂದರು. ಅದನ್ನು ಕೇಳಿ ಆನಂದ ಸಮ್ಮತಿಸುವವನಂತೆ ತಲೆ ಆಡಿಸಿದ.

'ಅದಕ್ಕೇ ಇವತ್ತಿನಿಂದ ಎಲ್ಲಾ ಬಿಟ್ಟು ಹೊಸ ಮನುಷ್ಯನಾಗು. ನಿನ್ನನ್ನ ನೋಡಿದ್ರೆ ನಿನ್ನ ಹೆಂಡ್ತಿ ಮಾತ್ರ ಅಲ್ಲ... ನಾನೂ ಕೂಡ ಪ್ರೀತಿ, ಗೌರವದಿಂದ ಕಾಣಬೇಕು... ಹಾಗೆ ಬದುಕು...' ಎಂದು ಭಟ್ಟರು ಅಂದಾಗ–

'ಆಯ್ತು ಅಪ್ಪಾ...' ಎಂದ ಆನಂದ. ಎಲ್ಲ ಮುಗಿಯಿತೆಂದು ಅಲ್ಲಿಂದ ಎದ್ದು ಹಿತ್ತಲಿಗೆ ಬಂದ. ಬೆಳಗಿನಿಂದ ಅಷ್ಟೊತ್ತು ಮಾಡಿದ್ದನ್ನು ನೆನೆದು ಹಣೆಹಣೆ ಬಡಿದುಕೊಂಡು, ಜೇಬಿನಿಂದ ಸಿಗರೇಟು ತಗೆದು ಬಾಯಿಗಿಟ್ಟುಕೊಂಡ. ಅಲ್ಲೇ ತುಳಸಿಕಟ್ಟೆಯಲ್ಲಿ ಉರಿಯುತ್ತಿದ್ದ ಊದು ಬತ್ತಿಯನ್ನು ತೆಗೆದುಕೊಂಡು ಸಿಗರೇಟು ಹೊತ್ತಿಸಿಕೊಂಡು, ಎಳೆದು ಎಳೆದು ಹೊಗೆ ಬಿಟ್ಟ. ಸಿಗರೇಟು ಹೊಗೆ ಒಳಗೆ ಹೋಗಿ ಹೊರಗೆ ಬಂದ ಮೇಲೆ ಅವನಿಗೆ ಒಂಥರಾ ಬಿಡುಗಡೆಯಾದಂತೆ ಸಮಾಧಾನವಾಯಿತು.

4

ಕುಪ್ಪಣ್ಣ ಭಟ್ರು ಯಾರನ್ನೋ ಭೇಟಿ ಮಾಡಲೆಂದು ಮನೆಯಿಂದ ಹೊರಟಿರುವಾಗ ಒಂದು ಬಯಲು ಜಾಗದಲ್ಲಿ ಗಿರೀಶ ಆನ್‌ಲೈನ್‌ನಲ್ಲಿ ಯಕ್ಷಗಾನ

ಪಾಠ ಹೇಳಿಕೊಡುತ್ತಿರುವುದು ಕಣ್ಣಿಗೆ ಬಿದ್ದಿತು. ಭಟ್ಟರು ಹೊರಟಿರುವುದನ್ನು ಕಂಡು ಗಿರೀಶ ಹೊರಳಿ ನೋಡಿ, ಅದನ್ನು ಬಿಟ್ಟುಬಂದು ಮಾತನಾಡಿಸಿ–

'ನಮಸ್ಕಾರ ಭಟ್ರೆ... ಏನು ಈ ಕಡೆಗೆ ಹೊರಟ್ರಿ?' ಅಂದ.

'ಏನಿಲ್ಲಪ್ಪಾ ಸುಮ್ನೆ ಒಬ್ಬರನ್ನ ಭೇಟಿಯಾಗಬೇಕಿತ್ತು ಹೊರಟಿದ್ದೆ' ಅಂದರು ಭಟ್ಟರು.

'ಹೌದಾ...'

'ಪಾಠ ಎಲ್ಲಾ ಚೆನ್ನಾಗಿ ನಡೀತಿದೆಯಾ?'

'ಹೌದು ಭಟ್ರೆ... ಈ ಮೊಬೈಲ್ ಫೋನ್‌ನಿಂದ ಎಷ್ಟು ಅಂತ ಹೇಳಿಕೊಡಕಾಗತದೆ. ಎಷ್ಟು ಹೇಳಬೇಕೊ ಅಷ್ಟು ಹೇಳಿಕೊಡುವುದು... ಅಷ್ಟೇ.'

'ಹೂಂ... ಅಂದಹಾಗೇ ನೀನು ಯಾವುರಿಂದ ಬಂದಿದ್ದು ಅಂತ ಹೇಳಿದೆಯಲ್ಲ...?'

'ನನ್ನದು ಕುಂದಾಪುರ. ಇಲ್ಲಿ ಇರೋದು ನನ್ನ ಹೆಂಡ್ತಿ ತವರು ಮನೆ. ಪಟ್ಟಣದಲ್ಲಿ ಇದೆಲ್ಲಾ ಸಾಕಾಗಿ ಹೋಯ್ತು ಭಟ್ರೆ. ಅದಕ್ಕೇ ಮುಂದೆ ಯಾವಾಗಾದ್ರೂ ಇದೇ ಊರಲ್ಲಿ ಒಂದಿಷ್ಟು ಜಮೀನು ಖರೀದಿ ಮಾಡಿ, ಉಳುಮೆ ಮಾಡಿಕೊಂಡು ಇಲ್ಲೇ ಇರಣ ಅಂತ ಅನಿಸಿತ್ತು. ಅದಕ್ಕೇ ಬಂದೆ.'

'ಪರ್ವಾಗಿಲ್ಲಪ್ಪಾ ನೀನು ಮಾಡಿರೋ ನಿರ್ಧಾರ ಸರಿಯಾದದ್ದೇ. ಪಟ್ಟಣ ಬಿಟ್ಟು ಬಂದು ಇಲ್ಲಿ ಜಮೀನು ಮಾಡಿಕೊಂಡು ಇರ್ತಿನಿ ಅನ್ನೋದು ನಿನ್ನ ದೊಡ್ಡತನ...' ಅಂದಾಗ, ಗಿರೀಶ ಮುಗುಳ್ನಕ್ಕ.

'ನಿನ್ನ ಒಂದು ವಿಷಯ ಕೇಳಣ ಅನ್ಕೊಂಡಿದ್ದೆ...'

'ಹೇಳಿ ಭಟ್ರೆ.'

'ನೀನು ಹ್ಯಾಗಿದ್ರೂ ಯಕ್ಷಗಾನ ಕಲಿಸಿಕೊಡ್ತಿಯಲ್ಲಾ... ಅದನ್ನ ನನ್ನ ಮಗನಿಗೂ ಕಲಿಸು. ಅವನಿಗೂ ಇದರ ಬಗ್ಗೆ ಆಸಕ್ತಿ ಇದೆ. ಅವನು ಕಲಿತ್ರೆ ಮತ್ತೆ ಬೇರೆಯವರಿಗೂ ಹೇಳಿಕೊಡ್ತಾನೆ... ಅದಕ್ಕೇ...'

'ಅದಕ್ಕೇನಂತೆ ನನ್ನತ್ರ ಕಳಿಸಿ ನಿಮ್ಮ ಮಗನ್ನ... ಹೇಳಿಕೊಡ್ತಿನಿ' ಅಂದ.

'ಆಯ್ತಪ್ಪಾ ಬರ್ತೀನಿ' ಎಂದು ಭಟ್ಟರು ಅಲ್ಲಿಂದ ಹೊರಟರು.

ಗಿರೀಶ ತಾನಿರುವ ಸ್ಥಳದಿಂದಲೇ ಆನ್‌ಲೈನ್ ಮೂಲಕ ಆನಂದನಿಗೆ ಯಕ್ಷಗಾನ ಪಾಠ ಹೇಳಿಕೊಡುತ್ತಿದ್ದ. ಆನಂದ ಮನೆಯ ಒಂದು ಸ್ಥಳದಲ್ಲಿ ಒಂದೆಡೆ ಮೊಬೈಲ್ ಫೋನ್ ಇಟ್ಟುಕೊಂಡು ಅವನು ಹೇಳಿಕೊಟ್ಟಂತೆ ಮಾಡಲು ಯತ್ನಿಸುತ್ತಿದ್ದ. ಗಿರೀಶ ಒಂದು ಭಂಗಿಯನ್ನೋ, ಅಭಿನಯವನ್ನೋ ಎಷ್ಟು ಸಾರಿ ಮಾಡಿ ತೋರಿಸಿದರೂ ಇವನಿಗೆ ಅದನ್ನು ಅನುಕರಿಸಿ ಮಾಡಲು

ಬರದೇ ವಿಚಿತ್ರವಾಗಿ ಅಂಗಾಭಿನಯ ಮಾಡಿದ.

ಅವನು ಹಾಗೆ ತಪ್ಪುತಪ್ಪಾಗಿ ಮಾಡುವುದನ್ನು ಗಮನಿಸಿ ಪದ್ಮಾ ಕಿಸಕ್ಕನೇ ನಕ್ಕಳು. ಕುಪ್ಪಣ್ಣ ಭಟ್ಟರೂ ಅಲ್ಲಿಗೆ ಬಂದಾಗ, ಮೊಬೈಲ್ ತೆರೆಯಲ್ಲಿ ಅವರಿಬ್ಬರೂ ಕಾಣುತ್ತಿರುವುದನ್ನು ಗಮನಿಸಿದ ಗಿರೀಶ–

'ಆನಂದಾ... ನಿನ್ನ ಹೆಂಡ್ತಿ, ಅಪ್ಪ ಅವ್ರನ್ನ ದೂರ ಸರಿಯೋದಕ್ಕೆ ಹೇಳು. ಪಾಠ ಮಾಡೋವಾಗ ಹಾಗೆಲ್ಲಾ ಬೇರೇ ಯಾರೂ ಸ್ಕ್ರೀನ್‌ನಲ್ಲಿ ಬರಬಾರದು' ಅಂದ.

'ಆಯ್ತು... ಆಯ್ತು... ಯೇ ಪದ್ದು ನೀನು ಆಚೆ ಹೋಗು... ಅಪ್ಪಾ ನೀನು ಸ್ವಲ್ಪ ದೂರ ಸರದು ನಿಲ್ಲು. ನೀವು ಸ್ಕ್ರೀನ್‌ನಲ್ಲಿ ಕಾಣ್ತಿದ್ದಿರಂತೆ' ಅಂದ ಆನಂದ. ಅವನ ಮಾತು ಕೇಳಿ ಪದ್ಮಾ ಒಳಗೆ ಹೋದಳು. ಭಟ್ಟರು ಹೊರಗೆ ಹೋದರು. ನಂತರ ಗಿರೀಶ ಪಾಠ ಮುಂದುವರೆಸಿ–

'ಈ ಸಾರಿ ನಾನು ಮಾಡೋದನ್ನ ಗಮನ ಇಟ್ಟು ನೋಡು... ಸರಿಯಾಗಿ ಮಾಡಿ ತೋರಿಸು...' ಎಂದು ಅಭಿನಯದ ಒಂದು ಭಂಗಿಯನ್ನು ಮಾಡಿ ತೋರಿಸಿದ. ನಂತರ ಆನಂದ ಅದನ್ನು ಅನುಕರಿಸಿ ವಿಕಾರವಾಗಿ ದನಿ ತಗೆದು ವಿಚಿತ್ರವಾಗಿ ಅಭಿನಯ ಮಾಡಿದಾಗ, ಗಿರೀಶನಿಗೆ ತಲೆ ಕೆಟ್ಟು–

'ಅದೇನು ವಿಚಿತ್ರವಾಗಿ ಆಡತಿಯಲ್ಲ... ನಿನಗೆ ಇದರ ಬಗ್ಗೆ ಸ್ವಲ್ಪನಾದ್ರೂ ಆಸಕ್ತಿ ಇದೆಯಾ... ಆಸಕ್ತಿ ಇದ್ರೆ ಸರಿಯಾಗಿ ಮಾಡಿ ತೋರಿಸು...' ಅಂದ. ಅವನ ಮಾತು ಕೇಳಿ ಆನಂದನಿಗೆ ಕೋಪ ಬಂದು ಮೊಬೈಲ್ ಪರದೆ ಹತ್ತಿರಕ್ಕೆ ಹೋಗಿ–

'ಲೋ ಮಗನೆ ನೀನೇನೊ ನಿನ್ನ ವಿದ್ಯೆನ ನನಗೆ ಹೇಳಿಕೊಡೋದು, ನನ್ನತ್ರ ಬಾ ನಾನೇ ನಿನಗೆ ನನ್ನ ವಿದ್ಯೆನೆಲ್ಲಾ ಹೇಳಿಕೊಡ್ತಿನಿ. ನೀನೇನು ದೊಡ್ಡ ಮೇಸ್ತ್ರಾ... ಬಂದ್‌ಬಿಟ್ಟಾ ಪಟ್ಟಣದಿಂದ ನಮ್ಮೂರಿಗೆ! ಇನ್ಯಾವಾತ್ತಾದ್ರೂ ಇಲ್ಲಿಗೆ ಬಂದ್ರೆ... ನನ್ನ ಕಣ್ಣಿಗೇನಾದ್ರೂ ಬಿದ್ರೆ ನಿನಗೆ ಅಷ್ಟೇ... ಹೊರಟೋಗು...' ಎಂದು ಪಿಸುದನಿಯಲ್ಲೇ ಹೇಳಿದ. ಅದನ್ನು ಕೇಳಿ ಗಿರೀಶ ಸಿಟ್ಟಿನಿಂದ ಮೊಬೈಲ್ ಸಂಪರ್ಕ ಬಂದ್ ಮಾಡಿದ. ನಂತರ ಆನಂದ ನಿಂತಲ್ಲೇ 'ಹ್ಯಾಗ್ ಮಾಡ್ದೆ ನೋಡು' ಎಂಬ ಭಾವದಲ್ಲಿ ಒಬ್ಬನೇ ನಕ್ಕ.

ನದಿ ನೀರಲ್ಲಿ ಪದ್ಮಾ ಬಟ್ಟೆ ತೊಳೆಯುತ್ತಿದ್ದಳು. ಅವಳೊಂದಿಗೇ ಬಂದಿರುವ ಆನಂದ ದಡದಲ್ಲಿರುವ ಒಂದು ಕಲ್ಲಮೇಲೆ ಕುಳಿತಿದ್ದ. ಹರಿಯುವ ನೀರಿನ ಜುಳುಜುಳು ಸದ್ದಿನೊಂದಿಗೆ, ಪಕ್ಷಿಗಳ ಧ್ವನಿ ಸೇರಿ ಆ ಪರಿಸರ ರಮ್ಯವಾಗಿತ್ತು. ಆನಂದ ಹೆಂಡತಿಯನ್ನು ನೋಡಿ–

'ಪದ್ದು ಜಾಸ್ತಿ ಮುಂದಕ್ಕೆ ಹೋಗ್ಬೇಡ... ಹುಶಾರು... ನದೀಲಿ ನೀರು ಹೆಚ್ಚಾಗಿದೆ' ಅಂದ.

'ನೀವು ಹಾಗೇ ಹೇಳ್ತಾ ಅಲ್ಲೇ ಕೂತಿರಿ, ಒಂಚೂರು ಬಟ್ಟೆ ಹಿಂಡಿ ಹಾಕಿದ್ರೆ ಆಗಲ್ವಾ.'

'ನಿನ್ನ ಕೆಲಸ ನೀನ್ ಮಾಡ್ತಾ ಇರು... ಹೆಣ್ಣಮಕ್ಕಳ ಕೆಲಸ ಹೆಣ್ಣಮಕ್ಳೇ ಮಾಡಬೇಕು.'

'ನಿಮಗೆ ಹೇಳಕಾಗ್ತದಾ ಬಿಡಿ...' ಅಂದಾಗ–

ಇದೇ ಸಮಯದಲ್ಲಿ ಉಸುಕಿನಲ್ಲಿರುವ ಬಿಲದಿಂದ ಒಂದು ಏಡಿ ಹೊರಕ್ಕೆ ಬಂದು ಮೆಲ್ಲಗೇ ನಡೆದುಕೊಂಡು ಹೋಯಿತು. ಅದನ್ನು ನೋಡುತ್ತಲೇ ಆನಂದನ ಮನಸ್ಸು ಅದರ ಹಿಂದೆಯೇ ಹೋಯಿತು. ಅದನ್ನು ನೋಡುತ್ತ–ನೋಡುತ್ತ ಏಡಿಯ ಕಾಲುಗಳನ್ನು ಕಿತ್ತು ಕೆಂಡದಲ್ಲಿ ಅದನ್ನು ಹುರಿಯುವ ದೃಶ್ಯ ಅವನ ಸ್ಮೃತಿಯಲ್ಲಿ ಮಿಂಚಿನಂತೆ ಬಂದು ಹೋಯಿತು. ಅದನ್ನು ನೆನೆದು ಬಾಯಲ್ಲಿ ನೀರು ಬಂದು ತಿನ್ನಬೇಕೆಂಬ ಆಸೆಯಿಂದ ಎಂಜಲು ನುಂಗಿದ. ಇನ್ನೊಮ್ಮೆ ಹೆಂಡತಿ ಕಡೆಗೆ ನೋಡಿ, ಏಡಿಯನ್ನು ಹಿಡಿಯಲು ಹೋದಾಗ ಅದು ಕೈಗೆ ಸಿಗದೇ ಮತ್ತೆ ಬಿಲದೊಳಗೆ ನುಸುಳಿ ಹೋಯಿತು.

'ಛೆ... ತಪ್ಪಿಸಿಕೊಂಡುಬಿಟ್ತು... ಸಿಕ್ಕಿದ್ರೆ ಇಲ್ಲೇ ಎಲ್ಲಾದ್ರೂ ಒಯ್ದು ಸುಟ್ಟು ತಿನ್ನಬಹುದಿತ್ತು' ಅಂದುಕೊಂಡ ಆನಂದ. ಪದ್ಮಾ ತನ್ನಷ್ಟಕ್ಕೆ ತಾನು ಬಟ್ಟೆ ಒಗೆಯುತ್ತಲಿದ್ದಳು.

ಮನೋಹರ ತನ್ನ ಮನೆಯ ಮುಂದೆ ಮೀನಿನ ಮೇಲ್ಪದರವನ್ನು ಚಾಕೂವಿನಿಂದ ಉಜ್ಜಿ–ಉಜ್ಜಿ ತೆಗೆಯುತ್ತಿದ್ದ. ಆನಂದ ಅದನ್ನೇ ನೋಡುತ್ತ ಅಲ್ಲಿಯೇ ಕುಳಿತಿದ್ದ. ಮನೋಹರ ಮೀನು ಉಜ್ಜುತ್ತ–'ಹಾಗಾದ್ರೆ ಇನ್ಮೇಲೆ ಮಾಂಸ ತಿನ್ನೋದೇ ಇಲ್ಲ ಅಂದಗಾಯ್ತು ನೀನು. ಆದ್ರೆ ತಿನ್ನದೇ ಇರೋಕಾಗ್ತದಾ ನಿನ್ನಿಂದ?' ಎಂದು ಕೇಳಿದ.

'ಇಲ್ಲಪ್ಪಾ ಇನ್ಯಾವತ್ತೂ ತಿನ್ನೋದಿಲ್ಲ. ಯಾಕಂದ್ರೆ ನಮ್ಮಪ್ಪ ನನ್ನಿಂದ ಆಣೆ ಪ್ರಮಾಣ ಮಾಡಿಸಿಕೊಂಡು, ದೇವರ ಜಗುಲಿ ಮುಂದೆ ನಿಲ್ಲಿಸಿ ನನಗೆ ಹೊಸ ಜನಿವಾರ ಬೇರೆ ಹಾಕ್ಸಿದಾನೆ. ಹಾಗಾಗಿ ಇನ್ಮೇಲೆ ನಾನು ಯಾವತ್ತೂ ಅವ್ನ ವಿರುದ್ಧವಾಗಿ ನಡಕೊಳ್ಳೊದಿಲ್ಲ' ಎಂದು ಆನಂದ ನಿರುತ್ಸಾಹದಿಂದ ಹೇಳಿದ.

'ಹೌದಾ? ಹಾಗಾದ್ರೆ ಮೊದಲಿಗಿಂತ ಜಾಸ್ತಿನೇ ಸುಧಾರಿಸಿದ್ದೀಯ ಬಿಡು.'

'ಒಂದು ವೇಳೆ ಹಾಗೇನಾದ್ರೂ ಮಾಡಿದ್ರೆ ನಾನು ವಚನಭ್ರಷ್ಟ ಆಗತಿನಿ ಅಲ್ವಾ?'

'ಓ... ಹೌದು ಹೌದು...' ಎಂದು ತಲೆ ಅಲ್ಲಾಡಿಸಿದ ಆನಂದ.

ಮಾತೇನೋ ಹೇಳಿದ ಆದರೆ ಅವನ ನಾಲಿಗೆ ಕೇಳಬೇಕಲ್ಲ. ಸ್ವಲ್ಪ ಹೊತ್ತಿನ ಬಳಿಕ ನೋಡಿದರೆ ಮನೆಯೊಳಗೆ ಮನೋಹರನೊಂದಿಗೆ ಕೂತು ಭರ್ಜರಿಯಾಗಿ ಮೀನು ಸಾರಿನ ಊಟ ಮಾಡುತ್ತಿದ್ದ. ತಟ್ಟೆಯಿಂದ ಮೀನಿನ ಮಾಂಸದ ತುಂಡು ಎತ್ತಿಕೊಡು ಏಕಾಗ್ರನಾಗಿ ಚಪ್ಪರಿಸಿ ತಿನ್ನುತ್ತ–

'ಈ ಮೀನು ತಿನ್ನೋದರಲ್ಲಿ ಇರೋ ಮಜಾ ಇನ್ಯಾವುದರಲ್ಲೂ ಇಲ್ಲ. ಏನ್ ಮೃದುವಾದ ಮಾಂಸ, ಎಂಥಾ ರುಚಿ! ತಿಂತಿದ್ರೆ ದಿನಾ ಇದನ್ನೇ ತಿನ್ನಬೇಕು ಅನಿಸ್ತದೆ' ಅಂದ.

'ದಿನಾ ಇದನ್ನೇ ತಿಂದ್ರೆ ಮಜಾ ಇರೋದಿಲ್ವೋ... ಯಾವಾತ್ತಾದ್ರೂ ಒಂದು ದಿನ ತಿಂದ್ರೇನೇ ಇದು ಮಜಾ...' ಅಂದ ಮನೋಹರ.

'ಇದರ ಜೊತೆ ಒಂದಿಷ್ಟು ಎಣ್ಣೆ ಏನಾದ್ರೂ ಸಿಕ್ಕಬಿಟ್ರೆ... ಸ್ವರ್ಗ ಎಲ್ಲಿದೆ ಅಂತ ಹುಡುಕೋದೇ ಬೇಡಾ... ನಮ್ಮ ಕಣ್ಣುಮುಂದೇ ಸುಳಿದಾಡ್ತಿರತದೆ.'

'ಲೋ ಮಗನೇ... ಮೆಲ್ಲಗೇ ಮೆಲ್ಲಗೇ... ಮನೇಲಿ ಯಾರಾದ್ರೂ ಕೇಳಿಸ್ಕೊಂಡ್ರೆ ಉಗಿತಾರೆ.'

'ನಾಳೆ ಬಾ ನಾನೇ ಎಣ್ಣೆ ಕೊಡಿಸ್ತಿನಿ' ಎಂದು ಆನಂದ ಪಿಸುಧ್ವನಿಯಲ್ಲಿ ಹೇಳಿದ. ಊಟ ಮುಗಿದು ಕುಳಿತಲ್ಲೇ ತೇಗಿ ಮೇಲಕ್ಕೆದ್ದ. ನಲ್ಲಿಯ ಬಳಿ ಬಂದು ಕೈ ತೊಳೆಯುವಾಗ ಗೋಡೆಯ ಮೇಲಿದ್ದ ಕನ್ನಡಿಯಲ್ಲಿ ಮುಖ ನೋಡಿಕೊಂಡಾಗ, ಮನೆಯಲ್ಲಿ ಬೆಳಗ್ಗೆ ಅಪ್ಪನ ಎದುರು ಹಚ್ಚಿಕೊಂಡಿದ್ದ ನಾಮ ಇನ್ನೂ ಹಾಗೇ ಇರುವುದು ಕಂಡು ಅದನ್ನು ಕೈಯಿಂದ ಒರೆಸಿಕೊಂಡ.

ಕುಪ್ಪಣ್ಣ ಭಟ್ರು ಮನೆಯ ಜಗುಲಿಯಲ್ಲಿ ಏಕಾಂತವಾಗಿ ಕುಳಿತು ಹಾಗೇ ಕಣ್ಣು ಮುಚ್ಚಿದ್ದರು. ಪ್ರಶಾಂತ ವಾತಾವರಣವಿತ್ತು. ಯಾರೋ ಬಂದ ಸದ್ದು ಕೇಳಿಸಿ ಕಣ್ಣುಬಿಟ್ಟು ನೋಡಿದರೆ ಸಾಲ ಕೊಟ್ಟ ಪರಮೇಶಿ ಮತ್ತು ಅವನ ಇಬ್ಬರು ಸಹಚರರು ಬಂದು ಸಿಟ್ಟಿನಲ್ಲಿ ಎದುರು ನಿಂತಿದ್ದರು. ಅವರನ್ನು ನೋಡಿ ಭಟ್ಟರಲ್ಲಿ ಆತಂಕ ಹುಟ್ಟಿತು. ಅನಿರೀಕ್ಷಿತವಾಗಿ ಬಂದ ಅವನನ್ನು ಕಂಡ ಆಘಾತದಿಂದ–

'ಪರಮೇಶಿ ಯಾವಾಗ ಬಂದೆಯಪ್ಪಾ... ಬಾ ಕೂತ್ಕೋ' ಅಂದರು.

'ಭಟ್ರೆ... ನಾನೀಗ ನಿಮ್ಮ ಜೊತೆ ಕೂತು ಹರಟೆ ಹೊಡಿಯೋದಕ್ಕೆ ಬಂದಿಲ್ಲ. ನಿಮಗೆ ಎಷ್ಟು ಸಲ ಗಡುವು ಕೊಟ್ಟು ಹೇಳಿದ್ರೂ ಕೊಟ್ಟ ಸಾಲ ವಾಪಸ್ ಕೊಡೋಕ್ಕಾಗಲಿಲ್ಲ ನಿಮಗೆ' ಎಂದು ಪರಮೇಶಿ ಆವೇಶದಿಂದ ಹೇಳಿದ.

'ಹಾಗಲ್ಲ ಪರಮೇಶಿ, ನನ್ನ ಮಾತ್ ಕೇಳು...'

'ನೀವು ಮಾತಾಡಿದ್ದು ಸಾಕು... ಏನಿದ್ರೂ ಹಣ ಇಟ್ಟು ಮಾತಾಡಿ... ಇಲ್ಲದಿದ್ರೆ ನಾನು ಏನು ಅನ್ನೋದು ಗೊತ್ತಿಲ್ಲಾ. ಫೈನಾನ್ಸ್ ಪರಮೇಶಿ ಅಂದ್ರೆ ಹೇಗೆ ಅಂತ ಊರಿಗೇ ಗೊತ್ತು... ಸುಮ್ಮನೆ ನನ್ನ ಕೋಪಕ್ಕೆ ತುತ್ತಾಗಬೇಡಿ...'

'ಸಮಾಧಾನ... ಸಮಾಧಾನ ಮಾಡ್ಕೊ...'

'ಏನ್ ಸಮಾಧಾನ ಮಾಡ್ಕೊಳ್ಳೋದು... ಸಾಲ ಕೊಟ್ಟವನು ನಾನು. ಉರಿಯೋದು ನನ್ನ ಹೊಟ್ಟೆ... ನಿಮ್ಮದು ಅಂತ ತೋಟ, ಗದ್ದೆನೂ ಇಲ್ಲ. ಇರೋ ಒಬ್ಬ ಮಗಾನೂ ದುಡಿಯೋದಿಲ್ಲ. ನೀವೇನೋ ದೇವಸ್ಥಾನದಲ್ಲಿ ದುಡುಕೊಂಡು ಬರ್ತೀರಿ ಅಂದ್ರೆ... ಎಲ್ಲಾ ಬಾಗಲು ಮುಚ್ಕೊಂಡು ಕುಂದ್ರೋ ಹಾಗಾಗಿದೆ. ಅದಕ್ಕೇ ಇನ್ನೊಂದು ವಾರದಲ್ಲಿ ಹಣ ವಾಪಸ್ ಕೊಡಕಾಗದಿದ್ರೆ ನೀವು ನನಗೆ ಈ ಮನೆನೇ ಬರದು ಕೊಡಬೇಕಾಗ್ತದೆ. ಈ ಮನೆ ಬಿಟ್ರೆ ನಿಮ್ಮದು ಅಂತ ಬೇರೆ ಏನಿದೆ ನಿಮ್ಗತ್ರ? ಅಯ್ಯೋ ಪಾಪಾ ಅಂತ ಇಲ್ಲಿತನಕ ಸುಮ್ಮನಿದ್ದೆ...ಇನ್ನೊಂದು ವಾರ... ಇನ್ನೊಂದು ವಾರದಲ್ಲಿ ನೀವು ಮನೆ ಇಲ್ಲದೇ ಬೀದಿಗೆ ಬರಬೇಕಾಗ್ತದೆ ಎಚ್ಚರ ಇರಲಿ...' ಎಂದು ಸಿಟ್ಟಿನಿಂದ ಹೇಳಿದ.

ಹಾಗೆ ಬಂದವ ಹೀಗೆ ಕೂಗಾಡಿ ಪರಮೇಶಿ ಅಲ್ಲಿಂದ ಹೊರಟು ಹೋದ. ಅವನ ಮಾತುಗಳನ್ನು ಕೇಳಿ ಭಟ್ಟರು ಅವಮಾನದಿಂದ ಮಾನಸಿಕ ಆಘಾತಕ್ಕೊಳಗಾಗಿ, ಕೈಯಿಂದ ತಲೆ ತಲೆ ಜಜ್ಜಿಕೊಂಡು ನೋವಿನಿಂದ ದುಃಖಿಸಿದರು. ಪದ್ಮಾ ಇದನ್ನೆಲ್ಲಾ ದೂರದಲ್ಲೇ ನಿಂತು ನೋಡಿ ಆತಂಕಿತಳಾದಳು.

ಅಡುಗೆ ಮನೆಯಲ್ಲಿ ಪದ್ಮಾ ತನ್ನ ಕೆಲಸದಲ್ಲಿ ತೊಡಗಿದ್ದಳು. ಆನಂದ ಮೊಬೈಲ್‌ನಲ್ಲಿ ಏನೋ ತೆಗೆದು ನೋಡುತ್ತ ಒಂದೆಡೆ ಕುಳಿತಿದ್ದ. ಕುಪ್ಪಣ್ಣ ಭಟ್ಟರು ಇನ್ನೂ ಪರಮೇಶಿ ಹೇಳಿದ ಮಾತಿನ ಗುಂಗಿನಲ್ಲೇ ಯೋಚಿಸುತ್ತ ಕುಳಿತಿದ್ದರು. ಪರಮೇಶಿ ಹೇಳಿದ ವಿಚಾರ ಎಲ್ಲರಿಗೂ ತಿಳಿದಿದ್ದರಿಂದ, ಚಿಂತೆಯಲ್ಲಿ ಮುಳುಗಿರುವ ಮಾವನ ಕಷ್ಟ ನೋಡಲಾಗದೇ ಪದ್ಮಾ ಹತ್ತಿರ ಬಂದು–

'ಮಾವ... ನಮ್ಮ ಕಷ್ಟ ಕಾಲಕ್ಕೆ ಬೇರೆ ಯಾರೂ ಆಗೋದಿಲ್ಲ. ಹಣ ಏನು ಈಗಿಲ್ಲ ಅಂದ್ರೆ ಮುಂದೆ ಬರಬಹುದು. ಆದರೆ ಮನೆತನದ ಗೌರವ ಒಂದ್ಸಾರಿ ಹೋದ್ರೆ ಮತ್ತೆ ಬರೋದಿಲ್ಲ. ಅದಕ್ಕೇ ನಾನೀಗ ಒಂದು ನಿರ್ಧಾರಕ್ಕೆ ಬಂದೀನಿ.'

ಅವಳ ಮಾತು ಕೇಳಿ ಕುಪ್ಪಣ್ಣ ಭಟ್ಟರು ಅಚ್ಚರಿಯಿಂದ ಅವಳ ಮುಖ ನೋಡಿ–

'ಏನಮ್ಮಾ ಅದು?' ಅಂದರು.

'ನಮ್ಮಪ್ಪನತ್ರ ಕೇಳಿ ಒಂದಿಷ್ಟು ದುಡ್ ಇಸ್ಕೊಂಡು ಬರಣಾ ಅಂತ ನಿರ್ಧಾರ ಮಾಡಿದ್ದೀನಿ' ಅಂದಾಗ, ಅವಳ ಮಾತು ಕೇಳಿ ವಿಷಾದದಿಂದ ಮುಗುಳ್ನಕ್ಕು-

'ನೀನು ಸೊಸೆಯಾದ್ರೂ ಮಗಳ ಹಾಗೆ ನನ್ನ ಹಿತ ಬಯಸ್ತಿಯಮ್ಮಾ... ನಿನಗಿರೋ ಬುದ್ಧಿ ನನ್ನ ಮಗನಿಗಿದ್ದಿದ್ರೆ ನಾನು ನೆಮ್ಮದಿಯಿಂದ ಇರಬಹುದಿತ್ತು. ಆದ್ರೆ ಅದು ನನ್ನ ಅದೃಷ್ಟದಲ್ಲಿ ಇಲ್ಲ. ನೀನು ಹೀಗೆ ಯೋಚನೆ ಮಾಡಿದ್ದೇ ನನಗೆ ಸಂತೋಷ. ಆದ್ರೆ ನಾವು ಮಾಡ್ಕೊಂಡಿರೊ ಕರ್ಮಕ್ಕೆ ಅವರಿಗೆ ಕೈ ಚಾಚಿ ಸಹಾಯ ಕೇಳೋದು ಸರಿಯಲ್ಲಮ್ಮಾ. ಬೀಗರಿಂದ ನಾವು ಅದನ್ನೆಲ್ಲಾ ನಿರೀಕ್ಷಿಸಬಾರದು' ಅಂದರು.

ಅವರ ಮಾತು ಕೇಳಿ ಆನಂದ ನಡುವೆ ಬಂದು-

'ಅಪ್ಪಾ ಅವ್ಳು ತವರಿಂದ ಹಣ ತರೋದಾದ್ರೆ ತರ್ಲಿ ಬಿಡು... ಅದಕ್ಕೂ ಯಾಕೆ ಬ್ಯಾಡಾ ಅಂತೀಯ? ಬಂಗಾರ ಒಯ್ದು ಅಡಾ ಇಡ್ತೀನಿ ಅಂದ್ರೂ ಸಹಿತ ಈಗ ಯಾರೂ ಸಾಲನೂ ಕೊಡೋದಿಲ್ಲಾ. ಅಂಥದ್ರಲ್ಲಿ ಹಣ ಇಸಕೊಂಡು ಬರ್ತಿನಿ ಅಂದ್ರೆ ಬ್ಯಾಡ ಅಂತಿಯಲ್ಲ...' ಅಂದ.

'ಇದರ ಮೇಲೆ ನಿಮ್ಮಿಷ್ಟಾ... ಆದ್ರೆ ಅವಳು ಹಣ ತಂದ್ರೂ ಅದನ್ನ ನಾನ್ ಮಾತ್ರ ಮುಟ್ಟೋದಿಲ್ಲ' ಎಂದು ಭಟ್ಟರು ಅಸಮಾಧಾನದಿಂದ ಹೇಳಿದರು.

ಹೀಗೆ ಮಾತನಾಡುತ್ತಿರುವಾಗಲೇ ಪರಿಚಿತ ವ್ಯಕ್ತಿ ನೀಲಣ್ಣ ಅಲ್ಲಿಗೆ ಬಂದು-

'ಭಟ್ರೇ... ಭಟ್ರೇ...' ಎಂದು ಕರೆದ.

'ಯಾರು?' ಎಂದು ಹೊರಳಿ ನೋಡಿ 'ಓ ನೀನಾ... ಬಾ ಒಳಗೆ' ಅಂದಾಗ-

'ಭಟ್ರೆ ನನ್ನ ಮಗಳಿಗೆ ನಿನ್ನೆ ಹೆರಿಗೆ ಆಯ್ತು... ಗಂಡು ಮಗು ಆಗಿದೆ. ಗಂಡು ಮಗು ಆದ್ರೆ ಗಣೇಶನ ದೇವಸ್ಥಾನದಲ್ಲಿ ಪೂಜೆ ಮಾಡಿಸ್ತಿನಿ ಅಂತ ನನ್ನ ಹೆಂಡ್ತಿ ಹರಕೆ ಮಾಡಿಕೊಂಡಿದ್ಲು. ಅದಕ್ಕೆ ದೇವಸ್ಥಾನ ಬಾಗಲು ತಗದು ಅರ್ಚನೆ ಮಾಡಿಕೊಡಿ' ಅಂದ ನೀಲಣ್ಣ.

'ಆಯ್ತು ಬರ್ತೀನಿ... ನೀನ್ ನಡಿ...' ಎಂದಾಗ ಅವನು ಅಲ್ಲಿಂದ ಹೊರಟ.

ಗಣಪತಿ ದೇವಸ್ಥಾನದಲ್ಲಿ ನೀಲಣ್ಣನ ಕುಟುಂಬದ ಸದಸ್ಯರು ಬಂದು ನಿಂತಿದ್ದರು. ಭಟ್ಟರು ಗಣಪತಿ ವಿಗ್ರಹಕ್ಕೆ ಹೂವಿನ ಹಾರ ಹಾಕಿ ಪೂಜೆ ಮಾಡಿ, ಕಾಯಿ ಒಡೆದು ಮಂಗಳಾರತಿ ಮಾಡಿ, ಆರತಿ ತಟ್ಟೆಯೊಂದಿಗೆ ಹೊರಗೆ ಬಂದರು. ಅಲ್ಲಿರುವ ಎಲ್ಲರೂ ಆರತಿ ತಟ್ಟೆಗೆ ಎರಡು ನಾಣ್ಯಗಳನ್ನು ಹಾಕಿ ಆರತಿ ತೆಗೆದುಕೊಂಡರು. ಆ ನಾಣ್ಯಗಳನ್ನು ನೋಡಿ, ಅವರಿಂದ ದೊಡ್ಡ ಮೊತ್ತದ ಕಾಣಿಕೆ ನಿರೀಕ್ಷಿಸಿದ್ದ ಭಟ್ಟರಿಗೆ ಬಹಳ ನಿರಾಸೆಯಾಯಿತು. ಅದೇ ನಿರಾಸೆ ಭಾವದಲ್ಲಿ-

'ಏನಪ್ಪಾ... ಮಗಳಿಗೆ ಗಂಡು ಮಗು ಆಯ್ತು ಅಂತೀಯ... ನಿನ್ನ ಹೆಂಡ್ತಿ ಹರಕೆ ಮಾಡಿಕೊಂಡಿದ್ಲು ಅಂತೀಯ... ಸಂಕಲ್ಪ ಈಡೇರಿದ ಮೇಲೂ ದೇವಸ್ಥಾನಕ್ಕೆ ಏನಾದ್ರೂ ಕಾಣಿಕೆ ಕೊಡಬಾರದಾ?' ಅಂದರು.

'ನಾನೂ ಅದನ್ನೇ ಅಂದುಕೊಂಡಿದ್ದೆ ಭಟ್ರೆ... ಕಾಣಿಕೆ ಅಂತ ಐದು ಸಾವಿರ ಹಣ ಕೊಡಣ ಅಂದುಕೊಂಡಿದ್ದೆ. ಆದ್ರೆ ಹಾಳಾದ್ದು ಲಾಕ್‌ಡೌನ್ ಅಂತ ಆದಾಗಿನಿಂದ ಆದಾಯ ಎಲ್ಲಾ ಬಂದಾಗಿ, ಕೈ ಕಟ್ಟಿದೆ ಭಟ್ರೆ... ಏನ್ಮಾಡೋದು ಗೊತ್ತಾಗತಿಲ್ಲ' ಎಂದಾಗ ಕುಪ್ಪಣ್ಣ ಭಟ್ಟರಿಗೆ ಮುಂದೆ ಮಾತನಾಡಲಾಗದೇ ನಿರಾಸೆಯಿಂದ ಅವರಿಗೆಲ್ಲ ತೀರ್ಥ ಕೊಟ್ಟರು.

5

ಕುಪ್ಪಣ್ಣ ಭಟ್ಟರ ಸ್ನೇಹಿತ ದ್ಯಾವಣ್ಣ ಭಟ್ಟರ ಮನೆ ಜಗುಲಿಯಲ್ಲಿ ಕುಳಿತು ಅವರು ಬರುವುದನ್ನು ಕಾಯುತ್ತ ಕುಳಿತಿದ್ದ. ಆನಂದ, ಪದ್ಮಾ ಅಲ್ಲೇ ನಿಂತಿದ್ದರು. ಅದೇ ವೇಳೆ ಹೊರಗೆ ಹೋಗಿದ್ದ ಭಟ್ಟರು ಮನೆಗೆ ಬಂದು–

'ಓ... ಏನಪಾ ದ್ಯಾವಣ್ಣಾ ಯಾವಾಗ ಬಂದೆ?' ಎಂದು ಪ್ರೀತಿಯಿಂದ ಕೇಳಿದರು.

'ಇದೇ ಈಗ ಬಂದೆ... ಬಾರಪ್ಪಾ ನಿನಗೇ ಕಾಯತಿದ್ದೆ...' ಅಂದ ದ್ಯಾವಣ್ಣ.

'ಮತ್ತೇನು ವಿಶೇಷ. ಮನೇಲಿ ಪೂಜೆ ಏನಾದ್ರೂ ಇಟ್ಕೊಂಡ್ರಾ ಹೇಗೆ?'

'ಪೂಜೆ ಎಂಥದೇನೂ ಇಲ್ಲ... ಶಂಕ್ರಮ್ಮನ ವಿಷಯ ಹೇಳಬೇಕಿತ್ತು ಅದಕ್ಕೇ ಬಂದಿದ್ದು' ಅಂದಾಗ–ಭಟ್ಟರು ಮಗ, ಸೊಸೆಯ ಮುಖ ನೋಡಿ ಮೌನವಾಗಿ ಮುಖ ಕೆಳಗೆ ಹಾಕಿದರು.

'ನಿನ್ನೆ ತೆಂಗಿನಹಳ್ಳಿ ಮಂಜಪ್ಪ ಬಂದಿದ್ದ. ಅವನೇ ಎಲ್ಲಾ ವಿಷಯ ಹೇಳಿದ್ದು. ಕಾಯಿಲೆಯಿಂದ ಶಂಕ್ರಮ್ಮನಿಗೆ ಮಾತೇ ನಿಂತೋಗಿದೆಯಂತೆ... ಅವಳನ್ನ ಮನೆ ಮುಂದಿನ ಜಗುಲಿ ಮೇಲೆ ಮಲಗಿಸಿ ನೋಡ್ಕೊಳ್ತಿದ್ದಾರಂತೆ. ಈಗಲಾದ್ರೂ ಅವಳು ಜೀವಂತ ಇದ್ದಾಗಲೇ ಕೊನೆ ಸಲ ಅವಳನ್ನ ನೋಡ್ಕೊಂಡು ಬಾ ಹೋಗು' ಅಂದ ದ್ಯಾವಣ್ಣ. ಪದ್ಮಾ ಮಾವನ ಮುಖ ನೋಡಿದಳು. ಭಟ್ಟರು ವಿಷಾದದಿಂದ ಮೌನವಾಗೇ ಇದ್ದರು.

'ಯಾರಾದ್ರೂ ನಿನ್ನ ಇಷ್ಟಪಟ್ರೆ ಅದರಲ್ಲಿ ನಿಂದೇನೂ ತಪ್ಪಿರೋದಿಲ್ಲ. ಪೂಜೆಗಂತ ಅವಳ ಊರಿಗೆ ಹೋಗಿದ್ದಾಗ ಅವಳೇ ನಿನ್ನ ನೋಡಿ ಪ್ರೀತಿಸಿದ್ಲು ಅಲ್ವಾ? ಅಷ್ಟರಲ್ಲಿ ನಿನ್ನ ಮದುವೆ ಆಗಿತ್ತು. ಮಗಳೂ ಹುಟ್ಟಿದ್ಲು. ನೀನು ಮಾತ್ರ ಮಡಿವಂತಿಕೆ, ಪೌರೋಹಿತ್ಯ ಅಂತ ಅವಳ ಪ್ರೀತಿನ ತಿರಸ್ಕಾರ ಮಾಡಿಬಿಟ್ಟೆ. ಅವ್ಳು ಮಾತ್ರ ಕೊನೆವರೆಗೂ ನಿನ್ನ ನೆನಪಲ್ಲೇ ಇರ್ತೀನಿ

ಅಂತ ಯಾರನ್ನೂ ಮದುವೆ ಕೂಡ ಮಾಡಿಕೊಳ್ಳದೇ ಇಲ್ಲಿವರೆಗೂ ಹಾಗೇ ಇದ್ದವ್ಳು! ನಿನ್ನ ಹೆಂಡ್ತಿ ತೀರಿದಮೇಲಾದ್ರೂ ನೀನು ಮನಸ್ಸು ಮಾಡಿ ಅವಳಿಗೆ ಬಾಳು ಕೊಡಬಹುದಿತ್ತು. ನಿನ್ನ ಕುಲದ ಗೌರವ, ಮನೆತನದ ಪ್ರತಿಷ್ಠೆ, ಮಡಿವಂತಿಕೆ ಅನ್ನೋದು ಈ ಗಡಿ ದಾಟೋದಕ್ಕೇ ಬಿಡಲಿಲ್ಲ ಅಲ್ವಾ ನಿನ್ನನ್ನ. ನಿನ್ನ ಮಗ, ಸೊಸೆ ಎಲ್ಲಿ ನಿನ್ನ ಕೆಟ್ಟದಾಗಿ ನೋಡ್ತಾರೊ... ಈ ಜನಾ ಎಲ್ಲಿ ನಿನ್ನ ಬಗ್ಗೆ ಕೆಟ್ಟದಾಗಿ ಮಾತಾಡ್ಕೊಳ್ತಾರೊ ಅಂತ ನೀನು ಅವಳ ಬಗ್ಗೆ ಕಿಂಚಿತ್ತೂ ಅನುಕಂಪ ತೋರಿಸಲೇ ಇಲ್ಲ. ಆದ್ರೆ ಅವಳು ಮಾತ್ರ ಇಷ್ಟು ವರ್ಷ ನಿನ್ನ ನೆನಪಲ್ಲೇ ಜೀವನ ಸವೆಸಿದ್ಲು. ಆ ಹಿರಿಯ ಜೀವಕ್ಕೆ ಈಗಾಲಾದ್ರೂ ನಿನ್ನ ನೋಡೋ ಭಾಗ್ಯ ಸಿಗಲಿ ಕುಪ್ಪಣ್ಣಾ... ಅವಳು ಸಾಯೋ ಮುನ್ನ ಅವಳತ್ರ ಹೋಗಿ ಬಾ... ಅವಳಣ್ಣನ ಸ್ಥಾನದಲ್ಲಿ ನಿಂತು ನಾನ್ ನಿನಗೆ ಈ ಮಾತು ಹೇಳ್ತಿದ್ದೀನಿ... ಇದರಲ್ಲಿ ನನ್ನ ಸ್ವಾರ್ಥ ಏನೂ ಇಲ್ಲ...' ಅಂದ ದ್ಯಾವಣ್ಣ. ಅವನ ಮಾತು ಕೇಳಿ ಭಟ್ಟರು ಮಾತು ಬರದೇ ಸಮ್ಮತಿಸುವ ರೀತಿ ಮೌನದಿಂದಲೇ ಒಳಗೆ ಹೋದರು. ಮೂವರೂ ಅವನು ಹೋಗುವುದನ್ನೇ ನೋಡಿದರು.

ಶಂಕ್ರಮ್ಮನನ್ನು ಭೇಟಿ ಮಾಡುವುದಕ್ಕಾಗಿ ಹೊರಟ ಕುಪ್ಪಣ್ಣ ಭಟ್ಟರು ಅದೇ ದೋಣಿಯಲ್ಲಿ ಮೌನವಾಗಿ ಕುಳಿತಿದ್ದರು. ಯಾವಾಗಲೂ ನಾವಿಕ ರಾಮಣ್ಣನೇ ಭಟ್ಟರನ್ನು ಕೆಣಕಿ ಮಾತನಾಡುತ್ತಿದ್ದನಾದರೂ ಅವತ್ತು ಮೌನವಾಗಿ ದೋಣಿಗೆ ಹುಟ್ಟು ಹಾಕುತ್ತಿರುವಾಗ ಭಟ್ಟರೇ ಅವನನ್ನು ಮಾತಿಗೆಳೆದು–

'ಯಾಕ ರಾಮಣ್ಣಾ... ಯಾಕೋ ಮೌನವಾಗಿದ್ದೀಯಲ್ಲ. ಏನ್ ವಿಷಯ?' ಎಂದರು.

'ಎಂತದೂ ವಿಷಯ ಇಲ್ಲ ಭಟ್ರೆ... ಸುಮ್ನೆ ಹಾಗೆ' ಎಂದ ರಾಮಣ್ಣ.

'ನಾನಿವತ್ತು ಎಲ್ಲಿಗೆ ಹೊರಟಿದ್ದೀನಿ ಗೊತ್ತಾ?'

'ಮತ್ತೆ ಮಗಳ ಮನೆಗೆ ಹೊರಟ್ರಾ?'

'ಇಲ್ಲ ರಾಮಣ್ಣ ಮೊನ್ನೆ ತಾನೆ ಹೋಗಿ ಬಂದಿದ್ದೀನಿ. ಈಗ ಮತ್ತೆ ಯಾಕ್ ಹೋಗ್ಲಿ.'

'ಮತ್ತೆಲ್ಲಿಗೆ ಹೊರಟಿದ್ದು?'

'ತೆಂಗಿನಹಳ್ಳಿಗೆ ಹೊರಟಿದ್ದೀನಿ. ಶಂಕ್ರಿಯನ್ನ ನೋಡಿಕೊಂಡು ಬರೋಕೆ.'

'ಓ... ಕಡೆಗೂ ಶಂಕ್ರಮ್ಮನತ್ರ ಹೊರಟ್ರಾ ಭಟ್ರೆ. ಒಳ್ಳೆದಾಯ್ತು ಬಿಡಿ. ಅವರಿಗೇನೂ ಖಾಯಿಲೆ ಬಂದಿದೆ. ಅವರ ಮನೆ ಪರಿಸ್ಥಿತಿ ಸರಿ ಇಲ್ಲ ಅಂತ ಮಂಜಪ್ಪ ಹೇಳ್ತಿದ್ದ.'

'ಹೌದು ರಾಮಣ್ಣಾ. ಶಂಕ್ರಿಗೆ ಮಾತೇ ಆಡೋದಕ್ಕೆ ಬರತಿಲ್ವಂತೆ' ಎಂದು ವಿಷಾದದಿಂದ-'ಯಾವ ಕ್ಷಣದಲ್ಲಿ ಕಣ್ಣುಮುಚ್ಚತಾಳೊ ಅನ್ನೋ ಸ್ಥಿತೀಲಿದ್ದಾಳಂತೆ. ಅದಕ್ಕೇ ಜೀವ ಇರೋದರೊಳಗೇ ನೋಡಿಕೊಂಡು ಬರಬೇಕು ಅಂತ ಹೊರಟಿದ್ದೀನಿ.'

'ಸರಿ, ಹೋಗಿ ಬನ್ನಿ. ನಿಮ್ಮನ್ನ ನೋಡಿದ್ರೆ ಅವಳ ಜೀವಕ್ಕೆ ಸ್ವಲ್ಪನಾದ್ರೂ ಹಿತ ಅನಿಸಬಹುದು...' ಅಂದ ಭಟ್ಟರು ದೂರಕ್ಕೆ ನೋಡಿ ಅಂತರ್ಮುಖಿಯಾಗಿ ಯೋಚಿಸಿದರು. ರಾಮಣ್ಣನ ಕೈಗಳು ಯಾಂತ್ರಿಕವಾಗಿ ಹುಟ್ಟು ಹಾಕುತ್ತಿದ್ದವು.

ಮನೆಯ ಜಗಲಿಯಲ್ಲಿ ಮಲಗಿಸಲಾಗಿದ್ದ ಶಂಕ್ರಮ್ಮ ನಿಸ್ತೇಜವಾಗಿ ಅರೆತೆರೆದ ಕಣ್ಣು ಬಿಟ್ಟುಕೊಂಡು ಮಲಗಿದ್ದಳು. ಕುಪ್ಪಣ್ಣ ಭಟ್ಟರು ಅಲ್ಲಿಗೆ ಬರುತ್ತಿರುವುದನ್ನು ದೂರದಿಂದಲೇ ನೋಡಿದ ಅಲ್ಲಿದ್ದ ಕೆಲವು ಜನರು ಪಿಸುದನಿಯಲ್ಲಿ ಮಾತನಾಡಿಕೊಳ್ಳುತ್ತಿದ್ದರು. ಅಲ್ಲಿದ್ದ ಒಬ್ಬ ವ್ಯಕ್ತಿ-

'ಹೌದು ಹೌದು... ಇವನೇ ಇವನೇ ಅವನು... ಚಂದಾಪುರದ ಅರ್ಚಕ' ಎಂದ.

'ಹೌದಾ... ಇಷ್ಟು ದಿನ ಬಾರದವ್ನು ಈಗ್ಯಾಕೆ ಬಂದ್ನೊ?' ಎಂದ ಇನ್ನೊಬ್ಬ.

'ಅದೆಲ್ಲಾ ನಮಗ್ಯಾಕೆ?'

'ಹೌದು... ಬನ್ನಿ ಮಾತಾಡ್ಸಣ...' ಅಂದಾಗ, ಅಷ್ಟೊತ್ತಿಗೆ ಕುಪ್ಪಣ್ಣ ಭಟ್ರು ಸಮೀಪಿಸಿದರು.

'ನೀವು ಚಂದಾಪುರದ ಕುಪ್ಪಣ್ಣವ್ರು ಅಲ್ವಾ?' ಎಂದು ಒಬ್ಬ ಕೇಳಿದ.

'ಹೌದಪ್ಪಾ...' ಅಂದರು ಭಟ್ಟರು.

'ಭಾಳಾ ವರ್ಷಗಳ ಹಿಂದೆ ನೋಡಿದ್ದೆ ನಿಮ್ಮನ್ನ. ಅದಕ್ಕೇ ಗುರ್ತು ಹಿಡಿಯಕಾಗಲಿಲ್ಲ. ಶಂಕ್ರಮ್ಮನವ್ರ ಪರಿಸ್ಥಿತಿ ಈಗ ಸರಿಯಾಗಿಲ್ಲ ಭಟ್ರೆ. ಆದ್ರೆ ಅವ್ರು ಸರಿಯಾಗಿದ್ದಾಗಲೂ ಒಂಥರಾ ವೈರಾಗ್ಯದಲ್ಲೇ ಇರೋರು. ಯಾವಾಗಲೂ ಉಪವಾಸ, ವ್ರತ, ಧ್ಯಾನ ಅಂತ ಮಾಡ್ಕೊಂಡೇ ಇರೋರು. ಸರಿಯಾಗಿ ಊಟ, ತಿಂಡಿ ಸಹಿತ ಮಾಡತಿರಲಿಲ್ಲ. ಆರೋಗ್ಯ ಸರಿ ಇಲ್ಲದಿದ್ರೂ ಆಸ್ಪತ್ರೆಗೆ ಹೋಗಿ ತೋರಿಸ್ಕೊಳ್ಳತಿರಲಿಲ್ಲ. ಈಗ ನೋಡಿ ಅವ್ರ ಮನೆಯವ್ರೇ ಅವರನ್ನ ಸರಿಯಾಗಿ ನೋಡಿಕೊಳ್ಳತಿಲ್ಲ. ಕೂರೋಕು ಬರೋದಿಲ್ಲ, ಮಾತಾಡೋದಕ್ಕೂ ಬರೋದಿಲ್ಲ ಅಂತ ಜಗಲಿಗೆ ತಂದು ಹಾಕಿದ್ದಾರೆ...' ಅಂದ ಅವನು.

ಆ ಮಾತು ಕೇಳಿ ಕುಪ್ಪಣ್ಣ ಭಟ್ರು ಪಶ್ಚಾತ್ತಾಪ, ವಿಷಾದ ಭಾವದಿಂದ ತಮ್ಮ ಹೆಗಲ ಮೇಲಿನ ಟವೆಲ್‌ನಿಂದ ಮುಖ ಒರೆಸಿಕೊಂಡು, ಅಲ್ಲಿಂದ ಮುಂದಕ್ಕೆ ಹೋದರು. ಶಂಕ್ರಮ್ಮನ ಹತ್ತಿರಕ್ಕೆ ಬಂದು ಅವಳನ್ನು ಜಗಲಿಯಲ್ಲಿ

ಮಲಗಿಸಿರುವುದು, ಒಂಟಿಯಾಗಿ ಮಲಗಿರುವ ರೀತಿ ಕಂಡು ಅವರ ಎದೆಯಲ್ಲಿ ನೋವು ಮಿಡಿಯಿತು. ಕೆಲವು ಕ್ಷಣ ಅವಳ ಮುಖವನ್ನೇ ನೋಡಿ ದುಃಖದಿಂದ–

'ಶಂಕರಿ... ಶಂಕರಿ...' ಎಂದರು.

ಕೂಗಿ ಕರೆದಾಗ, ಶಂಕ್ರಮ್ಮ ಅರೆತೆರೆದ ಕಣ್ಣಿನಿಂದಲೇ ಅವರನ್ನು ನೋಡಿ, ಮಂದಹಾಸ ಬೀರಿದಳು. ನೋಡ–ನೋಡುತ್ತಲೇ ಅವಳ ಕಣ್ಣಿಂದ ಹನಿಗಳು ಉದುರಿದವು. ಅದನ್ನು ಕಂಡು ಭಟ್ಟರು ಇನ್ನೂ ಹತ್ತಿರಕ್ಕೆ ಹೋಗಿ ಆತ್ಮೀಯ ಭಾವದಿಂದ ಅವಳ ಕೈ ಹಿಡಿದು, ತಲೆಯ ಮೇಲೆ ನೇವರಿಸಿದರು. ಅವಳೂ ಕೂಡ ಸಲುಗೆಯಿಂದ ಮೂಕವಾಗಿಯೇ ಅವರ ಕೆನ್ನೆಯ ಮೇಲೆ ಕೈ ಸವರಿದಳು. ಆಗ ಭಟ್ಟರ ಕಣ್ಣುಗಳು ಒದ್ದೆಯಾಗಿ, ದುಃಖದಿಂದ ತುಟಿಗಳು ಅದುರಿದವು. ಅದೇ ನೋವಿನಿಂದ–

'ಈ ಜನ್ಮದಲ್ಲಿ ನಾನು ನಿನಗೆ ಜೊತೆಯಾಗಿ ಸಿಗಲಿಲ್ಲ ಅಂತ ಕೊರಗಬೇಡ ಶಂಕ್ರಿ... ನೀನೀಗ ಈ ಸಂಸಾರ, ಲೌಕಿಕ ವ್ಯಾಮೋಹವನ್ನ ಗೆದ್ದು... ಮೋಕ್ಷದ ಹಾದಿ ಹಿಡಿದಿದ್ದೀಯ... ಚಿಂತೆ ಮಾಡಬೇಡ. ನೆಮ್ಮದಿಯಾಗಿ ಕಣ್ಣುಮುಚ್ಚಿ ವಿಷ್ಣು ಪಾದ ಸೇರು. ಏನಿದೆ ಈ ಸಂಸಾರದಲ್ಲಿ? ಈಗ ನೀನು ಮುಂದೆ ಹೋದ್ರೆ... ನಾಳೆ ನಾನು ಹಿಂದೆ ಬರಲೇಬೇಕಲ್ವಾ... ಕೊನೆಗೆ ಎಲ್ರೂ ವಿಷ್ಣು ಪಾದನೇ ಸೇರೋದುತಾನೆ. ಅದಕ್ಕೇ ಸಂತೋಷದಿಂದ ಹೋಗಿ ಬಾ ಶಂಕ್ರಿ... ಸಂತೋಷದಿಂದ ಹೋಗಿ ಬಾ...' ಎಂದು ದುಃಖಿಸಿದರು. ಅವರ ಮಾತು ಕೇಳಿ ಶಂಕ್ರಮ್ಮ ಅವರ ಕೈಯನ್ನು ಗಟ್ಟಿಯಾಗಿ ಹಿಡಿದುಕೊಂಡು ಕಣ್ಣೀರು ಹಾಕಿದಳು.

ಶಂಕ್ರಮ್ಮನನ್ನು ಭೇಟಿಯಾಗಿ ಹಿಂದಕ್ಕೆ ಹೊರಟಿದ್ದ ಕುಪ್ಪಣ್ಣ ಭಟ್ಟರು ದೋಣಿಯಲ್ಲಿ ಅಂತರ್ಮುಖಿಯಾಗಿ ಕುಳಿತಿದ್ದರು. ನಾವಿಕ ರಾಮಣ್ಣ ಹುಟ್ಟು ಹಾಕುತ್ತಿದ್ದ. ದೋಣಿ ಇನ್ನೇನು ದಡಕ್ಕೆ ಹತ್ತಿರ ಬಂದಾಗ ರಾಮಣ್ಣ ಅವರನ್ನು ಗಮನಿಸಿ–

'ಯಾಕೆ ಭಟ್ರೆ ಹೋಗೋವಾಗ ಎಷ್ಟು ಉತ್ಸಾಹದಿಂದ ಮಾತಾಡ್ತಿದ್ರಿ... ಈಗ ನೋಡಿದ್ರೆ ಏನೋ ಕಳಕೊಂಡವ್ರ ಹಾಗೆ ಮೌನವಾಗಿದ್ದೀರಲ್ಲ ಯಾಕೆ, ಏನಾಯ್ತು?' ಎಂದು ಕೇಳಿದ. ಆ ಮಾತಿಗೆ ಭಟ್ಟರು ಪ್ರತಿಕ್ರಿಯಿಸದೇ ಎಲ್ಲೋ ನೋಡಿದರು. ನಂತರ ದಡ ಬರುತ್ತಿದ್ದಂತೆ ದೋಣಿಯಿಂದ ಇಳಿದು ಹೋದರು.

ಮುಂದಕ್ಕೆ ನಡೆದುಕೊಂಡು ಬರುತ್ತಿರುವಾಗ, ಹತ್ತಿರದಲ್ಲಿಯೇ ಗಿರೀಶ ಆನ್‌ಲೈನ್‌ನಲ್ಲಿ ಯಕ್ಷಗಾನ ಪಾಠ ಹೇಳುತ್ತಿದ್ದ. ಅಲ್ಲಿ ಭಟ್ಟರು ಬರುತ್ತಿರುವುದನ್ನು ನೋಡಿ, ಪಾಠವನ್ನು ಅಲ್ಲಿಗೇ ನಿಲ್ಲಿಸಿ ಓಡಿ ಅವರ ಹತ್ತಿರಕ್ಕೆ ಬಂದು–

'ಭಟ್ರೆ ನಾನೇ ಬಂದು ನಿಮ್ಮನ್ನ ಭೇಟಿ ಮಾಡಣ ಅಂದುಕೊಂಡಿದ್ದೆ. ನೀವೇ ಇಲ್ಲಿ ಸಿಕ್ಕಿದ್ದು ಒಳ್ಳೆದಾಯ್ತು. ನಿಮ್ಮ ಮಗನಿಗೆ ಯಕ್ಷಗಾನ ಕಲಿಯೋದೆಲ್ಲ ಇಷ್ಟ ಇಲ್ಲ. ಅದಕ್ಕೇ ಪೌರೋಹಿತ್ಯನೇ ಮಾಡೋದಕ್ಕೆ ಹೇಳಿ. ಅದರಿಂದಲೇ ಎಲ್ಲಾ ಆಗತದೆ. ಹೇಗಿದ್ರೂ ನಿಮ್ಮನ್ನ ನೋಡಿ ಕಲಿತಿರತಾನಲ್ಲ. ಅದರ ಜೊತೆಗೆ ಒಂದಿಷ್ಟು ಮಂತ್ರ ಹೇಳೋದನ್ನ ಕಲಿತುಬಿಟ್ರೆ ಸಾಕು. ಜೀವನ ಹೇಗೋ ನಡಿತದೆ' ಅಂದ.

ಭಟ್ಟರು ಅವನ ಮಾತಿಗೆ ಪ್ರತಿಕ್ರಿಯಿಸದೇ ಹಾಗೇ ನಡೆಯುತ್ತಲೇ ಇದ್ದರು. ಅವನೇ ಮಾತು ಮುಂದುವರಿಸಿ–

'ಮತ್ತೆ ನಾನು ನಿಮಗೆ ಹೇಳಿದ್ನೆಲ್ಲ ಜಮೀನು ವಿಚಾರ. ಇದೇ ಊರಲ್ಲಿ ಎರಡು ಎಕರೆ ಜಮೀನು ಖರೀದಿ ಮಾಡಿದ್ದಾಯ್ತು ನಾನು. ಈ ತಂತ್ರಜ್ಞಾನದ ವ್ಯವಹಾರನ ಎಷ್ಟು ದಿನ ನಂಬಕಾಗ್ತದೆ ಹೇಳಿ. ಒಂದಿನ ಅದಕ್ಕೂ ಅಂತ್ಯ ಬರೋದು ಖಚಿತ. ಅದರ ಕತೆ ಮುಗಿದ್ರೆ ಹೊಟ್ಟೆಗೇನು ತಿನ್ನೋದು? ತಂತ್ರಜ್ಞಾನದ ವ್ಯಾಪಾರ ಎಷ್ಟೇ ಬೆಳದು, ಅಂತ್ಯ ಕಂಡ್ರೂ ಹೊಟ್ಟೆಗೆ ಅನ್ನನೇ ತಾನೆ ಬೇಕು! ಅದಕ್ಕಾಗೇ ನಾನು ಈಗಿನಿಂದಲೇ ಅದರಿಂದ ಬಿಡಿಸಿಕೊಂಡು, ಭೂಮಿ ಹಿಡಕೊಂಡಿದ್ದೀನಿ. ನನ್ನ ಹತ್ರ ಸ್ವಲ್ಪ ದುಡ್ಡಿತ್ತು. ಅಪ್ಪನ ಹತ್ರ ಸ್ವಲ್ಪ, ಸ್ನೇಹಿತರ ಹತ್ರ ಸ್ವಲ್ಪ ಇಸ್ಕೊಂಡು ಜಮೀನು ಖರೀದಿ ಮಾಡಿಬಿಟ್ಟೆ...' ಹೀಗೆ ಮಾತನಾಡುತ್ತಲೇ ಇದ್ದ. ಅವರು ಪ್ರತಿಕ್ರಿಯಿಸದಿರುವುದನ್ನು ಕಂಡು–

'ಯಾಕೆ ಭಟ್ರೆ ನಾನು ಇಷ್ಟೆಲ್ಲಾ ಹೇಳ್ತಿದ್ರೂ... ನೀವು ಏನೂ ಮಾತಾಡ್ತನೇ ಇಲ್ಲಾ?' ಹೀಗಂದು ನಿಂತು ಅವರ ಮುಖ ನೋಡಿದರೂ, ಭಟ್ಟರು ಹೊರಳಿಯೂ ನೋಡದೇ ಮೌನವಾಗಿ ನಡೆದುಕೊಂಡು ಮುಂದಕ್ಕೆ ಹೋದರು. ಅವರ ನಡವಳಿಕೆಯಿಂದ ಗಿರೀಶನಲ್ಲಿ ಗೊಂದಲ ಮೂಡಿತು.

ಮನೆಯ ಕೊಠಡಿಯಲ್ಲಿ ಆನಂದ, ಪದ್ಮಾ ಮಲಗಿದ್ದರು. ಕುಪ್ಪಣ್ಣ ಭಟ್ಟರು ಆಳವಾಗಿ ಯೋಚಿಸುತ್ತ ಒಂದೆಡೆ ಕುಳಿತಿದ್ದರು. ಅಲ್ಲಿ ಕೂರಲಾಗದೇ ಎದ್ದು ಹೊರಗೆ ಬಂದರು. ಹೊರಗೆ ಶಾಖ ಕಾಯಿಸಲೆಂದು ಒಂದಿಷ್ಟು ಸೌದೆ ಸೇರಿಸಿ ಬೆಂಕಿ ಹಚ್ಚಲಾಗಿತ್ತು. ಗಾಳಿಗೆ ಅದರ ಜ್ವಾಲೆ ಮೇಲಕ್ಕೇಳುತ್ತಿತ್ತು. ಭಟ್ಟರು ಶಾಖ ಕಾಯಿಸಿಕೊಳ್ಳುತ್ತ ಅದರ ಮುಂದೆ ಕುಳಿತರು. ಬೆಂಕಿಯ ಜ್ವಾಲೆಯನ್ನೇ ನೋಡುತ್ತಿದ್ದ ಅವರ ಮುಖದಲ್ಲಿ ವಿಷಾದ, ನೋವು, ಸಂಕಟವಿತ್ತು. ಆ ಭಾವ ಸಣ್ಣಗೇ ನಗುವಿಗೆ ಹೊರಳಿತು. ಹಾಗೆ ನಗು-ನಗುತ್ತಲೇ ಗಂಟಲು ತುಂಬಿ ದುಃಖ ಉಕ್ಕಿ ಬಂದು ಕಣ್ಣೀರು ಸುರಿಯಿತು. ಕಣ್ಣೀರು ಒರೆಸಿಕೊಂಡು ಸಮಾಧಾನ ಮಾಡಿಕೊಳ್ಳಲು ಯತ್ನಿಸಿದರು.

ಮಾರನೇ ದಿನ ಕಾರಣವಿಲ್ಲದೇ ಸ್ನಾನಕ್ಕೆ ನದಿಗೆ ಬಂದ ಕುಪ್ಪಣ್ಣ ಭಟ್ಟರು ಬೊಗಸೆಯಲ್ಲಿ ನೀರು ಹಿಡಿದು ಮೇಲಕ್ಕೆತ್ತಿ ಸುರಿದರು. ನಂತರ ಆಕಾಶದತ್ತ ಮುಖ ಮಾಡಿ ಕೈ ಮುಗಿದು, ನೀರಿನಲ್ಲಿ ಮಿಂದರು. ಮನೆಗೆ ಬಂದ ಬಳಿಕ ದೇವರ ಜಗುಲಿ ಮುಂದೆ ಕುಳಿತು ಸಂಧ್ಯಾವಂದನೆ ಮಾಡಿದರು.

ಕುಪ್ಪಣ್ಣ ಭಟ್ಟರು ದೇವಸ್ಥಾನದಲ್ಲಿ ಪೂಜಾ ಕಾರ್ಯದಲ್ಲಿ ತೊಡಗಿದ್ದಾಗ ಅವಸರದಿಂದ ಅಲ್ಲಿಗೆ ಬಂದ ದ್ಯಾವಣ್ಣ, ಅವರು ಪೂಜೆ ಮಾಡುತ್ತಿರುವುದನ್ನು ಗಮನಿಸಿದ. ಅದು ಮುಗಿದ ಮೇಲೆ ಮಾತನಾಡಿದರಾಯಿತು ಎಂದುಕೊಂಡು ವಿಷಾದ, ಆತಂಕದ ಭಾವದಲ್ಲೇ ಕಾಯುತ್ತ ಅಲ್ಲಿಯೇ ನಿಂತ. ಕೆಲ ಹೊತ್ತಿನ ನಂತರ ಭಟ್ಟರು ಪೂಜೆ ಮುಗಿಸಿ ಎಂದಿನಂತೆ ಹೊರಗಿದ್ದವರಿಗೆ ಪ್ರಸಾದ ಕೊಡಲೆಂದು ಹೊರಗೆ ಬಂದಾಗ, ದ್ಯಾವಣ್ಣ ಬಂದು ನಿಂತಿರುವುದು ಕಂಡಿತು. ಕೈಯಲ್ಲಿ ಪ್ರಸಾದ ಹಿಡಿದ ಭಟ್ಟರು ಅವನ ಹತ್ತಿರ ಬಂದಾಗ–

'ಕುಪ್ಪಣ್ಣ... ಶಂಕ್ರಮ್ಮ ಹೋದ್ಲಂತೆ!' ಎಂದು ದ್ಯಾವಣ್ಣ ವಿಷಾದದಿಂದ ಹೇಳಿದ.

ಅದನ್ನು ಕೇಳಿ ದುಃಖದಿಂದ ಭಟ್ಟರ ಮುಖ ನಿಸ್ತೇಜವಾಗಿ, ಕೈಯಲ್ಲಿ ಹಿಡಿದಿದ್ದ ಪ್ರಸಾದ ಜಾರಿ ಕೆಳಗೆ ಬಿದ್ದಿತು.

'ಸಮಾಧಾನ ಮಾಡ್ಕೊ ಕುಪ್ಪಣ್ಣ... ಶಂಕ್ರಮ್ಮ ಪರಿಸ್ಥಿತಿ ನಿನ್ನೆ ರಾತ್ರೀನೇ ಭಾಳ ಹದಗೆಟ್ಟಿತ್ತಂತೆ... ರಾತ್ರಿ ಹನ್ನೊಂದರ ಸುಮಾರು ತೀರಿದ್ಲಂತೆ.'

'ಇಷ್ಟು ವರ್ಷ ನಾನು ಮಾಡಿದ ತಪ್ಪಿನ ಅರಿವು ಪ್ರಾಯಶಃ ಈಗ ನನಗೆ ಆಗತಿದೆ ದ್ಯಾವಣ್ಣಾ. ನನ್ನೊಳಗೆ ಈಗ ಪಾಪಪ್ರಜ್ಞೆ ಕಾಡತಿದೆ' ಎಂದು ಭಟ್ಟರು ದುಃಖದಿಂದ ಹೇಳಿದರು.

'ಸತ್ತಮೇಲೆ ಪಶ್ಚಾತ್ತಾಪ ಪಡೋದರಿಂದ ಏನೂ ಪ್ರಯೋಜನ ಇಲ್ಲ. ಅವ್ವ ಸರಿಯಾಗಿ ಇದ್ದಾಗಲೇ ಪ್ರೀತಿಯಿಂದ ಒಂದೆರಡು ಮಾತು ಮಾತಾಡಬೇಕಿತ್ತು.'

'ನೀನು ಹೇಳೋದು ನಿಜ ಇರಬಹುದು. ಯಾವುದು ಸರಿ, ಯಾವುದು ತಪ್ಪು ಅನ್ನೋದನ್ನ ನನಗೆ ನಾನೇ ನಿರ್ಧಾರ ಮಾಡಿಕೊಳ್ಳಕಾಗದಿರೋ ಮನಸ್ಥಿತೀಲಿದ್ದೀನಿ ನಾನೀಗ.'

'ನಿನಗೆ ವಿಷಯ ಹೇಳಬೇಕಿತ್ತು... ಹೇಳಿದೆ. ಆಗಿದ್ದು ಆಗೋಯ್ತು. ಯಾವುದಕ್ಕೂ ನೀನು ಏನೇನೋ ಯೋಚನೆ ಮಾಡಿ ನಿನ್ನ ಆರೋಗ್ಯ ಹಾಳ್ ಮಾಡ್ಕೊಬೇಡ... ಬರ್ತಿನಿ' ಎಂದು ದ್ಯಾವಣ್ಣ ಅಲ್ಲಿಂದ ಹೋದ. ಭಟ್ಟರು ದುಃಖದಿಂದ ಅಲ್ಲೇ ಕುಸಿದು ಕುಳಿತಾಗ ಕಣ್ಣುಗಳು ಒದ್ದೆಯಾದವು.

ಆನಂದ ಹಣಕ್ಕಾಗಿ ಮನೆಯೆಲ್ಲಾ ಹುಡುಕಾಡುತ್ತಾನೆ. ಎಲ್ಲೂ ಹಣ ಸಿಗದಿದ್ದಾಗ, ಪದ್ಮಾಳಿಗೆ ಗೊತ್ತಾಗದಂತೆ ಸದ್ದಿಲ್ಲದೇ ತಂದೆಯ ಕೊಠಡಿಗೆ ಹೋಗಿ ಅಲ್ಲಿದ್ದ ಹಳೆಯ ಟ್ರಂಕ್‌ನ ಬೀಗ ಮುರಿದು, ಅದರಲ್ಲಿರುವ ತಾಯಿಯ ಒಂದು ಜೊತೆ ಓಲೆಯನ್ನು ತೆಗೆದುಕೊಂಡ. ಬಳಿಕ ಟ್ರಂಕ್‌ಅನ್ನು ಯಥಾರೀತಿ ಮುಚ್ಚಿ ಬೀಗವನ್ನು ಮೊದಲಿನಂತೆ ಮಾಡಲು ಯತ್ನಿಸುತ್ತಾನೆ. ಕಡೆಗೆ ಬೀಗ ಮುಟ್ಟಿದರೆ ಬೀಳುವಂತೆ ಮಾಡಿ ಅಲ್ಲಿಂದ ಹೊರಗೆ ಹೋದ.

ಕೃಷ್ಣ ಕಳ್ಳನಂತೆ ಕುಪ್ಪಣ್ಣನ ಮನೆ ಮುಂದೆ ಸುಳಿದಾಡುತ್ತ, ಪದ್ಮಾ ಮನೆಯಿಂದ ಹೊರಗೆ ಬರುವುದನ್ನೇ ಕಾಯುತ್ತ ಸ್ವಲ್ಪ ಹೊತ್ತು ಕಾದ. ಅವಳು ಹೊರಗೆ ಬಂದಾಗ ಸನ್ನೆ ಮಾಡಿ ಕರೆದ. ಅವಳು ಅತ್ತಿತ್ತ ನೋಡಿ ಅವನ ಬಳಿ ಹೋದಳು. ಇಬ್ಬರೂ ಯಾರಿಗೂ ಕಾಣದಂತೆ ಪಕ್ಕಕ್ಕೆ ಹೋಗಿ ನಿಂತಾಗ–

‘ಇವತ್ತು ಸಂಜೆ ಕತ್ತಲೆ ಆಗತಿದ್ದಂಗೆ ನೀನು ಅಲ್ಲಿಗೆ ಬರಬೇಕು’ ಎಂದ ಕೃಷ್ಣ.

‘ನೀನು ಹೀಗೆಲ್ಲ ಮನೆ ಕಡೆಗೆ ಬರಬೇಡ. ಯಾರಿಗಾದ್ರೂ ಅನುಮಾನ ಬಂದ್ರೆ ಕಷ್ಟ ಆಗತದೆ’ ಎಂದಳು ಪದ್ಮಾ.

‘ಸರಿ ಬಿಡು. ಇನ್ನ್ಯಾವತ್ತೂ ಮನೆಹತ್ರ ಬರಲ್ಲ. ಆದರೆ ಇವತ್ತು ಸಂಜೆ ನಂತ್ರ ಬಂಧ್ಬಿಡು.’

‘ಎಲ್ಲಿಗೆ ಬರಬೇಕು?’

‘ಅದೇ ನಮ್ಮ ಮಾಮೂಲಿ ಜಾಗಕೆ ಬಾ... ಇವತ್ತು ನಿನಗೊಂದು ಸರಪ್ರೈಸ್ ಕೊಡ್ತಿನಿ.’

‘ಏನದು ಸರಪ್ರೈಸ್... ಇವತ್ತ್ಯಾಕೆ?’

‘ಅದನ್ನೆಲ್ಲಾ ನೀನು ಬಂದ್‌ಮೇಲೆ ಹೇಳ್ತಿನಿ... ಆದ್ರೆ ಚೆನ್ನಾಗಿ ಡ್ರೆಸ್ ಮಾಡಿಕೊಂಡು, ಮೇಕಪ್ ಮಾಡಿಕೊಂಡು ಬಾ.’

‘ಮೇಕಪ್ಪು... ಡ್ರಸ್ಸು ಅಂತಿದ್ದೀಯಲ್ಲ ಏನ್ ಪ್ಲ್ಯಾನ್‌ಮಾಡಿದ್ದೀಯ... ಅದನ್ನಾದ್ರೂ ಹೇಳು.’

‘ಅದನ್ನೆಲ್ಲಾ ಈಗಲೇ ಹೇಳಿಬಿಟ್ರೆ ಆಮೇಲೆ ಏನೂ ಥ್ರಿಲ್ ಇರೋದಿಲ್ಲ. ನೀನು ಅಲ್ಲಿಗೆ ಬಂದಾಗಲೇ ಎಲ್ಲಾ ಗೊತ್ತಾಗೋದು.’

‘ಸರಿ ನೀನು ನನಗಿಂತ ಮೊದಲೇ ಬಂದಿರಬೇಕು. ರಾತ್ರಿ ಒಬ್ಬೊಬ್ಬಳೇ ಅಲ್ಲಿಗೆ ಬರೋದು ಕಷ್ಟ.’

‘ನೀನೇನು ಹೆದರಬೇಡ ನಾನು ಅಲ್ಲೇ ಇರತೀನಿ’ ಎಂದಾಗ, ಅವಳು ಸಮ್ಮತಿಸುವಂತೆ ತಲೆ ಆಡಿಸಿದಳು. ಕೃಷ್ಣ ಅಲ್ಲಿಂದ ಮೆಲ್ಲಗೇ ಹೊರಟ.

ಎಂದಿಗಿಂತ ಅಂದು ಅವನ ವರ್ತನೆಯೇ ಬೇರೆ ಇದೆಯಲ್ಲ ಎಂಬುದನ್ನು ಗ್ರಹಿಸಿ ಯೋಚಿಸಿದಳು.

ಖಂಡ

ಕುಪ್ಪಣ್ಣ ಭಟ್ಟರು ಆಲದ ಮರದ ಎರಡು ಸಸಿಗಳನ್ನು ಹಿಡಿದುಕೊಂಡು ಬಂದು, ಮನೆ ಎದುರಿನ ಅಂಗಳಲ್ಲಿ ಒಂದು ಬದಿಗೆ ತೆಗ್ಗು ತೋಡಿ ನೆಟ್ಟರು. ಬಳಿಕ ನಿಟ್ಟುಸಿರು ಬಿಟ್ಟು ಭಾವುಕತೆಯಿಂದ ಅವನ್ನೇ ನೋಡುತ್ತ ಕುಳಿತಾಗ, ಅಲ್ಲಿಗೆ ಬಂದ ಪದ್ಮಾ–

'ಮಾವಾ... ಒಂದೇ ತರದ ಎರಡು ಸಸಿಗಳನ್ನ ನೆಟ್ಟಿದ್ದೀರಲ್ಲಾ ಯಾಕೆ?' ಅಂದಳು.

ಭಟ್ಟರು ಮುಗುಳ್ನಕ್ಕು–'ಅವಳು ಲಕ್ಷ್ಮೀ... ಇವಳು ಶಂಕ್ರಿ' ಎಂದು ಅಲ್ಲಿಂದ ಎದ್ದು ನೆಲವನ್ನೇ ನೋಡುತ್ತ ಹೋದರು. ಅವರ ಮನಸ್ಥಿತಿ ಅರ್ಥವಾಗಿ ಪದ್ಮಾ ಭಾವುಕಳಾಗಿ ಅವರು ಹೋಗುವುದನ್ನೇ ನೋಡಿದಳು.

ಖಂಡ

ಮನೆಯಿಂದ ಕದ್ದು ತಂದ ತನ್ನ ತಾಯಿಯ ಚಿನ್ನದ ಓಲೆಗಳನ್ನು ಜೇಬಿನಿಂದ ಸ್ವಲ್ಪ ಅಳುಕಿನಿದಲೇ ಹೊರಗೆ ತೆಗೆಯುವ ಆನಂದ ಸೇಟು ಕೈಗೆ ಕೊಡುತ್ತ–

'ಶೇಟ್‌ಜೀ ನನ್ನ ಹೆಂಡ್ತಿಗೆ ಹುಶಾರಿಲ್ಲ. ಐದ್‌ಸಾವಿರ ರೂಪಾಯಿ ಬೇಕಾಗಿತ್ತು. ಅದಕ್ಕೇ ಇದನ್ನ ಅಡಾ ಇಡೋದಕ್ಕ ತಂದೆ' ಅಂದ.

ಓಲೆಗಳನ್ನು ಪರೀಕ್ಷಿಸುವವನಂತೆ ನೋಡುವ ಶೇಟು, ಅವನ್ನು ತೂಕಕ್ಕೆ ಹಾಕಿ ನೋಡಿ–

'ಇದಕ್ಕೇ ಐದು ಸಾವಿರ ಸಿಗಲ್ಲಾ. ನಾಲ್ಕು ಬರುತ್ತೆ ಕೊಡ್ಲಾ?' ಎಂದ.

'ಇಲ್ಲಾ ಶೇಟ್ ಜೀ ಐದು ಸಾವ್ರನೇ ಬೇಕು... ಬೇಕಿದ್ರೆ ಬಡ್ಡಿ ಕಟ್ ಮಾಡ್ಕೊಂಡೇ ಕೊಡಿ. ಒಂದು ತಿಂಗಳು ಬಿಟ್ಟು ಬಿಡಸ್ಕೊತಿನಿ.'

'ಸರಿ, ನಿಮ್ಮಪ್ಪಂದು ಮುಖಾ ನೋಡಿ ಕೊಡ್ತಿನಿ. ಸರಿಯಾದ ಸಮಯಕ್ಕೆ ಬಿಡಿಸ್ಕೊದಿದ್ರೆ ಮಾಲ್‌ಗೆ ವಾಪಸ್ ಸಿಗೋದಿಲ್ಲ. ಆಮೇಲೆ ಬಂದು ತಕರಾರು ಮಾಡೋಹಾಗಿಲ್ಲ' ಅಂದ ಶೇಟು.

'ಆಯ್ತು ಕೊಡಿ' ಅಂದಾಗ–ಶೇಟು ಓಲೆಗಳನ್ನು ಒಳಗಿಟ್ಟುಕೊಂಡು ಗಲ್ಲೇಯಿಂದ ನೋಟುಗಳನ್ನು ತೆಗೆದು ಎಣಿಸಿ ಕೊಟ್ಟ. ಹಣ ಕೈಗೆ ಸಿಕ್ಕಿದ್ದೇ ತಡ, ಆನಂದ ನೋಟುಗಳನ್ನು ಜೇಬಿನಲ್ಲಿಟ್ಟುಕೊಂಡು ಅಲ್ಲಿಂದ ಹೊರಟ.

ಖಂಡ

ಹೊರಗಿನಿಂದ ಮನೆಗೆ ಬಂದ ಕುಪ್ಪಣ್ಣ ಭಟ್ಟರು ಸಹಜವಾಗಿ ತಮ್ಮ ಕೊಠಡಿಯತ್ತ ಹೋದರು. ಹೋಗುತ್ತಿದ್ದಂತೆ ತಮ್ಮ ವೈಯಕ್ತಿಕ ಟ್ರಂಕ್‌ನ ಬೀಗ ಮುರಿದಿರುವುದು ಕಂಡು, ಯೋಚಿಸಿ–

'ಈ ನನ್ನ ಮಗಾ ತನ್ನ ಹಳೇ ಚಾಳಿ ಬಿಡವ್ನಲ್ಲ. ಇದನ್ನ ಅವ್ನಲ್ಲದೇ ಇನ್ಯಾರು ಮಾಡೋದಕ್ಕೆ ಸಾಧ್ಯ...' ಎಂದು ವಿಷಾದದಿಂದ ಅಂದುಕೊಂಡು, ಹತ್ತಿರ ಹೋಗಿ ಟ್ರಂಕ್ ತೆಗೆದು ನೋಡಿದಾಗ, ತಾವಿಟ್ಟ ಜಾಗದಲ್ಲಿ ಓಲೆಗಳು ಇಲ್ಲದಿರುವುದು ತಿಳಿಯಿತು. ಆ ನೋವಿನ ಸಂಕಟದಿಂದ ಮನೆಯನ್ನೆಲ್ಲಾ ಒಂದು ಬಾರಿ ಸುತ್ತಾಡಿ, ಒಂದು ಕಡೆ ಕುಳಿತು ತಮಗೆ ತಾವೇ ಶಿಕ್ಷೆ ಮಾಡಿಕೊಳ್ಳುವ ಹಾಗೆ ಕೈಯಿಂದ ಹಣೆ–ಹಣೆ ಬಡಿದುಕೊಂಡರು. ಬಳಿಕ ಗಂಭೀರವಾಗಿ, ತಲೆ ಅತ್ತಿತ್ತ ಜಾಡಿಸಿದಂತೆ ಮಾಡಿ, ಎರಡೂ ಕೈಯಿಂದ ತಲೆ ಹಿಡಿದುಕೊಂಡರು. ಮೈಯಲ್ಲಿ ನಡುಕ ಬಂದಂತಾಗಿ ಅಲ್ಲಿ ಕೂರಲಾಗದೇ ಸರಸರನೇ ಹೊರಗೆ ಬಂದರು. ಹೊರಗೆ ಬಂದು ಒಂದೆಡೆ ಖಾಲಿ ಆಕಾಶವನ್ನೇ ನೋಡುತ್ತ ನಿಂತು, ಏನೋ ಹೊಳೆದಂತಾಗಿ ಸಣ್ಣಗೇ ನಗಲು ಶುರು ಮಾಡಿದರು. ಸಣ್ಣ ನಗು ಕ್ರಮೇಣ ಜೋರಾಗಿ, ಕಡೆಗೆ ಅದೇ ನಗು–ಅಳುವಿಗೆ ಹೊರಳಿತು. ಹಾಗೆ ಅಸಹಾಯಕ ಧ್ವನಿಯಿಂದ ದುಃಖಿಸುತ್ತ ಕುಸಿದು ನೆಲಕ್ಕೆ ಕುಳಿತು, ಕೈಯಿಂದ ನೆಲ–ನೆಲ ಗುದ್ದಿ, ಎದೆ–ಎದೆ ಬಡಿದುಕೊಂಡರು.

6

ವಿಕ್ರಮನ ಮನೆಯಲ್ಲಿ ಯಾರೂ ಇಲ್ಲದ್ದರಿಂದ ಆನಂದ ಮತ್ತು ಅವನ ಮೂವರು ಸ್ನೇಹಿತರು ಸೇರಿ ಭರ್ಜರಿ ಮದ್ಯದ ಪಾರ್ಟಿ ಮಾಡುತ್ತಲಿದ್ದರು. ದೊಡ್ಡ ದೊಡ್ಡ ಬಾಟಲ್‌ಗಳು, ಮಾಂಸದ ಖಾದ್ಯ ಇತ್ಯಾದಿ ಇಟ್ಟುಕೊಂಡು ಅದರ ಸುತ್ತ ಕುಳಿತಿದ್ದರು. ಅದೆಲ್ಲವನ್ನೂ ತರಲು ಆನಂದನೇ ಹಣ ಖರ್ಚು ಮಾಡಿರುವುದರಿಂದ, ಸ್ನೇಹಿತರೆಲ್ಲ ಅವನ ಮೇಲೆ ಪ್ರೀತಿ ಉಕ್ಕಿ ತಾವೂ ಕುಡಿಯುತ್ತ, ಅವನಿಗೆ ಇನ್ನೂ ಕುಡಿಯುವಂತೆ ಒತ್ತಾಯ ಮಾಡುತ್ತಲಿದ್ದರು.

'ಲೋ ಆನಂದಾ... ನೀನು ದಾನಶೂರ ಕರ್ಣ ಲೋ. ಇವತ್ತು ಪಾರ್ಟಿಗೆ ಅಂತ ಎಷ್ಟೆಲ್ಲಾ ದುಡ್ಡು ಖರ್ಚು ಮಾಡಿದ್ದೀಯ... ಅದಕ್ಕೇ ಚೆನ್ನಾಗಿ ಕುಡಿಯೋ... ಕುಡಿಯೋ...' ಎಂದು ನರಸಿಂಹ ಮತ್ತಿನಲ್ಲಿ ತೊದಲುತ್ತ ಬಾಟಲಿಯನ್ನು ಅವನ ಬಾಯಿಗಿಡಲು ಹೋದ. ಅವನು ಹಾಗೆ ಮಾಡಿದಾಗ ಆನಂದ ಮತ್ತಿನಲ್ಲಿ–

‘ಲೋ ಮಗನೆ ನರಸಿಂಹ... ನನ್ನ ಎಣ್ಣೆನಾ ನನಗೇ ಕುಡಿಸೋಕ್ ಬರ್ತಿಯಲ್ಲ. ನಿನಗೆ ತಾಕತ್ ಇದ್ರೆ ಯಾವತ್ತಾದ್ರೂ ನನ್ನ ಥರಾ ಪಾರ್ಟಿ ಮಾಡ್ಸೋ ಮಗನೆ...’ ಅಂದ.

‘ಹಾಂ... ಹಾಂ... ಮಾಡಸ್ತಿನಿ... ಇನ್ಮೇಲೆ ವಾರಕ್ಕೊಮ್ಮೆ ‘ಜುಮ್’ ಅಂತ ಭರ್ಜರಿ ಪಾರ್ಟಿ ಮಾಡೋದೇ...’ ಅಂದ ನರಸಿಂಹ.

‘ಚಿಕನ್ ಬೇಕು... ಚಿಕನ್ ಬೇಕು ಅಂತ ಸಾಯಿತಿದೆಲ್ಲಾ... ಎಷ್ಟು ತಿಂತಿಯೋ ತಿಂದು ಸಾಯಿ... ಈಗ ನಿನ್ನ ಯಾರೂ ನೋಡೋದಿಲ್ಲ’ ಎಂದು ವಿಕ್ರಮ ಚಿಕನ್ ಲೆಗ್‌ಪೀಸ್‌ಅನ್ನು ಅವನ ಬಾಯಿಗೆ ತರುಕಲು ಹೋದ. ಆನಂದ ಅದನ್ನು ಖುಷಿಯಿಂದಲೇ ಕೈಗೆ ತೆಗೆದುಕೊಂಡು ಅರ್ಧಕ್ಕರ್ಧ ಮಾಂಸವನ್ನು ಹಲ್ಲಿನಿಂದ ಕಚ್ಚಿ ಎಳೆದು ತಿಂದು, ಬಳಿಕ ಬಾಟಲ್ ಎತ್ತಿ ಮದ್ಯ ಕುಡಿದ. ಅದರ ಕಹಿಗೆ ತಲೆ ಜಾಡಿಸಿದ.

‘ಇವ್ನು ಮಾಂಸಾ ತಿನ್ನೋದು ಬಿಟ್‌ಬಿಡಬೇಕು ಅಂತ ಇವ್ರಪ್ಪಾ ಆಣೆ, ಪ್ರಮಾಣ ಮಾಡಿಸಿಕೊಂಡವ್ನಂತೆ... ಇವ್ನು ಮಾಂಸ ತಿನ್ನೋದು ಬಿಟ್ಟಿಟ್ರೆ ನಮಗೆ ಎಣ್ಣೆ ಪಾರ್ಟಿ ಏನು ಅವ್ರಪ್ಪಾ ಮಾಡಸ್ತಾನ?’ ಎಂದು ಮನೋಹರ ಮತ್ತಿನಲ್ಲಿ ತೊದಲುತ್ತ ಹೇಳಿದ.

‘ಲೇ ಮನೋಹರಾ ನಮ್ಮಪ್ಪನ ಬಗ್ಗೆ ಹಂಗೆಲ್ಲಾ ಮಾತಾಡ್ಬೇಡ್ವೋ... ನಮ್ಮಪ್ಪಾ ಭಾಳ ಒಳ್ಳೆವ್ನು... ಹೊಟ್ಟೆಗೆ ಚಿಕನ್ ಇಲ್ಲದಿದ್ರೂ ಜುಟ್ಟಿಗೆ ಮಲ್ಲಿಗೆ ಇರಲೇಬೇಕು ಅವ್ನಿಗೆ’ ಎಂದು ಆನಂದ ಮತ್ತಿನಲ್ಲಿ ತೊದಲುತ್ತ ಹೇಳಿದ.

‘ಅಲ್ವೋ ಈ ಎಣ್ಣೆ ಪಾರ್ಟಿಗೆ ನಿಮ್ಮಪ್ಪಾ... ನಮ್ಮಪ್ಪಾ... ಇವ್ರಪ್ಪಾ ಎಲ್ರೂ ಬಂದಿದ್ರೆ ಇನ್ನೂ ಚೆನ್ನಾಗಿರತಿತ್ತು ಅಲ್ವೇನೋ...’ ಎಂದು ನರಸಿಂಹ ನಶೆಯಲ್ಲಿ ಓಲಾಡುತ್ತ, ಆನಂದನಿಗೆ ಹೇಳಿದ.

ಆನಂದ ಅವನ ಬೆನ್ನಿಗೆ ಮೆಲ್ಲಗೆ ಹೊಡೆದು, ‘ಲೋಫರ್ ನನ್ ಮಗನೇ ತಂದಿರೋ ಎಣ್ಣೆ ನಿನಗೇ ಸಾಕಾಗಲ್ಲ... ಇನ್ನು ಅವ್ರು ಬೇರೆ ಬಂದ್ರೆ... ಎಣ್ಣೆನಾ ನಿಮ್ಮ ಚಿಕ್ಕಪ್ಪಾ ತರತಾನಾ?’ ಎಂದ. ಅವನ ಮಾತು ಕೇಳಿ ನರಸಿಂಹ ಏರಿದ ಮತ್ತಿನಿಂದ ಗಹಗಹಿಸಿ ನಕ್ಕ. ಅದನ್ನು ನೋಡಿ ಇವರಿಬ್ಬರೂ ಅವನೊಂದಿಗೆ ಜೋರಾಗಿ ನಕ್ಕರು.

ಕುಪ್ಪಣ್ಣ ಭಟ್ರು ಮನೆಯ ಜಗಲಿಯಲ್ಲಿ ಗಂಭೀರವಾಗಿ ಕುಳಿತಿದ್ದರು. ಮುಖದಲ್ಲೀ ಸ್ವಲ್ಪವೂ ಭಯ, ಆತಂಕ ಇರಲಿಲ್ಲ. ಹಾಗಿರುವಾಗ ಪರಮೇಶಿ ಮತ್ತು ಅವನ ಇಬ್ಬರು ಹಿಂಬಾಲಕರು ಆಕ್ರಮಣ ಮಾಡುವವರಂತೆ ಅಲ್ಲಿಗೆ ಬಂದು–

'ಕುಪ್ಪಣ್ಣವ್ರೇ... ನಿಮಗೆ ಕೊಟ್ಟಿದ್ದ ಟೈಮ್‌ಮುಗಿದಿದೆ. ಹಣ ವ್ಯವಸ್ಥೆ ಮಾಡಿದ್ದೀರೋ... ಅಥವಾ ಮನೆ ನನಗೇ ಬರದುಕೊಡತಿರೋ?' ಎಂದು ಪರಮೇಶಿ ಗದರಿಸುವ ರೀತಿ ಹೇಳಿದ.

'ಹಣಾ ವ್ಯವಸ್ಥೆ ಮಾಡಿದ್ದೀನಿ. ಬಡ್ಡಿ ಸಮೇತ ಎಲ್ಲ ಕೊಡ್ತೀನಿ. ನಿನಗೆ ಯಾವಾಗ ಬೇಕು ಹೇಳು' ಎಂದು ಭಟ್ಟರು ನಿರ್ಭಯವಾಗಿ, ಆತ್ಮವಿಶ್ವಾಸದಿಂದ ಹೇಳಿದರು. ಇದನ್ನು ಕೇಳಿ ಪರಮೇಶಿಗೆ ಅಚ್ಚರಿಯಾದರೂ, ನಂಬಿಕೆ ಬಾರದೇ ಹಿಂಬಾಲಕನ ಮುಖ ನೋಡಿದ. ಒಳಗಿದ್ದ ಪದ್ಮಾ ಸ್ವಲ್ಪ ದೂರದಲ್ಲಿ ನಿಂತು ಇದನ್ನು ನೋಡಿದಳು.

'ಅಣ್ಣಾ ಇವ್ರ ಮಾತು ನಂಬಬೇಡ. ಇವ್ರು ಸುಳ್ಳು ಹೇಳ್ತಿದ್ದಾರೆ ಅನಿಸ್ತಿದೆ' ಎಂದು ಒಬ್ಬ ಹಿಂಬಾಲಕ ಹೇಳಿದ.

'ಹೌದಾ ಕುಪ್ಪಣ್ಣವ್ರೇ...? ನೀವು ಹೇಳೋದು ನೋಡಿದ್ರೆ ನನಗೂ ಹಾಗೇ ಅನ್ನಿಸ್ತಿದೆ' ಎಂದ ಪರಮೇಶಿ.

'ನಾನ್ ಸುಳ್ಳು ಹೇಳ್ತಿನೊ, ನಿಜಾ ಹೇಳ್ತಿನೊ ಅದರ ಗೊಡವೆ ನಿಮಗ್ಯಾಕೆ. ನಿಮ್ಮ ಹಣ ನಿಮಗೆ ಕೊಟ್ರೆ ಆಯ್ತಲ್ಲ. ಯಾವಾಗ ಬೇಕು ಹೇಳು ಅಷ್ಟೇ' ಎಂದರು ಭಟ್ಟರು.

'ಸರಿ ಹಾಗಾದ್ರೆ ಬಡ್ಡಿ ಸಮೇತ ಕೊಡೊದಾದ್ರೆ ಇನ್ನೂ ನಾಲ್ಕು ದಿನ ಟೈಮ್ ತಗೊಳ್ಳಿ. ಆದ್ರೆ ಆಸಲು, ಬಡ್ಡಿ ಲೆಕ್ಕಾ ಮಾಡಿ ಎಲ್ಲಾ ಎಣಿಸಿಬಿಡಬೇಕು...' ಎಂದ ಪರಮೇಶಿ.

ಕುಪ್ಪಣ್ಣ ಭಟ್ರು ಮುಗುಳ್ನಕ್ಕು–'ಪರಮೇಶಿ ಅಷ್ಟೆಲ್ಲಾ ಯಾಕ್ ಮಾಡ್ತಿಯ. ನಾಳೆ ಬೆಳಿಗ್ಗೆ ಬಾ. ಹೋಗು, ಲೆಕ್ಕಾ ಮಾಡಿ ತೆಗಿದಿಟ್ಟಿರತಿನಿ. ತೊಗೊಂಡು ಹೋಗುವಂತೆ' ಅಂದಾಗ, ಅವರು ಮೂವರಿಗೂ ಅಚ್ಚರಿಯಾಯಿತು...

'ಆಯ್ತು ಹಾಗಾದ್ರೆ ನಾಳೆನೆ ಬರ್ತಿನಿ' ಎಂದು ಮೂವರು ಅಲ್ಲಿಂದ ಹೋದರು. ಸ್ವಲ್ಪ ಮುಂದಕ್ಕೆ ಹೋದ ಬಳಿಕ–

'ನನ್ನನ್ನೇನು ಜೋಕರ್ ಅಂತ ತಿಳಿದಾನೇನೊ ಅವ್ನು... ನಾಳೆ ಎಲ್ಲಿಂದ ತಂದುಕೊಡ್ತಾನೊ ನೋಡೇ ಬಿಡಣ... ನಾಳೆ ಏನಾದ್ರೂ ನಾಟ್ಕ ಮಾಡಿದ್ರೆ ಮನೆ ಸಾಮಾನು ಎಲ್ಲಾ ಬೀದಿಗೆ ಎಸದು ಮನೆಗೆ ಬೀಗಾ ಹಾಕ್ತಿನಿ' ಎಂದ ಪರಮೇಶಿ.

ಬಳಿಕ ಪದ್ಮಾ ಅಚ್ಚರಿಯಿಂದ ಕುಪ್ಪಣ್ಣನ ಹತ್ತಿರಕ್ಕೆ ಬಂದು–

'ನಾಳೆ ಹಣಾ ಕೊಡ್ತಿನಿ ಅಂದ್ರೆಲ್ಲ ಮಾವಾ... ಎಲ್ಲಿಂದ ತಂದು ಕೊಡ್ತೀರಿ ಅವ್ರಿಗೆ?' ಎಂದು ಕೇಳಿದಳು. ಭಟ್ಟರು ಅವಳ ಮಾತಿಗೆ ಪ್ರತಿಕ್ರಿಯೆ ನೀಡದೇ ಅಲ್ಲಿಂದ ಎದ್ದು ಒಳಗೆ ಹೋದರು.

ಪಾರ್ಟಿಯಲ್ಲಿ ಸ್ನೇಹಿತರೊಂದಿಗೆ ವಿಪರೀತ ಕುಡಿದ ಆನಂದ ಎಲ್ಲ ಮುಗಿಯಿತೆಂದು ಅಲ್ಲಿಂದ ಮನೆಗೆ ಹೊರಡಲೆಂದು ಮೇಲೇಳಲು ಯತ್ನಿಸಿ–

'ನಾನಿನ್ನ ಹೊರಡ್ತಿನಿ... ನನ್ನ ಹೆಂಡ್ತಿ ನನಗಾಗಿ ಕಾಯ್ತಿರತಾಳೆ ಮನೇಲಿ...' ಎನ್ನುತ್ತ ದೇಹದ ಹಿಡಿತ ಕಳೆದುಕೊಂಡು ಬೀಳಲಿದ್ದಾಗ, ಮೂವರೂ ಹಿಡಿದುಕೊಂಡರು.

'ಲೋ ಆನಂದ ಎಂಥಾ ಪರಿಸ್ಥಿತಿ ಬಂತೋ ನಿನಗೆ. ದೇವಸ್ಥಾನದಲ್ಲಿ ಆರತಿ ತಟ್ಟೆ ಹಿಡಿಬೇಕಾಗಿದ್ದ ಕೈಗೆ ವಿಸ್ಕಿ ಬಾಟಲ್ ಕೊಟ್ಟು... ಮಂತ್ರಾ ಹೇಳಬೇಕಾಗಿದ್ದ ಬಾಯಿಗೆ ಚಿಕನ್ ಪೀಸ್ ಇಟ್ಟು... ನಿನ್ನ ಜಾತಿ ಕೆಡಿಸಿ ಅನ್ಯಾಯ ಮಾಡಿಬಿಟ್ವಲ್ಲೋ ನಾವು' ಅಂದ ವಿಕ್ರಮ.

'ಹೌದು ಹೌದು... ನಾವೆಲ್ಲಾ ಸೇರಿ ನಿನ್ನ ಜಾತಿ ಮಡಿವಂತಿಕೆನ ಮೈಲಿಗೆ ಮಾಡಿಬಿಟ್ವಿ. ಹಾಗಂತ ನಿಮ್ಮ ದೇವ್ರು ನಮ್ಮ ಮೇಲೆ ರಿವೆಂಜ್ ತಗೋಬಾರದು. ದೇವ್ರಿಗೆ ಸ್ವಲ್ಪ ನೀನೇ ಹೇಳು... ಯಾಕಂದ್ರೆ ದೇವ್ರು ನಿನ್ನಪ್ಪನ ಮಾತು ಕೇಳ್ತವೆ' ಎಂದ ಮನೋಹರ.

'ಇಲ್ಲಾ ಬಿಡ್ರೋ ಅವ್ನು ಯಾವಾಗಲೋ ಜನಿವಾರ ತಗದು ಬಿಸಾಕಿ... ಜಾತಿಗೆಟ್ಟವ್ನೆ... ನಮ್ಮ ಹಾಗೆ ಮೂರೂ ಬಿಟ್ಟವ್ನೆ!' ಎಂದು ನರಸಿಂಹ ಜೋರಾಗಿ ನಕ್ಕ. ಆನಂದ ಹೌದು ಎಂದು ತಲೆ ಆಡಿಸಿ ನಕ್ಕ.

ಸಂಜೆ ಮೆಲ್ಲಗೇ ಕತ್ತಲೆಗೆ ಹೊರಳುತ್ತಿರುವ ಸಮಯ ಕೃಷ್ಣ ಪದ್ಮಾಳಿಗಾಗಿ ಬಂದು ಮನೆಯ ಬಳಿ ನಿಂತಿದ್ದ. ಅವಳು ಒಳಗಿನಿಂದಲೇ ಅವನನ್ನು ಗಮನಿಸಿ ಹೊರಗೆ ಬಂದಾಗ, 'ಬೇಗ ಬಾ' ಎನ್ನುವಂತೆ ಸನ್ನೆ ಮಾಡಿದ. ಅವಳು 'ಮತ್ತೆ ಯಾಕ್ ಬಂದೆ?' ಎನ್ನುವ ರೀತಿ ಸನ್ನೆ ಮಾಡಿದಳು.

'ಅಲ್ಲಿ ಕಾಯ್ತಾ ಇರ್ತೀನಿ. ಬೇಗ ಬಂದ್ಬಿಡು' ಎಂದು ಕೃಷ್ಣ ಪಿಸು ಮಾತಿನಲ್ಲಿ ಹೇಳಿ ಅಲ್ಲಿಂದ ಹೋದ. ಅವಳು 'ಸರಿ' ಎನ್ನುವ ರೀತಿ ತಲೆ ಅಲ್ಲಾಡಿಸಿ ಒಳಗೆ ಹೋದಳು.

ಕುಪ್ಪಣ್ಣ ಭಟ್ಟರು ತಣ್ಣೀರಿನಲ್ಲಿ ಸಂಜೆ ಸ್ನಾನ ಮಾಡಿ, ಮಡಿ ಬಟ್ಟೆ ಧರಿಸಿ–

'ಪದ್ಮಾ ನಾನು ದೇವಸ್ಥಾನಕ್ಕೆ ಹೋಗಿ ಬರ್ತಿನಿ. ಮನೆಕಡೆಗೆ ಹುಷಾರು' ಎಂದರು.

ಪದ್ಮಾ–'ಆಯ್ತು ಮಾವಾ...' ಎಂದಾಗ, ಭಟ್ಟರು ಅಲ್ಲಿಂದ ಹೊರಟರು. ಬಳಿಕ ಪದ್ಮಾ ಒಳಗೆ ಹೋಗಿ ಅವಸರದಿಂದ ಮುಖ ತೊಳೆದುಕೊಂಡು, ಕನ್ನಡಿ ಮುಂದೆ ಬಂದು ಒಂದಿಷ್ಟು ಮೇಕಪ್ ಮಾಡಿಕೊಂಡು. ತುಟಿಗೂ ಬಣ್ಣ ಬಳಿದುಕೊಂಡಳು. ಆ ಹೊತ್ತು–

'ಇವತ್ತು ಇವ್ನು ಯಾಕೆ ಇಷ್ಟು ಒತ್ತಾಯ ಮಾಡಿ ಕರೀತಿರಬಹುದು. ಅದೇನೋ ಸರಪ್ರೈಸ್ ಇದೆ ಅಂತ ಬೇರೆ ಹೇಳ್ತಿದ್ದಾನೆ. ಏನಿರಬಹುದು?' ಎಂದು ಯೋಚಿಸುತ್ತ ನಿಂತಾಗ ಫೋನ್ ರಿಂಗಣಿಸಿತು. ಅದನ್ನು ಕಟ್ ಮಾಡಿ, ಗಂಡನಿಗೆ ಫೋನ್ ಮಾಡಿದಳು. 'ನೀವು ಕರೆ ಮಾಡಿದ ಚಂದಾದಾರರು ಸ್ವಿಚ್ ಆಫ್ ಮಾಡಿದ್ದಾರೆ...' ಎನ್ನುವ ಧ್ವನಿ ಬಂದಿತು. ಫೋನ್ ಬಂದ್ ಮಾಡಿ, ಹೊರಗೆ ಬಂದು ಬಾಗಿಲು ಮುಚ್ಚಿ 'ತನ್ನನ್ನು ಯಾರಾದರೂ ನೋಡುತ್ತಿದ್ದಾರೋ ಏನೋ' ಎಂಬಂತೆ ಸುತ್ತಮುತ್ತ ನೋಡಿದಳು. ಯಾರೂ ಇಲ್ಲದ್ದನ್ನು ಗಮನಿಸಿ ಅಲ್ಲಿಂದ ಹೊರಟಳು.

ಆನಂದನ ಸ್ನೇಹಿತರೆಲ್ಲ ಕುಡಿದ ಮತ್ತಿನಲ್ಲಿದ್ದರು. ಆನಂದ ಹೆಚ್ಚು ಕುಡಿದಿದ್ದರಿಂದ ಮೇಲೇಳಲಾಗದೇ ಅಲ್ಲೇ ಕುಳಿತಿದ್ದ. ಅವರ ಮಾತುಗಳು ಮುಂದುವರಿದಿದ್ದವು.

'ಹೌದು ನಾನ್ ಜಾತಿಗಟ್ಟವ್ನೇ... ಮೂರೂ ಬಿಟ್ಟವ್ನೆ. ಆದ್ರೆ ನಮ್ಮಪ್ಪಾ ಒಳ್ಳೇಯವ್ನು. ನಾನು ಏನೇ ತಪ್ಪು ಮಾಡಿದ್ರೂ ಕ್ಷಮಿಸಿ ನನ್ನ ಮನೇಲಿ ಇಟ್ಕೊಂಡಿದ್ದಾನೆ. ನಾನು ಎಷ್ಟು ಸಾರಿ ಅವನ ಮನಸು ನೋಯಿಸಿದ್ದೀನಿ, ಮಾಡಬಾರದ್ದನ್ನೆಲ್ಲಾ ಮಾಡಿದ್ದೀನಿ ನಾನೊಬ್ಬನೇ ಸರಿಯಾಗಿಲ್ಲ' ಎಂದು ಆನಂದ ಸ್ವಲ್ಪ ಗಂಭೀರವಾಗಿ ಹೇಳಿದ. ಇದ್ದಕ್ಕಿದ್ದಾಗೆ ಇವನಿಗೇನಾಯ್ತು ಎನ್ನುವ ರೀತಿ ಮೂವರೂ ಸ್ನೇಹಿತರು ಮುಖ ನೋಡಿಕೊಂಡರು.

ಆನಂದ ಮಾತು ಮುಂದುವರಿಸಿ, 'ನನ್ನ ಹೆಂಡ್ತಿನೂ ಭಾಳ ಒಳ್ಳೇಯವ್ಳು. ನಾನು ಒಂದು ಪೈಸೆ ದುಡುದು ಕೊಡದಿದ್ರೂ ಹೊತ್ತು ಹೊತ್ತಿಗೆ ಸರಿಯಾಗಿ ಊಟ ಹಾಕ್ತಾಳೆ. ನಾನು ಏನಂದ್ರೂ ಅನಿಸ್ಕೊಂಡು ಕಣ್ಣೀರು ಹಾಕ್ತಾಳೆ. ಹಾಳಾದವ್ನು ಅಂದ್ರೆ ನಾನೇ. ಅವ್ರಿಗೆಲ್ಲಾ ನಾನು ಎಷ್ಟೊಂದು ನೋವು ಕೊಟ್ಟೀದ್ದೀನಿ. ಅನ್ಯಾಯವಾಗಿ ನಮ್ಮ ಅಮ್ಮನ ಓಲೆನೂ ಅಡ ಇಟ್ಟು ಹಣ ತಂದ್‌ಬಿಟ್ಟೆ... ಎಲ್ಲಾ ನಿಮ್ಮಿಂದ ಆಗಿದ್ದು. ನಿಮ್ಮ ಸಲುವಾಗಿ ಮಾಡಿದ್ದು...' ಅಂದಾಗ, ಆ ಮಾತಿನಿಂದ ಮೂವರೂ ಅಚ್ಚರಿಗೊಂಡರು.

ಇತ್ತ ರಾತ್ರಿ ವೇಳೆ ದೇವಸ್ಥಾನಕ್ಕೆ ಬಂದ ಕುಪ್ಪಣ್ಣ ಭಟ್ಟರು ದೀಪ ಹಚ್ಚಿದಾಗ ದೇವಸ್ಥಾನದಲ್ಲಿ ಮಬ್ಬುಗುಗತ್ತಲೆ ಕಳೆದು ಬೆಳಕು ಹರಡಿತು. ದೀಪ ಹಚ್ಚಿದ ಬಳಿಕ ಆ ಹೊತ್ತು ಪೂಜೆ ಮಾಡಲು ಮನಸ್ಸಾಗದೇ ಭಟ್ಟರು ಗಂಭೀರವಾಗಿ ಗಣಪತಿ ವಿಗ್ರಹವನ್ನೇ ನೋಡುತ್ತ ನಿಂತರು. ಕೆಲವು ಮೌನ ಕ್ಷಣಗಳ ನಂತರ–

'ಭಗವಂತಾ ಇಷ್ಟು ವರ್ಷ ನಿನ್ನ ಸೇವೆ ಮಾಡಿಕೊಂಡು ಯಾರಿಗೂ ಕಿಂಚಿತ್ತೂ ತೊಂದ್ರೆ ಕೊಡದೇ ಬದುಕಿದೆ. ಒಂದು ಹೊತ್ತು ಊಟ ಬಿಟ್ರೂ ನಿತ್ಯ ನಿನ್ನ ಪೂಜೆ ಮಾತ್ರ ಬಿಡಲಿಲ್ಲ. ಆದ್ರೂ ನನಗೆ ಯಾಕಿಂಥಾ ಮಾನಸಿಕ ಹಿಂಸೆ ಕೊಡತಿದ್ದೀಯ. ಅಂಥ ಕೆಟ್ಟ ಮಗನ್ನ ಕೊಟ್ಟು ಆಮೇಲೆ ನನ್ನ ಹೆಂಡ್ತಿನ್ನೇ ಕಿತ್ಕೊಂಡೆ. ನನ್ನ ಕೈಯಿಂದ ಸಾಲ ಮಾಡಕ್ ಹಚ್ಚಿ ಅದನ್ನ ತೀರಿಸೋದಕ್ಕಾಗದ ಹಾಗೆ ಮಾಡಿಟ್ಟೆ! ಅಷ್ಟೂ ಸಾಲದಕ್ಕೆ ನನ್ನ ಕಣ್ಣಮುಂದೆನೇ ಶಂಕ್ರಿ ಸಾವನ್ನ ತಂದೆ. ಹೀಗೆಲ್ಲ ಮಾಡೋದರಿಂದ ನಿನಗೆ ಸಿಗೋದಾದ್ರೂ ಏನು!? ಒಳ್ಳೆಯವ್ರಿಗೆ ಕಷ್ಟ ಕೊಡೋದ್ರಿಂದ ನಿನಗೆ ಸಿಗೋ ನೆಮ್ಮದಿಯಾದ್ರೂ ಏನು?... ಮನುಷ್ಯರನ್ನ ಸೃಷ್ಟಿ ಮಾಡಿದೆ ಸರಿ. ಜಾತಿ–ಧರ್ಮ, ಮೇಲು–ಕೀಳು, ಬಡವ–ಶ್ರೀಮಂತ ಅಂತ ಮಾಡಿ ಯಾರಿಗೂ ನೆಮ್ಮದಿ ಇಲ್ಲದ ಹಾಗೆ ಮಾಡಿದೆ. ಸೃಷ್ಟಿಯೊಳಗೆ ಬೇರೆ ಯಾವ ಪ್ರಾಣಿಗಳಲ್ಲೂ ಇಲ್ಲದ ಇಂಥಾ ತಾರತಮ್ಯ, ವರ್ಗ ವೈರುಧ್ಯ ಮನುಷ್ಯರ ನಡುವೆ ಯಾಕೆ? ಈಗ ನೋಡಿದ್ರೆ ಮನುಷ್ಯ ಊಹಿಸೋಕೂ ಆಗದಿರುವಂಥಾ ಕೆಟ್ಟ ರೋಗ ಸೃಷ್ಟಿ ಮಾಡಿ ಜನರು–ಜನರನ್ನೇ ಮುಟ್ಟದಿರೋ ಹಾಗೆ ಮಾಡಿದೆ. ದೇವಸ್ಥಾನ, ಮಸೀದಿ, ಚರ್ಚುಗಳು ಸಹಿತ ಬಾಗಲು ಮುಚ್ಚೋಹಾಗೆ ಮಾಡಿದೆ. ಯಾಕೆ... ಯಾಕೆ? ನನ್ನಂಥವ್ರು ಬದುಕೋದು ನಿನಗಿಷ್ಟಾ ಇಲ್ಲಲ್ವಾ...? ಸರಿ ಬಿಡು... ನಿನ್ನ ಇಚ್ಛೆ ಹಾಗೆ ನಡ್ಕೊಳ್ತಿನಿ... ನಿನ್ನ ಇಚ್ಛೆ ಹಾಗೆ ನಡ್ಕೊಳ್ತಿನಿ...' ಎಂದು ತಲೆ ಕೆರೆದುಕೊಂಡು ಜೋರಾಗಿ ನಕ್ಕರು. ನಗುತ್ತಲೇ ಕೈಯಿಂದ ಗೋಡೆಗೆ ಜೋರಾಗಿ ಗುದ್ದಿದರು. ಸಮಾಧಾನವಾಗದೇ ಅಲ್ಲಿದ್ದ ಕುಂಕುಮವನ್ನೆಲ್ಲ ಎತ್ತಿ ವಿಗ್ರಹಕ್ಕೆ ಎರಚಿ, ಕೈಯಲ್ಲಿ ಉಳಿದ ಕುಂಕುಮವನ್ನು ತಮ್ಮ ಮುಖಕ್ಕೆಲ್ಲ ಬಳಿದುಕೊಂಡು, ಉಗ್ರಭಾವ ತಾಳಿ ಗಣಪತಿ ವಿಗ್ರಹ ನೋಡಿದರು.

ಮನೆಯಿಂದ ಬಂದ ಪದ್ಮಾ ತನಗಾಗಿ ಏಕಾಂತ ಸ್ಥಳದಲ್ಲಿ ಕಾಯುತ್ತ ನಿಂತ ಕೃಷ್ಣನನ್ನು ಭೇಟಿಯಾದಾಗ ಕೃಷ್ಣ–

'ಬಾ... ಬಂಗಾರಿ... ಬಾ... ನೀನು ಎಷ್ಟು ಒಳ್ಳೆಯವ್ಳು! ನಾನು ಕರೆದ ತಕ್ಷಣ ನೀನಾಗಿ ಇಷ್ಟೊತ್ತಿನಲ್ಲೂ ಹೀಗೆ ಬರ್ತೀಯಲ್ಲ ಅದೇ ಖುಷಿ ನನಗೆ. ನಿನ್ನಂಥವ್ಳು ನನಗೆ ಸಿಕ್ಕಿರೋದು ನನ್ನ ಅದೃಷ್ಟ!' ಅಂದ.

'ಕೃಷ್ಣ ನೀನು ಹೀಗೆಲ್ಲ ಮಾತಾಡಿದ್ರೆ ನನಗೆ ಮುಜುಗರ ಆಗತದೆ. ನಿನ್ನ ಇಷ್ಟ ಪಟ್ಟಿರೋದರಿಂದ್ಲೇ ಅಲ್ವಾ ನಿನಗಾಗಿ ನನ್ನದೆಲ್ಲ ತ್ಯಾಗ ಮಾಡಿರೋದು' ಎಂದು ಪದ್ಮಾ ನಾಚಿಕೆಯಿಂದ ಮುಗುಳ್ನಕ್ಕಳು.

'ಹೌದು... ಹೌದು...' ಎನ್ನುತ್ತಲೇ ಅವಳಿಗೆ ತಿಳಿಯದಂತೆ ಅತ್ತಿತ್ತ ನೋಡಿ ಯಾರೋ ಬರುವುದನ್ನು ಕಾಯುತ್ತಿರುವಂತೆ ನೋಡಿದ. ಬಳಿಕ ಮೆಲ್ಲಗೇ ಅವಳ ಬಳಿಗೆ ಬಂದು ಸಲುಗೆಯಿಂದ ಅವಳನ್ನು ತಬ್ಬಿಕೊಂಡಂತೆ ಮಾಡಿ, ಪುಸಲಾಯಿಸುವಂತೆ–

'ಒಳ್ಳೆ ಕಡದಿರೋ ಬೆಣ್ಣೆ ಥರಾ ಬೆಳ್ಳಗೆ, ಮೆತ್ತಗೇ ಇದ್ದೀಯ... ನಿನ್ನ ಹ್ಯಾಗ್ ತಿನಬೇಕು ಅಂತ ಗೊತ್ತಾಗತಿಲ್ಲ ನನಗೆ' ಎಂದು ನಕ್ಕ.

'ಹೊಗಳಿಕೆ ಸಾಕು... ಅದೇನೋ ಸರಪ್ರೈಸ್ ಅಂದೆಲ್ಲ ಅದೇನಂತ ಹೇಳು' ಎಂದು ಕೇಳಿದಾಗ–

'ಹೇಳ್ತಿನಿ ಇರು. ಯಾಕಷ್ಟು ಅವಸರ' ಅಂದ.

ಹೀಗೆ ಇಬ್ಬರೂ ಮೈ ಮರೆತು ಮಾತನಾಡುತ್ತಿರುವಾಗ ಮೂರು ಜನ ಬ್ಯಾಟರಿ ಹಿಡಿದುಕೊಂಡು ಅಲ್ಲಿಗೆ ಬಂದೇಬಿಟ್ಟರು. ಅವರನ್ನು ಕಂಡ ಪದ್ಮಾ ಗಾಬರಿಯಿಂದ–

'ಅಯ್ಯೋ ಯಾರೋ ಬರ್ತಿದ್ದಾರೆ...' ಎಂದು ಓಡಲು ಯತ್ನಿಸಿದಾಗ ಕೃಷ್ಣ ನಾಟಕೀಯವಾಗಿ–

'ಅವ್ರಿಗೆ ಹೆದರಿ ಓಡೋಗೋದು ಬೇಡಾ ಇರು. ನಾನು ಅವ್ರನ್ನ ವಿಚಾರಿಸ್ಕೊಳ್ತಿನಿ' ಅಂದಾಗ, ಅವನ ಮಾತು ಕೇಳಿ ಪದ್ಮಾ ಅಲ್ಲಿಯೇ ನಿಂತಳು. ಕೃಷ್ಣ ಅವರಿಗೆ ಹೊಡೆಯುವವನಂತೆ ಅವರ ಮುಂದೆ ಹೋಗಿ ನಿಂತು ಮುಖ ನೋಡಿದಾಗ, ಅವರಲ್ಲೊಬ್ಬ ಕೃಷ್ಣನನ್ನು ಜೋರಾಗಿ ತಳ್ಳಿ ಬೀಳಿಸಿದ. ಅವನು ಎದ್ದು ಹೆದರಿದವನಂತೆ ಮುಖ ತೋರಿಸದೇ ಓಡಿ ಹೋದ. ಆಗ ಮೂವರು ಪದ್ಮಾಳ ಹತ್ತಿರಕ್ಕೆ ಹೋಗಿ ತಮ್ಮ ಮುಖ ತೋರಿಸಿದಾಗ, ಅವರು ತನ್ನ ಗಂಡನ ಸ್ನೇಹಿತರಾದ ನರಸಿಂಹ, ವಿಕ್ರಮ, ಮನೋಹರ ಎಂಬುದು ತಿಳಿದು ಅವಳಿಗೆ ಅಚ್ಚರಿ, ಆಘಾತವಾಯಿತು. ಅಸಹಾಯಕತೆ, ಸಿಟ್ಟಿನಿಂದ–

'ನೀವಾ!? ನನ್ನ ಗಂಡನ ಸ್ನೇಹಿತರಾಗಿ ಇಂಥ ಕೆಲಸ ಮಾಡ್ತಿರಂಥಾ ನಾನ್ಯಾವತ್ತೂ ಅನ್ಕೊಂಡಿರಲಿಲ್ಲ' ಅಂದಳು ಪದ್ಮಾ.

'ಮಾಗಿರೋ ಹಣ್ಣು ಕಣ್ಣಿಗೆ ಬಿದ್ದಾಗ ತಿನ್ನೋದಕ್ಕೆ ಯಾರದಾದ್ರೆ ಏನು...' ಎಂದು ನರಸಿಂಹ ಕುಡಿದ ಮತ್ತಿನಲ್ಲಿ ಹೇಳಿದ.

'ಹೂಂ, ಹೌದು ಮತ್ತೆ... ಯಾರದು ಅನ್ನೋದು ಮುಖ್ಯನೋ... ಅದನ್ನ ತಿನ್ನೋದು ಮುಖ್ಯನೊ...' ಎಂದು ವಿಕ್ರಮನೂ ಮತ್ತಿನಲ್ಲಿ ತೂರಾಡಿದ.

'ಏ ಹಿಡ್ಕೊಳ್ರೋ... ಬಿಟ್ರೆ ಹಣ್ಣು ಕೈ ಜಾರಿ ಬಿದ್ದಬಿಡ್ತದೆ...' ಎಂದು ಮನೋಹರ ಅಂದಾಗ–

'ಒಂದು ಹೆಜ್ಜೆ ಮುಂದಿಟ್ರೆ... ಅಷ್ಟೆ ನಿಮ್ಮನ್ನ ಏನ್ ಮಾಡ್ತಿನಿ ನೋಡು...' ಎಂದಳು ಪದ್ಮಾ.

'ನೀನೇನು ಮಾಡಬೇಡ ಚಿನ್ನಾ ಎಲ್ಲ ನಾವೇ ಮಾಡ್ತಿವಿ...' ಎಂದು ವಿಕ್ರಮ ವ್ಯಂಗ್ಯದಿಂದ ಅಂದಾಗ ಮೂವರೂ ಮುಖ ನೋಡಿಕೊಂಡು ನಕ್ಕರು. ನರಸಿಂಹ ಅವಳನ್ನು ಗಟ್ಟಿಯಾಗಿ ಹಿಡಿದುಕೊಂಡು, ಚೀರದಂತೆ ಬಾಯಿ ಮುಚ್ಚಿದ. ವಿಕ್ರಮ ಅವಳ ಬಟ್ಟೆ ಎಳೆದಾಡಿದ. ಮನೋಹರ ಅವಳ ಒಂದು ಕೈ ಹಿಡಿದುಕೊಂಡು ಅವಳ ದೇಹದ ವಾಸನೆ ಹೀರಿ ಉನ್ಮತ್ತನಾದ. ಬಳಿಕ ಮೂವರೂ ಅವಳ ಮೇಲೆ ಹಸಿದ ಪ್ರಾಣಿಗಳಂತೆ ಎರಗಿದಾಗ ಅವಳ ಆಕ್ರಂದನ ಮುಗಿಲು ಮುಟ್ಟಿತು. ಹತ್ತಿರದಲ್ಲೇ ಮರೆಯಲ್ಲಿ ನಿಂತಿದ್ದ ಕೃಷ್ಣ ಕಳ್ಳನಂತೆ ನೋಡಿದ.

ಕುಡಿದ ಮತ್ತಿನಲ್ಲಿ ನಿದ್ದೆ ಆವರಿಸಿ ನೆಲದ ಮೇಲೆ ಬೋರಲಾಗಿ ಬಿದ್ದಿರುವ ಆನಂದನಿಗೆ ಎಚ್ಚರವಾಗಿ ಸುತ್ತಲೂ ನೋಡಿದಾಗ ಅಲ್ಲಿ ಯಾರೂ ಇರಲಿಲ್ಲ. ಅವನು ಸ್ವಲ್ಪ ತೂರಾಡುತ್ತಲೇ ಎದ್ದು ಬಂದು ಮನೆಯ ಬಾಗಿಲು ತೆಗೆಯಲು ಯತ್ನಿಸಿದಾಗ, ಅವರು ಹೊರಗಿನಿಂದ ಬೀಗ ಹಾಕಿ ಹೋಗಿರುವುದು ತಿಳಿದು–

'ಲೇ ನನ್ ಮಕ್ಳಾ ಬಾಗಿಲ್ ತಗಿರೋ... ನಾನ್ ತಂದಿರೋದನ್ನೇ ಕುಡುದು, ತಿಂದು ನನ್ನೇ ಕೂಡಾಕಿ ಹೋಗ್ತಿರಾ... ನನ್ ಮಕ್ಳಾ ಇನ್ನೊಮ್ಮೆ ಸಿಗ್ರಿ ನಿಮ್ಮನ್ನ ಮಾಡ್ತಿನಿ...' ಎಂದು ಕೂಗಾಡಿದರೂ ಯಾರೂ ಬಂದು ಬಾಗಿಲು ತೆಗೆಯಲಿಲ್ಲ. ಕೂಗಾಡಿ, ಕೊಸರಾಡಿದರೂ ಬಾಗಿಲು ತೆರೆಯದಿದ್ದಾಗ ಅಸಹಾಯಕನಾಗಿ ಗೋಡೆಗೆ ಒರಗಿ ಕುಸಿದು ಕುಳಿತುಕೊಂಡ. ಹಾಗೆ ಕುಳಿತು ಬೇಸರದಿಂದ ಹೆಂಡತಿಯನ್ನು ನೆನಪಿಸಿಕೊಂಡಾಗ–

'ಅವ್ಳು ತುಂಬಾ ಒಳ್ಳೆಯವ್ಳು... ನಾನು ಏನೆಲ್ಲ ಅಂದ್ರೂ ಅನಿಸ್ಕೊಂಡು ಯಾವಾಗ್ಲೂ ನನ್ನ ಬಗ್ಗೆನೇ ಚಿಂತಿಸ್ತಾಳೆ. ಅವ್ಳ ಜಾಗದಲ್ಲಿ ಬೇರೆ ಇನ್ಯಾರೊ ಇದ್ದಿದ್ರೆ ನನ್ನ ಇಷ್ಟು ಚೆನ್ನಾಗಿ ನೋಡ್ಕೊತಿದ್ರಾ? ಸಾಧ್ಯನೇ ಇಲ್ಲ. ಪಾಪ ನನ್ನ ಪದ್ಮಾಗೆ ಎಷ್ಟೆಲ್ಲಾ ಹಿಂಸೆ ಕೊಟ್ಟೆ, ಇನ್ಮೇಲೆ ಯಾವತ್ತೂ ನಾನು ಹಾಗೆಲ್ಲ ನಡ್ಕೊಬಾರದು. ಇನ್ಮೇಲೆ ಇಂಥವ್ರ ಸಹವಾಸ ಬಿಟ್ಟು ಒಳ್ಳೆಯವನಾಗಬೇಕು. ಅಪ್ಪ ಹೇಳಿದ ಹಾಗೆ ಕೇಳಿಕೊಂಡು ಇರಬೇಕು' ಎಂದು ಅಂದುಕೊಂಡ. ಕುಡಿದ ಮತ್ತಿನಲ್ಲಿದ್ದರೂ ಸ್ನೇಹಿತರೆಲ್ಲ ತನಗೆ ಹೀಗೆ ಮಾಡಿದರಲ್ಲ ಎಂಬ ನೋವಿನಿಂದ ಅವನಲ್ಲಿ ಹೀಗೆ ಸಕಾರಾತ್ಮಕ ಚಿಂತನೆ ಜಾಗೃತವಾಯಿತು.

ದೇವಸ್ಥಾನದಲ್ಲಿ ಒಂಟಿಯಾಗಿರುವ ಕುಪ್ಪಣ್ಣ ಭಟ್ಟರ ವಿಚಿತ್ರ ವಿಲಕ್ಷಣ ನಡುವಳಿಕೆ ಮುಂದುವರಿತ್ತು. ಗಣಪತಿ ವಿಗ್ರಹವನ್ನು ಗಂಭೀರವಾಗಿ ನೋಡುತ್ತ–

'ಯೋ ಗಣೇಶಾ ನೀನು ದೇವ್ರಾ? ನೀನು ದೇವ್ರು ಅಂತ ನಾನು ಹೆಂಗ್ ನಂಬಬೇಕು' ಎಂದು ಜೋರಾಗಿ ನಕ್ಕು–'ನೀನು ದೇವ್ರೇ ಆಗಿದ್ರೆ ಎದ್ದು ಬಂದು ನನ್ನ ಪ್ರಶ್ನೆಗಳಿಗೆಲ್ಲ ಉತ್ತರ ಕೊಡತಿದ್ದೆ. ನನ್ನ ಕಷ್ಟಗಳಿಗೆಲ್ಲ ಸ್ಪಂದಿಸಿ ಪರಿಹಾರ ನೀಡತಿದ್ದೆ. ನಿತ್ಯ ನಿನ್ನ ಪೂಜೆ ಮಾಡಿಕೊಂಡು ಬದುಕಿರೋ ನನ್ನ ಕಷ್ಟಗಳಿಗೇ ಪರಿಹಾರ ಮಾಡಕಾಗದಿರೋನು ನೀನು. ಇನ್ನ ಜಗತ್ತಿನ ಜನರ ಕಷ್ಟ ಪರಿಹಾರ ಮಾಡೋದಕ್ಕೆ ನಿನ್ನಿಂದ ಸಾಧ್ಯನೇ ಇಲ್ಲ... ನೀನು ಬರೀ ಕಲ್ಲು... ಬರೀ ಕಲ್ಲು...ನೀನು ಬರೀ ಕಲ್ಲು...' ಎಂದು ಆ ವಿಗ್ರಹಕ್ಕೆ ತಮ್ಮ ತಲೆಯನ್ನು ಹಲವು ಬಾರಿ ಜಜ್ಜಿಕೊಂಡರು. ಹಾಗೆ ಜಜ್ಜಿಕೊಳ್ಳುತ್ತಿರುವಾಗ ತಲೆಯಿಂದ ರಕ್ತ ಚಿಮ್ಮಿತು. ತಲೆ ತಿರುಗಿ ಎರಡೂ ಕೈಗಳಿಂದ ತಲೆ ಹಿಡಿದುಕೊಂಡಾಗ ಕಣ್ಣುಗಳು ವಿಕಾರವಾದವು.

ನರಸಿಂಹ, ವಿಕ್ರಮ, ಮನೋಹರ ಮೂವರೂ ಪದ್ಮಾಳ ಮೇಲೆ ಎರಗಿ ಅತ್ಯಾಚಾರ ಮಾಡುವಾಗ, ಆಕಾಶದಲ್ಲಿ ಚಂದ್ರ ಬೆಳಕು ಚೆಲ್ಲುತ್ತ ಮೌನಿಯಾಗಿದ್ದ. ಪದ್ಮಾಳ ಅಸಹಾಯಕ ಧ್ವನಿ, ಕೂಗಾಟ ಎಲ್ಲ ಗಿಡ–ಮರಗಳು, ಪೊದೆಯನ್ನು ದಾಟಿ ಹೊರಗೆ ಬರಲಿಲ್ಲ. ಇತ್ತ ಕುಪ್ಪಣ್ಣ ಭಟ್ಟರ ಮನೆ ಸುತ್ತ ಕತ್ತಲೆ ಆವರಿಸಿ ಯಾರೂ ಇಲ್ಲದೇ ಬಿಕೋ ಎನ್ನುತ್ತಿತ್ತು. ಆ ಕತ್ತಲೆಯಲ್ಲಿ ಜೀರುಂಡೆಗಳ ಚಿರ್‌ಗುಟ್ಟುವಿಕೆ ನಿರಂತರ ಕೇಳಿಸುತ್ತಲಿತ್ತು.

ಆನಂದನಿಗೆ ಕುಡಿದಿರುವ ಮತ್ತು ಆಗ ಸ್ವಲ್ಪ ಕಡಿಮೆಯಾಗಿತ್ತು. ಆ ಮನೆಯಲ್ಲಿ ತನ್ನನ್ನು ಕೂಡಿಹಾಕಿ ಹೋಗಿರುವುದರಿಂದ ಅವರ ಮೇಲೆ ಸಿಟ್ಟು ಉಕ್ಕಿ ಬಂದು–

'ಗೋಸುಂಬೆ ನನ್ ಮಕ್ಳಾ... ಉಂಡ ತಟ್ಟೇಲಿ ಕಕ್ಕಾ ಮಾಡೋ ನೀಚರು ನೀವೆಲ್ಲಾ. ನಿಮ್ಮನ್ನ ನಂಬಿದೆನಲ್ಲಾ ನನ್ ಮೆಟ್ಟು ತಗೊಂಡು ನಾನೇ ಹೊಡಕೊಬೇಕು' ಎಂದುಕೊಳ್ಳುತ್ತ ಮನೆಯಿಂದ ಹೊರಗೆ ಬರಲು ಇನ್ನಿಲ್ಲದ ಸಾಹಸ ಮಾಡಿದ. ಎಲ್ಲೂ ದಾರಿ ಕಾಣದೇ ಅಸಹಾಯಕನಾಗಿ ಯೋಚಿಸುತ್ತ–

'ಇವತ್ತೇ ಕೊನೆ... ಇನ್ನ್ಯಾವತ್ತೂ ಕುಡಿಬಾರದು ನಾನು. ಈ ಮೂವರ ಜೊತೆ ಕೂಡಿಯೇ ನಾನು ಹಾಳಾದದ್ದು. ನನ್ನ ಮನೆ, ಸಂಸಾರ ನಿರ್ಲಕ್ಷ್ಯ ಮಾಡಿದೆ. ಅಪ್ಪನ ಮಾತಿಗೆ ಬೆಲೆ ಕೊಡಲಿಲ್ಲ. ಹೆಂಡ್ತಿಗೆ ಬಾಯಿಗೆ ಬಂದಂಗೆ ಮಾತಾಡಿದೆ... ಸರಿಯಲ್ಲ... ನಾನು ಮನುಷ್ಯನಾಗಬೇಕು... ಇನ್ಮೇಲೆ ನಿಜವಾದ ಮನುಷ್ಯನಾಗಬೇಕು... ಅಪ್ಪ ಎಲ್ರಮುಂದೆ 'ನನ್ನ ಮಗಾ' ಅಂತ ಹೆಮ್ಮೆಯಿಂದ

ಹೇಳಿಕೊಳ್ಳೊ ಹಾಗೆ ಬದುಕಬೇಕು...ಪದ್ಮಾನ್ನ ಪ್ರೀತಿಯಿಂದ ನೋಡ್ಕೊಬೇಕು...' ಅಂದುಕೊಂಡ. ಆಗ ಭಾವುಕತೆಯಿಂದ ಅವನ ಕಣ್ಣುಗಳು ಒದ್ದೆಯಾದವು.

ನಸುಕಿನ ಸಮಯ. ಆನಂದನ ಸ್ನೇಹಿತರಾದ ನರಸಿಂಹ, ವಿಕ್ರಮ, ಮನೋಹರ ಮೂವರಿಂದ ಅತ್ಯಾಚಾರಕ್ಕೆ ಈಡಾದ ಪದ್ಮಾ ನರಳುತ್ತ ನಿಧಾನವಾಗಿ ನಡೆದುಕೊಂಡು ಮನೆಯತ್ತ ಹೊರಟಿದ್ದಳು. ಅವಳ ಬಟ್ಟೆಗಳು ಅಲ್ಲಲ್ಲಿ ಹರಿದು ಮೈಮೇಲೆ ತರಚಿದ ಗಾಯಗಳಾಗಿದ್ದವು. ತಲೆಗೂದಲು ಹರಡಿ ತುಟಿಗಳಿಂದ ರಕ್ತ ಜಿನುಗುತ್ತಿತ್ತು. ಅಸಹಾಯಕ ಸ್ಥಿತಿಯಲ್ಲಿ ದುಃಖಿಸುತ್ತ ಹೆಜ್ಜೆ ಹಾಕಿದಳು.

ಮನೆಗೆ ಬಂದಾಗ ಯಾರಿಗೂ ಗೊತ್ತಾಗದಂತೆ ಮನೆಯೊಳಗೆ ಸೇರಿ ತನ್ನನ್ನು ತಾನು ಸುಧಾರಿಸಿಕೊಳ್ಳಬೇಕೆಂದು ಯೋಚಿಸಿ ಬಾಗಿಲ ಬಳಿ ಹೋದಳು. ಆಗ ಮನೆ ಇನ್ನೂ ಹೊರಗಿನಿಂದಲೇ ಬಾಗಿಲು ತೆರೆಯದಿರುವುದು ಕಂಡಿತು. ಆ ಹೊತ್ತಿನಲ್ಲೂ ಗಂಡ ಮತ್ತು ಮಾವ ಇನ್ನೂ ಮನೆಗೆ ಬಾರದಿರುವುದು ತಿಳಿದು 'ಯಾಕಿರಬಹುದು?' ಎಂಬ ಆತಂಕದಿಂದ ಭಯವಾಯಿತು ಅವಳಿಗೆ. ಆ ಹೊತ್ತಿಗಾಗಲೇ ಬೆಳಗಿನಜಾವ ಆಗಿರುವುದರಿಂದ ಮನೆಯೊಳಗೆ ಹೋಗಿ, ಮೊದಲು ಹರಿದು ಮಲಿನವಾಗಿರುವ ತನ್ನೆಲ್ಲ ಬಟ್ಟೆಗಳನ್ನು ಬದಲಾಯಿಸಿದಳು. ಬಳಿಕ ಮನೆಯಲ್ಲಿದ್ದ ಸೀಮೆ ಎಣ್ಣೆ ಕ್ಯಾನ್ ಮತ್ತು ತನ್ನ ಆ ಬಟ್ಟೆಗಳೊಂದಿಗೆ ಹಿತ್ತಲಿಗೆ ಹೋಗಿ, ಗೊತ್ತಾಗದಂತಹ ಒಂದು ಜಾಗದಲ್ಲಿ ಆ ಬಟ್ಟೆಗಳನ್ನು ಸುಟ್ಟುಹಾಕಿದಳು. ಅದರ ನಂತರ ಹಿತ್ತಲಿನಲ್ಲಿಯೇ ಇರುವ ನೀರಿನ ಸಂಪಿನಿಂದ ನೀರು ತೆಗೆದುಕೊಂಡು ಬಿಂದಿಗೆಯಿಂದ ತಲೆ ಮೇಲಿಂದ ಸುರಿದುಕೊಂಡು ಸ್ನಾನ ಮಾಡಿದಳು. ಆ ಹೊತ್ತಿಗೆ ಪೂರ್ಣ ಬೆಳಕಾಯಿತು.

ಬೆಳಗಿನಜಾವ ನಶೆಯಿಂದ ಸಂಪೂರ್ಣ ಹೊರ ಬಂದಿದ್ದ ಆನಂದ, ಮನೆಯೊಳಗೆ ಬಂಧಿಯಾಗಿದ್ದವನು ಹೊರಗೆ ಬರುವುದು ಹೇಗೆಂದು ಯೋಚಿಸಿದ. ಕಡೆಗೆ ಉಪಾಯ ಮಾಡಿ ಮೇಲೆ ಹತ್ತಲು ಅವಕಾಶವಿರುವ ಕಡೆಗೆ ಮನೆಯ ಛತ್ತಿನ ಹಂಚುಗಳನ್ನು ತೆಗೆದು, ಅಲ್ಲಿಂದ ಕೆಳಗೆ ಇಳಿದ. ಬಳಿಕ ಅಲ್ಲಿಂದ ಮನೆಗೆ ಬಂದ. ಮನೆಯೊಳಗೆ ಹೋದಾಗ ಪದ್ಮಾ ಒಂದೆಡೆ ಸುಮ್ಮನೆ ಕುಳಿತಿರುವುದು ಕಂಡಿತು. ಅವನು ಬಂದಿರುವುದು ಅವಳಿಗೂ ತಿಳಿದು, ಇಬ್ಬರೂ ಮುಖ ನೋಡಿದರೂ ಇಬ್ಬರಲ್ಲಿ ತಪ್ಪಿನ ಅರಿವಾಗಿ ಆ ಕ್ಷಣ

ಮಾತನಾಡಲಿಲ್ಲ. ಬಳಿಕ ಅವಳೇ ತನ್ನ ಪರಿಸ್ಥಿತಿ ಅವನಿಗೆ ಗೊತ್ತಾಗದಿರಲಿ ಎಂದುಕೊಂಡು–

'ನೀವು ರಾತ್ರಿಯೆಲ್ಲಾ ಮನೆಗೆ ಬರಲೇ ಇಲ್ವಲ್ಲ ಅಂತ ನಿದ್ದೆ ಮಾಡದೇ ಹೀಗೆ ಕೂತಿದ್ದೀನಿ. ಫೋನ್ ಮಾಡಿದ್ರೆ ನಿಮ್ಮ ಫೋನ್ ಕೂಡ ಸ್ವಿಚ್‌ಆಫ್ ಆಗಿದೆ. ಮಾವ ಬೇರೆ ನಿನ್ನೆ ಸಂಜೆ ದೇವಸ್ಥಾನಕ್ಕೆ ಹೋದವ್ರು ಅವ್ರೂ ಕೂಡ ಮನೆಗೆ ಬಂದೇ ಇಲ್ಲ. ನಿಮ್ಮಿಬ್ಬರಿಗೆ ಏನಾಯ್ತು ಅನ್ನೋದೇ ಗೊತ್ತಾಗತಿಲ್ಲ ನನಗೆ' ಅಂದಳು.

ಆನಂದ ಅಚ್ಚರಿಯಿಂದ 'ಏನೂ! ಅಪ್ಪನೂ ರಾತ್ರಿಯೆಲ್ಲಾ ಮನೆಗೆ ಬಂದಿಲ್ವಾ!?' ಅಂದ.

'ಹೌದು ರ್ರೀ... ನಿಮ್ಮ ವಿಷಯ ಇರ್ಲಿ ಮಾವ ಯಾಕ್ ಬಂದಿಲ್ಲ ಅಂತ ದೇವಸ್ಥಾನಕ್ಕೆ ಹೋಗಿ ನೋಡ್ಕೊಂಡು ಬರೋಗಿ' ಅಂದಾಗ–

'ಸರಿ ಹಾಗಾದ್ರೆ ಹೋಗಿಬರ್ತಿನಿ' ಎಂದು ರಮಿಸುವ ಹಾಗೆ–'ನೀನೇನೂ ಯೋಚನೆ ಮಾಡಬೇಡ. ರಾತ್ರಿ ಸ್ವಲ್ಪ ಬೇರೆ ಕೆಲಸ ಇತ್ತು. ಅದಕ್ಕೇ ಬೀರಾಪುರಕ್ಕೆ ಹೋಗಿದ್ದೆ. ತಡ ಆಗಿದ್ದರಿಂದ ಅಲ್ಲೇ ಉಳಕೊಂಡಿದ್ದೆ' ಅಂದ.

'ಹೂಂ... ಮೊದ್ಲು ದೇವಸ್ಥಾನದತ್ರ ಹೋಗಿಬರ್ತಿನಿ' ಎಂದು ಅವಸರದಿಂದ ಹೊರಟ.

ಆನಂದ ಅವಸರದಿಂದ ದೇವಸ್ಥಾನಕ್ಕೆ ಬಂದು, ಒಳಗೆ ಹೋಗಿ ನೋಡಿದಾಗ ಕುಪ್ಪಣ್ಣ ಭಟ್ಟರ ತಲೆಯಿಂದ ರಕ್ತ ಸೋರಿ ಸತ್ತುಬಿದ್ದಿರುವುದು ಕಂಡಿತು. ಅದನ್ನು ನೋಡಿ ಆಘಾತ, ಗೊಂದಲ ಒಟ್ಟಿಗೇ ತಲೆ ಏರಿ ಏನು ಮಾಡಬೇಕೆಂಬುದು ತಿಳಿಯದೇ–

'ಅಪ್ಪಾ... ಅಪ್ಪಾ... ಏನಾಯ್ತಪ್ಪಾ ನಿನಗೆ... ಯಾಕ್ ಹೀಗಾಗಿಬಿಟ್ತು!? ನಾನು ಹೀಗಾದ್ನೆಲ್ಲಾ ಅಂತಾ ನೀನೇ ನನ್ನಿಂದ ದೂರ ಆಗಿಬಿಟ್ಯಾ? ನನ್ನ ಕ್ಷಮಿಸಿಬಿಡಪ್ಪಾ... ನನ್ನ ಕ್ಷಮಿಸಿಬಿಡು...' ಎಂದು ಅತ್ತ. 'ಇನ್ಯಾವತ್ತೂ ತಪ್ಪು ದಾರೀಲಿ ನಡಿಯೋದಿಲ್ಲ... ಇಷ್ಟು ವರ್ಷ ನನ್ನನ್ನ ಸಹಿಸಿಕೊಂಡಿದ್ದೆ... ಇನ್ನೊಂದು ಅವಕಾಶ ಕೊಡಬೇಕಿತ್ತು ಅಪ್ಪಾ. ಇವತ್ತಿನಿಂದ ನಾನೂ ನಿನ್ನ ದಾರೀಲೇ ನಡೀಬೇಕು ಅಂತ ನಿರ್ಧಾರ ಮಾಡಿಕೊಂಡು ಬಂದಿದ್ದೆ... ಆದ್ರೆ ನೀನೇ ಹೋಗಿಬಿಟ್ಟೆಯಲ್ಲ ಅಪ್ಪಾ... ಏನ್ಮಾಡ್ಲಿ... ಏನ್ಮಾಡ್ಲಿ...' ಎಂದು ಜೋರಾಗಿ ಅತ್ತ.

ಸ್ಮಶಾನದಲ್ಲಿ ಚಿತೆಗೆ ಎಲ್ಲ ಸಿದ್ಧತೆ ಮಾಡಿಕೊಂಡು, ಸೌದೆ ಮೇಲೆ ಕುಪ್ಪಣ್ಣ ಭಟ್ಟರ ಪಾರ್ಥಿವ ಶರೀರ ಮಲಗಿಸಲಾಗಿತ್ತು. ಅಂತ್ಯ ಸಂಸ್ಕಾರದ ಎಲ್ಲ ವಿಧಿ-ವಿಧಾನಗಳನ್ನು ಆನಂದನೇ ನೆರವೇರಿಸಿದ. ಭಟ್ಟರ ಮಗಳು, ಅಳಿಯ ಮತ್ತು ಇಬ್ಬರು ಸಂಬಂಧಿಕರು ಮಾತ್ರ ಹೆಣದ ಹತ್ತಿರ ಇದ್ದರು. ಊರಿನ ಒಂದಿಷ್ಟು ಜನ ಹತ್ತಿರಕ್ಕೆ ಬಾರದೇ ಬಹಳ ದೂರ ನಿಂತು ಮಾತನಾಡಿಕೊಳ್ಳುತ್ತಿದ್ದರು.

'ಕುಪ್ಪಣ್ಣ ಭಟ್ಟರಿಗೆ ಕೊರಾನಾನೇ ಬಂದಿರಬಹುದು ಅಲ್ವಾ?' ಅಂದ ವ್ಯಕ್ತಿಯೊಬ್ಬ.

'ಇರಬಹುದು... ಇರಬಹುದು. ಕೊರೋನಾದಿಂದ ಎಲ್ಲೆಲ್ಲೋ ಜನಾ ಸಾಯೋದನ್ನ ಟೀವಿಲಿ ನೋಡ್ತಿದ್ವಿ. ಈಗ ನಮ್ಮೂರಲ್ಲೇ ಭಟ್ರು ತೀರಿದನ್ನ ನೋಡಿದ್ರೆ ಭಯಾ ಆಗ್ತಿದೆ. ಊರಲೆಲ್ಲ ಹರಡಿದ್ರೆ ಕಷ್ಟಾ' ಎಂದು ಇನ್ನೊಬ್ಬ ಹೇಳಿದ.

'ಭಟ್ಟರಿಗೆ ಕೊರೊನಾನೇ ಬಂದಿದೆ ಅಂತ ಹ್ಯಾಗ್ ಹೇಳ್ತಿರಿ. ನಿನ್ನೆತನಕ ಹುಶಾರಾಗೇ ಇದ್ರಲ್ಲ?' ಎಂದ ಮತ್ತೊಬ್ಬ.

'ಆ ರೋಗಾನೇ ಹಾಗೆ. ಬೆಳಗ್ಗೆ ಹುಶಾರಿಲ್ಲ ಅನಿಸಿದ್ರೆ... ಸಂಜೆಗೆ ಸಾವೇ ಬರೋದು. ಇವ್ರು ಪರೀಕ್ಷೆನೂ ಮಾಡಿಸಿಕೊಂಡಿರಲಿಲ್ಲ. ಯಾವ್ದಕ್ಕೂ ನಾವೆಲ್ಲಾ ಎಚ್ಚರಿಕೆಯಿಂದ ಇರಬೇಕು...' ಎಂದು ಮೊದಲನೇ ವ್ಯಕ್ತಿ ಅಂದಾಗ-

'ಹೌದು... ಹಾದು...' ಎಂದ ಇನ್ನೊಬ್ಬ.

ಅದೇ ಹೊತ್ತಿಗೆ ಪರಮೇಶಿ ಮತ್ತು ಅವನ ಇಬ್ಬರು ಹಿಂಬಾಲಕರು ಅಲ್ಲಿಗೆ ಬಂದು, ದೂರದಿಂದಲೇ ಕುಪ್ಪಣ್ಣ ಭಟ್ಟರ ಶವ ನೋಡಿ-

'ಛೆ... ಇವತ್ತು ಬೆಳಗ್ಗೆ ಹಣಾ ಕೊಡ್ತೀನಿ ಅಂದವ್ನು ಹೆಣಾ ಆಗಿ ಸೌದೆ ಮೇಲೆ ಮಲಗಿದಾನಲ್ಲೋ ಈ ದರಿದ್ರದವ್ನು! ಏನಪ್ಪಾ ಮಾಡೋದೀಗ. ಸಾಲಾ ಮಾಡಿ ದೊಡ್ಡಸ್ತಿಕೆ ತೋರಿಸಿಕೊಳ್ಳೋದೆಲ್ಲಾ ಇವ್ನಿಗೆ ಯಾಕ್ ಬೇಕಿತ್ತೋ... ಮಗಳ ಮದುವೆನಾ ಎಲ್ಲಾದ್ರೂ ಸಾಮೂಹಿಕ ವಿವಾಹದಲ್ಲಿ ಮಾಡಿ ಸುಮ್ನೆ ಇರಬಾರದಾಗಿತ್ತಾ... ಇಂಥಾ ದರಿದ್ರನನ್‌ಮಕ್ಳು ತೀರಸಕಾಗದಿದ್ರೆ ಯಾಕಾದ್ರೂ ಸಾಲಾ ಮಾಡ್ತಾರೋ... ನಮ್ಮಂಥವ್ರ ಹೊಟ್ಟೆಮೇಲೆ ಹೊಡಿಯೋದಕ್ಕೆ... ಹೋಯ್ತು... ನನ್ನ ಎರಡು ಲಕ್ಷಾ ಹೋಯ್ತು...' ಎಂದು ಗೊಣಗಿದ ಪರಮೇಶಿ.

'ಅಣ್ಣಾ... ಕುಪ್ಪಣ್ಣ ಸತ್ತಾ ಅಂತ ನಾವು ಸುಮ್ನೆ ಇರೋದು ಬೇಡಾ... ನಮ್ಮ ಹಣಾ ಕೊಡೋತನಕ ಹೆಣಾ ಸುಡೋದಕ್ಕೆ ಬಿಡಲ್ಲಾ ಅಂತ ಜಗಳ ತಗಿಯಣ' ಎಂದು ಅವನ ಒಬ್ಬ ಹಿಂಬಾಲಕ ಅಂದ.

‘ಹೌದಣ್ಣಾ ಅಷ್ಟಿಷ್ಟು ಹಣ ಅಲ್ಲಾ. ಎರಡು ಲಕ್ಷಾ ಅಂದ್ರೆ ಏನು ಸುಮ್ನೆನಾ? ಅವನ ಮಗಾ ಆನಂದ ಇದ್ದಾನಲ್ಲ ಅವ್ನ ಹಿಡ್ಕೊಳಣ... ಹೆಣಕ್ಕೆ ಚಿತೆ ಇಡೋ ಮೊದಲೇ ಹೋಗಿ ನಿಲ್ಸಣ...’ ಎಂದು ಇನ್ನೊಬ್ಬ ಹಿಂಬಾಲಕ ಅಂದ.

‘ನಿಮ್ಮಿಬ್ಬರಿಗೂ ತಲೆ ಇದೆ ಅನ್ಕೊಂಡಿದ್ದೆ. ನಿಮಗೆ ತಲೆನೂ ಇಲ್ಲಾ... ಆ ತಲೆಯೊಳಗೆ ಬುದ್ಧಿನೂ ಇಲ್ಲಾ... ಅಲ್ಲಾ ಮೊದ್ಲೇ ಕುಪ್ಪಣ್ಣ ಕೊರೊನಾ ಬಂದು ಸತ್ತಿರಬಹುದು ಅಂತ ಜನಾ ಎಲ್ಲಾ ಮಾತಾಡ್ಕೊತಿದ್ದಾರೆ. ಅವನ ಹೆಣದ ಹತ್ರ ಹೋಗಿ ನಾವೂ ಕೊರೊನಾ ಬಂದು ಸಾಯೋದು ಬೇಕೋ... ಅಥವಾ ಎರಡು ಲಕ್ಷ ಹೋದ್ರೆ ಹೋಗ್ಲಿ ಅಂತ ಜೀವ ಇಟ್ಕೊಂಡು ಬದುಕೋದು ಬೇಕೋ...’ ಎಂದು ಪರಮೇಶಿ ಅಲ್ಲಿಂದ ಹೊರಟುಹೋದ. ಅವನೊಂದಿಗೆ ಅವನ ಹಿಂಬಾಲಕರೂ ಹೋದರು.

ಕೆಲವು ದಿನಗಳ ನಂತರ ತಂದೆಯ ದಿವಸ–ಕರ್ಮಗಳನ್ನು ನೆರವೇರಿಸುವುದಕ್ಕಾಗಿ ತಲೆ ಬೋಳಿಸಿಕೊಂಡಿರುವ ಆನಂದ, ತನ್ನ ತಂದೆ ಪೌರೋಹಿತ್ಯ ಮಾಡುತ್ತಿದ್ದ ಗಣಪತಿ ದೇವಸ್ಥಾನದ ಪೌರೋಹಿತ್ಯ ಕಾರ್ಯದ ಜವಾಬ್ದಾರಿ ಹೊತ್ತು, ಅಂದು ಮುಂಜಾನೆ ಪೂಜೆಗೆ ಬೇಕಿರುವ ಎಲ್ಲ ಪರಿಕರಗಳನ್ನು ಹಿಡಿದುಕೊಂಡು ದೇವಸ್ಥಾನಕ್ಕೆ ತೆರಳಿದ. ಅವನು ಹಾಗೆ ಹೋಗುವುದನ್ನು ಪದ್ಮಾ ಮೌನವಾಗಿ ನೋಡಿದಳು.

ವೀರಲೋಕದ ಪ್ರಕಟಣೆಗಳು

1. ಕೈ ಹಿಡಿದು ನೀ ನಡೆಸು ತಂದೆ–ವಿಶ್ವೇಶ್ವರ ಭಟ್ 250/–
2. ವಿಶ್ವಸುಂದರಿ–ಕುಂ. ವೀರಭದ್ರಪ್ಪ 160/–
3. ನಿಮಗೆಷ್ಟು ಹಣ ಬೇಕು?–ಅನಂತ ಹುದೆಂಗಜೆ 250/–
4. ಆರ್ಟ್ ಆಫ್ ಸಕ್ಸಸ್–ರಮೇಶ್ ಅರವಿಂದ್ 120/–
5. ಮನಿ ಮನಿ ಎಕಾನಮಿ–ರಂಗಸ್ವಾಮಿ ಮೂಕನಹಳ್ಳಿ 160/–
6. ಇವರು ಅವರು ದೇವರು–ಜೋಗಿ 200/–
7. ಲಾಸ್ಟ್ ಡೇಸ್ ಆಫ್ ಲೆಜೆಂಡ್ಸ್–ಗಣೇಶ್ ಕಾಸರಗೋಡು 225/–
8. ಒಳ್ಳೆಯ ಬದುಕಿನ ಸೂತ್ರಗಳು–ರವಿ ಕೃಷ್ಣಾರೆಡ್ಡಿ 150/–
9. ಸೋಲೆಂಬ ಗೆಲುವು–ದೀಪಾ ಹಿರೇಗುತ್ತಿ 150/–
10. ಬೆಳ್ಳಿತೆರೆಯ ಬಂಗಾರದ ಗೆರೆ–ಗಣೇಶ್ ಕಾಸರಗೋಡು 150/–
11. ನಟನ ಕಥೆ–ಮಂಡ್ಯ ರಮೇಶ್–ಎನ್. ಧನಂಜಯ 250/–
12. ತ್ಯಾಗಕ್ಕಿಲ್ಲ ನೂಕುನುಗ್ಗಲು–ಡಾ. ಗವಿಸ್ವಾಮಿ ಎನ್. 140/–
13. ಬದುಕೇ ಭಗವಂತ–ಡಾ. ಡಿ.ಎಸ್. ಶ್ರೀನಿವಾಸ ಪ್ರಸಾದ್ 170/–
14. ಮಾದಕ ದೊರೆ–ಸಂತೋಷಕುಮಾರ ಮೆಹೆಂದಳೆ 375/–
15. ದ್ವೈತ–ರಾಘವ್ 140/–
16. ಹೃದಯದ ಮಾತು ಕೇಳಿ–ಮಂಜುನಾಥ್ ಚಾಂದ್ 150/–
17. ಹಿಂದಿನ ನಿಲ್ದಾಣ–ಶುಭಶ್ರೀ ಭಟ್ಟ 120/–
18. ಪ್ರೀತ್‌ಸು–ರಾಜೀವ ನಾರಾಯಣ ನಾಯಕ 170/–
19. ಕೃಷಿ ಯಾಕೆ ಖುಷಿ?–ನರೇಂದ್ರ ರೈ ದೇರ್ಲ 140/–
20. ಕ್ಷಯ–ಡಾ. ವಾಸುದೇವ ಶೆಟ್ಟಿ 120/–
21. ಅರ್ಧ ಬಿಸಿಲು ಅರ್ಧ ಮಳೆ...–ಸದಾಶಿವ ಸೊರಟೂರು 120/–
22. ಯಾರೂ ಹೇಳದ ಕಥೆಗಳು–(ಸಂ.) ಸುದರ್ಶನ ಚೆನ್ನಂಗಿಹಳ್ಳಿ 150/–
23. ಕಥಾ ಸಾಗರಿ–ನಾಗವೇಣಿ ವೆಂ. ಹೆಗಡೆ ಹೆಗ್ಗರ್ಸಿಮನೆ 120/–
24. ಮೆಮರೀಸ್ ಆಫ್ ಬಾಸ್ರಾ–ರಂಗಸ್ವಾಮಿ ಮೂಕನಹಳ್ಳಿ 160/–
25. ಮೇರುನಟ–ಡಾ. ಶರಣು ಹುಲ್ಲೂರು 120/–
26. ನಾ ಸೆರೆಹಿಡಿದ ಕನ್ಯಾಸ್ತ್ರೀ–ಶಶಿಧರ ಹಾಲಾಡಿ 200/–

27. ಟ್ರಾಯ್–**ಗಾಯಿತ್ರಿ ರಾಜ್** 200/-

28. ಫಾರೆಸ್ಟರ್ ಪೊನ್ನಪ್ಪ–**ನೌಶಾದ್ ಜನ್ನತ್** 300/-

29. ವಿಶ್ವಯಾನಕ್ಕೆ ಗಣಿತವಾಹನ–**ಎಸ್.ವಿ. ಶ್ರೀನಿವಾಸಮೂರ್ತಿ** 200/-

30. ಲೆಟ್ಸ್ ಮೇಕ್ ಎ ಶಾರ್ಟ್ ಫಿಲಂ–**ಜಯರಾಮಾಚಾರಿ** 120/-

31. ಕುಣಿಗಲ್ ಟು ಕಂದಹಾರ್–**ಮಂಜುನಾಥ್ ಕುಣಿಗಲ್** 260/-

32. ಗದಾಯುದ್ಧಂ–**ಡಾ. ಎಂ.ಎ. ಜಯರಾಮ್ ರಾವ್** 350/-

33. ಫೀನಿಕ್ಸ್–**ದೀಪಾ ಹಿರೇಗುತ್ತಿ** 120/-

34. ಹಿಟ್ಲರ್ ಲವ್ ಪಾಲಿಟಿಕ್ಸ್–**ಸತೀಶ ಬಳೆಗಾರ** 170/-

35. ಭಾನುಮತಿಯ ಪರಿವಾರ–**ಕುಮಾರಸ್ವಾಮಿ ತೆಕ್ಕುಂಜ** 140/-

36. ನೀ ದೂರ ಹೋದಾಗ–**ಫೌಝಿಯ ಸಲೀಂ** 220/-

37. ವ್ಯಗ್ರ ಮತ್ತು ಇತರ ಕಾದಂಬರಿಗಳು–**ಕುಮಾರ ಬೇಂದ್ರೆ** 180/-

38. ಸತ್ಯದ ಅನಾವರಣ–**ಕೆ.ಎಸ್. ರಮಾಸುಂದರಿ** 100/-

39. ಅಂತಾರಾಷ್ಟ್ರೀಯ ಕುಂಬಳಕಾಯಿ ಮತ್ತು ಇತರ ಕಥೆಗಳು
–**ಅಬ್ದುಲ್ ರಶೀದ್** 120/-

40. ಅನಾಥ ಪ್ರೀತಿಯ ಅನುಬಂಧ
–**ಬಿ. ಮಂಜುನಾಥ್ ಕಾಮತ್ ಹಾಲಾಡಿ** 140/-

41. ಹಕ್ಕಿ ಮತ್ತು ಹುಡುಗಿ (ಕವನ ಸಂಕಲನ)–(ಸಂ.) **ಪ್ರಜಾವಾಣಿ ಬಳಗ** 150/-

42. ಹಾವಿನ ಮನೆ–**ಅನು ಬೆಳ್ಳೆ (ರಾಘವೇಂದ್ರ ಬಿ. ರಾವ್)** 250/-

43. ಈಗಲ್ಸ್ ಲೈನ್–**ರಾಜೇಶ್ ಕುಮಾರ್ ಕಲ್ಯಾ** 220/-

44. ನಂಬಿಕೆಯೆಂಬ ಗಾಳಿಕೊಡೆ–**ಡಾ. ಪ್ರೇಮಲತ ಬಿ.** 180/-

45. 10 ಕುಟುಂಬ 18 ಗೋತ್ರದ
ಗೌಡ ಪರಂಪರೆ–**ಪುತ್ತೂರು ಅನಂತರಾಜ ಗೌಡ** 300/-

www.ingramcontent.com/pod-product-compliance
Lightning Source LLC
LaVergne TN
LVHW100312051026
849517LV00006B/2270
* 9 7 8 9 3 9 4 9 4 2 3 8 7 *